अभिप्राय

एका हाडाचा पुरावा

दैनिक लोकमत, १२-६-२००५

विषयाइतकाच रोचक अनुवाद

दैनिक लोकसत्ता, १७-७-२००५

सस्पेन्स किंवा थ्रिलर कथानक वाचण्याचा अनुभव वेगळाच असतो. शेवट समजेपर्यंत झपाटून टाकणारा तोच अनुभव मायकेल कॉनेली लिखित 'सिटी ऑफ बोन्स' कादंबरी वाचताना येतो.

दिव्याभास्कर (बडोदा), १७-५-२००६

दैनिक सामना, २-४-२००५

सिटी ऑफ बोन्स

लेखक
मायकेल कॉनेली

अनुवाद
अजित ठाकूर

मेहता पब्लिशिंग हाऊस

© +91 020-24476924 / 24460313 / Mob. No. 9545000513
Email : production@mehtapublishinghouse.com
Website : www.mehtapublishinghouse.com

- *या पुस्तकातील लेखकाची मते, घटना, वर्णने ही त्या लेखकाची असून त्याच्याशी प्रकाशक सहमत असतीलच असे नाही.*

CITY OF BONES by Michael Connelly
This edition published by arrangement with Little, Brown and Company (Inc.) New York, USA.

Translated into Marathi Language by Ajit Thakur

सिटी ऑफ बोन्स / अनुवादित कादंबरी

TBC

अनुवाद : अजित ठाकूर

Email : author@mehtapublishinghouse.com

मराठी अनुवादाचे व प्रकाशनाचे हक्क मेहता पब्लिशिंग हाऊस, पुणे.

प्रकाशक : सुनील अनिल मेहता, मेहता पब्लिशिंग हाऊस,
१९४१, सदाशिव पेठ, माडीवाले कॉलनी, पुणे - ४११०३०.

मुद्रक : पार्कसन्स ग्राफिक्स

मुखपृष्ठ : चंद्रमोहन कुलकर्णी

प्रकाशनकाल : फेब्रुवारी, २००५ / पुनर्मुद्रण : फेब्रुवारी, २०२१

किंमत : ₹ ४५०

P Book ISBN 9788177665154

१.

म्हातारीने मरून जायचा आपला बेत बदललेला दिसत होता. पण आता त्याला खूप उशीर झाला होता. जगण्याची अखेरची धडपड करताना भिंतीवरील प्लॅस्टर आणि रंगाचे खवले यांना पकडून पकडून तिची सगळी नखे जवळजवळ तुटायला आली होती. त्यात, गळ्याभोवती आवळलेल्या तारेमध्ये आपली रक्ताळलेली बोटे घालून तार दूर करण्याची तिने केलेली धडपड स्पष्ट दिसत होती. भिंतीवर पाय झाडता झाडता तिच्या पायाची चार बोटे मोडलेली दिसत होती. मरता मरता या मगरमिठीतून वाचावे व त्यातून बाहेर पडावे म्हणून तिने जबरदस्त इच्छाशक्ती वापरून अखेरचा शर्थीचा प्रयत्न केलेला दिसत होता. हा प्रयत्न पाहून त्याच्या आधी नेमके काय घडले असावे याविषयी हॅरी बॉश बुचकळ्यात पडला. विजेच्या एक्सटेंशनची तार गळ्याभोवती आवळून, स्वत:च खुर्ची ढकलून खाली पाडण्याआधी तिचा निश्चय आणि इच्छाशक्ती कुठे लुप्त झाली असावी याचे बॉशला आश्चर्य वाटले. कुठे बरे हरवली असावी तिची जबर इच्छाशक्ती?

अर्थात, बॉशने या मृत्यूचा जो अहवाल तयार केला होता त्यात अशा प्रकारच्या शंका अधिकृतपणे येणे शक्यच नव्हते. पण हॉलिवूड फ्री वेच्या पूर्वेकडील सनसेट बुले वार्ड या रस्त्यावर स्प्लेंडीड एज नामक वृद्धाश्रमाच्या बाहेर गाडीत एकटाच बसला असताना बॉशच्या डोक्यात या गोष्टीबद्दल विचार घोळणे साहजिक होते. तो वर्षाचा पहिला दिवस होता आणि दुपारचे ४ वाजून २० मिनिटे झाली होती. बॉशला सुट्टी असतानाही कामावर बोलावले होते.

अर्धा दिवस उलटून गेला होता आणि बॉशच्या आजच्या कामात दोन आत्महत्येच्या घटना घडल्या होत्या. एक आत्महत्या पिस्तुलाच्या गोळीने केली गेली होती, तर दुसरी ही गळफास लावून. दोन्हीकडे स्त्रियाच गेलेल्या होत्या. शिवाय दोन्हीच्या मागे नैराश्य आणि अगतिकता ही कारणे अगदी स्पष्टच होती. एकटेपण! दुसरे काय? नव्या वर्षाच्या पहिल्या दिवशी आत्महत्येचे प्रमाण नेहमीच जास्त असते. बहुतेक लोकांना नववर्षदिन, आशा आणि पुनर्जीवन

देणारा म्हणून स्वागतार्ह वाटत असला, तरी काही जणांना हा दिवस देह सोडण्यासाठी चांगला आहे असे वाटत असते. अर्थातच या म्हातारीप्रमाणे त्यांना आपले चुकले आहे, हे कळेपर्यंत फार उशीर झालेला असतो.

बॉशने गाडीच्या काचेतून नजर टाकली आणि कॉरोनरच्या निळ्या गाडीत हिरव्या रगमध्ये लपेटलेला एक मृतदेह चाके लावलेल्या स्ट्रेचरमधून ठेवला जात असल्याचे त्याला दिसले. नुकत्याच घडलेल्या आत्महत्येचा हा बळी होता हे निश्चित. गाडीत त्याला स्ट्रेचरवर असलेला आणखी एक मृतदेह दिसला आणि त्याच्या लक्षात आले की तो आजच्या पहिल्या आत्महत्येचा बळी होता. एका चौतीस वर्षीय सिनेमानटीने मुल्होलँड ड्राईव्हसमोरील हॉलिवूडच्या एका गाडीतळावर गाडीत बसल्या बसल्या स्वत:वर गोळी मारून घेतली होती. बॉश आणि इतर अधिकारी पहिल्या आत्महत्येच्या स्थळानंतर लगेच दुसऱ्या आत्महत्येच्या ठिकाणी आले होते.

बॉशचा मोबाईल वाजू लागला. फोनने अशा किरकोळ गुन्ह्यांच्या विचारातून त्याला दूर नेल्यामुळे त्याला जरा बरेच वाटले. लॉस एंजलिस पोलिस खात्यातील हॉलिवूड विभागाचा वॉच सार्जंट मंकीविझ याचा तो फोन होता.

"काय, आवरलं की नाही अजून?"

"मी जवळजवळ संपवतच आणलं आहे."

"काही विशेष?"

"आत्महत्येचा प्रयत्न आणि मग मनपरिवर्तनातून जगण्याची धडपड! तुझ्याकडे दुसरं काही विशेष?"

"हो, आहे काहीतरी. पण आपण त्याविषयी वाच्यता करावी असं मला वाटत नाही. आज वार्ताहरांना विशेष काही काम दिसत नाही. नागरिकांकडून मदतीसाठी जेवढे फोन आले, त्यापेक्षा वार्ताहरांकडूनच जास्त फोन येत आहेत, त्या सगळ्यांना मुल्होलँडमधील नटीच्या आत्महत्येच्या केसबद्दल काही ना काही लिहायचं आहे. तुला माहीतच आहे. नेहमीचीच आपली हॉलिवूडची स्वप्नं भंगण्याची कहाणी. पण वार्ताहर माझ्या ह्या दुसऱ्या भानगडीवर लगेच उड्या टाकतील."

"ही दुसरी कुठली गोष्ट?"

"वंडरलँडमधील लॉरेल कॅनियन येथील एका नागरिकाने फोन केला. त्याने सांगितलं की त्याचा कुत्रा आत्ताच शेजारच्या जंगलातून तोंडात एक हाड घेऊन पळत आला आहे. तो माणूस म्हणतो की ते मानवी हाड आहे आणि ते सुद्धा एका मुलाचं दंडाचं हाड आहे."

बॉश रागाने थोडा गुरगुरला. वर्षाकाठी नेहमीच अशा प्रकारचे ४-५ फोन

येतात. यावरून खूप खळबळ माजते आणि मग उलगडा होतो की, ती प्राण्यांची हाडे आहेत. कॉरोनरच्या कार्यालयातून दोन कर्मचारी गाडीच्या पुढच्या दरवाजाजवळ आले आणि बॉशने त्यांना सलाम केला.

"हॅरी, तुला काय वाटतंय? मला ठाऊक आहे, तुला वाटतंय की, हा पुन्हा एक प्राण्यांच्या हाडाचा तपास आहे. यापूर्वी शंभर वेळा तरी तू असा तपास केला आहेस आणि तुला वाटतंय की यातून निघणार काय, तर कोयोट, हरीण किंवा अशाच कुठल्यातरी प्राण्याचे हाड. पण लक्ष देऊन ऐक. या कुत्र्याचा मालक एम.डी. आहे. आणि तो म्हणतो की, त्याला खात्री आहे की, हे हाड म्हणजे ह्युमेरसचं (दंड) हाड आहे. तो म्हणतो की हे लहान मुलाचं हाड आहे. आणि शिवाय हॅरी, तो म्हणतो..."

थोडी शांतता झाली. बहुधा मंकीविझ आपले टिपण चाळत असावा. बॉशला गाडी रस्त्यावरील रहदारीत दूर जाऊ लागल्याचे दिसले. मंकीविझ पुन्हा फोनवर आला, तेव्हा तो वाचत असल्यासारखे वाटत होते.

"मिडीयल एपिकाँडाइल म्हणजे काय कोण जाणे, पण त्याच्या वरच्या बाजूला हाड तुटल्याचं स्पष्ट दिसत आहे."

बॉशची मुद्रा बदलली. आपल्या मानेच्या पाठीमागे विजेचा प्रवाह झटकन वर गेल्यासारखा त्याला भास झाला.

"माझ्या टिपणात हे लिहिलेलं नाही. आणि मी काय म्हणतो ते बरोबर आहे की नाही हे देखील मला माहीत नाही. पण मुद्दा हा आहे की ह्या डॉक्टरच्या म्हणण्याप्रमाणे तो लहान मुलगा होता. मग हॅरी, तू या ह्युमेरसवर काही प्रकाश टाकू शकतील का?"

बॉशने काहीच उत्तर दिले नाही.

"तिथला पत्ता काय आहे?"

मंकीविझने बॉशला पत्ता दिला आणि त्याने आधीच गुन्ह्याच्या जागी पाहणीपथक पाठविले आहे, हे देखील सांगितले.

"रेडिओपासून ही गोष्ट बाहेर ठेवलीस हे चांगले केलेस आणि हे असंच चालू ठेवू या."

मंकीविझने बॉशला तसे आश्वासन दिले. बॉशने फोन बंद केला आणि गाडी सुरू केली. गाडी रस्त्याच्या कडेपासून मधोमध आणेपर्यंत त्याने वृद्धाश्रमाच्या दरवाजाकडे एक नजर टाकली. तिथे त्याला स्प्लेंडीड या नावाला सार्थ उत्तम असे काही दिसले नाही. वृद्धाश्रमाच्या चालकांच्या म्हणण्यानुसार ज्या स्त्रीने आपल्या छोट्या शय्यागृहात गळफास लावून घेतला होता, तिला जवळचे असे कुणीच नातेवाईक नव्हते. सगळे आयुष्य एकाकीपणे आणि लोकांच्या विस्मृतीत

काढलेल्या या स्त्रीचा अंतही तसाच झाला- एकाकी. आणि सर्वजण जिला तिच्या जिवंतपणात विसरून गेले होते तसा.

बॉशने गाडी रस्त्यावर आणली आणि लॉरेल कॅनियनच्या दिशेने तो जाऊ लागला.

◆

२.

बॉश 'लुक आऊट' टेकडीवरून वंडरलँड ॲव्हेन्यूकडे जाता जाता गाडीच्या

बॉश 'लुक आऊट' टेकडीवरून वंडरलँड ॲव्हेन्यूकडे जाता जाता गाडीच्या रेडिओवर लेकर्सच्या बास्केटबॉल सामन्याचे धावते वर्णन ऐकत चालला होता. तसा काही तो व्यावसायिक बास्केटबॉलच्या खेळाचा चाहता नव्हता, पण त्याचा जोडीदार जेरी एडगर याला बोलवायचे झाले तर खेळ कुठवर आला आहे, याची त्याला माहिती करून घ्यायची होती इतकेच. एडगरला सुदैवाने सामना बघण्यासाठी दोन चांगल्या जागांची तिकिटे मिळाली होती. त्यामुळे बॉश सध्या एकटाच काम करत होता. कुठलाही फोन आला, तर बॉशने तो घ्यायचा आणि खून वगैरेसारखे काही गंभीर प्रकरण असल्याशिवाय एडगरला बोलवायचे नाही असे त्यांनी आपसात ठरवले होते. जवळजवळ एक वर्षापूर्वी त्यांच्या गटातील तिसरा सदस्य– किझमिन रायडर याची जबरी चोरी-खून हाताळणाऱ्या खात्यामध्ये बढती होऊन बदली झाली होती. यामुळे बॉश अगदीच एकटा पडला होता. कारण रायडरच्या जागेवर दुसरा बदलीअधिकारी अजून आला नव्हता.

सामन्याचा तिसरा भाग (क्वार्टर) नुकताच सुरू झाला होता आणि ट्रेल ब्लेझर्सबरोबर बरोबरी झाली होती. बॉश तसा बास्केटबॉलचा कट्टर प्रेमी नव्हता, पण एडगर सतत खेळाविषयी बोलत असल्यामुळे आणि वर्दीमधून काही तास सामन्यासाठी सुटी मागत असल्यामुळे, लॉस एंजलिस टीमचा अव्वल प्रतिस्पर्ध्यांपैकी एकाशी महत्त्वाचा सामना चालू आहे, इतपत त्याला माहिती होती. गुन्हा झालेल्या जागी प्रत्यक्ष जाऊन तिथल्या परिस्थितीचा अंदाज घेईपर्यंत एडगरशी संपर्क साधायचा नाही असे त्याने ठरवले होते. दरीतून जात असताना रेडिओवरचे ए.एम. केंद्र आवाजाच्या पल्ल्याबाहेर गेल्यामुळे त्याने रेडिओ बंद केला.

रस्ता उभ्या चढीचा होता. सँटा मोनिका पर्वतांमध्ये कोरून काढल्यासारखी लॉरेल कॅनियन ही एक दरी आहे. आजूबाजूचे सर्व रस्ते पर्वतमाथ्यावर जात होते. वंडरलँड अॅव्हेन्यूदेखील दूर एका ठिकाणी संपला. तिथे बाजूला उतारावर आणि दाट जंगलात वसलेली-असलेली पाच पाच लाख डॉलर्स किमतीची घरे होती. बॉशला मनातून कळून चुकले की या भागात हाडांचा तपास करणे म्हणजे आव्हानच होते. मंकीविझने दिलेल्या पत्त्यावर टेहळणी पथकाची एक गाडी आधीच उभी होती. तिच्यामागे बॉशने आपली गाडी लावली आणि घड्याळाकडे नजर टाकली. चार वाजून अडतीस मिनिटे झाली होती. आपल्या लिगल पॅडमध्ये– नोंदणी वही-नव्या पानावर त्याने वेळेची नोंद केली. त्याने अंदाज केला की साधारणपणे अजून तासभर तरी सूर्यप्रकाश राहील.

बॉशने टेहेळणी पथकाच्या गाडीचे दार ठोठावल्यावर एका महिला पोलिस अधिकाऱ्याने दार उघडले. बॉश तिला ओळखत नव्हता. तिच्या नावाच्या पट्टीवर ब्रॅशर असे लिहिले होते. तिने त्याला घराच्या आत नेऊन कार्यालयवजा एका खोलीत आणले. तिथे बॉशची एजवूड नावाच्या तिच्या जोडीदाराशी गाठ पडली. बॉश त्याला ओळखत होता. सामानाने भरलेल्या टेबलामागे बसलेल्या पांढऱ्या केसांच्या एका माणसाशी एजवूड बोलत होता. टेबलावर झाकण काढलेले बुटाचे खोके होते.

बॉश पुढे आला आणि त्याने स्वत:ची ओळख करून दिली. पांढऱ्या केसाच्या माणसाने आपण डॉक्टर पॉल गुयोट असून जनरल प्रॅक्टिशनर असल्याचे सांगितले. निरखून बघितल्यावर बॉशच्या लक्षात आले की सगळेजण ज्या संबंधात एकत्र आले आहेत ते हाड बुटाच्या खोक्यात होते. ते हाड तपकिरी काळसर रंगाचे होते. ड्रिफ्टवूड झाडाच्या लाकडाचा कुरतडलेला तुकडा असल्यासारखे ते हाड दिसत होते. डॉक्टरांच्या खुर्चीशेजारी जमिनीवर एक कुत्रा बसल्याचे त्याने पाहिले. पिवळसर कातडीचा तो भला मोठा कुत्रा होता.

खोक्याकडे नजर टाकत बॉश उद्गारला, ''ही भानगड आहे तर!''

''हो डिटेक्टिव्ह साहेब, हेच ते हाड. आणि तुम्ही पाहताच आहात...''

टेबलापाठीमागील एका कप्प्यात हात घालून डॉक्टरांनी 'ग्रेंज अॅनॉटॉमी' हे जाड पुस्तक बाहेर काढते आणि आधीच खूण करून ठेवलेले एक पान उघडले. बॉशच्या लक्षात आले की त्यांनी हातांत रबरी मोजे घातले होते.

पुस्तकाच्या त्या पानावर त्या विशिष्ट हाडाची पुढून आणि मागून दिसणारी चित्रे होती. पानाच्या एका कोपऱ्यात ज्यात दोन्ही बाजूची दंडाची हाडे उठून दिसतील असे मानवी सांगाड्याचे एक लहानसे रेखाचित्र होते.

पानावर टकटक करीत डॉ. गुयोट म्हणाले, "हे हाड म्हणजे ह्युमेरस. आणि आम्हांला ते प्रत्यक्ष मिळालं आहे." त्यांनी खोक्यात हात घालून हळूच ते हाड उचलले. पुस्तकासमोर ते धरून त्याने चित्राची आणि हाडाची एकएक करून तुलना करण्यास सुरुवात केली.

"मिडियल एपिकॉडाइल, ट्रॉक्लीआ, लहान आणि मोठे ट्यूबरकल. सगळं काही जिथल्या तिथे आहे; आणि मी या दोन्ही अधिकाऱ्यांना सांगत होतो की कुठल्याही पुस्तकामध्ये पाहिल्याशिवाय मी माझी हाडं पूर्णपणे जाणतो. माझी खात्री आहे डिटेक्टिव्ह साहेब, की, हे हाड माणसाचंच आहे."

बॉशने गुयोट यांच्या चेहऱ्याकडे नजर टाकली.

पार्किन्सनच्या आजाराचा पहिला आघात असल्यासारखा त्याचा चेहरा थोडा थरथरत होता.

"डॉक्टर, तुम्ही निवृत्त झाला आहात का?"

"हो, पण त्याचा अर्थ असा नाही की, मला आता हाड दिसल्यावर त्यातलं काही कळणार नाही."

हसायचा प्रयत्न करीत बॉश म्हणाला, "डॉक्टर गुयोट, मला त्याविषयी वाद घालायचा नाही.तुम्ही म्हणता की हे माणसाचं हाड आहे. मी त्यावर विश्वास ठेवतो. ठीक आहे? मी फक्त इथल्या परिस्थितीचा अंदाज घेत होतो. तुम्हांला हवं असेल तर तुम्ही ते हाड परत खोक्यात ठेवू शकता."

गुयोट यांनी ते हाड परत खोक्यात ठेवून दिले.

"तुमच्या कुत्रीचं नाव काय?"

"कलॅमिटी."

बॉशने कुत्रीकडे निरखून पाहिले. ती बहुधा झोपली असावी.

"ती जेव्हा लहान होती, तेव्हा अतिशय बंडखोर होती."

बॉशने मान डोलवली.

"तर, तुमची हरकत नसेल तर आज काय काय झालं, ते मला सांगाल का?"

गुयोट यांनी खाली वाकून कुत्रीला मानेवर गोंजारले. कुत्रीने क्षणभर त्यांच्याकडे पाहिले आणि पुन्हा डोके खाली खुपसून डोळे मिटून घेतले.

"मी कलॅमिटीला घेऊन दुपारची चक्कर मारायला बाहेर पडलो होतो. साधारणपणे चौकापाशी आलो की मी तिचा पट्टा काढून घेतो आणि तिला जंगलात मोकळी सोडतो. तसं तिला फार आवडतं."

बॉशने विचारले, "कुठल्या जातीची कुत्री आहे?"

मागून चटकन ब्रॅशर म्हणाली, "यलो लॅब."

बॉशने वळून ब्रेशरकडे पाहिले. मध्येच तोंड घातल्यामुळे आपले काहीतरी चुकले हे तिला कळले आणि मान डोलावून तिचा जोडीदार होता, त्या खोलीत ती परत जाऊ लागली.

बॉश म्हणाला, "तुम्हांला दुसरी कामं असतील तर तुम्ही जाऊ शकता. इथलं काय ते मी पुढे चालू ठेवीन." एजवूडने मान डोलावली आणि आपल्या जोडीदाराला बाहेर निघण्यासाठी खुणावले.

जाता जाता एजवूड म्हणाला, "धन्यवाद, डॉक्टर."

"ठीक आहे."

बॉशला मध्येच काहीतरी आठवले. एजवूड आणि ब्रेशर यांनी वळून पाहिले. बॉश म्हणाला, "मित्रांनो, ही गोष्ट आपण संपर्क माध्यमापासून दूर ठेवू या. ठीक आहे?"

ब्रेशर म्हणाली, "बरोबर." बॉश दुसरीकडे बघेपर्यंत तिने बॉशच्या नजरेला नजर भिडवली.

हे दोघे अधिकारी गेल्यानंतर बॉशने डॉक्टरांकडे पाहिले तर त्यांच्या चेहऱ्यावरील थरथर आता जराशी वाढल्यासारखी दिसत होती.

ते म्हणाले, "त्या दोघांचाही माझ्यावर पहिल्यांदा विश्वास बसला नाही."

"आम्हांला असे बरेच फोन येतात म्हणून असं होत असेल कदाचित. पण डॉक्टर, माझा तुमच्यावर विश्वास आहे. तेव्हा तुमची हकिगत पुढे सांगा."

गुयोट यांनी मान डोलावली. "तर मी चौकापर्यंत गेलो आणि तिचा पट्टा काढून टाकला. तिला आवडतं, तसं ती जंगलात पळू लागली. तिला व्यवस्थित शिकवलं आहे, त्याप्रमाणे मी शिटी वाजवली की ती परत येते. पण आता अडचण अशी आहे की, मी जोरात शिटीही वाजवू शकत नाही. त्यामुळे शिट्टी ऐकू येणार नाही इतक्या लांब ती गेली, तर मला तिची बराच वेळ वाट पाहावी लागते. समजलं ना?"

"आज तिला हाड सापडलं तेव्हा नक्की काय झालं?"

"मी शिट्टी वाजवली, पण ती काही आली नाही."

"म्हणजे ती खूप लांब गेली होती."

"हो, बरोबर. मी वाट पाहिली आणि बऱ्याच वेळा शिट्टी वाजवली. शेवटी श्री. उलरिच यांच्या घराजवळ ती जंगलातून बाहेर आलेली दिसली. तिच्या तोंडात हे हाड होतं. पहिल्यांदा मला वाटलं की, ती झाडाची फांदी असावी आणि ती घेऊन आम्ही खेळावं अशी तिची अपेक्षा असावी. पण ती जवळ आली तसा तिच्या तोंडातल्या तुकड्याचा आकार माझ्या लक्षात आला. मी तिच्या तोंडातून ते काढून घेतलं आणि मला त्यासाठी थोडं झगडावं लागलं.

त्यानंतर मी ते हाड नीट तपासलं आणि माझी खात्री झाल्यावर मी तुम्हा लोकांना फोन केला.''

बॉशच्या डोक्यात विचार आला, ''तुम्ही लोक!'' पोलिस जणूकाही वेगळ्याच जातीचे लोक आहेत, असे समजून या प्रकारचे काहीतरी बोलले जाते. जगातील थरकाप उडवणाऱ्या घटनांनी देखील ज्यांना धक्का बसत नाही, असे चिलखत घालणारे निळ्या गणवेषातील लोक म्हणजे 'पोलिस जात!'

''जेव्हा तुम्ही पोलिसांना फोन केला, तेव्हा ते हाड तुटलेलं आहे असं सांगितलं.''

''अगदी बरोबर.''

गुयोट यांनी हाड पुन्हा उचलून त्यावरून सौम्यपणे बोटे फिरवली. हाडातील उभ्या चिरेवरून बोट फिरवताना ते म्हणाले, ''या रेषेवर हाड तुटल्याचं दिसत आहे. आणि ते जुळत आलेलं दिसत आहे.''

''ठीक आहे.''

बॉशने खोक्याकडे बोट दाखवले आणि डॉक्टरांनी ते परत ठेवून दिले.

''डॉक्टर, कुत्रीला पट्टा घालून चौकापर्यंत माझ्याबरोबर फिरायला यायला तुमची काही हरकत तर नाही ना?''

''अजिबात नाही. मी फक्त माझे बूट बदलून येतो.''

''मला पण बदलावे लागतील. ती तुम्हांला पुढच्या दारापाशी येऊन भेटू का?''

''हो, लगेच.''

''मी आता हे खोकं घेऊन चलतो.''

बॉशने बुटाच्या खोक्याचे झाकण लावले आणि खोके इकडेतिकडे वाकणार नाही किंवा आतले काही सांडणार नाही, याची काळजी घेत दोन्ही हातांनी खोके उचलून तो निघाला.

बॉशने बाहेर पाहिले तर टेहळणीची गाडी अजूनही घरासमोर उभीच होती. दोन्ही अधिकारी आत बसले होते. बहुधा आपला अहवाल लिहीत बसले असावेत. बॉश आपल्या गाडीकडे गेला, आणि बुटाचे खोके त्याने पुढच्या सीटवर ठेवले.

बॉश वर्दीवर असल्यामुळे त्याने सूट काही घातला नव्हता. ऑक्सफर्डचा पांढरा शर्ट, निळी जीन्स आणि त्यावर खेळाडूंचा असतो तसा कोट त्याने घातला होता. कोट काढून, उलटा करून त्याने कोटाची घडी घातली आणि ती मागच्या सीटवर ठेवली. कमरेला मागे लावलेल्या पिस्तुलाच्या घोड्यामुळे कोटाच्या अस्तराला भोक पडल्याचे त्याच्या लक्षात आले. खरे म्हणजे कोटाला

अजून एक वर्षदेखील झाले नव्हते. काही दिवसांतच हे भोक खिशापर्यंत पसरेल आणि नंतर वरपर्यंतदेखील जाईल असे त्याला वाटले. बऱ्याच वेळा आपला कोट उलटा घालायची त्याला सवय होती.

बॉशने आपला शर्ट काढून टाकला. त्याने आतमध्ये पांढऱ्या रंगाचा टीशर्ट घातला होता. मग त्याने गाडीची डिकी उघडली. डिकीमध्ये क्राईम सीन इक्विपमेंट बॉक्स म्हणजे गुन्ह्याचा शोध घ्यायला लागणाऱ्या सामानाची पेटी होती. त्या पेटीतून त्याने आपले खास बूट काढले. गाडीच्या मागच्या बाजूला टेकून बूट बदलत असताना त्याला ब्रॅशर टेहळणी गाडीतून बाहेर पडून त्याच्याकडे येताना दिसली.

''त्यांच्या सांगण्यात तथ्य आहे, नाही का?''

''असं वाटतंय खरं, तरी पण एम.इ.च्या कार्यालयातील अधिकाऱ्यांनी देखील खात्री करून द्यायला हवी.''

''तुम्ही तिथं जाऊन बघणार आहात का?''

''मी प्रयत्न करून पाहणार आहे. जवळजवळ अंधार पडायला आला आहे. बहुतेक मी उद्यापर्यंत इथं परत येईन.''

''सांगायचं राहिलंच, माझं नाव ज्युलिया ब्रॅशर. मी या खात्यात नवीन आले आहे.''

''मी हॅरी बॉश.''

''मला माहीत आहे. मी तुमच्याबद्दल ऐकलं आहे.''

''नाही नाही, ते सगळं खोटं आहे.''

ज्युलियाच्या चेहऱ्यावर हसू उमटले आणि तिनं हस्तांदोलनासाठी आपला हात पुढे केला. पण बॉश आपला एक बूट बांधण्यामध्ये गर्क होता. ते थांबवून त्याने तिच्याबरोबर हस्तांदोलन केले.

ज्युलिया म्हणाली, ''सॉरी, मी नको त्या वेळी बोलले.''

''जाऊ दे ते.''

बॉशने बुटाची नाडी व्यवस्थित बांधली आणि गाडीला टेकून तो उभा राहिला.

''त्या कुत्रीबद्दल मी मध्येच उत्तर दिलं, तेव्हा माझ्या लगेच लक्षात आलं की, तुम्ही डॉक्टरांबरोबर सुसंवाद साधायचा प्रयत्न करत होता. माझं मध्येच बोलणं चुकीचं होतं. सॉरी.''

बॉशने ज्युलियाकडे एक क्षण निरखून पाहिले. ती साधारण तिशी-पस्तिशीची असावी. तिने मानेवर रुळणारी काळ्याभोर रंगाच्या केसांची एकच दाट वेणी घातली होती. तिचे डोळे गडद तपकिरी रंगाचे होते आणि त्वचेचा रंग सगळीकडे

सारखेपणाने तांबूस वाटत होता. तिला बहुतेक बाहेर फिरणे जास्त पसंत असावे, असा त्याने तर्क केला.

"मी मघाशी म्हटलं होतं की, जाऊ द्या."

"तुम्ही एकटेच आहात?"

बॉश उत्तर देताना थोडासा चाचरला.

"मी या कामात लक्ष घालत असल्यामुळे माझा जोडीदार तिकडे दुसरं काहीतरी पाहत आहे."

डॉक्टर कुत्रीला पट्टा घालून पुढच्या दरवाजातून घराबाहेर पडताना बॉशला दिसले. गुन्ह्याच्या शोधार्थ जाताना घालायचा खास पोषाख– जंपसूट- या वेळी अंगावर न चढवण्याचे त्याने ठरवले. त्यांच्याजवळ येत असलेल्या कुत्रीकडे पाहणाऱ्या ज्युलिया ब्रॅशरकडे त्याने नजर टाकली.

"तुम्हाला सध्या दुसरी कामं नाहीत का?"

"नाही, सध्या आराम आहे."

बॉशने आपल्या उपकरणांच्या पेटीतील मॅगलाईटकडे (दिव्याकडे) सहज पाहिले. ज्युलियाकडे बघून त्याने डिकीत हात घातला आणि एक फडके काढून त्याने त्या दिव्यावर टाकले. गुन्ह्याच्या ठिकाणी वापरायची पिवळी टेप आणि पोलरॉइड कॅमेरा त्याने बाहेर काढला. मग त्याने डिकी बंद केली आणि ब्रॅशरकडे वळून म्हणाला,

"तुमचा दिवा मी उसना घेतला तर चालेल का? माझा मी विसरलो आहे."

"काहीच अडचण नाही."

ज्युलियाने आपल्या सामानाच्या पट्ट्यामधून दिवा काढला आणि बॉशला दिला.

डॉक्टर आणि त्यांची कुत्री या दोघांजवळ आले होते.

"तयार?"

"तयार डॉक्टर, तुम्ही कुत्रीला जिथे मोकळं सोडलं त्या जागेवर मला घेऊन चला आणि मग ती कुठं जाते ते आपण बघूया."

"तुम्ही तिच्याबरोबर पळू शकाल असं मला वाटत नाही."

"त्याची काळजी करू नका, डॉक्टर."

"चल तर मग, या बाजूला जाऊयात."

जवळच्या चढावर चौकापर्यंत ते पोहोचले. तिथे वंडरलँड ॲव्हेन्यू संपत होता. ज्युलियाने गाडीत बसलेल्या आपल्या साथीदाराकडे पाहून हाताने खुणावले आणि तीसुद्धा या दोघांबरोबर चालू लागली.

गुयोट म्हणाले, "काही वर्षांपूर्वी या ठिकाणी थोडीशी खळबळजनक

घटना घडली होती. हॉलिवूड बोलहून (एक ठिकाण) पाहून येताना एका माणसाचा कुणीतरी पाठलाग केला आणि चोरीच्या उद्देशाने त्याच्यावर हल्ला करून त्याचा खून झाला.''

बॉश उत्तरला, ''मला आठवतंय.''

बॉशला ठाऊक होते की, या घटनेचा तपास अजूनही चालूच होता. पण त्याचा उल्लेख मात्र त्याने केला नाही. कारण ती केस त्याची नव्हती, दुसऱ्याची होती.

डॉक्टर गुयोट आपले वय आणि कमजोर वाटणारी शरीरयष्टी यांच्या मानाने फारच भरभर चालत होते. कुत्री ज्या वेगाने जात होती त्याप्रमाणे त्यांनीही आपला वेग ठेवला होता. त्यामुळे लवकरच ते बॉश व ब्रशर यांच्यापुढे निघून गेले.

बॉशने ज्युलियाला विचारले, ''मग, आधी तुम्ही कुठे होता?''

''म्हणजे काय?''

''नाही. मघाशी तुम्ही म्हणालात की हॉलिवूड विभागात तुम्ही नवीन आहात– मग आधी कुठं होतात?''

''ओह, मी कॉलेजमध्ये होते.''

बॉशला जरा आश्चर्य वाटले. आपण केलेला तिच्या वयाचा अंदाज चुकीचा होता की काय या दृष्टीने त्याने पुन: तिच्याकडे एक नजर टाकली.

ज्युलियाने मान डोलवली आणि म्हणाली, ''मला ठाऊक आहे- माझं वय जरा जास्तच आहे.''

बॉश किंचितसा ओशाळला.

''नाही, मला तसं म्हणायचं नव्हतं. मला फक्त वाटलं की, तुम्ही आधी दुसरीकडे कुठे होतात की काय. तुम्ही नवीन भरती झाल्यासारख्या वाटत नाही.''

''चौतिसाव्या वर्षापर्यंत मी भरती झाले नव्हते.''

''असं? कमाल आहे.''

''हो ना. मला जरा उशिराच खुमखुमी आली.''

''मग त्याआधी तुम्ही काय करत होतात?''

''ओ! बऱ्याच गोष्टी करत होते. पण बहुधा प्रवासच जास्त केला. मी नेमकं काय करावं हे ठरवता ठरवता मला जरा वेळच लागला. आणि तुम्हांला माहिती आहे काय? मला सगळ्यात जास्त कुठे काम करावंसं वाटतं?''

बॉशने ज्युलियाकडे पाहून विचारले, ''काय?''

''तुम्ही जे करता तेच- मनुष्यवधाचं खातं.''

यावर काय बोलावे, तिला उत्तेजन द्यावे की परावृत्त करावे हे बॉशला कळेना. तो म्हणाला, "ठीक आहे. तुम्हांला शुभेच्छा."

"म्हणजे मला असं म्हणायचंय की, हे सगळ्यात जास्तीत जास्त समाधान देणारं काम आहे, नाही का? आता तुम्हीच काय करता ते पाहा ना! या सगळ्या गजबजाटातून सगळ्यात वाईट माणसं तुम्ही बाहेर काढता."

"गजबजाट?"

"म्हणजे समाज."

"हो, खरंय कदाचित. जेव्हा आमचं नशीब जोरावर असतं तेव्हा."

ब्रॉश आणि ज्युलिया या दोघांनी डॉ. गुयोटना गाठले. डॉक्टर आणि त्यांची कुत्री वळणावरच्या चौकापाशी उभे होते.

"हेच ते ठिकाण का?"

"हो. मी तिला इथे सोडतो. ती या इथून पुढे गेली."

रस्त्यावर एके ठिकाणी गवत वाढले होते आणि तेथून टेकडीच्या माथ्यापर्यंत एक उभा चढ आणि दाट जंगल याकडे डॉ. गुयोट यांनी बोट दाखवले. त्या ठिकाणी ड्रेनेजच्या नाल्यावर बांधलेला एक मोठा काँक्रीटचा पूल होता. त्यामुळे तिथे दुसरे कुठले बांधकाम नव्हते. रस्त्यावरील घरापासून आलेले पावसाचे पाणी वाहून नेण्यासाठी केलेली ही एक नागरी सुविधा होती. या दरीतले बहुतेक रस्ते म्हणजे पूर्वीचे छोटे ओढे किंवा नद्या यांची पात्रे असावीत. पाऊस पडायला लागला आणि ड्रेनेज तुंबले, तर या रस्त्यांना पुन्हा आपले पूर्वीचे रूप प्राप्त होत असे.

डॉक्टरांनी विचारले, "तुम्ही तिथं आज जाणार आहात का?"

"मी प्रयत्न करणार आहे."

ज्युलिया म्हणाली, "मीपण तुमच्याबरोबर येते."

बॉशने तिच्याकडे पाहिले आणि मग एका गाडीचा आवाज आला, त्या दिशेने नजर टाकली. टेहेळणीची गाडी जवळ आली आणि एजवूडने काच खाली केली.

"आपल्याला एक ताजी गरमागरम खबर मिळाली आहे, बरं का, ज्युलिया."

एजवूडने गाडीतल्या ड्रायव्हरशेजारच्या रिकाम्या जागेवर अंगुलीनिर्देश केला. ज्युलियाच्या कपाळावर आठ्या उमटल्या आणि बॉशकडे पाहून ती म्हणाली, "अशी घरगुती भांडणं मला अजिबात आवडत नाहीत."

बॉश नुसताच हसला. जेव्हा मनुष्यवधाच्या केसेस असतात, तेव्हा माणसातील असे किरकोळ वाद त्यालाही आवडत नसत.

"तिकडं जावं लागल्याबद्दल सॉरी."

"ठीक आहे. कदाचित पुढच्या वेळी भेटू."

ज्युलिया गाडीच्या पुढच्या सीटकडे जाऊ लागली. बॉशने तिला अडवून म्हटले, "हा घे तुझा दिवा."

ती म्हणाली, "माझ्याकडे गाडीत एक जादा दिवा आहे. तो तुम्ही नंतर परत केला तरी चालेल."

"नक्की?"

बॉशला ज्युलियाचा फोन नंबर विचारावा असे वाटले, पण त्याने विचारले नाही.

"नक्की. बरंय. शुभेच्छा."

"तुम्हांला देखील. काळजी घ्या."

ज्युलिया त्याच्याकडे बघून हसली आणि पटकन पुढे जाऊन गाडीत बसली. गाडी निघून गेली आणि बॉशने आपले लक्ष परत डॉ. गुयोट आणि कुत्री यांच्याकडे वळवले.

गुयोट म्हणाले, "बाई सुंदर आहेत."

बॉशने त्यांच्याकडे दुर्लक्ष केले. ज्युलिया पाहून बॉशची प्रतिक्रिया पाहिल्यावर डॉक्टरांनी मुद्दाम असे विचारले की काय असे त्याला वाटून गेले आणि आपली प्रतिक्रिया इतकी उघड नसती तर बरे, असेही त्याला वाटू लागले.

बॉश म्हणाला, "ठीक आहे. डॉक्टर, कुत्रीला सोडा आणि मला कुठवर जाता येतं ते बघू दे."

गुयोट यांनी कुत्रीच्या छातीवर थोपटत तिचा पट्टा काढून टाकला.

"बेटी, जा, एक हाड घेऊन ये! पळ!"

ती कुत्री जंगलात शिरली आणि बॉशने पाऊल पुढे टाकायच्या आत ती अदृश्य झाली. बॉशला एकदम हसूच आले.

"डॉक्टर, मला वाटतं तुमचं म्हणणं बरोबर होतं."

टेहळणीची गाडी पुढे निघून जायची बॉशने वाट पाहिली आणि ज्युलियाने कुत्री जंगलात गेल्याचे पाहिले नाही याची त्याने खात्री करून घेतली.

"मी शिटी वाजवली तर तुम्हांला चालेल ना?"

"नाही नाही. मी आत जंगलात जातो आणि बघतो की मला तिला गाठता येतंय का?"

बॉशने आपला टॉर्च चालू केला.

◆

३.

सूर्य दिसेनासा व्हायच्या बऱ्याच आधी जंगलामध्ये अंधार पसरला होता. मॉंटेरी पाइनच्या उंच झाडांच्या रांगेमुळे सूर्यप्रकाश जमिनीपर्यंत पोहोचूच शकत नव्हता. बॉशने आपला टॉर्च चालू केला आणि कुत्री ज्या दिशेने चाललेली आहे, हे आवाजावरून ओळखून त्या दिशेने तो टेकडीवर पावले टाकू लागला. ते काम फार संथ गतीचे पण खडतर होते. जमिनीवर पाईनच्या टोकदार पानांचा फूटभर तरी जाड ढिगारा साचला होता. त्यातून चढताना थोडे थोडे अंतर काटायचे म्हटले तरी बॉशचे बूट त्या ढिगाऱ्यात फसायचे. तोल सांभाळण्यासाठी त्याला झाडाच्या फांद्यांचा आधार घ्यायला लागे आणि झाडाच्या चिकामुळे त्याचे हात थोड्या वेळातच चिकट चिकट झाले.

टेकडीवर तीस यार्ड चढून जायला बॉशला जवळजवळ दहा मिनिटे लागली. मग तिथे जरा जमीन सपाट होऊ लागली आणि पाइनची उंच झाडेपण विरळ होऊ लागली. त्यामुळे जास्त प्रकाश पडू लागला. बॉशने कुत्री दिसते आहे का म्हणून इकडे-तिकडे पाहिले, पण ती काही दिसली नाही. त्याने मागे वळून रस्त्याच्या दिशेने हाक दिली. त्याला कुत्री किंवा डॉ. गुयोट कुणीच दिसले नाही.

"डॉ. गुयोट– माझं बोलणं ऐकू येतंय का?"

"हो. मला ऐकू येतंय."

"कुत्रीसाठी शिटी मारा बघू."

मग बॉशला तीन वेगवेगळ्या सुरांत वाजवलेली शिट्टी ऐकू आली. सूर्यप्रकाश जमिनीवर यायला झाडांमुळे आणि झुडपांमुळे अडथळा येत होता. तसाच अडथळा शिट्टीच्या आवाजाला आल्यामुळे शिट्टीचा आवाज अगदी बारीक ऐकू येत होता. बॉशने तशाच प्रकारे शिट्टी वाजवायचा प्रयत्न केला. तीन वेळा वाजवल्यानंतर आपल्याला तशी शिट्टी वाजविणे जमले असे त्याला वाटले, पण कुत्री काही आली नाही.

बॉश तसाच पुढे गेला. जर कुणाला एखादा मृतदेह पुरायचा असेल किंवा तिथे सोडून द्यायचा असेल तर चढउताराच्या जागेपेक्षा सपाट जमिनीवर ते जास्त सोपे जाईल असा विचार करून बॉश जिथे जमीन सपाट होती, त्याच ठिकाणी पुढे जाऊ लागला. कमीत कमी अडथळा होईल, असा थोडासा रस्ता कापल्यानंतर ॲकेशिया वृक्षांच्या दाट झाडीपाशी तो आला आणि त्या ठिकाणी जमीन नुकतीच उकरली असलेल्या एका जागेपाशी तो थबकला. एखाद्या

प्राण्याने किंवा हत्याराने वेडीवाकडी जमीन उकरावी अशी तिथली जागा दिसत होती. आपल्या पायाने त्याने तिथली माती आणि फांद्या बाजूला केल्या. त्याच्या लगेच लक्षात आले की त्या फांद्या नव्हत्या.

तो गुडघ्यांवर खाली बसला आणि साधारणपणे एक चौरसफूट पसरलेल्या लहानशा तपकिरी हाडांचे विजेरीच्या उजेडात निरीक्षण करू लागला. त्याच्या लगेच लक्षात आले की हाताच्या तुटलेल्या बोटांकडे तो बघत होता, तो एक लहान मुलाचा हात होता.

बॉश तटकन् उभा राहिला. ज्युलिया ब्रॅशरमुळे त्याचे लक्ष विचलित झाल्याची त्याला जाणीव झाली. हाडे गोळा करून ठेवण्यासाठी त्याने स्वत:बरोबर काहीच आणले नव्हते. हाताने हाडे गोळा करून टेकडीवरून खाली घेऊन जाणे म्हणजे पुरावे गोळा करण्याच्या पोलिसखात्यांच्या नियमाचा सरासर भंग होता.

बुटाच्या नाडीने बांधलेला पोलाराईड कॅमेरा बॉशच्या खांद्यावर लटकत होता. त्याने तो बाहेर काढला आणि हाडांचा एक जवळून फोटो घेतला. थोडेसे मागे जाऊन ॲकेशिया झाडांमधील त्या जागेचा त्याने एक विस्तृत फोटो घेतला.

दूर कुठेतरी बॉशला डॉ. गुयोटच्या शिट्टीचा बारीक आवाज ऐकू आला. गुन्ह्याच्या ठिकाणी वापरली जाणारी प्लॅस्टिकची पिवळी टेप त्याने बाहेर काढली. जवळच्या एका ॲकेशिया झाडाच्या बुंध्याला त्याने टेपचा लहानसा तुकडा लावला आणि मग झाडांमधून त्या जागेभोवती टेपचे एक कुंपण तयार केले. उद्या सकाळी पुढे काय काम करावे याचा विचार करत ॲकेशियाच्या झाडीतून तो बाहेर आला आणि उंचावरून दिसेल अशी काहीतरी खूण दिसेल अशी वस्तू शोधू लागला. जवळच त्याला सेजब्रशचे एक झाड आढळले. त्या झाडाच्या वरच्या भागावर त्याने पिवळी टेप बऱ्याच वेळा गुंडाळली.

हे काम बॉशने संपवले तेव्हा जवळजवळ अंधार झाला होता. त्याने जवळपासच्या भागावर सहज एक नजर टाकली आणि त्याला कळून चुकले की, यापुढे विजेरीने तपास करणे व्यर्थ होते. सकाळी या भागाची संपूर्ण आणि खोलवर तपासणी करणे आवश्यक आहे. आपल्या किल्ल्यांच्या जुडग्याला अडकवलेल्या एका छोट्याशा चाकूचा उपयोग करून त्याने टेपचे चार चार फूट लांबीचे तुकडे करायला सुरुवात केली.

टेकडीवरून खाली उतरता उतरता बॉशने मधल्या झाडाझुडुपांवर थोड्या थोड्या अंतराने टेपचे तुकडे गुंडाळले. रस्ता जवळ येताच त्याला आवाज ऐकू येऊ लागले आणि त्या दिशेने तो पावले टाकू लागला. उतारावर एके ठिकाणी त्याच्या पायाखालची मऊ जमीन अचानक घसरली आणि पाईनच्या एका

झाडाच्या बुंध्यावर धडकून तो जोरात पडला. छातीवर जोरात आपटल्यामुळे त्याचा शर्ट फाटला आणि बाजूला खूप खरचटले.

बॉशला काही सेकंद हालचालच करता आली नाही. त्याला वाटलं की, उजवीकडच्या त्याच्या बरगड्या कदाचित मोडल्या असाव्यात. श्वास घ्यायला त्रास होत होता आणि वेदना होत होत्या. मोठ्याने कण्हत तो झाडाच्या बुंध्यापासून हळूहळू बाहेर आला आणि आवाजाच्या दिशेने परत चालू लागला.

डॉ. गुयोट आपली कुत्री आणि दुसऱ्या एका व्यक्तीबरोबर रस्त्यावर वाट पाहत उभे राहिले होते. तिथे तो लवकरच पोहोचला. बॉशच्या शर्टावरील रक्त पाहून त्या दोघांना धक्का बसला.

गुयोट मोठ्यांदा उद्गारले, "अरे बापरे, काय झालं?"

"काही नाही, मी पडलो."

"पण तुमच्या शर्टवर रक्त आहे."

"तो आमच्या कामाचा एक भागच आहे."

"मला तुमची छाती बघू द्या."

डॉक्टर बॉशच्या जवळ सरकले. पण तो दोन्ही हात वर करून म्हणाला, "मी ठीक आहे. हे कोण आहेत?"

दुसऱ्या माणसाने उत्तर दिले, "माझं नाव व्हिक्टर उलरिच. मी तिथे राहतो."

जवळच्या एका घराकडे त्याने बोट दाखवले आणि बॉशने मान डोलावली.

"काय चाललंय ते बघायला मी सहज बाहेर आलो."

"नाही, सध्या तसं काहीच चालू नाही. पण वरती मात्र एक गुन्हा घडलेला दिसत आहे. आम्ही बहुतेक उद्या सकाळपर्यंत कामासाठी परत येणार नाही. पण मी सांगून ठेवतो की, तुम्ही दोघंही या गोष्टीपासून लांब राहा आणि त्यासंबंधी कुणाशीही एक अक्षरही बोलू नका. ठीक आहे?"

दोन्ही शेजाऱ्यांनी मान डोलावली.

"आणि डॉक्टर, काही दिवस तरी तुमच्या कुत्रीचा पट्टा काढू नका. मला माझ्या गाडीकडे जाऊन एक फोन करायचा आहे. उलरिचसाहेब, आम्हांला उद्या सकाळी तुमच्याशी बोलावं लागेल. तुम्ही असाल ना?"

"हो, नक्की. कधीही. मी घरीच काम करतो."

"काय काम करता?"

"लिखाण करतो."

"बरंय, उद्या भेटू या."

बॉश, गुयोट आणि कुत्री रस्त्यावरून खाली येऊ लागले.

डॉक्टर गुयोटने आग्रहाने सांगितले, "खरं म्हणजे तुमच्या जखमेकडे मी लक्ष देणं आवश्यक आहे."

"नाही, ते ठीक होईल."

बॉशने डावीकडे नजर टाकली. आणि ज्या घराजवळून ते चालले होते, त्या घराच्या खिडकीचा पडदा झटकन बंद झाल्याचा त्याला भास झाला.

गुयोट म्हणाले, "ज्या पद्धतीने चालताना तुम्ही स्वत:ला सावरता आहात त्यावरून तुमची बरगडी दुखावली असावी. कदाचित एक किंवा जास्त हाडं तुटलीही असतील."

ॲकेशिया झाडाखाली नुकत्याच पाहिलेल्या लहानशा अरुंद हाडांचा विचार बॉशच्या डोक्यात आला.

बॉश म्हणाला, "बरगडी तुटली किंवा तिला काही झालं तर तुम्ही काही करू शकत नाही."

"पण मी तिला टेप लावू शकतो. त्यामुळे तुम्हांला श्वास घेणं खूपच सोपं जाईल. तसंच तुमच्या जखमेवरही मी इलाज करीन."

बॉश थोडा नरम पडला.

"ठीक आहे डॉक्टर, तुम्ही तुमची काळी बॅग बाहेर काढा. मी माझा दुसरा शर्ट घेऊन येतो."

थोड्या वेळाने डॉक्टरांनी आपल्या घरात बॉशच्या छातीच्या बाजूला झालेली खोल जखम स्वच्छ केली आणि बरगड्यांना टेप लावली. त्यामुळे थोडा आराम पडला. पण तरी दुखतच होते. गुयोट म्हणाले की, निवृत्तीमुळे ते आता औषधे लिहून देऊ शकत नव्हते. पण तरीही सध्या बॉशने ॲस्पिरिनपेक्षा जास्त ताकदीची गोळी घेऊ नये.

काही महिन्यांपूर्वी अक्कलदाढ काढली असताना लिहून दिलेल्या वायकोडीनच्या बाटलीमध्ये काही गोळ्या शिल्लक असलेले बॉशला आठवले. जर जरूर पडली, तर दुखणे कमी करण्यासाठी त्यांचा उपयोग होईल असे त्याला वाटले.

बॉश म्हणाला, "मी ठीक आहे. आता माझी काळजी घेण्याबद्दल धन्यवाद."

"ठीक आहे."

बॉशने आपला स्वच्छ शर्ट घातला आणि प्रथमोपचाराची पेटी बंद करत असलेल्या डॉ. गुयोटकडे नजर टाकली. यापूर्वी डॉक्टरांनी कुठल्या रुग्णासाठी आपले कौशल्य केव्हा वापरले असावे असा विचार त्याच्या डोक्यात आला. त्याने विचारले, "तुम्हांला निवृत्त होऊन किती दिवस झाले?"

"पुढच्या महिन्यात बारा वर्षं होतील."

"अजून चुकल्यासारखं वाटतं का?"

गुयोटने आपली प्रथमोपचार पेटी बाजूला ठेवली आणि बॉशकडे नजर टाकली. चेहऱ्यावरील थरथर थांबली होती.

"खरं तर रोज आठवण होते. प्रत्यक्ष कामापेक्षाही निरनिराळ्या घटना-प्रसंगांची उणीव जास्त भासते, कळलं का? काही असलं तरी इतर कामापेक्षा फरक असलेलं माझं काम होतं.– मला त्याची नक्कीच उणीव भासते."

ज्युलिया ब्रॅशरने मनुष्यवधासंबंधीच्या कामाचा ज्या पद्धतीने उल्लेख केला होता, त्याची बॉशला आठवण झाली. डॉ. गुयोट काय म्हणताहेत हे कळल्यामुळे त्याची मान आपोआपच डोलली.

डॉक्टरांनी विचारले, "तुम्ही म्हणालात, की, वरती एक गुन्हा घडल्याची जागा आहे म्हणून?"

"हो, मला आणखी हाडं सापडली. पुढे काय करायचं हे ठरवण्यासाठी मला एक फोन करायचा आहे. मी तुमचा फोन वापरू का? इथे या भागात माझा मोबाइल चालेल असं मला वाटत नाही."

"नाही, हे मोबाइल या दरीत अजिबात उपयोगी नाहीत. टेबलावरचा तो फोन वापरा आणि तुम्हांला खाजगीत काही बोलायचं असेल तर मी लांब जातो."

प्रथमोपचाराची आपली पेटी घेऊन डॉ. गुयोट बाहेर पडले. बॉश टेबलला वळसा घालून मागे जाऊन बसला. खुर्चीच्या शेजारीच ती कुत्री जमिनीवर बसली होती. आपल्या मालकाच्या खुर्चीत बॉशला बसलेले पाहून चमकून तिने वर पाहिले.

बॉश म्हणाला, "कलॅमिटी बेटी, तू खरंच आज आपल्या नावाला जागलीस."

बॉशने खाली वाकून कुत्रीच्या मानेवरचे केस गोंजारले. ती गुरगुरली, आणि त्याने आपला हात पटकन मागे घेतला. तिला मिळालेल्या प्रशिक्षणामुळे, की त्याच्याविषयी वाटत असलेल्या भावनेमुळे, तिची अशी तीव्र प्रतिक्रिया उमटली याचा विचार बॉश करू लागला.

बॉशने फोन उचलला आणि आपला वरिष्ठ अधिकारी लेफ्टनंट ग्रेस बिलेट्स यांच्या घरी फोन लावला. वंडरलँड ॲव्हेन्यूमध्ये काय घडले आणि टेकडीवर त्याला काय सापडले याची माहिती त्याने त्याला दिली. बिलेट्सने विचारले, "हॅरी, ही हाडं किती जुनी वाटतात?"

जागेवरील कचऱ्यात सापडलेल्या छोट्या हाडांच्या पोलोराइड फोटोकडे बॉशने नजर टाकली. तो फोटो फ्लॅशच्या साहाय्याने फार जवळून काढल्यामुळे जरा खराबच आला होता.

"मला निश्चित सांगता येत नाही, पण मला तरी ती जुनी वाटताहेत. मला

वाटतंय, काही वर्षांपूर्वीची असावीत.''

''बरंय. घटनेच्या ठिकाणी नुकतंच काही घडल्याचा पुरावा?''

''नुकताच उघडकीला आलेला पुरावा असेल कदाचित; पण त्या गोष्टी आधीपासूनच तिथे असाव्यात.''

''मी तेच म्हणते. मला वाटतं की, आज आपण इथंच थांबू या. आणि उद्या सकाळी कामाला लागू या. टेकडीवर जे काही आहे, ते काही आज रात्री कुठे पळून जाणार नाही.''

बॉश म्हणाला, ''हो, मलाही तसंच वाटतं.''

ग्रेस क्षणभर शांत बसली आणि म्हणाली,

''हॅरी, अशा घटनांमध्ये...''

''काय?''

''नेहमीच खर्च जास्त होतो, मनुष्यबळ जास्त लागतं, आणि मामला पूर्णपणे सोडवायचा म्हटला तरी ते अतिशय अवघड काम आहे.''

''ठीक आहे. उद्या मी वर जातो, आणि हाडांवर काहीतरी झाकण टाकतो. डॉक्टरांना सांगून कुत्री तयार ठेवायलाही सांगतो.''

''हे बघ हॅरी, मला काय म्हणायचंय तुला माहीत आहे. आज वर्षाचा पहिला दिवस आहे आणि आपण त्याची रडत सुरुवात करत आहोत.''

कामातून आलेल्या नैराश्यापोटी ग्रेसच्या डोक्यात आलेले विचार शांत होईपर्यंत बॉश स्वस्थ बसला, पण त्यासाठी काही फार वेळ लागला नाही. तिची नेमकी हीच गोष्ट त्याला आवडत असे.

''बरं, दुसरं काही घडलं का?''

''विशेष काही नाही. एक-दोन आत्महत्येचे प्रकार. आत्तापर्यंत एवढंच.''

''बरं, उद्या सकाळी कामाला केव्हा सुरुवात करायची?''

''मला सकाळी लवकर निघायचं आहे. मी काही फोन करून काय काम सुरू करता येईल हे बघणार आहे. आणि शिवाय दुसरं काही करण्याआधी कुत्रीला सापडलेलं हाड नेमकं कुणाचं आहे याची खात्री करून घेणार आहे.''

''ठीक आहे. मग मला कळव.''

बॉशने हो म्हणून फोन ठेवला. मग त्याने तिथल्या स्थानिक वैद्यकीय अधिकारी-टेरेसा कोराझॉन हिला घरी फोन केला. त्या दोघातील कामाव्यतिरिक्त इतर संबंध संपून खरं म्हणजे बरीच वर्षे झाली होती. शिवाय त्यानंतर तिने दोनदा घरही बदलले होते– पण बॉशला ठाऊक होते की, तिने फोन नंबर मात्र तोच ठेवला होता. आणि त्याला तो तोंडपाठ होता. तो नंबर आता उपयोगी पडला.

बॉशने आपण काय करीत आहोत हे टेरेसाला सांगितले आणि दुसरे काही काम सुरू करण्याआधी सापडलेले हाड माणसाचेच आहे याची अधिकृत खात्री पटवून घेण्याची आवश्यकता त्याला वाटत असल्याचे सांगितले. त्याने पुढे असेही सांगितले की, जर अशी खात्री झाली तर त्याच्या दृष्टीने पुरातन संशोधन खात्याचे एक पथक लवकरात लवकर घटनास्थळी पोहोचणे जरुरीचे आहे.

टेरेसाने बॉशला जवळजवळ पाच मिनिटे फोनवर ताटकळत ठेवले. पुन: फोनवर आल्यावर ती म्हणाली, "हे बघ, कॅथी कोहल काही मला सापडली नाही. ती घरी नाही."

बॉशला माहिती होते की, कॅथी कोहल सरकारी पुरातत्त्व अधिकारी होती. दर आठवड्याला त्या विभागाच्या उत्तरेला असलेल्या, मृतदेहांच्या विल्हेवाटीच्या जागी जाऊन तिथून हाडे गोळा करून आणणे हे तिचे काम होते आणि तिच्या याच अनुभवामुळे तिला पोलिसखात्यात नोकरी मिळाली होती. बॉशला कळले की, वंडरलँड ॲव्हेन्यूमधील हाडांचे संशोधन करण्यासाठी तिला नक्कीच पाचारण करण्यात येईल.

"मग, मी आता काय करू? मला तर आजच्या आज खात्री करून घ्यायची आहे."

"जरा धीर धर, हॅरी. तू नेहमीच उतावीळ होतोस. तू म्हणजे हाडं असलेल्या कुत्र्यासारखा आहेस- विनोद नाही!"

"ते एक लहान मुलाचं हाड आहे. टेरेसा, जरा आपण गंभीरपणे बोलू या का?"

"जरा इकडे ये. मी पण त्या हाडावर नजर टाकते."

"आणि मग उद्या काय?"

"मी सर्व गोष्टींना सुरुवात करून देते. मी कॅथीसाठी निरोप ठेवला आहे आणि आपण हा फोन ठेवला की मी लगेच कार्यालयात फोन करून तिच्यासाठी पेजरवर निरोप देणार आहे. सूर्य उगवता उगवता, ती टेकडीवर हजर होईल आणि मग आपण तिथे जाऊ. हाडे एकदा बाहेर काढली की लॉस एंजलिसमधील कॅलिफोर्निया विद्यापीठात मानववंशशास्त्रातील एक कायदेविषयक तज्ज्ञ आपल्या सल्लागारांमध्ये आहे. तो जर घरी असला, तर मी त्याला बोलावून आणीन. शिवाय मीही येणार आहेच. झालं तुझं समाधान?"

शेवटच्या वाक्यामुळे बॉश किंचित स्तब्ध झाला. शेवटी तो म्हणाला, "टेरेसा, शक्य तितका वेळ ह्या गोष्टीचा फार गवगवा होऊ नये असं मला वाटतं."

"म्हणजे तुला काय म्हणायचंय?"

"लॉस एंजलिस विभागाच्या वैद्यकीय अधिकारी तिथं असाव्यात असं मला काही वाटत नाही. शिवाय एखाद्या गुन्ह्याच्या ठिकाणी छायाचित्रकाराशिवाय

बऱ्याच दिवसांत तुला बघितल्याचंही मला आठवत नाही.''

"हॅरी, तो एक खाजगी छायाचित्रकार आहे, तो जी फिल्म काढतो, ती भविष्यात फक्त माझ्याच उपयोगाची असते, आणि माझं त्यावर पूर्ण नियंत्रण असतं. सहा वाजताच्या बातम्यांमध्ये ही फिल्म दाखवली जात नाही.''

"असेना का. मला फक्त वाटतं की या प्रकरणात आपण गुंतागुंत टाळावी. हे लहान मुलाचं प्रकरण आहे; आणि तुला माहीत आहे की, अशा प्रकारच्या प्रकरणात काय काय होऊ शकतं.''

"ते हाड घेऊन पटकन इथे ये. मी एका तासात निघणार आहे.'' असे म्हणून तिने अचानक फोन ठेवून दिला.

बॉशला वाटून गेले की, टेरेसाबरोबर तो जास्त नम्रपणे बोलला असता तर बरे झाले असते, पण त्याला काय म्हणायचे होते, ते सांगून टाकल्यामुळे त्याला बरे वाटले. टेरेसा कोराझॉन टी. व्ही. वरील न्यायालयीन खटल्यांमध्ये नेहमीच कायदेतज्ज्ञ म्हणून लोकांपुढे येत असल्यामुळे ती एक लक्षणीय व्यक्तिमत्त्व होती. ती नेहमीच आपल्याबरोबर छायाचित्रकार ठेवत असे. सगळीकडे पसरलेल्या केबल आणि सॅटेलाईट वाहिन्यांवर पोलिस आणि कायदा यासंबंधी दाखवल्या जाणाऱ्या माहितीपटांमधून आपल्या केसेस दाखवल्या जाव्यात म्हणून तिची धडपड होती.

बॉश लहान मुलाच्या हत्येच्या प्रकरणात संशोधन करीत असताना सुप्रसिद्ध कायदेपंडित म्हणून टेरेसाने आपली प्रतिमा उंचावण्यासाठी केलेली धडपड त्याच्या वाटेत येऊ नये असे त्याला वाटत होते आणि तो तिला अशी लुडबुड करू देणे शक्य नव्हते.

बॉशने ठरवले की, हाडाविषयी खात्री पटल्यावर पोलिसखात्याच्या के ९ आणि स्पेशल सर्व्हिस यांना फोन करून कळवायचे. उठून तो खोलीच्या बाहेर आला आणि डॉ. गुयोट यांना शोधू लागला.

डॉक्टर स्वयंपाकघरात टेबलावर बसले होते आणि स्पायरल बाईंडिंग असणाऱ्या वहीत काहीतरी लिहीत होते. त्यांनी मान वर करून बॉशकडे पाहिले.

"तुमच्या उपचारांबद्दल टिपण करत होतो. माझ्या प्रत्येक रुग्णावर मी काही टिपणं काढली आहेत.''

बॉशने फक्त मान तुकवली. गुयोटनी त्याच्याबद्दल काही लिहावे हे त्याला जरा चमत्कारिकच वाटले.

"मी निघालो आहे, डॉक्टर. आणि उद्या परत बहुतेक सारी कुमक घेऊन येईन. आम्हांला तुमच्या कुत्रीची परत गरज असेल. तुम्ही असाल ना?''

"मी इथेच असेन आणि तुम्हांला काही मदत करायला मला आनंदच वाटेल. बरगड्यांचं कसं काय?"

"अजून दुखताहेत."

"तुम्हांला श्वास घेताना त्रास होतो, हो ना? असं साधारण आठवडाभर होत राहील."

"माझी काळजी घेतल्याबद्दल धन्यवाद. तुम्हांला ते बुटाचं खोकं नको आहे ना?"

"नाही, मला ते आता परत दिलं नाही तरी चालेल."

बॉशने दरवाजाच्या दिशेने मोहरा वळवला. पण लगेच वळून तो गुयोटना म्हणाला.

"डॉक्टर, तुम्ही इथे एकटेच राहता का?"

"आता मी एकटाच राहतो. माझी पत्नी दोन वर्षांपूर्वी गेली. आमच्या लग्नाच्या पन्नासाव्या वाढदिवसाच्या एक महिनाभर आधी ती गेली."

"अरेरे, सॉरी हं!"

गुयोटने मान हलवली आणि म्हणाले, "माझ्या मुलीचं कुटुंब तिकडे सिअॅटलला असतं. मी त्यांना काही खास प्रसंगांचे दिवशी भेटत असतो."

कुठले खास प्रसंग असे विचारावे असे बॉशला वाटून गेले, पण त्याने तसे काही विचारले नाही. त्याने पुन: डॉक्टरांचे आभार मानले व तो बाहेर पडला.

दरीतून बाहेर पडून हँकॉक पार्क येथील टेरेसा कोराझॉनच्या घराकडे जाताना बॉशचे लक्ष बुटांचे खोके इकडे-तिकडे हलून सीटवरून खाली पडू नये याच्याकडे लागून राहिले. त्याच्या मनात खोलवर एक आंतरिक भीती घर करू लागली. आजच्या संपूर्ण दिवसात नशिबाने आपल्याला निश्चितपणे हात दिला नाही हे त्याला उमजून चुकले. त्यात जर खात्यात सगळ्यात खराब आणि अवघड कुठले प्रकरण असले तर नेमके तेच त्याच्या वाट्याला आले होते. लहान मुलाचे प्रकरण.

लहान मुलांची प्रकरणे तुमचा पिच्छाच पुरवतात. ती तुम्हांला पार पोखरून टाकतात आणि खुणा ठेवून जातात. अशा प्रकरणात तुम्हाला गोळीपासून वाचवू शकेल असे कुठलेही अंगरक्षक कवच नसते. लहान मुलांच्या प्रकरणात अंधारात वावरल्यासारखे भासत असते.

◆

४.

टेरेसा कोराझॉन भूमध्यसमुद्राजवळ बांधतात तशा पद्धतीच्या एका मोठ्या घरात राहात होती. घराकडे येण्यासाठी दगडांच्या तुकड्यापासून बनवलेल्या वर्तुळाला वळसा घालून यावे लागे. घराच्या पुढे एक छोटासा तलावही होता. आठ वर्षांपूर्वी जेव्हा बॉशचा तिच्याशी थोडा संबंध आला होता तेव्हा ती एक बेडरूमच्या लहान घरात राहात होती. टी. व्ही. वरील कार्यक्रम आणि समाजातील मोठेपण यामुळे आलेल्या पैशातून नवीन घर आणि त्यानुसार जीवनशैली आपोआपच आली होती, पूर्वी ट्रेडर जो या दुकानातून स्वस्तातील मद्याची बाटली घेऊन, ती कधी कधी आधी न कळवताच तिची आवडती व्हिडिओ टेप घेऊन बॉशच्या घरी मध्यरात्री येऊन टपकायची, पण आता तिची ही प्रतिमा फार दूर राहिली होती– तेव्हा ती उघडपणे अत्यंत महत्त्वाकांक्षी होती, पण पुरेशी संपत्ती मिळविण्याइतके कौशल्य अद्याप तिच्याकडे आले नव्हते.

टेरेसाला हे नवीन सर्व मिळवण्यासाठी जे गमवावे लागले ते आणि पूर्वी ती जे काही होती ते या सगळ्यांचा बॉश साक्षीदार होता. त्यामुळे एखाद्या दंतवैद्याकडे नाइलाज म्हणून जाताना जसा मनात तणाव निर्माण होतो तसा तणाव त्यांच्या सध्याच्या भेटीगाठीत असायचा आणि त्यांच्या भेटीपण अगदी तुरळकपणे मधूनमधूनच व्हायच्या.

बॉशने घराच्या वळणापाशी गाडी उभी केली आणि बुटाचे खोके व पोलॉराइड कॅमेरा घेऊन तो बाहेर पडला. गाडीपासून जरा दूर आल्यावर त्याने तलावाकडे नजर टाकली आणि त्याला पृष्ठभागावर तरंगणारे माशांचे आकार दिसू लागले.

ज्या वर्षी बॉश आणि टेरेसा एकत्र राहात होते त्या काळात त्यांनी 'चायनाटाऊन' हा चित्रपट कितीतरी वेळा बरोबर बसून पाहिला हे त्याला आठवले आणि त्याच्या चेहऱ्यावर हसू फुटले. त्या सिनेमातील अपघाती मृत्यूची चौकशी करणाऱ्या न्यायाधीशाची व्यक्तिरेखा तिला फारच आवडत असे. हा न्यायाधीश खाटकासारखा काळा कोट घालत असे आणि मृतदेहाची तपासणी करताना एखादे सँडविच खात असे. तिची विनोदबुद्धी अजून तेवढीच शाबूत असेल की नाही याबद्दल बॉशला शंकाच होती.

घराच्या जाडजूड दारावरील दिवा लागला आणि बॉश तिथे पोहोचण्याच्या आतच टेरेसाने दार उघडले. तिने काळ्या रंगाची पँट आणि फिकट पिवळ्या रंगाचा ब्लाऊज घातला होता. ती बहुधा नव्या वर्षाच्या मेजवानीसाठी बाहेर

निघाली असावी. त्याच्यामागे दिसणाऱ्या त्याच्या साध्या गाडीकडे तिने हलकेच नजर टाकली.

"तुझ्या गाडीतील तेल माझ्या बागेतील फरशीवर सांडायच्या आधी आपलं काम संपवू या."

"हॅलो, टेरेसा."

"हेच का ते हाड?" तिने खोक्याकडे बोट दाखवत विचारले.

"हेच ते."

बॉशने पोलॉराइडची छायाचित्रे टेरेसाला दिली आणि तो खोक्यावरचे झाकण काढू लागला. नव्या वर्षाच्या स्वागतासाठी ती शँपेनचा ग्लास त्याच्यापुढे ठेवील असे चित्र अर्थातच दिसत नव्हते.

"तुला हे इथे आताच संपवायचं आहे?"

"मला फारसा वेळ नाही. तू जरा लवकर यायला हवं होतंस. कुठल्या मूर्खानं हे फोटो काढले?"

"तो म्हणजे मीच असावा."

"या फोटोवरून मला काहीच सांगता येत नाही. तुझ्याकडे एखादा मोजा आहे का?"

बॉशने त्याच्या कोटाच्या खिशातून एक रबरी मोजा बाहेर काढला. त्याने फोटो परत घेतले आणि कोटाच्या आतल्या खिशात ठेवले. टेरेसाने सराइतपणे मोजा चढवला आणि खोक्यात हात घातला. तिने ते हाड वर धरून दिव्याच्या उजेडात धरून पाहिले. तो शांतपणे उभा होता. तिने लावलेल्या अत्तराचा वास त्याला जाणवत होता. ती शवविच्छेदन करीत असे त्या काळापासूनच तिला असा उग्र अत्तराचा वास येत असे.

पाच सेकंद निरीक्षण केल्यावर तिने ते हाड परत खोक्यात ठेवले.

"माणसांच हाडं!"

"नक्की?"

मोजा काढता काढता टेरेसाने त्याच्याकडे रोखून पाहिले.

"हे नक्कीच ह्यूमेरस आहे. म्हणजे दंडाचं हाड. मला असं वाटत की हे दहा वर्षांच्या मुलाचं हाड असावं. हॅरी, माझ्या अंगातल्या कौशल्याचं आता तुला कदाचित कौतुक नसेल, पण माझ्याकडे अजून ते कौशल्य आहे."

टेरेसाने मोजा खोक्यातील हाडावर टाकला. तिने तोंडाने काहीही बडबड केली असती तरी बॉशला ते सहन झाले असते, पण तिने तो मोजा ज्या पद्धतीने त्या लहान मुलाच्या हाडावर फेकला, ते त्याला फार बोचले.

बॉशने खोक्यात हात घालून मोजा बाहेर काढला. त्याला मध्येच काहीतरी

आठवले आणि त्याने तिला मोजा परत केला.

"ज्या माणसाला हे हाड सापडलं तो म्हणतो की ते हाड मध्येच तुटलं आहे आणि ते थोडंसं जुळलेलं आहे– तुला त्याच्यावर नजर टाकायची आहे का? आणि..."

"नाही नाही, मला एके ठिकाणी जायचंय आणि आधीच उशीर झाला आहे. आता फक्त ते माणसाचं हाड आहे हे तुला कळलं म्हणजे पुरे आहे आणि त्याची मी खात्री देते. वैद्यकीय अधिकाऱ्याच्या कार्यालयात सर्व सुविधा असतील. तिथे नंतर पूर्ण तपासणी करता येईलच. मला आता खरोखर जायला हवं. मी तिथे उद्या सकाळी हजर होईन."

बॉश बराच वेळ तिच्याकडे टक लावून पाहात राहिला. तिने नजर वळवली आणि छातीशी हाताची घडी घालून उभी राहिली. त्याने खोक्यावर नीट झाकण बसवले, तिला खूण केली आणि गाडीकडे निघाला. घराचे जाडजूड दार बंद केल्याचा आवाज त्याला ऐकू आला.

तलावाजवळून जाताना बॉशला पुन: त्या चित्रपटाची आठवण झाली आणि चित्रपटातला शेवटचा संवाद तो स्वत:शीच म्हणू लागला, "जाऊ दे, जेक, हे चायनाटाऊन आहे."

बॉश गाडीत बसला आणि त्याच्या शेजारच्या सीटवर ठेवलेल्या बुटाच्या खोक्यावर एक हात घट्ट ठेवून तो घरी पोहोचला.

◆

५.

दुसऱ्या दिवशी सकाळी ९ वाजेपर्यंत वंडरलँड ॲव्हेन्यूच्या टोकाशी अंमलबजावणी खात्यांचे जणू काही शिबीरच भरले होते आणि त्याचा केंद्रबिंदू होता हॅरी बॉश. टेहळणीपथक, के ९, शास्त्रीय संशोधन विभाग (स्पेशल इन्व्हेस्टिगेशन डिव्हिजन) (एस आय डी) वैद्यकीय अधिकाऱ्याचे (मेडिकल एक्झॅमिनर-एमी) कार्यालय आणि स्पेशल सर्व्हिस विभाग यांतून आलेल्या निरनिराळ्या गटांना तो मार्गदर्शन करीत होता. त्याच्या खात्याचे एक हेलिकॉप्टर वर घिरट्या घालत होते, आणि पुढील सूचनांची वाट पाहात डझनभर पोलिस-प्रशिक्षणार्थी जवळ उभे होते.

तत्पूर्वी हवाईपथकाने, बॉशने ज्या सेजब्रश झाडाला पिवळी टेप लावली होती, ते हुडकून काढले. या झाडाला प्रमाणभूत मानून बॉशला जिथे हाडे सापडली तिथून वंडरलँड अ‍ॅव्हेन्यू हा सर्वांत जवळचा रस्ता आहे हे ठरवले. स्पेशल सर्व्हिस पथकाने लगेच आपल्या कामाला सुरुवात केली. तळापासून गुन्ह्याच्या जागेपर्यंतच्या खुणा शोधीत, सहा जणांच्या या गटाने ठिकठिकाणी खांब, फळ्या व दोर लावून टेकडीवर हाडांच्या जागेपर्यंत एक तात्पुरता मार्ग तयार केला. आदल्या दिवशी संध्याकाळी बॉशला त्या जागेपर्यंत जायला अवघड पडले होते, पण आता मात्र तिथपर्यंत जाणे सर्वांनाच सोपे जाणार होते.

पोलिस कारवाईची गडबड चालू असताना आजूबाजूच्या परिसरात खळबळ उडणे स्वाभाविक होते. शिवाय ९ वाजेपर्यंत या सगळ्या भागात प्रसारमाध्यमांनीही आपला तळ ठोकला होता. वळणावरच्या चौकापासून थोड्या अंतरावर पोलिसांनी रस्ता बंद केला होता– त्यापलीकडे प्रसारमाध्यमांच्या गाड्या लावून ठेवलेल्या होत्या. पत्रकारपरिषद वाटावी असे वार्ताहरांचे निरनिराळे गट तयार होऊ लागले होते. पोलिसखात्याच्या हेलिकॉप्टरच्या आणखी वर प्रसारमाध्यमांची निदान ५ हेलिकॉप्टर्स घिरट्या घालत होती. या सर्वांतून प्रचंड कोलाहल माजला होता, आणि त्यामुळे रस्त्यावर राहणाऱ्या नागरिकांनी गावातील पार्कर सेंटर या पोलिसठाण्यात तक्रार करायलासुद्धा सुरुवात केली होती.

पहिल्या गटाला घटनास्थळी घेऊन जाण्याची बॉश तयारी करत होता. जेरी एडगरला त्याने आदल्या दिवशी रात्री त्याने सर्व प्रकरणाची कल्पना देऊन ठेवली होती. आत्तासुद्धा त्याने प्रथम त्याच्याशी चर्चा केली.

बॉश म्हणाला, "ठीक आहे. सर्वप्रथम एम. ई. च्या आणि एस. आय. डी. लोकांना आपण वर घेऊन जाणार आहोत. यांचा उच्चार त्याने एमी आणि सीड असा केला. "नंतर कुत्र्यांना आणि पोलिसांना वर नेणार आहोत. मला वाटतं तू हे काम बघ."

"काही हरकत नाही. तुझी दोस्त वैद्यकीय अधिकारी आपल्या छायाचित्रकाराला बरोबर नेत आहे की नाही, ते मात्र पाहा."

"आत्ता तरी आपण त्या बाबतीत काही करू शकत नाही. तिला कंटाळा येऊन शहरात तिच्या आपल्या ठिकाणी ती परत जाईल एवढीच आपण आशा करू शकतो."

"तुला ठाऊक आहे? एवढं सर्व करून ही पूर्वीच्या इंडियन माणसांची हाडं निघतील कदाचित!"

बॉशने नकारात्मक मान हलवली.

"मला तसं वाटत नाही. हा फारच उथळ विचार आहे."

बॉश पहिल्या गटाजवळ आला. यामध्ये टेरेसा कोराझॉन, तिचा व्हिडीओग्राफर यांच्याबरोबरच पुरातत्त्व संशोधक कॅथी कोहल आणि खणणारे त्याचे तीन साथीदार होते. या तिघाजणांनी पांढरे जंपसूट घातले होते. टेरेसा मात्र आदल्या दिवशी घातला होता, तशाच ड्रेसमध्ये होती. शिवाय दोन इंच उंच टाचांचे बूट तिने घातले होते. त्या गटामध्ये शास्त्रीय संशोधन विभागातील दोन गुन्हेतज्ज्ञ देखील होते.

बाजूच्या इतर लोकांना आपले बोलणे ऐकायला येऊ नये आणि या गटाशी थोडे खाजगीत बोलावे या उद्देशाने बॉशने गटातील सगळ्यांना खुणावून जवळ बोलावले.

"ठीक आहे. आपण हाडं वर बाहेर काढणं आणि त्याविषयी कागदपत्रं तयार करणं या कामाला लागणार आहोत. आपण सर्व, वरती जमलो की कुत्र्यांना आणि पोलिसांना घेऊन आजूबाजूच्या भागात शोध सुरू करून घटनास्थळाची व्याप्ती वाढविणार आहोत. तुम्ही लोक..."

बॉशने मध्येच टेरेसाच्या छायाचित्रकारासमोर हात धरला. "ते आधी बंद कर. तू तिचा फोटो काढ, पण माझा नको."

छायाचित्रकाराने आपला कॅमेरा खाली केला. बॉशने टेरेसाकडे नजर टाकली आणि पुढे म्हणाला,

"तुम्ही काय करणार आहात हे तुम्हा सर्वांना माहीत आहे. आणि मी वेगळं सांगायची जरूर नाही. फक्त एकच गोष्ट मला सांगावीशी वाटते की, तिथपर्यंत वर जाणं कठीण काम आहे. आत्ता लावलेल्या फळ्या आणि पायऱ्या असूनही जरा अवघडच काम आहे, तेव्हा काळजी घ्या. दोराला धरून ठेवा आणि प्रत्येक पाऊल काळजीपूर्वक टाका. आम्हांला वाटतं की कोणाला इजा होऊ नये. तुमच्याकडे अवजड सामान असेल, तर त्याचे दोन-तीन भाग करा आणि पुन्हा पुन्हा त्यासाठी दोन-तीन फेऱ्या मारा. तुम्हांला मदत हवी असेल तर पोलिसांना सांगून मी ते सामान वर आणण्याची व्यवस्था करीन. किती वेळ लागेल याची काळजी करू नका. सुरक्षिततेची काळजी घ्या. सर्वजण तयार?"

सगळ्यांनी बरोबरच मान डोलावली. बॉश टेरेसाला बाजूला बोलावून तिच्याशी खाजगीत बोलू लागला, "तुझा पोषाख योग्य नाही."

"हे बघ, मला आता सांगू नकोस..."

"तुला काय वाटलं की माझा शर्ट काढून बरगड्यांचं काय झालंय ते मी तुला दाखवू? माझ्या छातीची डावी बाजू ब्लूबेरीसारखी काळीनिळी झाली आहे. कारण मी तिथे काल रात्री धडपडलो. तू जे बूट घातले आहेस ते येथे अजिबात उपयोगाचे नाहीत. कॅमेऱ्यासाठी ठीक आहेत, पण..."

"मी ठीक आहे. ते मी बघून घेईन. आणि दुसरं काय?"

बॉशने नुसतीच मान डोलावली. तो म्हणाला, "मी तुला सूचना देऊन ठेवली इतकंच. चला, निघू या."

बॉश टेकडीच्या दिशेने निघाला आणि त्याच्या मागोमाग बाकीचेही चालू लागले. त्या ठिकाणी तपासचौकी म्हणून स्पेशल सर्व्हिस पथकाने एक लाकडी दरवाजा उभारला होता. हातात पॅड घेऊन एक तपासणीअधिकारी तिथे उभा होता. प्रवेश मिळण्याआधी त्याने प्रत्येकाचे नाव आणि खाते लिहून घेतले.

बॉश सर्वांच्या पुढे होता. कालच्यापेक्षा आज वर चढून जाणे थोडे सोपे होते; पण दोराला हात धरून, फळ्या आणि पायऱ्यांवरून मार्ग काढताना त्याची छाती खूपच दुखत होती. तरी त्याने तसे दाखवले नाही आणि काही बोललाही नाही.

ॲकेशिया झाडीच्याजवळ आल्यावर बॉशने इतरांना मागे थांबण्याची खूण केली आणि तेथील परिस्थिती प्रथम पाहाण्यासाठी पिवळ्या टेपच्या खालून तो आत शिरला. आदल्या दिवशी रात्री उकरलेली जमीन आणि लहान काळसर हाडे असलेली जागा त्याला सापडली. सर्व काही जसेच्या तसेच होते.

"ठीक आहे. आता इकडे या आणि बघा."

गटातील सगळे सदस्य टेपच्या खालून आत आले आणि हाडांच्या भोवती त्यांनी एक अर्धवर्तुळ तयार केले. कॅमेरा चालू झाला आणि टेरेसाने पुढाकार घेतला.

"हे बघा, पहिल्यांदा थोडेसे मागे सरकून फोटो घेणार आहोत. त्यानंतर आपण माणसांचे जाळे पसरवणार आहोत. उत्खनन आणि हाडे काढणे या कामाकडे डॉ. कोहल लक्ष देतील. तुम्हांला काही आढळले तर ते गोळा करायच्या आधी निरनिराळ्या कोनांतून कमीत कमी नऊ वेळा त्याचे फोटो घ्या."

शोधपथकातील एकाकडे वळून टेरेसा म्हणाली,

"फिंच, तू रेखाचित्रण करांवसं असं मला वाटतं. नेहमीच्या नमुन्यानुसार प्रत्येक गोष्टीची नोंद ठेव. फोटोवर आपण सर्वस्वी अवलंबून राहू असे समजू नकोस."

फिंचने मान हलवली. टेरेसा बॉशकडे वळून म्हणाली, "साहेब, मला असं वाटतं, माझं सगळं काम झालं आहे. इथं जेवढे कमी लोक असतील तेवढं बरं."

बॉशने होकार दिला आणि टेरेसाकडे एक वॉकीटॉकी रेडिओ दिला.

"मी इथंच आहे. तुला माझी गरज भासली तर रेडिओचा वापर कर. इथं मोबाईल चालत नाही. पण काहीही बोलताना काळजीपूर्वक बोल."

आकाशात घोंघावणाऱ्या प्रसारमाध्यमांच्या हेलिकॉप्टर्सकडे बॉशने बोट दाखवले.

त्यावर कोहल म्हणाली, "त्याविषयी बोलायचं झालं तर मला वाटतं की

या झाडांवर आपण एक ताडपत्री लावावी, म्हणजे आपल्या कामाची थोडी गुप्तता राहील आणि सूर्य पण डोळ्यांवर येणार नाही. तुला हे ठीक वाटतं का?''

बॉश म्हणाला, ''आता हे गुन्हाप्रकरण तुझ्याकडे आहे. तुला काय पाहिजे ते कर.''

बॉश परत उताराच्या दिशेने चालू लागला. त्याच्या पाठीमागे असणारा एडगर म्हणाला, ''हॅरी, या कामाला बरेच दिवस लागतील.''

''बरेच काय खूपच दिवस लागतील.''

''पण ते काही आपल्याला एवढी मुदत देणार नाहीत. तुला ठाऊक आहेच. खरंय ना?''

''बरोबर.''

''मला म्हणायचंय की अशा प्रकरणामध्ये बळीची नुसती ओळख पटली तर नशीब म्हणायचं!''

''खरंय.''

बॉश पुढे चालू लागला. तो रस्त्यावर पोहोचला तेव्हा पर्यवेक्षक कॅप्टन ली व्हॅली याच्याबरोबर लेफ्ट. बिलेट्स उभी असलेली त्याला दिसली.

बॉश म्हणाला, ''जेरी, तू पोलिसांना तयार कर. त्यांना एकेक करून घटनास्थळाची माहिती दे. मी एका मिनिटात आलोच.''

बॉशने बिलेट्स आणि ली व्हॅली यांच्याजवळ जाऊन काय काय झालं याची त्यांना माहिती दिली. सकाळच्या सर्व कामांपासून हेलिकॉप्टर्स आणि टेकडीवरील वापरलेल्या हत्यारांच्या आवाजाबद्दल नागरिकांच्या तक्रारी इथपर्यंत सर्व हकीगत त्याने सांगितली.

ली व्हॅली म्हणाला, ''प्रसारमाध्यमांना आपण थोडीतरी माहिती द्यायला पाहिजे. माहिती आणि प्रसारणखात्याने विचारले आहे की ही माहिती शहरकार्यालयातून द्यायची की आपण इथून देणार आहोत?''

''मला हे अजिबात पटत नाही. माहिती आणि प्रसारण खात्याला काय ठाऊक आहे यातलं?''

''जवळजवळ काहीच नाही. म्हणजे तुम्ही त्यांना फोन करून सांगायचं आणि त्यावरून ते प्रसिद्धीपत्रक तयार करणार.''

''कॅप्टन, मी जरा इथं कामात आहे. मी...''

''साहेब, वेळ काढायला पाहिजे. त्यांना जरा लांबच ठेवायला हवं.''

बॉशने कॅप्टनशी बोलता बोलता थोड्या अंतरावर उभ्या असलेल्या वार्ताहरांकडे पाहिले, तर त्याला तपासणीअधिकाऱ्याला आपला बिल्ला दाखवून आत शिरणारी ज्युलिया ब्रेशर दिसली. ती साध्या कपड्यांमध्ये होती.

“ठीक आहे. मी फोन करतो.”

बॉशने डॉ. गुयोटच्या घराच्या दिशेने जायला सुरुवात केली. तो जवळ येताच ज्युलिया त्याच्याकडे पाहून हसली.

“तुझी विजेरी माझ्याकडे आहे. ती खाली माझ्या गाडीत ठेवलेली आहे. मला डॉ. गुयोटच्या घराकडे नाहीतरी जायचं आहेच.”

“नाही नाही, त्याबद्दल चिंता करू नका. मी त्यासाठी इथं आले नाही.”

दिशा बदलून ज्युलिया बॉशबरोबर चालू लागली. तिच्या कपड्यांकडे बॉशची नजर गेली. तिने फिकट झालेली निळसर जीन्स आणि ५ के या संस्थेच्या धर्मार्थ दौडीच्या वेळी मिळालेला टीशर्ट घातला होता.

“तू वर्दीवर नाहीयेस ना?”

“नाही. माझी कामाची पाळी तीन ते अकरा अशी आहे. मला वाटलं की तुम्हांला एखाद्या स्वयंसेवकाची जरूर आहे. पोलिसशिक्षणकेंद्रातून स्वयंसेवक हवे असल्याची घोषणा मी ऐकली.”

“तर तुला वर जाऊन हाडं बघायची इच्छा आहे हं?”

“मला शिकायचं आहे.”

बॉशने मान हलवली. ते दोघेही गुयोटच्या दारापर्यंत चालत आले. ते पोहोचायच्या आधीच दार उघडले आणि डॉक्टरांनी त्यांना आत बोलावले. बॉशने पुन्हा त्यांना कार्यालयातील फोन वापरण्याची विनंती केली आणि बॉशला जरी माहिती होती, तरीदेखील गुयोटने त्यांना फोन कुठे आहे ते दाखवले. बॉश फोन करण्यासाठी टेबलापलीकडे जाऊन बसला.

डॉक्टरांनी विचारले, “बरगड्या कशा आहेत?”

“उत्तम.”

ज्युलियाने भुवया उंचावल्या आणि बॉशने त्याला उत्तर दिले,

“मी काल रात्री वर गेलो तेव्हा मला छोटासा अपघात झाला.”

“काय झालं?”

“काही नाही, मी आपला माझ्या उद्योगाला चाललो होतो आणि तेवढ्यात एका झाडाच्या बुंध्याने माझ्यावर अकारण हल्ला केला.”

तिने चेहरा आकसून कसंतरी हसण्याचा प्रयत्न केला.

बॉशने माहिती आणि प्रसारण कार्यालयाचा फोन नंबर आठवून तिथे फोन केला आणि सर्वसाधारण शब्दांमध्ये तिथल्या अधिकाऱ्याला या प्रकरणाची माहिती दिली. मध्येच त्याने फोनवर हात ठेवून गुयोटला प्रसिद्धीपत्रकात आपले नाव हवे आहे का असे विचारले. डॉक्टरांनी नकार दिला. काही मिनिटांतच बॉशने आपले बोलणे संपवून फोन खाली ठेवला.

गुयोटकडे पाहून बॉश म्हणाला, "काही दिवसांत आम्ही असे निघून गेलो तरी काही वार्ताहर तिथेच चिकटून राहतील. मला असं वाटतंय की ज्या कुत्र्याला ते हाड सापडलं त्याचा ते शोध घेतील. तेव्हा तुम्हांला जर यापासून दूर राहायचं असेल तर कलॅमिटीला दूर ठेवा. नाहीतर तुम्हांला एकत्र पाहून ते पाहिजे तो अर्थ लावतील."

गुयोट म्हणाले, "अगदी बरोबर सल्ला आहे."

"आणि मला वाटतं की, तुमचे शेजारी श्री उलरिच यांना तुम्ही फोन करून सांगावं की या बाबतीत वार्ताहरांशी त्यांनी काही बोलू नये."

घराबाहेर पडता पडता बॉशने ज्युलियाला विजेरी हवी आहे का असे विचारले. टेकडीवर शोधत फिरत असताना हातात विजेरीची अडचण नको म्हणून नंतर केव्हाही दिलीत तरी चालेल असे तिने उत्तर दिले.

बॉशला ज्युलियाचे उत्तर आवडले. कारण याचा अर्थ असा होता की, त्या निमित्ताने तिला भेटायची अजून एक संधी मिळणार होती.

रस्त्यावरील वळणाजवळ एडगर पोलिसप्रशिक्षणार्थींना भाषण देत असल्याचे बॉशला दिसले.

"गुन्हा घडलेल्या ठिकाणी पाळायचा महत्त्वाचा नियम म्हणजे कुठल्याही वस्तूचा अभ्यास केल्याशिवाय, फोटो काढल्याशिवाय आणि नोंद केल्याशिवाय तिला स्पर्श करायचा नाही."

बॉश वळणाजवळ आला.

"मग? सगळे तयार?"

एडवर्डने बॉशला सर्व तयार आहेत असे सांगितले. त्याने हातात धातुशोधक घेतलेल्या एक-दोन प्रशिक्षणार्थींकडे बोट दाखवले. "मी सीड विभागातील उपकरणे उसनी आणली आहेत."

बॉशने मान डोलावली आणि त्याने कायदेविषयक गटाला सुरक्षिततेविषयी ज्या सूचना केल्या त्या सूचना प्रशिक्षणार्थी आणि ज्युलिया यांना केल्या. ते सर्वजण घटनास्थळी जायला निघाले. बॉशने एडगरची ओळख ज्युलियाशी करून दिली आणि तपासणी चौकीपर्यंत आपल्या जोडीदाराला पुढे घेऊन बॉश चालू लागला. स्वत: मात्र तो ज्युलियाच्या पाठीमागून सगळ्यात शेवटी चालत होता. तो म्हणाला, 'आजचा दिवस संपेपर्यंत मनुष्यवध खात्यातील गुप्तहेर बनण्याची तुझी इच्छा टिकून राहते की नाही पाहू!'

"रेडिओसंभाषण सतत ऐकत रहाणं आणि कामाच्या प्रत्येक पाळीनंतर गाडीच्या पाठीमागे लागलेला चिखल धुऊन काढणं यापेक्षा दुसरं कुठलंही काम चांगलंच असणार."

"मलासुद्धा ते दिवस आठवतात."

बॉश आणि एडगर यांनी त्या बारा प्रशिक्षणार्थींना आणि ज्युलियाला ॲकेशिया झाडीच्या परिसरात पांगवले आणि त्यांच्यामार्फत देखील संशोधन सुरू केले.

नंतर बॉश परत खाली गेला आणि शोधपथकाला मदत करण्यासाठी के ९ च्या दोन पथकांना घेऊन वर आला.

सगळे मार्गी लागल्यानंतर बॉशने एडगरला प्रशिक्षणार्थींबरोबर सोडले आणि काय प्रगती झाली आहे हे पाहाण्यासाठी तो ॲकेशिया झाडीच्या जवळ आला. तिथे आपला साहित्याच्या पेटाऱ्याजवळ बसलेल्या कोहलला त्याने पाहिले. उत्खननासाठी जमिनीवर चौकटी आखून तेथे खांब आणि दोऱ्या लावण्याच्या कामावर ती देखरेख करत होती.

याआधी एका दुसऱ्या प्रकरणात बॉशने कोहलबरोबर काम केले होते आणि आपल्या कामात ती एकदम तयार आणि तरबेज असल्याचे बॉशला ठाऊक होते. तिचे वय साधारण पस्तीस-चाळीस असावे. तिचा बांधा आणि रंग एखाद्या टेनिस खेळाडूसारखा होता. आपल्या जुळ्या बहिणीबरोबर शहरातील बागेत टेनिस खेळताना बॉश एकदा तिला भेटला होता. ती असली की नेहमीच तिथे गर्दी व्हायची. ती खेळत असली की आरसा असलेल्या भिंतीसमोर एकच खेळाडू खेळते आहे असे वाटत असे.

कोहलचे सरळ सोनेरी केस कपाळावर आले होते आणि आपल्या मांडीवर ठेवलेल्या आपल्या भल्यामोठ्या पॅडकडे बघत असताना, तिचे केस डोळ्यांवर आले होते. कागदावर अगोदरच मुद्रित केलेल्या चौकटींमध्ये ती आपल्या नोंदी करत होती. बॉशने तिच्या खांद्यावरून कागदावरील तक्त्याकडे नजर टाकली. जसजसे जमिनीवर खांब लावले जात होते, त्याप्रमाणे तयार होणाऱ्या चौकोनांना बाराखडीप्रमाणे एक एक नाव देण्यात कोहल गर्क झाली होती. पानाच्या वरच्या बाजूला तिने मोठ्या अक्षरात लिहिले होते : 'हाडांची नगरी.'

बॉशने खाली वाकून तिने जिथे वरचे नाव लिहिले होते तिथे कागदावर टकटक केले.

"तू असं नाव का दिलंस?"

कोहलने फक्त खांदे उडवले.

"आपण ज्या प्रकारे येथे रस्ते आणि तपासणी चौक्या उभे करत आहोत त्या प्रकारे मधली जागा आपल्या दृष्टीने एक गावच होणार आहे." पानावर दाखवलेल्या काही रेषांवरून बोटे फिरवता फिरवता ती पुढे म्हणाली, "निदान आपण इथे काम करीत आहोत तोपर्यंत तरी आपल्याला हे वेगळं शहरच वाटेल– आपलं छोटं शहर."

बॉशने मान हलवली आणि म्हणाला,

"प्रत्येक खुनामागे एका शहराची कहाणी असते."

कोहलने विचारले, "असं कोण म्हणतं?"

"मला आठवत नाही, पण कोणीतरी म्हटलंय खरं!"

बॉशने टेरेसाकडे आपले लक्ष वळवले. व्हिडिओ कॅमेरा तिचे चित्र टिपत असताना, ती जमिनीवर पसरलेल्या हाडांचे खाली बसून निरीक्षण करीत होती. ती काहीतरी बोलायला लागणार, एवढ्यात त्याच्या कमरेला लावलेला रोव्हर वाजू लागला.

"मी बॉश बोलतोय."

"मी एडगर. पटकन इथे आलास तर बरं होईल, हॅरी. आम्हांला काही तरी सापडलंय्."

"आलोच."

ॲकेशिया झाडीपासून चाळीस यार्ड अंतरावर झुडुपांमधील एका सपाट जागेवर एडगर उभा होता. सहा प्रशिक्षणार्थी आणि ज्युलिया अर्धवर्तुळ करून उभे होते आणि दोन फूट उंच असलेल्या झुडुपात पडलेल्या कुठल्यातरी वस्तूकडे बघत होते. पोलिस-हेलिकॉप्टर आता खाली येऊन लहानशा रिंगणातून घिरट्या घालत होते.

बॉश त्या वर्तुळापाशी आला आणि त्याने खाली पाहिले तर मातीत अर्धवट घुसलेली लहान मुलाची कवटी त्याला दिसली– कवटीतील खोल डोळे त्याच्याकडे रोखून बघत होते.

एडगर म्हणाला, "कुणीही त्याला हात लावलेला नाही. या ज्युलियाला ती सापडली."

बॉशने ज्युलियाकडे पाहिले– तिच्या डोळ्यांत आणि जिवणीत असलेला हसरेपणा निघून गेला होता. त्याने कवटीवर नजर टाकली आणि कमरेचा रेडिओ बाहेर काढला.

"डॉ. कोराझॉन?" तो रेडिओमध्ये बोलला.

तिचे उत्तर येईपर्यंत मध्ये बराच काळ गेला.

"हो, मी बोलते आहे, काय आहे?"

"आपल्याकडच्या गुन्ह्याची व्याप्ती वाढत जाणार असं दिसत आहे."

◆

६.

एकूणच घटनास्थळाची व्याप्ती जागा आता विस्तारली होती आणि तिथे काम करणाऱ्या लहानशा सैन्यावर सेनापती म्हणून बॉश देखरेख करीत असल्यामुळे दिवसभर कामामध्ये गती होती. तिथल्या जमिनीतून आणि टेकडीवरील झुडपातून बरीचशी हाडे अगदी सहज निघाली. बरेच दिवस आपल्याला कुणीतरी बाहेर काढावं याची जणू ती वाटच बघत होती. दुपारपर्यंत आखून दिलेल्या चौकटीतील तीन भागांचे उत्खनन कॅथी कोहलच्या गटाने पूर्ण करीत आणले होते आणि काळ्याभोर जमिनीतून अनेक हाडे बाहेर निघत होती. प्राचीन काळातील वस्तू पुरातत्त्व खात्यातील कर्मचारी जसे शोधून काढतात, त्याप्रमाणे या गटातील कामगारांनी देखील लहान लहान हत्यारे आणि ब्रश वापरून ही हाडे हलकेच काढून वर आणली होती. त्यांनी त्यासाठी धातूशोधक आणि गॅसचा उपयोग करणारी यंत्रेसुद्धा वापरली. हे सगळे कष्टाचे काम होते तरी बॉशच्या सुरुवातीच्या अपेक्षेपेक्षाही जास्त वेगाने चालू होते.

कवटी सापडल्यामुळे कामाला गती मिळाली होती आणि या सबंध प्रकल्पात एक प्रकारची आतुरता निर्माण झाली होती. आपल्या मूळच्या जागेवरून कवटी उचलण्यात आली. नंतर टेरेसाने छायाचित्रातून केलेल्या तपासणीतून कवटीला पडलेल्या चिरा आणि शस्त्रक्रिया यांच्या खुणा दिसत होत्या, शस्त्रक्रियेच्या या पुराव्यामुळे त्यांची खात्री झाली की ही हाडे फारशी जुनी नसावीत. केवळ हाडे तुटल्याच्या पुराव्यामुळे मनुष्यवध झाला आहे असे काही सिद्ध होत नाही, पण मृतदेह मुद्दाम पुरला आहे याचाही पुरावा मिळाल्यामुळे याच्यामागे खुनाची कहाणी आहे हे स्पष्ट होऊ लागले होते.

दुपारी दोन वाजेपर्यंत टेकडीवर काम करणाऱ्या गटाची जेवणाची वेळ झाली तोपर्यंत चौकटीतल्या मुख्य भागातून जवळजवळ अर्धी कवटी बाहेर काढण्यात आली होती. पोलिस विद्यार्थ्यांना जवळपासच्या झुडुपांमध्ये इतरही किरकोळ हाडे सापडली होती. त्याशिवाय कोहलच्या गटाला जुनाट जीर्ण आलेल्या कपड्यांचे तुकडे तसेच लहान मुले शाळेत जाताना पाठीवर टाकतात तसे कॅनव्हासचे एक दप्तरसुद्धा मिळाले.

बाजूला दोरीचे बंद लावलेल्या चौकोनी लाकडी खोक्यातून ही हाडे टेकडीवरून खाली आणण्यात आली. दुपारच्या जेवणाच्या वेळेपर्यंत कायदा खात्यातील एक मानववंशशास्त्रातील तज्ज्ञ वैद्यकीय अधिकाऱ्याच्या कार्यालयात बसून या हाडांची तपासणी करीत होता. सापडलेले कपडे अगदी कुजून गेले होते आणि

ओळखू येत नव्हते. पाठीवरची पिशवी अजून उघडली नव्हती. या सर्व वस्तू तपासणीसाठी लॉस एंजेलिस पोलिस खात्याच्या शास्त्रीय संशोधनविभागाकडे पाठवण्यात आल्या.

हाडे सापडली त्या जागेची धातुशोधकातून तपासणी करण्यात आली तेव्हा १९७५ सालचे २५ सेंटचे एकच नाणे सापडले. कमरेच्या डाव्या बाजूस दोन इंचांवर आणि इतर हाडे सापडली त्याच स्तरावर हे नाणे सापडले. शरीरातील इतर भागांबरोबर पँटही कुजल्यामुळे पँटच्या डाव्या खिशातील हे नाणे फक्त शिल्लक राहिले असावे. बॉशच्या दृष्टीने या नाण्यामुळे मृत्यूच्या काळाचा एक महत्त्वाचा दुवा सापडला होता. मृतदेहाबरोबर ते नाणे पुरले गेले असल्याचा अंदाज जर बरोबर असेल, तर मृत्यू १९७५ च्या आधी झाला नव्हता हे निश्चित.

घटनास्थळी काम करणाऱ्या कर्मचारी वर्गाला जेवण पुरवण्यासाठी टेहळणीपथकाने खाण्यापिण्याची व्यवस्था करणाऱ्या दोन खास गाड्यांची सोय केली होती. लोकांना भूक लागली होती आणि जेवायला उशीर झाला होता. एका गाडीतून गरम-गरम पदार्थ दिले जात होते, तर दुसऱ्या गाडीतून सँडविचेस. सँडविचच्या गाडीपुढे बॉश ज्युलियाबरोबर रांगेत उभा होता. रांग हळूहळू पुढे सरकत होती, पण त्याला त्यात काही वावगे वाटले नाही. टेकडीवरील शोधमोहिमेबद्दल आणि खात्यातील उच्चपदस्थांविषयी गप्पा मारण्यात ते दंग झाले होते. एकमेकांशी ओळख करून घेणारी संभाषणे असतात तसे त्यांचे बोलणे चालू होते.

बॉशला ज्युलियाविषयी आकर्षण वाटू लागले. खात्यात नुकतीच भरती झालेली एक महिला पोलिस म्हणून तिचे अनुभव ऐकता ऐकता तिच्याविषयीची त्याची जिज्ञासा आणखीच जागृत झाली. तिच्यामध्ये एका बाजूला दरारा होता आणि दुसरीकडे ओथंबणारा उत्साह. शिवाय आपल्या खात्याविषयी एकप्रकारची उपहासवृत्ती होती. बॉशला नोकरीच्या आपल्या सुरुवातीच्या काळातील दिवस स्पष्टपणे आठवले.

जेवणाच्या गाडीच्या खिडकीपासून त्याचा सहावा नंबर असताना बॉशने गाडीतील एका कर्मचाऱ्याला पोलिसप्रशिक्षणार्थींना शोधमोहिमेबद्दल प्रश्न विचारताना ऐकले.

"ही निरनिराळ्या लोकांची हाडं आहेत का?"

"मला काही ठाऊक नाही बुवा! आम्ही फक्त ती शोधायचं काम करतो, बस्!"

प्रश्नकर्त्या माणसाकडे बॉशने निरखून पाहिले.

"सगळी हाडं तुटली होती का?"

"काही सांगता येत नाही."

ब्रॅशरबरोबरची आपली जागा सोडून बॉश गाडीच्या पाठीमागे गेला. मागच्या उघड्या दारातून त्याने एप्रन घातलेले तीन कर्मचारी काम करत असलेले किंवा कामाचा बहाणा करीत असलेले पाहिले. दोघेजण खरोखरच ऑर्डर्सप्रमाणे सँडविच तयार करून देत होते. विद्यार्थी पोलिसांना प्रश्न विचारणारा मधला माणूस मात्र ऑर्डर घ्यायची खिडकी आणि सँडविच करण्याचा ओटा यामध्ये हात वरखाली करत होता. तो स्वत: काहीच करत नव्हता, पण गाडीच्या बाहेरून तो सँडविच करण्यात मग्न आहे असे भासत होते. बॉशने पाहिल्यावर उजवीकडील कर्मचाऱ्याने सँडविचचा एक तुकडा अर्धा करून कागदाच्या बशीत ठेवला आणि मधल्या माणसाला दिला. ज्या विद्यार्थ्याने मागणी केली होती त्याला मधल्या माणसाने बशी दिली.

बॉशच्या लक्षात आले की खरोखरच सँडविच तयार करणाऱ्या दोघांनी एप्रनच्या आत जिन्स आणि टी-शर्ट घातले होते. मधल्या माणसाने मात्र साधी पँट आणि बटणे असलेल्या कॉलरचा शर्ट घातला होता. त्याच्या पँटच्या मागच्या खिशातून एक वही डोकावत होती. बॉशच्या लक्षात आले की वार्ताहर वापरतात तशी ती लांबट टिपणवही होती.

बॉश दाराला डोके टेकवून उभा राहिला आणि त्याने इकडेतिकडे एक नजर टाकली. दारापासून जवळ असलेल्या एका कपाटावर गोळा करून टाकलेला एक कोट त्याला दिसला. त्याने तो उचलला आणि जरा लांब गेला. कोटाचे खिसे तपासल्यावर गळ्याजवळच्या खिशामध्ये लॉस एंजलिस पोलिसखात्याने दिलेला एक वातार्हर पास त्याला सापडला.

त्याच्यावर त्या मधला माणसाचा फोटो होता. तो व्हिक्टर फ्रिज्बी. तो 'न्यूयॉर्क टाइम्स'साठी काम करीत होता.

कोट हातात धरून बॉशने गाडीच्या दरवाजावर जोरात टकटक केले आणि तिघांनी वळून पाहिल्यावर त्याने फ्रिज्बीला खूण करून बोलावले. वार्ताहर फ्रिज्बीने स्वत:कडे बोट दाखवून "कोण मी?" म्हटल्याचा आविर्भाव केला. बॉशने होकार दिला. फ्रिज्बी दाराशी येऊन वाकून म्हणाला, "हं, काय?"

बॉश पुढे झाला आणि एप्रनचा वरचा भाग पकडून त्याने त्याला ट्रकच्या बाहेर ओढून काढले. फ्रिज्बी धडपडत बाहेर आला. पडण्यापासून थोडा वाचल्यामुळे आपल्या पायावर उभा राहिला इतकेच! तो निषेधाचा आवाज काढणार एवढ्यात बॉशने गोळा केलेल्या कोटाचा फटका त्याच्या छातीवर मारला.

जवळच नेहमी आधीच जेवून घेणारे टेहळणीपथकातील अधिकारी वापरलेल्या बशा कचऱ्याच्या पेटीत टाकत होते. बॉशने खूण करून त्यांना बोलावले.

"याला ताबडतोब सीमारेषेच्या पलीकडे घेऊन जा. पुन्हा आत घुसला तर लगेच अटक करा." दोन्ही अधिकाऱ्यांनी फ्रिज्बीला एकेका हाताने धरले आणि रस्त्यावरून कुंपणाच्या दिशेने त्याला घेऊन जाऊ लागले. फ्रिज्बी सारखा निषेध करत होता आणि त्याचा चेहरा कोकाकोलाच्या डब्यासारखा लालबुंद झाला होता. पण त्याचे दंड घट्ट पकडून त्या दोन्ही अधिकाऱ्यांनी बाकी कुठे लक्ष दिले नाही आणि इतर वार्ताहरांसमोर मानहानीकारक पद्धतीने त्याला ते ओढून घेऊन गेले. बॉश थोडा वेळ तिकडे बघत राहिला आणि त्याने वार्ताहराचा पास मागच्या खिशातून काढून कचरापेटीत टाकला.

तो ज्युलियाबरोबर परत रांगेत आला. आता ते जेवणाच्या खिडकीपासून फक्त दोघाजणांच्या अंतरावर होते.

ज्युलियाने विचारले," हे काय चाललं होतं?"

"सार्वजनिक आरोग्यनियमांचा भंग! त्याने आपले हात धुतले नव्हते."

ज्युलिया हसू लागली.

"गंमत नाही, माझ्या दृष्टीने कायदा म्हणजे कायदा."

"अरे बापरे! तुला एखादं झुरळ किंवा असंच काहीतरी दिसून ही जागा पूर्ण बंद करायच्या आधीच मला माझं सँडविच मिळालं तर बरं होईल."

"काळजी करू नकोस. मला वाटतं की मी नुकताच त्या झुरळाचा निकाल लावला आहे."

दहा मिनिटांनी बॉशने जेवणाच्या गाडीच्या मालकाला प्रसारमाध्यमे कशी चोरून घटनास्थळी कसे प्रवेश मिळवतात यावर भाषण दिले. मग विशेष सेवा गटाने वळणावर सहलीसाठी असतात तशी काही टेबले ठेवली होती तिथे आपले सँडविच आणि पेले घेऊन बॉश व ज्युलिया जाऊन बसले. खरे म्हणजे हे टेबल शोधकगटासाठी राखीव होते, पण ज्युलियाने तिथे बसण्यामध्ये बॉशची काहीच हरकत नव्हती. एडगर कोहल आणि तिच्या गटातील एक खणणारा साथीदार यांच्या समवेत तिथेच बसला होता. ज्यांना अजून माहीत नव्हते त्यांच्याशी बॉशने ज्युलियाची ओळख करून दिली आणि आदल्या दिवशी रात्री तिने कशी मदत केली आणि या प्रकरणात तिची सुरुवात कशी झाली याची माहिती दिली.

बॉशने कोहलला विचारले, "मग बॉस कुठे आहे?"

"ती? तिचे जेवण आधीच झाले आहे. मला वाटतं की ती स्वत:बरोबरची एक मुलाखत चित्रित करण्यासाठी कुठंतरी गेली असावी."

बॉशने हसून मान डोलावली.

एडगर बाकावरून उठला आणि आपली बशी हातात घेऊन निघताना म्हणाला, ''मला वाटतं की मी अजून एकदा खायला घ्यावं.''

बॉशने देखील खाणे सुरू केले आणि चवीने त्याचा आस्वाद घेऊ लागला. त्याला भूक लागली होती. मधल्या विश्रांतीच्या काळात फक्त खाणे आणि आराम करणे एवढेच त्याने ठरवले होते. पण कोहलने त्याला विचारले, की, ''आतापर्यंत झालेल्या उत्खननावरून तिचे सुरुवातीचे निष्कर्ष सांगितले तर चालेल का?''

बॉशच्या तोंडात घास होता. तो गिळल्यावर त्याने कोहलला सुचवले की त्याचा जोडीदार येईपर्यंत थांबले तर बरे होईल. हाडांच्या आताच्या स्थितीबद्दल त्यांनी वरवर चर्चा केली. कोहलला वाटत होते की मृतदेह फार खोल न पुरल्यामुळे प्राणी, देहाचे अवशेष खणून बाहेर काढत असावेत आणि निदान काही वर्षे तरी हाडे इतस्तत: विखरून टाकत असले पाहिजेत.

कोहल म्हणाली, ''आपल्याला सगळी हाडं मिळणं शक्यच नाही. आपण शेवटपर्यंत पोहोचूच शकणार नाही. लवकरच अशी परिस्थिती येईल की हा सगळा प्रयत्न आणि खर्च यामानाने निष्पन्न काहीच होणार नाही.'' एडगर तळलेल्या चिकनची अजून एक बशी घेऊन आला. बॉशने केहलला खुणावले. आणि तिने टेबलावर डावीकडे ठेवलेल्या आपल्या वहीवर नजर टाकली. त्याच्यावरून काही टिपणे पाहून ती पुढे म्हणाली, ''या जागेचा परिसर आणि देह पुरल्याची खोली या दोन गोष्टींवर तुम्ही लक्ष द्यावं असं मला वाटतं. माझ्या दृष्टीने या महत्त्वाच्या गोष्टी आहेत. त्यामुळे हे मूल कोण होतं, आणि त्याला नेमकं काय झालं, यावर प्रकाश पडणार आहे.''

बॉश म्हणाला, ''त्याला? म्हणजे मुलगा?''

''कमरेच्या हाडातील अंतर, अंतर्वस्त्राच्या कंबरेचा पट्टा यावरून मी म्हणते.''

कुजलेल्या आणि चिंध्या झालेल्या कपड्यांमध्ये एक रबरी पट्टा शिल्लक राहिला होता. मृतदेह पुरल्यानंतर शरीरावरील वस्त्रांमध्ये हा पट्टाच तेवढा शिल्लक राहिला होता. शरीरातून निघणाऱ्या विघटन द्रव्यांमुळे बाकीचे कपडे अगदी जीर्ण झाले होते. पण हा रबरी पट्टा मात्र बराच शाबूत होता. तो त्या काळातला पुरुषांच्या अंतर्वस्त्रांच्या फॅशनचा भाग होता.

बॉश म्हणाला, '' ते ठीक आहे. तू देह पुरण्याच्या खोलीबद्दल काहीतरी म्हणत होतीस.''

''हो, आम्ही जेव्हा मृतदेह शोधून काढला तेव्हा कमरेच्या हाडांचा सांगाडा आणि पाठीच्या कण्याचा खालचा भाग हे जसेच्या तसे असलेले दिसले,

त्यावरून खड्डा सहा इंच ते एक फूट यापेक्षा जास्त खोल नसावा. अशा प्रकारचा उथळ खड्डा म्हणजे घाई-गडबडीने लवकरात लवकर उरकलेलं काम आणि अपूर्ण नियोजन त्यांचं निदर्शक आहे. पण...''

कोहल एक बोट उंचावून म्हणाली, ''तसाच विचार करायला गेलं तर या अत्यंत दुर्गम ठिकाणी पुरल्यामुळे उलटा अर्थ देखील काढता येतो. लांबवर देह आणण्यामागे काळजीपूर्वक योजना दिसते. त्यामुळे या ठिकाणी थोडासा विरोधाभास दिसतो. पुरण्यासाठी ही जागा निवडली कारण ती सापडणं अवघड आहे. पण प्रत्यक्ष पुरताना मात्र घाईघाईने आणि झपाट्याने काम केलेलं दिसतं. या देहावर वरवरची माती आणि पाईन झाडाची पानंच फक्त टाकलेली दिसत आहेत. मला ठाऊक आहे की माझ्या या सगळ्या कहाणीतून तुम्हांला खुनी शोधण्यासाठी काही मदत होणार नाही, पण मला जे काही दिसत आहे, ते मी तुम्हांला सांगत आहे विशेषत: हा विरोधाभास.''

बॉशने मान तुकवली.

''सांगितलं ते चांगलं केलंस. आम्ही लक्षात ठेवू.''

''छान! बरं, दुसरा लहानसा विरोधाभास म्हणजे पाठीवरची पिशवी. तिच्यासकट देह पुरणं ही चूक झाली. शरीर कॅनव्हासपेक्षा जास्त वेगानं कुजतं. तेव्हा त्या पिशवीमधून, पिशवीमधील सामानातून कुठली ओळख पटली तर खुनी माणसाची चूक झाली असं म्हणायला पाहिजे. पुन्हा एकदा चांगलं नियोजन करता करता मध्येच गलथानपणा दिसतो. तुम्ही लोक हुशार गुप्तहेर आहात. तुम्ही यातून योग्य तो अर्थबोध काढालच.''

कोहल बॉशकडे बघून हसली आणि पुन्हा एकदा आपल्या वहीच्या वरच्या आणि खालच्या भागावर तिने नजर टाकली.

''बस्, मला वाटतं एवढंच पुरे! इतर सर्व गोष्टींबद्दल घटनास्थळी बोललो आहोतच. मला वाटतं की तिथे सर्व काही ठीकठाक आहे. उद्या आम्ही आखलेल्या इतर चौकटींमधील नमुने घेऊ, पण हे सर्व काम उद्यापर्यंत संपायला पाहिजे. मी म्हणाले त्याप्रमाणे आपल्याला सगळं काही मिळणार नाही. पण आपल्याला जे साधायचं आहे, त्या दृष्टीने पुरेसा पुरावा मिळावा.''

बॉशला व्हिक्टर फ्रिज्बीने जेवणाच्या वेळी विद्यार्थी पोलिसाला विचारलेला प्रश्न अचानाक आठवला आणि त्याच्या लक्षात आले की तो वार्ताहर बॉशच्याहीपुढे जाऊन विचार करीत असावा.

''नमुने? म्हणजे तुला वाटतं की तिथे एकापेक्षा जास्त देह पुरले असावेत?''

कोहलने नकारार्थी मान हलवली. ''मला तसा काही संकेत मिळालेला नाही. तरीही आपण खात्री करून घ्यायला हवी. आम्ही काही नमुने शोधू. काही

ठिकाणी वायुशोधकाचा वापर करू. हा आमचा नित्यनेमाचा भाग आहे. खड्डा उथळ असल्यामुळे एकच मृतदेह असण्याची शक्यता जास्त आहे, पण आपण शक्य तेवढी खात्री करून घेतलेली बरी.''

बॉशने होकार दिला. आपले सगळे सँडविच संपवल्यामुळे बॉशला आता भूक जाणवत नव्हती आणि तो खुशीत दिसत होता. अनेकजणांच्या खुनाचे संशोधन सुरू करणे म्हणजे आणखीच अवघड काम होते.

बॉशने टेबलावर बसलेल्या इतरांकडे नजर टाकली,.

''या टेबलालाही मी सोडणार नाही. खूनमालिका आहे की काय याचा शोध घेणाऱ्या एका वार्ताहराला मी आधीच पकडलं आहे. मला इथे प्रसारमाध्यमांचे गोंधळ नको आहेत. तुम्ही फक्त त्यांना आपण नित्यनेमाचं काम करत आहोत आणि तेवढंच त्यांनी ठळकपणे छापलं तरी पुरे आहे. ठीक आहे?''

ब्रॅशरसकट सगळ्यांनी मान डोलावली. तो पुढे काही म्हणणार एवढ्यात वळणाच्या पलीकडे असलेल्या स्पेशल सर्व्हिस गटाच्या फिरत्या स्वच्छतागृहांपैकी एकातून जोरजोरात दार वाजवल्याचा आवाज ऐकू आला.

फोनबूथच्या आकाराच्या एका स्वच्छतागृहातून कोणीतरी ॲल्युमिनियमच्या भिंतीवर थापा मारत होते. थोड्याच वेळाने या जोराच्या आवाजामागे बॉशला एका बाईचे शब्द ऐकू आले. त्याने तो आवाज ओळखला आणि तो झटकन उभा राहिला.

बॉश वळणावरून पळत गेला आणि ताबडतोब फिरत्या स्वच्छतागृहाच्या चौथऱ्यावर पायऱ्या चढून गेला. कुठल्या खोलीतून आवाज येत आहे, हे पटकन ठरवून तो लगेचच त्या दारापाशी गेला.

स्वच्छतागृह वाहनाला बांधून ठेवण्यासाठी केलेली कडी कोणीतरी बंद केली होती आणि त्यामध्ये चिकनचे एक हाड घालून ठेवले होते. बॉश ओरडून म्हणाला, ''थांब, थांब.'' त्याने हाड ओढून काढायचा प्रयत्न केला, पण ते फार ओशट होते आणि त्याच्या हातातून घसरू लागले. दारावर हात आपटणे आणि आरडाओरडा चालूच होता. शेवटी, त्याने आपले पिस्तूल बाहेर काढले. त्याच्या चापाला कुलूप असल्याची खात्री केली आणि पिस्तुलाच्या दस्त्याने तो कडीतून हाड ठोकून बाहेर काढायचा प्रयत्न करू लागला. पिस्तुलाची नळी खालच्या दिशेला राहील याची सतत खबरदारी घेत तो ठोकत राहिला.

अखेर जेव्हा हाड बाहेर निघाले, तेव्हा बॉशने आपले पिस्तूल बाजूला ठेवले आणि कडी उघडली. दरवाजा धाडकन उघडला आणि टेरेसा कोराझॉन तणतणत बाहेर पडली. तिच्या आवेशामुळे त्याला धक्का बसून तो जवळजवळ पडायलाच आला होता. त्याने आपला तोल सांभाळण्यासाठी तिला धरले. पण तिने त्याला दूर लोटले.

"तू केलंस ना हे!"

"काय? छे, छे, मी सर्व वेळ त्या तिथे तिकडे होतो."

"हे कुणी केलं ते मला हवं आहे!"

बॉशने आपला आवाज खाली आणला. त्याला उमजलं की त्या समूहातील बहुतेक सर्वचजण त्यांच्याकडे बघत होते. रस्त्यावर असलेले प्रसिद्धी पत्रकारदेखील!

"हे बघ टेरेसा, शांत हो. कुणीतरी विनोद केला आहे, ठीक आहे. ज्या कुणी हे काम केलं त्याने गंमत म्हणून ही गोष्ट केली. मला माहिती आहे की तुला कोंदट जागा आवडत नाही, पण त्यांना माहिती नाही ना? कुणालातरी इथे या ठिकाणी असलेला वातावरणातला तणाव कमी करायचा होता आणि नेमकी तूच..."

"कारण, ते सर्व माझ्यावर जळतात."

"काय?"

"म्हणजे मी जी काही आहे, मी जे काही केलं आहे म्हणून."

बॉश त्यावर निरुत्तर झाला.

"जे काही असेल ते."

टेरेसा जिन्याच्या दिशेने वळली आणि अचानक वळून बॉशजवळ आली.

"मी चालले आहे. आता खूष?"

बॉशने मान हलवली.

"खूष? इथे जे काही चाललं आहे त्याचा काही याच्याशी संबंध नाही. मी इथे एक शोध घ्यायचा प्रयत्न करीत आहे आणि तुला खरंच सांगायचं झालं तर तू आणि तुझा छायाचित्रकार अशा एकाग्रता भंग करणाऱ्या गोष्टी इथं नसतील तर आम्हांला मदतच होईल."

"ठीक आहे तर. तुझ्या मनासारखं होईल आणि तू मला त्या दिवशी फोन केलास तो नंबर तुझ्या लक्षात राहील ना?"

बॉशने होकार दिला. "आणि– दुसरं म्हणजे..."

"मरू दे."

टेरेसा पायऱ्यांवरून खाली आली. रागानेच तिने तिच्या छायाचित्रकाराला खूण केली आणि तिच्या सरकारी गाडीकडे ती निघून गेली. बॉश तिच्या जाण्याकडे बघत राहिला.

जेव्हा बॉश परत टेबलापाशी आला, तेव्हा ज्युलिया आणि एडगरच फक्त उरले होते. त्याच्या जोडीदाराने दुसऱ्यांदा मागवलेल्या चिकनची हाडेच आता फक्त शिल्लक ठेवली होती. त्याच्या चेहऱ्यावर समाधानाची रेषा उमटली होती.

बॉशने कडीतून बाहेर काढलेले हाड एडगरच्या बशीत टाकले.

बॉश म्हणाला, "सगळं काही मस्त जमलं. नाही का?"

बॉशने एडगरकडे पाहून असा चेहरा केला की हे सगळं काम एडगरनेच केल्याचे त्याला ठाऊक होते. पण एडगरने चेहऱ्यावर काहीही दाखवले नाही.

एडगर म्हणाला, "जेवढा जास्त अहंकार, तेवढ्याच जोरात माणसं आपटतात. तिच्या छायाचित्रकारानं या घटनेचं थोडंफार चित्रण केलं की नाही कोण जाणे?"

बॉश म्हणाला, "तुला माहिती आहे, ती आपल्या बाजूला असणं आपल्या दृष्टीने चांगलं झालं असतं. जेव्हा आपल्याला तिची जरूर भासेल तेव्हा ती आपल्याला मदत करेल या दृष्टीने तिला सहन करणं भाग आहे."

एडगरने आपली बशी उचलली आणि खुर्चीतून आपला विस्तीर्ण देह बाहेर काढायचा तो प्रयत्न करू लागला.

"मी तुला वरती टेकडीवर भेटतो."

बॉशने ज्युलियाकडे पाहिले. तिने भुवया वर करून विचारले, "म्हणजे, हे सर्व काम त्याचं होतं तर?"

बॉशने काही उत्तर दिले नाही.

◆

७.

हाडांच्या नगरीतील उरलेलं काम आणखी दोन दिवस चाललं. कोहलने अंदाज केला होता त्याप्रमाणे सांगाड्याची बहुतेक हाडे सापडली होती आणि ती अॅकेशिया झाडीतील त्या जागेपासून दूर सुरक्षित नेण्यात आली होती. आजूबाजूच्या झुडुपांत वेळोवेळी प्राण्यांनी खणून इतस्तत: विखरून टाकलेली काही हाडे सापडली. शोधक पथक आणि उत्खनन गटातील लोक शुक्रवारी परत आले. पण नवीन आलेल्या पोलिस विद्यार्थ्यांनी दिवसभर टेकडीच्या परिसरात शोध घेऊन आणि आखलेल्या चौकटीत आणखी खणूनदेखील दिवसअखेरीपर्यंत आणखी काही हाडे हाती लागली नाहीत. चौकटीतल्या इतर चौकोनात गॅस शोधके वापरून आणि नमुने खणून काढूनसुद्धा दुसरी हाडे किंवा अॅकोशिया झाडीमध्ये आणखी काही देह पुरल्याचा पुरावा मिळाला नाही.

कोहलने अंदाज केला की साधारणपणे सांगाड्याचा साठ टक्के भाग आतापर्यंत मिळाला असावा. तिच्या सूचनेवरून आणि टेरेसाने मान्यता दिल्यानंतर

शुक्रवारी संध्याकाळपर्यंत इतर कामे चालू ठेवून हाडे शोधण्याचे आणि खणण्याचे काम तात्पुरते बंद करण्यात आले.

बॉशने त्याला विरोध केला नाही. त्याला कळून चुकले होते की, बऱ्याच प्रयत्नांनंतर हाती फार थोडेसेच लागणार होते. त्यामुळे त्याने तज्ज्ञांचे म्हणणे मानले.

बॉशला तरीही शोध पुढे चालू ठेवून हाडांची ओळख पटवून घेण्याची उत्सुकता होती. या दोन दिवसांत त्याने आणि एडगरने मिळून वंडरलँड अॅव्हेन्यूवर फक्त पुरावा गोळा करण्याच्या कामावर देखरेख ठेवणे, आजूबाजूच्या परिसरात चौकशी करणे आणि या प्रकरणातील सुरुवातीचा अहवाल तयार करणे याच गोष्टीत बराच वेळ घातल्यामुळे मूळ विषयावरचे त्यांचे लक्ष कमी झाले होते. हे सगळे काम पूर्ण करणे आवश्यक होते, पण बॉशला पुढे प्रगती व्हावी असे वाटत होते.

शनिवारी सकाळी वैद्यकीय अधिकाऱ्याच्या कार्यालयाबाहेर बॉश आणि एडगर पुन्हा भेटले आणि त्यांनी स्वागतिकेला सांगितले की कॅलिफोर्निया विद्यापीठातील मानववंशशास्त्र विभागातील कायदेशीर सल्लागार डॉ. विल्यम गॉलिव्हर यांच्याशी त्यांनी भेटीची वेळ ठरविली आहे. फोनवर खात्री करून स्वागतिका म्हणाली, ''ते तुमची 'ए' या खोलीत वाट पाहत आहेत. कुठं जायचं ते आपल्याला ठाऊक आहे ना?''

बॉशने होकार दिला आणि ते दारातून आत गेले. ते तळघरापर्यंत लिफ्टने गेले आणि बाहेर येताच त्यांना शवविच्छेदनाच्या खोलीचा विशिष्ट वास येऊ लागला. शरीर कुजल्याची दुर्गंधी आणि ती विशिष्ट रसायने यांचा असा तो वास म्हणजे जगात दुसरीकडे कुठेही येणार नाही असा वास. एडगरने लगेचच भिंतीवरील कपाटातून कागदाचा नाकाला लावायचा रुमाल बाहेर काढला आणि लावला. बॉशला काही त्याची जरुरी वाटली नाही.

एडगर त्याला म्हणाला, ''हॅरी, तूपण लावायला पाहिजेस. तुला ठाऊक आहे, सर्व प्रकारचे वास काही ना काहीतरी परिणाम करतात.''

बॉश एडगरकडे पाहून म्हणाला, ''जेरी, धन्यवाद.'' त्यांना रस्त्यात मध्येच थांबावे लागले. कारण शवविच्छेदन गृहातून एक स्ट्रेचर बाहेर काढले जात होते. त्यावर प्लॅस्टिकमध्ये गुंडाळलेला एक मृतदेह होता.

''हॅरी, 'टॅको नेल' (एक हॉटेल)मध्ये बुरिटो (एक खाद्यपदार्थ) ज्या पद्धतीने गुंडाळतात तसेच हे देह गुंडाळले आहेत हे तुझ्या लक्षात आलं होतं का?''

तो कर्मचारी स्ट्रेचर पुढे ढकलताना त्याच्याकडे पाहून बॉशने मान डोलावली. ''म्हणूनच मी कधी बुरिटो खात नाही!''

“खरंच!”

काही न बोलता बॉश पुढे चालू लागला.

टेरेसा कोराझॉन आपले प्रशासकीय काम खरोखरच बाजूला ठेवून अगदी कधीतरी स्वत: शवविच्छेदन करण्यासाठी यायची तेव्हा या ‘ए’ खोलीचा वापर करीत असे. या प्रकरणात सुरुवातीला तिने स्वत: काम केले असल्यामुळे ही खास खोली वापरण्याची परवानगी तिने गॉलिव्हरला दिली होती. त्या स्वच्छतागृह प्रकरणानंतर वंडरलँड ॲव्हेन्यूवरील घटनास्थळी टेरेसा काही परत आली नव्हती.

बॉश व एडगर खोलीच्या दुहेरी दरवाजातून बाहेर आले तेव्हा हवाई टी शर्ट आणि निळी जीन घातलेली एक व्यक्ती त्यांना भेटली.

गॉलिव्हर म्हणाला, “मला बिल म्हणून हाक मारलं तरी चालेल. मला कल्पना आहे की दोन दिवस तुम्हांला खूप काम पडलं.”

एडगरने विचारले, “काय म्हणतात?”

गॉलिव्हरने मित्रत्वाने मान डोलावली. तो साधारण पन्नाशीचा होता. त्याचे केस आणि डोळे काळेभोर होते आणि वागण्यात सहजता होती. खोलीच्या मध्यभागी असलेल्या शवविच्छेदनाच्या टेबलाकडे त्याने बोट दाखवले. ॲकेशिया झाडीमधून गोळा केलेली हाडे तिथे स्टेनलेस स्टीलच्या पृष्ठभागावर पसरून ठेवलेली होती.

गॉलिव्हर म्हणाला, “इथे काय चाललं आहे हे मी तुम्हांला सांगतो. प्रत्यक्ष जागेवरील गट पुरावा गोळा करीत होता– तेव्हा मी हे हाडांचे तुकडे तपासत होतो, क्ष किरण तपासणी करीत होतो आणि एकूणच हे सगळं कोडं सोडवण्याचा प्रयत्न करीत होतो.”

बॉश स्टेनलेस स्टीलच्या टेबलाजवळ आला. तिथे पसरलेल्या हाडांतून अर्धवट असा मानवी सांगाडा तयार झालेला दिसत होता. डाव्या बाजूचा हात, पाय आणि खालचा जबडा यांची हाडे दिसत नसल्याचे स्पष्ट होते. त्या उथळ खड्ड्यामध्ये प्राण्यांनी खणून खणून ही हाडे दूर कुठेतरी नेऊन टाकली असावीत असा निष्कर्ष निघत होता.

मोठ्या हाडांना स्टिकर्स तर लहान झाडांना चिठ्ठ्या लावून प्रत्येक हाडावर काहीतरी खूण लावलेली दिसत होती. कोहलने शोधकामाच्या पहिल्या दिवशी जी चौकट आखली होती तिथे प्रत्येक हाड कुठल्या ठिकाणी मिळाले त्याची नोंद हाडांवर लावलेल्या प्रत्येक चिठ्ठीत असावी हे बॉशला लगेच उमजले.

गॉलिव्हर गंभीरपणे म्हणाला, “एखादी व्यक्ती कशा प्रकारे जगत होती आणि तिचा मृत्यू कसा झाला हे आपल्याला हाडांवरून कळतं. लहान मुलावर अत्याचार झाले असतील, तर त्याच्या हाडातून सत्य बाहेर पडतं. ही हाडं

आपला अखेरचा महत्त्वाचा पुरावा ठरतात."

बॉशने गॉलिव्हरकडे पाहिले आणि त्याच्या लक्षात आले की गालिव्हरचे डोळे काळे नसून निळसर रंगाचे होते, पण ते खोलवर आत गेले होते आणि कशाने तरी झपाटलेले दिसत होते. बॉशच्या मागे असलेल्या हाडांकडे त्याची नजर स्थिर झाली होती. काही क्षण तसेच गेल्यावर तो जागा झाला आणि बॉशकडे बघून म्हणाला,

"या खणून काढलेल्या तुकड्यांतून आपल्याला बरीच काही नवीन माहिती मिळते असं मला वाटतं. पण मी तुम्हांला सांगतो, मी बऱ्याच प्रकरणांवर काम केलं आहे; परंतु या प्रकरणानं माझी झोप उडवली आहे. मी या हाडांकडे बघून माझी टिपणं काढीत होतो. खाली पाहिलं तर माझी वही भिजली होती. मी रडत होतो. मित्रांनो, खरोखरच रडत होतो; आणि मला ते प्रथम कळलंच नाही."

तिथे पसरलेल्या हाडांकडे हळुवार आणि दयार्द्र नजरेने गॉलिव्हर बघत राहिला. बॉशच्या लक्षात आले की त्या शास्त्रज्ञाला त्या हाडांच्या मागची व्यक्ती स्पष्टपणे दिसत होती.

"हे फार वाईट घडलं आहे. मित्रांनो, खरोखरच अतिशय वाईट!"

बॉश गॉलिव्हरविषयीच्या आदराने खालच्या आवाजात म्हणाला, "मग, तुम्हांला काय समजलं ते आम्हांला सांगा. म्हणजे आम्ही तिथे जाऊन आमच्या कामाला लागतो."

गॉलिव्हरने होकार दिला आणि जवळच्या टेबलावरून आपली टिपणवही घेऊन आला.

गॉलिव्हर म्हणाला, "ठीक आहे. मी मूळ गोष्टीपासून सुरुवात करतो. यातलं काही तुम्हांला कदाचित आधीच ठाऊक असेल. पण मी माझ्या सर्व संशोधनाची माहिती पहिल्यापासून सांगणार आहे, चालेल ना?"

बॉश म्हणाला, "आम्हांला चालेल."

"ठीक आहे. तुम्हांला इथे जे काही दिसत आहे ते कॉकेसॉइड वंशाच्या एका लहान नर मानवाचे अवशेष आहेत. माणसाच्या वाढीच्या 'मरेश' निर्देशांकाप्रमाणे मृत व्यक्तीचं वय साधारणपणे दहा वर्षं असावं असं वाटतं. आपण चर्चा करताना लक्षात येईलच की या मुलावर बरीच वर्षं सतत गंभीर शारीरिक अत्याचार होत होते. शरीरपेशीशास्त्राप्रमाणे अशा प्रकारे सतत अत्याचार होणाऱ्या व्यक्तींमध्ये एक दोष आढळून येतो, तो म्हणजे वाढ खुंटणं. या अत्याचाराच्या परिणामाने खुंटलेल्या वाढीमुळे वयाचा अंदाज चुकतो. त्यामुळे बऱ्याच वेळा एखाद्या सांगाड्यावरून प्रत्यक्ष असेल त्यापेक्षा वय कमी भासते. म्हणजे मला असं म्हणायचं आहे की, हा मुलगा दहा वर्षांचा दिसतो, पण

प्रत्यक्षात बारा-तेरा वर्षांचा असावा.''

बॉशने वळून एडगरकडे पाहिले. तो छातीवर हात घट्ट धरून पुढे काय समजणार आहे या उत्सुकतेने स्तब्ध उभा होता. बॉशने आपल्या कोटाच्या खिशातून एक वही काढली आणि लघुलिपीमध्ये तो टिपणे काढू लागला.

गॉलिव्हर पुढे म्हणाला, ''मृत्यूचा काळ-ते सांगणं अवघड आहे. आतापर्यंत तरी क्ष किरण तपासणीवरून निश्चित असं काही सांगता येत नाही. आपल्याला एकोणीसशे पंचाहत्तरच्या आसपासचा काळ दाखवणारं नाणं सापडलं आहे. त्याचा अर्थातच उपयोग होईल. माझा असा अंदाज आहे की हा मुलगा साधारणपणे वीस ते पंचवीस वर्षांपूर्वी पुरलेला असावा. मला हा अंदाज ठीक वाटतो आहे आणि काही मिनिटांतच ज्या शस्त्रक्रियेच्या पुराव्यावर आपण बोलणार आहोत, त्यावरून हा अंदाज जास्त पक्का होतो.''

आवाजातली आपली निराशा न लपवता एडगरने सारांश काढला. ''आपण वीस ते पंचवीस वर्षांपूर्वी खून झालेल्या दहा ते तेरा वर्षांच्या मुलाबद्दल बोलत आहोत.''

गॉलिव्हर म्हणाला, ''मला ठाऊक आहे, की, माझ्या अंदाजाचा पल्ला जरा जास्तच मोठा आहे. पण या क्षणीतरी शास्त्रीय दृष्टिकोनातून एवढंच निश्चित होऊ शकतं.''

''डॉक्टर, तो तुमचा दोष नाही.''

बॉशने हे सगळे लिहून घेतले. अंदाजाचा पल्ला जरी लांबलचक असला तरी शोधाच्या दृष्टीने घटनेचा एक निश्चित काळ ठरवणे अत्यंत महत्त्वाचे होते. गॉलिव्हरच्या अंदाजाप्रमाणे साधारणपणे १९७५ ते १९८५ पर्यंत हा मृत्यू घडला असावा. त्या काळात लॉरेल कॅनियनच्या प्रदेशातील परिस्थिती कशी होती याचे दृश्य बॉशच्या डोळ्यासमोर आले.

त्या काळात हा एक ग्रामीण भीतिदायक प्रदेश होता. काही भागात शिकलेली मंडळी, तर काही भागात श्रीमंत लोक, मादक द्रव्यांचे ग्राहक आणि व्यापारी, अश्लील साहित्याचा पुरवठा करणारे व्यापारी आणि सतत रॉक न् रोल करून थकलेली चंगळवादी लोकं रस्त्यारस्त्यावर दिसत असत. या मुलाचा खून अशा या वस्तीतील कुणी केला असेल का?

गॉलिव्हर पुढे म्हणाला, ''मृत्यूचं कारण... पण मला वाटतं की, मृत्यूच्या कारणाकडे आपण सगळ्यात शेवटी येऊ —. मी हातापायाच्या बोटांपासून आणि शरीराच्या धडापासून सुरुवात करतो. आपल्या लहानशा आयुष्यात या लहान मुलानं कशाकशाला तोंड दिलं असेल ते त्यावरून तुम्हांला कळेल.''

हाडांकडे परत नजर टाकण्याआधी गॉलिव्हरने क्षणभर बॉशच्या डोळ्याला

डोळा लावला. उत्तरादाखल बॉशने दीर्घ श्वास घेतला आणि त्याला इजा झालेल्या बरगडीतून एक मोठी कळ आली. ती लहानशी हाडे त्याला टेकडीवर सापडली. त्या क्षणापासून त्याच्या डोक्यात असलेली भीती खरी असल्याची बॉशला जाणीव झाली. त्याला आतून लगेच कळले की, शेवटी या गोष्टीची परिणती अशीच होणार होती. उकरलेल्या त्या जमिनीमधून भयानक हिंसाचाराची एक कहाणी बाहेर पडणार होती.

बॉशने बॉलपॉइंट पेन घट्ट दाबून आपल्या वहीवर टिपण काढायला सुरुवात केली.

''सगळ्यात पहिली गोष्ट म्हणजे आपल्याकडे फक्त साठ टक्केच हाडं आहेत. तरीही आपल्याला, सतत अत्याचार आणि हाडांवर पडलेला प्रचंड ताण यांचा नि:शंक पुरावा दिसतो. तुम्हांला मानववंशशास्त्राबद्दल कितपत माहीत आहे हे मला ठाऊक नाही, पण मला वाटतं की, मी आता जे काही सांगणार आहे त्यातलं बहुतेक सगळं तुम्हांला नवीन असेल.''

''मी तुम्हांला अगदी प्राथमिक गोष्टी सांगतो. मित्रांनो, हाडं आपोआप स्वत:ला बरी करतात. आणि हाडांच्या पुनर्निर्माणाचा अभ्यास केल्यावर आपल्याला या घटनेतील अत्याचाराचा इतिहास कळू लागतो. हाडं बरी होत असताना झालेल्या निरनिराळ्या स्थित्यंतरांच्या खुणा आपल्याला या हाडांवर दिसतात. यांतील काही हाडांच्या भेगा जुन्या आहेत, तर काही अलीकडच्या काळातल्या आहेत. हातापायांच्या बोटांपैकी फक्त दोनच हात किंवा पायांची बोटं शिल्लक आहेत आणि या सगळ्या बोटांवर ताण पडल्याच्या खुणा आहेत. थोडक्यात म्हणजे या मुलाला आयुष्यभर अत्याचार सहन करावे लागले आहेत.''

बॉशने हातात घट्ट धरलेल्या पेनकडे आणि पॅडकडे नजर टाकली. त्याचे हात पांढरे पडले होते.

''माझा लेखी अहवाल तुम्हांला सोमवारपर्यंत मिळेल. पण आता तुम्हांला निश्चित आकडा हवा असेल तर मी सांगतो की थोड्या थोड्या बऱ्या होत आलेल्या कमीत कमी चव्वेचाळीस वेगवेगळ्या जखमा मला शरीरावर दिसून आल्या आहेत. आणि मित्रांनो, हा केवळ त्याच्या हाडांना बसलेला धक्का आहे. शरीराचे इतर अवयव आणि स्नायूंना झालेल्या जखमांचा यात समावेश नाही. पण एका गोष्टीची खात्री आहे की, या मुलाला दिवसरात्र कुठल्या ना कुठल्या दुखण्याला सामोरं जावे लागत होतं.''

बॉशने हा आकडा आपल्या वहीवर लिहिला. त्यात तसा काही अर्थ नव्हता.

गॉलिव्हर पुढे म्हणाला, ''या हाडांवर झालेल्या आघातांचं मी सबपेरिओस्टील

जखमा या दृष्टीनं प्रथमत: वर्गीकरण केलं आहे. ज्या ठिकाणी हाडावर आघात झाला आहे किंवा जखम झाली आहे त्या त्वचेखाली हाडांच्या नव्या पेशीचा थर तयार झाल्याच्या या खुणा असतात.''

बॉशने विचारले, ''सबपेरी... की कुठला शब्द, त्याचे स्पेलिंग काय?''

''त्याच्याशी काय करायचं आहे- ते अहवालात असणार आहेच.''

बॉशने होकार दिला.

''आता, हे बघा.'' असे म्हणत गॉलिव्हर भिंतीजवळ असलेल्या क्ष किरण यंत्राकडे गेला. त्याने तिथला दिवा लावला. यंत्राच्या फ्रेममध्ये आधीच एक क्ष किरण छायाचित्र होते, एका लांबट पातळ हाडाचे ते चित्र दिसत होते. चित्रातील हाडाच्या मधल्या काडीसारख्या भागावर बोट दाखवून त्याने त्याच्या रंगात पडलेला फरक दाखवून दिला.

गॉलिव्हर म्हणाला, ''गोळा केलेल्या हाडांमध्ये हे फेमर हाड होतं. म्हणजे मांडीच्या वरच्या भागाचं हाड. ज्या ठिकाणी रंग थोडासा बदलला आहे ना ती जागा म्हणजे हाडाची नवी पेशी तयार होत असल्याची खूण. याचा अर्थ म्हणजे मृत्युआधी काही आठवडे या मुलाच्या मांडीवर एखादा मोठा आघात झाला असावा. अगदी चिरडून टाकणारा आघात, त्यामुळे हे हाड तुटलं नाही. पण त्याला खूप इजा झाली आहे. अशा प्रकारच्या आघातामुळे वरच्या त्वचेवरपण खरचटलं असणारच आणि त्यामुळे तो मुलगा लंगडत असणारा असावा. मी जे तुम्हांला सांगतो आहे हे त्या वेळीदेखील लोकांच्या लक्षात आलं असणारच.''

बॉशने पुढे येऊन तो क्ष किरण फोटो नीट न्याहाळून पाहिला. एडगर आपल्या जागेवरच उभा होता. बॉशने नीट पाहून घेतल्यावर गॉलिव्हरने तो फोटो काढला आणि त्याच्याऐवजी संपूर्ण फ्रेम भरेल इतके तीन फोटो लावले.

''आपल्याला या दोन्ही अवयवांवर पृष्ठभागावर कापल्यासारखं दिसत आहे. मोठ्या माणसानं हातानं किंवा कुठल्याही हत्याराने त्या अवयवावर जोरात मारलं तर अशा हिंसाचाराच्या केसमध्ये हाडांचा वरचा पृष्ठभाग कापल्यासारखा दिसतो. अशा जखमा बऱ्या होण्याच्या इतक्या खुणांवरून असं वाटतं की, या मुलावर वर्षानुवर्षं पुन: पुन: अत्याचार होत असावा.''

गॉलिव्हरने आपल्या नोंदवहीत पुन: एकदा पाहिले. मग टेबलावरील हाडांवर नजर टाकली. त्याने हाताच्या वरच्या भागाचे हाड उचलले आणि आपल्या टिपणाकडे बघत ते हाड वर धरून तो बोलू लागला. बॉशच्या लक्षात आले की, त्याने हातात मोजे घातले नव्हते.

''हे हाड म्हणजे ह्युमेरस. उजवीकडच्या ह्युमेरसवर दोन वेगवेगळ्या बऱ्या झालेल्या चिरा दिसत आहेत. ही चीर आडव्या दिशेनं पडली आहे. याचा अर्थ

असा की खूप जोरात हात पिळल्यामुळे हातावर अशी चीर पडली आहे. असं त्याच्या बाबतीत एकदाच नाही, तर अनेक वेळा झालं आहे.''

गॉलिव्हरने हाड खाली ठेवले आणि हाताच्या खालच्या बाजूचे एक हाड उचलले.

''या उलना नावाच्या हाडावर लांबट भागावर बरी झालेली एक चीर दिसत आहे. अशी चीर पडल्यामुळं या हाडाच्या गुणधर्मात थोडा फरक पडला आहे. याचं कारण म्हणजे ते हाड जागच्या जागीच दुरुस्त झालं असावं.''

एडगर म्हणाला, ''म्हणजे ते कुणी मुद्दाम बसवलं नाही? त्याला डॉक्टरांकडे किंवा अपघात विभागाकडे कुणी घेऊन गेलं नाही?''

''बरोबर. अशा प्रकारच्या जखमा अपघातांमध्ये नेहमीच होत असतात आणि प्रत्येक आणीबाणी उपचार केंद्रामध्ये त्यांच्यावर सतत इलाजही होत असतात. पण त्या संरक्षणात्मक जखमापण असू शकतात. म्हणजे असं की कुणी मारत असताना तुम्ही तुमचा हात मध्ये धरता आणि त्यामुळे हाताच्या पुढच्या भागावर फटका बसतो आणि चीर पडते. अशा प्रकारच्या जखमेवर वैद्यकीय उपचार करण्याकडे लक्ष न दिल्याने, मला असं वाटतं की, ही जखम अपघाती स्वरूपाची नसून हिंसेमधून झाली आहे.''

गॉलिव्हरने ते हाड पुन: जागच्या जागी ठेवून दिले आणि तपासणीच्या टेबलवर खाली वाकून त्याने छातीच्या पिंजऱ्याकडे नजर टाकली. बहुतेक बरगड्या सुटून बाहेर आल्या होत्या आणि तशाच वेगवेगळ्या सुट्या स्वरूपात टेबलवर पडल्या होत्या.

गॉलिव्हर पुढे म्हणाला, ''बरगड्यांचे बघा ना, जवळजवळ चोवीस जखमा दिसत आहेत आणि बऱ्या होण्याच्या वेगवेगळ्या स्थितीत किंवा कालखंडात त्यांची अवस्था दिसत आहे. बाराव्या बरगडीवरील बरी झालेली चीर, माझ्या मते हा मुलगा दोन किंवा तीन वर्षांचा असताना पडली असावी. नवव्या बरगडीवर जो डाग दिसतो आहे, तो मृत्यूपूर्वी काही आठवडे आधीच झालेल्या जखमेमुळे असावा. हाडांना ज्या चिरा पडल्या आहेत, त्या बहुतेक हाड जिथे वाकलं आहे त्याच्या जवळपास पडल्या आहेत. लहान अर्भकामध्ये याचा अर्थ शरीर जोरजोरात हलवलं आहे असा होतो, तर मोठ्या मुलांमध्ये पाठीवर जोरजोरात मारल्याने असं होऊ शकतं.''

बॉशला स्वत:च्या दुखण्याची एकदम जाणीव झाली. बरगड्यांना इजा पोचल्यामुळे तो कसा नीट झोपू शकला नाही, हे त्याला आठवलं. मग वर्षानुवर्षे एक लहान मुलगा असे दुखणे अंगावर तसेच वागवीत कसा जगत असेल असा विचार त्याच्या डोक्यात आला.

बॉश एकदम म्हणाला, ''मी जरा तोंड धुऊन येतो. तू पुढे चालू ठेव.''

बॉश आपल्या हातातली वही आणि पेन एडगरच्या हातात देऊन दारापाशी गेला. हॉलमध्ये आल्यावर तो उजवीकडे वळला. त्याला त्या शवविच्छेदनगृहाची व्यवस्थित माहिती होती आणि त्याला ठाऊक होते की पॅसेजच्या पुढच्या वळणावर स्वच्छतागृहे होती.

बॉश प्रसाधनगृहात शिरला आणि एका उघड्या बाथरूममध्ये शिरला. त्याला मळमळल्यासारखे वाटत होते. त्यामुळे तो तिथेच जरा थांबला, पण काहीच झाले नाही. थोडासा वेळ गेल्यावर मळमळणे थांबले.

बॉश बाथरूममधून बाहेर आला आणि हॉलच्या दरवाज्यातील दार उघडून टेरेसा कोराझॉनचा छायाचित्रकार आत आला. क्षणभर त्यांनी एकमेकांकडे सावधपणे बघितले.

बॉश ओरडला, ''ताबडतोब निघून जा इथून. नंतर ये.'' तो छायाचित्रकार शांतपणे वळून बाहेर गेला.

बॉश बेसिनजवळ आला आणि त्याने स्वत:ला आरशात पाहिले. त्याचा चेहरा लाल झाला होता. खाली वाकून त्याने आपल्या चेहऱ्यावर आणि डोळ्यांवर दोन्ही हातांनी थंड पाण्याचा हबका मारला. त्याच्या डोक्यात बाप्तिस्मा आणि पुनर्जन्म, पुनर्जीवन अशा प्रकारचे विचार घोळू लागले. त्याने पुन्हा वर मान करून आपल्या चेहऱ्याकडे पाहिले.

त्याच्या तोंडून मोठ्यांदा शल्य उमटले, ''मी या माणसाला पकडणारच.''

बॉश 'ए' खोलीत परत आला तेव्हा सगळे त्याच्याकडेच बघत राहिले. एडगरने त्याला वही आणि पेन परत दिले आणि गॉलिव्हरने त्याला त्याची तब्येत ठीक आहे ना? हे सुद्धा विचारले.

बॉश उत्तरला, ''ठीक आहे.''

गॉलिव्हर म्हणाला, ''तुम्हांला सांगायला हरकत नाही. मी जगभर अनेक प्रकरणं हाताळली आहेत. चिलीमध्ये, कोसोव्होमध्ये आणि वर्ल्ड ट्रेड सेंटरदेखील. या प्रकरणात...''

त्याने मान हलवली आणि म्हणाला, ''नुसता विचार करणंदेखील कठीण जातं. कदाचित त्या लहान मुलाने हे जग सोडून जाणं त्याच्या दृष्टीने जास्त बरं होतं, असं अशा प्रकरणात वाटायला लागतं. म्हणजे तुमचा परमेश्वरावर विश्वास असेल आणि याहून चांगलं जग दुसरीकडे कुठे असेल तर...''

बॉश एका टेबलाजवळ गेला आणि कपाटातून त्याने एक कागदी रुमाल बाहेर काढून आपला चेहरा पुन्हा पुसला.

''आणि जर तुमचा विश्वास नसेल तर...'' गॉलिव्हर बॉशजवळ येऊन

म्हणाला, ''हे पाहा, यासाठी तो विश्वास ठेवायला हवा. या मुलाने हे जग सोडून दुसऱ्या चांगल्या विश्वात समजा प्रवेश केला नसेल तर मग सगळं संपलंच म्हणायचं.''

''वर्ल्ड ट्रेड सेंटरमधील हाडांचा ढिगारा तू उपसलास, तेव्हा देवाची आठवण झाली नाही का?''

आपण काहीतरी लागेल असे बोललो याचा बॉशला लगेच पश्चात्ताप झाला. पण गॉलिव्हरवर मात्र त्याचा काही परिणाम झाला नाही. बॉशने 'सॉरी' म्हणायच्या आतच तो म्हणाला, ''हो, मला आठवण झाली. एवढ्या मोठ्या भयंकर प्रसंगानंतर किंवा मृत्यूने केलेल्या या अन्यायामुळे माझा विश्वास कमी झालेला नाही. उलट बराच वाढला आहे आणि तो घेऊनच मी वावरतो.''

बॉशने मान हलवून पायाने उघडायच्या कचरापेटीत रुमाल टाकला. त्याने पेटीवरचा पाय काढला, तेव्हा धाडदिशी आवाज करून पेटी बंद झाली.

बॉशने विचारले, ''मृत्यूच्या कारणाबद्दल काय म्हणता येईल?''

गॉलिव्हर म्हणाला, ''आपण थेट निष्कर्षापर्यंतसुद्धा जाऊ शकतो. आत्तापर्यंत आपण चर्चा केलेल्या आणि अनुल्लेखित सर्व जखमांबद्दल माझ्या अहवालात सविस्तरपणे लिहिलं आहे.''

तो टेबलापाशी आला आणि त्याने कवटी उचलून एका हाताने छातीशी धरून बॉशजवळ आणली.

गॉलिव्हर म्हणाला, ''कवटीमधून आपल्याला थोडीशी चांगली माहिती मिळते, तर थोडीशी वाईट. निरनिराळ्या वेळी बऱ्या होत आलेल्या तीन वेगवेगळ्या जखमा आपल्याला कवटीवर दिसतात. ही पहिली जखम.'' कवटीच्या पाठीमागे खालच्या बाजूकडे बोट दाखवून तो म्हणाला, ''ही चीर लहान आहे आणि बरी झाली आहे. तुम्हांला इथं दिसतंय की इथली हाडं पूर्ण जुळली आहेत. पण उजव्या पॅरीएटलपासून फ्रंटल हाडापर्यंत झालेली ही दुसरी जखम जास्त गंभीर आहे. त्वचेखाली रक्तस्राव झाल्यामुळे झालेल्या या जखमेसाठी शस्त्रक्रिया करावी लागली असावी.''

कवटीच्या पुढच्या भागावर बोट गोल फिरवीत गॉलिव्हरने जखमेची जागा दाखविली. कवटीवर वर्तुळाकार रेषेत पडलेल्या पाच लहानशा गुळगुळीत छिद्रांकडे नंतर त्याने बोट दाखवले. ''याला ट्रेफिन असं म्हणतात. शस्त्रक्रियेसाठी कवटी उघडण्यासाठी किंवा मेंदूवरील सुजेमुळे आलेला दाब कमी करण्यासाठी अशी छिद्रं ज्या करवतीने पाडतात, तिला ट्रेफिंग म्हणतात. या ठिकाणी बहुधा रक्तस्रावामुळे सूज आली असावी. आता ही चीर आणि शस्त्रक्रियेची खूण यावरून नवीन हाडाच्या पेशी तयार होत असल्याचं दिसत आहे. माझ्या मते या

मुलाचा मृत्यू व्हायच्या आधी सहा महिन्यांपूर्वी ही जखम आणि नंतरची शस्त्रक्रिया....''

बॉशने विचारले, ''या जखमेमुळे मृत्यू ओढवला का?''

''नाही. या दुसऱ्या जखमेमुळे.''

गॉलिव्हरने कवटी परत एकदा फिरवली आणि अजून एक चीर पडलेली दाखवली. कवटीच्या मागच्या बाजूला खाली पडलेली चीर स्पष्ट दिसत होती.

''कुठल्याही प्रकारे परत न सांधलेल्या किंवा एकत्र न झालेल्या कोळ्याच्या जाळ्यासारखी भेग पडली आहे. ही जखम मात्र मृत्यूच्या वेळी झाली आहे. एखादी कठीण वस्तू खूप जोरात आपटल्यासारखी ही जखम दिसत आहे. बेसबॉलची बॅट किंवा अशीच काही वस्तू वापरली असावी.''

बॉशने समजल्यासारखे डोके हलवले आणि कवटीकडे निरखून पाहिले. गॉलिव्हरने कवटी अशी फिरवून ठेवली होती की कवटीतील खोल डोळे बॉशकडे रोखून पाहत होते.

''डोक्यावर अजूनही काही जखमा आहेत पण त्यामुळे मृत्यू ओढवणार नाही. नाकाचं हाड आणि झायगोमॅटिक उंचवटा यामध्ये आघात झाल्यानंतर नवीन पेशी तयार झाल्याचं दिसत आहे.''

गॉलिव्हर शवविच्छेदनाच्या टेबलकडे गेला आणि त्याने कवटी हलकेच खाली ठेवली.

''मला सगळ्याचा सारांश परत सांगण्याची गरज नाही. पण थोडक्यात सांगायचं तर कुणीतरी या मुलाला सतत मारहाण करून त्याचं जिणं हराम करून टाकत असावं. शेवटीशेवटी त्यांनी कहर केला असावा. अर्थात हे सगळं अहवालात येणार आहेच.''

टेबलवरून वळून त्याने या दोघांवर नजर टाकली.

''तुम्हांला सांगतो, या सगळ्यातून मला आशेचा एक किरण दिसत आहे. त्याची तुम्हांला नक्कीच मदत होईल.''

बॉश म्हणाला, ''शस्त्रकिया?''

''अगदी बरोबर! कवटी उघडणं म्हणजे कौशल्याचं काम असतं. कुठेतरी यासंबंधीची नोंद असणारच. शिवाय या प्रकरणाचा पाठपुरावाही कुणीतरी केला असणारच. शस्त्रक्रियेनंतर राउंडेल नावाचं हाड चिमटे लावून जागच्या जागी बसवलेलं असतं. कवटीबरोबर असे चिमटे सापडले नाहीत. मला वाटतं कदाचित नंतरच्या दुसऱ्या शस्त्रक्रियेच्या वेळी ते काढून टाकलं असावं. शिवाय याचीही नोंद असलीच पाहिजे. शस्त्रक्रियेच्या खुणांवरून हाडांचा काळदेखील कळू शकतो. त्या करवतीची भोकं आजकालच्या करवतीच्या मानानं खूप मोठी

आहेत. शस्त्रक्रियेच्या हत्यारात एकोणीसशे पंच्याऐंशीच्या सुमारास बरीच सुधारणा झाली. ती जास्त सुटसुटीत झाली. आणि करवतीमुळे होणारी छिद्रं लहान झाली. मला वाटतं, या सगळ्या माहितीच्या तुम्हांला उपयोग व्हावा."

बॉशने होकार दिला आणि म्हणाला, "दातांचं काय? त्याबद्दल काही सांगता येईल?"

गॉलिव्हर म्हणाला, "खालचं जबड्याचं हाड काही सापडलं नाही. तो जिवंत असताना त्याचे वरचे दात खराब झाले होते असं दिसतं. तरीही या दातांची काही साफसफाई वगैरे करून घेतल्याचं दिसत नाही. यातूनच एक सिद्ध होतं की हा मुलगा समाजातील खालच्या थरातला असावा. तो काही दंतवैद्याकडे कधी गेलेला दिसत नाही."

एडगरने आपल्या नाकावरचा रुमाल खाली आणला. त्याच्या चेहऱ्यावर करुणेची झाक स्पष्टपणे दिसत होती.

"जेव्हा हा मुलगा रक्तस्रावामुळे इस्पितळात होता, तेव्हा त्याने डॉक्टरांना आपल्याला काय झालं हे का सांगितलं नसावं? किंवा त्याच्या मित्रांना, शिक्षकांना...?"

गॉलिव्हर उत्तरला, "याचं उत्तर तुझ्याइतकंच मलाही माहिती आहे. मुलं आपल्या आईवडलांवर अवलंबून असतात. त्यांना त्यांची भीती वाटत असते, तरी ती आईवडलांवर प्रेम करतात. त्यांच्यापासून दूर जाण्याची मुलांना भीती वाटत असते. कधी कधी मदत हवी असूनही ती त्यासाठी आरडाओरडा करून कुणाला बोलवत नाहीत. या गोष्टीला काही उत्तर नाही."

"मग या हाडांना पडलेल्या चिरांबद्दल काय म्हणायचं? डॉक्टरांना त्या दिसल्या असूनही त्यावर ते काहीच बोलले नसतील?"

"हाच तर माझ्या कामातील दैवदुर्विलास आहे. मला इतिहास आणि त्यात दडलेलं दुःख अगदी स्पष्टपणे दिसत असतं. एखाद्या जीवित रुग्णाबरोबर काम करताना हे नीट कळत नाही. जर त्या मुलाच्या आईवडलांनी मुलाला झालेल्या जखमांचं सबळ स्पष्टीकरण दिलं असतं तर डॉक्टरांना पाय, हात किंवा छातीचा क्ष-किरण फोटो काढायची काय जरूर होती? काहीच नव्हती. म्हणूनच ही भयंकर घटना लपून राहिली."

एडगरचे यावर काही समाधान झाले नाही. नकारात्मक मान डोलावून तो खोलीच्या एका कोपऱ्यापाशी आला.

बॉशने विचारले, "डॉक्टर, आणखी काही विशेष?"

गॉलिव्हरने आपले टिपण परत निरखत हाताची घडी घातली.

"हे सर्व शास्त्रीय दृष्टिकोनातून झालं. तुम्हांला त्याचा अहवाल मिळेलच.

व्यक्तिश: मला विचाराल, तर ज्या कुणी हे काम केलं त्याला तुम्ही शोधून काढाल अशी मला आशा आहे. त्यांना या गुन्ह्याबद्दल योग्यच नव्हे, तर त्यापेक्षाही जास्त शिक्षा व्हायला हवी.''

बॉशने होकार दिला.

एडगर म्हणाला, ''आम्ही त्याला नक्कीच शोधू. त्याची तुम्ही चिंता करू नका.''

बॉश व एडगर त्या इमारतीतून बाहेर पडून बॉशच्या गाडीत बसले. गाडी सुरू करायच्या आधी बॉश तिथे क्षणभर नुसताच थांबून राहिला. अखेर त्याने आपला हाताचा पंजा गाडीच्या स्टिअरिंगवर जोरात आपटला. त्यामुळे बसलेल्या धक्क्याची लहर त्याच्या दुखणाऱ्या छातीपर्यंत गेली.

एडगर म्हणाला, ''या सगळ्या कहाणीमुळे माझा त्याच्यासारखा देवावर विश्वास नाही बसत, तर मला वाटतं की अंतराळातून येणारी ती लहानशी हिरवी माणसं असतात ना, तीच खरी असावीत असं वाटतं.''

बॉशने त्याच्याकडे पाहिले तर तो गाडीच्या बाजूच्या खिडकीतून खाली वाकून जमिनीकडे पाहत होता.

''असं का बरं वाटतं तुला?''

''कारण कुणाही मनुष्यप्राण्याने आपल्या स्वत:च्या मुलाशी एवढं अघोरी कृत्य केलं नसतं. एखादं अंतराळयान वरून खाली आलं असावं आणि त्या मुलाला पळवून नेऊन त्याच्यावर अत्याचार केले असावेत, हे एकच स्पष्टीकरण दिसतं!''

''हो ना, जेरी, मला वाटतं की ही शक्यता तपासणं आपल्या अधिकृत कामाच्या यादीत समाविष्ट झालं असतं तर बरं झालं असतं. मग आपण त्या सर्व परग्रहस्थ लोकांना परत हाकलून दिलं असतं.''

बॉशने गाडी रस्त्यावर आणली आणि म्हणाला, ''मला काहीतरी प्यावंसं वाटतं.''

गर्दीतून तो गाडी बाहेर काढू लागला.

एडगर म्हणाला, ''दोस्ता, मला आता काही नको. या सगळ्याचा परिणाम उतरेपर्यंत मला फक्त माझ्या घरी जाऊन माझ्या मुलाला घट्ट मिठीत घ्यायचं आहे.''

त्यानंतर बॉश आणि एडगर एकमेकांशी न बोलता पार्कर सेंटरवर येऊन पोहोचले.

◆

८.

बॉश आणि एडगर लिफ्टने पाचव्या मजल्यावर आले अगदी सरळ शास्त्रीय संशोधन विभागाच्या प्रयोगशाळेत शिरले. तिथे या प्रकरणासाठी खास नेमलेले गुन्हेतज्ज्ञ आंतुआन जेस्पर यांच्याशी भेटीची वेळ नक्की केलेली होती.

जेस्पर बॉश व एडगर यांना कार्यालयाबाहेरीत सुरक्षा अधिकाऱ्याच्या चौकीमध्ये भेटला आणि आत घेऊन गेला. करड्या डोळ्यांच्या आणि नितळ कांतीच्या कृष्णवर्णीय तरुण जेस्परने प्रयोगशाळेचा पांढरा कोट घातला होता आणि तो लांब लांब टांगा टाकत सतत हात हलवीत असताना त्याचा कोटही पुढेमागे सारखा हलायचा.

जेस्पर म्हणाला, ''इकडे या बाजूला या. माझ्याकडे सांगण्यासारखं फार नाही, पण तुमच्यासाठीच ते मी राखून ठेवलं आहे.''

जेस्पर बॉश व एडगर यांना मुख्य प्रयोगशाळेत येऊन गेला. तिथे मोजकेच इतर तज्ज्ञ काम करीत होते. नंतर ते एका कपडे वाळवण्याच्या खोलीत गेले. तापमान नियंत्रित केलेल्या या खोलीमध्ये पुराव्यात मिळालेले कपडे किंवा इतर वस्तू स्टेंनलेस स्टीलच्या टेबलांवर पसरून वाळवले जात होते आणि तपासून पाहत होते. वैद्यकीय तपासणी अधिकाऱ्याच्या शवविच्छेदनगृहातील भयानक वासाशी तुलना करता येईल असाच कुजण्याचा वास तिथे पसरला होता.

जेस्परने बॉश व एडगर यांना दोन टेबलांवरच्या वस्तू दाखवल्या. तिथे बॉशने घटनास्थळी सापडलेली पाठीवरची पिशवी आणि माती व बुरशी यांमुळे काळे पडलेले कपड्यांचे तुकडे पडलेले पाहिले. काळसर कुजलेल्या वस्तूने भरलेली एक प्लॅस्टिकची सँडविच बॅगही त्याला दिसली.

जेस्पर म्हणाला, '' या पाठीवरच्या पिशवीत खूप पाणी आणि चिखल घुसला आहे. काळाप्रमाणे रंग बदलला असावा असं मला वाटतं.''

जेस्परने त्याच्या प्रयोगशाळेतील कोटाच्या खिशातून एक पेन बाहेर काढले आणि त्याच्या टोकाने निर्देश करीत तो आपली माहिती पुढे सांगू लागला.

''आम्हाला या पिशवीत कपड्यांचे तीन गठ्ठे आणि सँडविच किंवा खाण्याच्या कुठल्यातरी पदार्थांचे अवशेष मिळाले आहेत. जास्त तपशिलात सांगायचं तर तीन टी शर्ट, तीन अंतर्वस्त्रं आणि मोज्यांच्या तीन जोड्या मिळाल्या आहेत. शिवाय तो खायचा पदार्थ, पिशवीत एक पाकीट किंवा पाकिटाचा शिल्लक राहिलेला तुकडा मिळाला. तुम्हांला हे पाकीट इथे

दिसत नाही कारण कागदपत्र खात्याकडे ते दिले आहे. पण त्याच्यावर काही अवलंबून राहू नका, कारण हे सँडविच किंवा जे काही होतं त्यापेक्षाही खराब स्थितीत ते पाकीट होतं.''

बॉशने मान हलवून पिशवीतील गोष्टींची यादी आपल्या वहीत लिहिली. त्याने विचारले,''ओळख पटण्यासारखं काही?''

जेस्परने नकारार्थी मान हलवली.

जेस्पर म्हणाला, ''कपड्यांमध्ये किंवा पिशवीमध्ये ओळख पटेल असं काही नाही. पण दोन गोष्टी लक्षात घेण्यासारख्या आहेत. पहिली म्हणजे या शर्टावर इथे कंपनीच्या नावाची खूण दिसत आहे. शर्टाच्या छातीवर 'सॉलिड सर्फ' असं लिहिलं आहे. तुम्हांला आता ते दिसणार नाही. खास दिव्याच्या उजेडात मला ही अक्षरं दिसली. त्याचा उपयोग कदाचित होईल, कदाचित होणारही नाही. तुम्हांला 'सॉलिड सर्फ' म्हणजे काय माहिती नसेल तर मी सांगतो की समुद्राच्या लाटांवर स्केटिंग करण्याच्या खेळाच्या संदर्भात हे नाव असतं.''

बॉश म्हणाला, ''समजलं.''

''त्यानंतर आपण पिशवीचा बाहेरचा कप्पा पाहू.''

आपले पेन त्या कप्प्याच्या दिशेने रोखून जेस्पर म्हणाला, ''हे थोडं साफ केलं आणि त्यातून बाहेर काय पडलं बघा.''

बॉशने टेबलावर वाकून निरखून पाहिले. ती पिशवी निळ्या कॅनव्हासपासून तयार केली होती. तिच्या कप्प्याचा रंग निश्चितपणे बदलला होता. आणि बदललेल्या रंगात मध्यभागी ''B'' हे अक्षर तयार झालेले दिसत होते.

जेस्पर म्हणाला, ''असं दिसतंय की कधीतरी या पिशवीवर एक स्टीकर लावलं असावं. ते आता दिसत नाही. जमिनीत पुरायच्या आधी किंवा नंतर हे स्टीकर निघून गेलं हे मला निश्चित सांगता येणार नाही. माझ्या अंदाजाप्रमाणे आधीच निघालं असावं आणि मुद्दाम काढलेलं असावं.''

बॉशने टेबलापासून दूर होऊन आपल्या वहीत काही नोंद केली. जेस्परकडे बघून तो म्हणाला, ''ठीक आहे, आन्तुआन, छान काम केलंस. आणखी काही विशेष?''

''नाही, याविषयी एवढंच.''

''मग आता आपण कागदपत्रांकडे वळू.''

जेस्पर बॉश व एडगर यांना घेऊन मुख्य प्रयोगशाळेतून लहान प्रयोगशाळेपाशी गेला. तिथे आकड्यांच्या एका कुलुपाशी जुळवाजुळव करून त्याने दार उघडले.

या प्रयोगशाळेत टेबलांच्या दोन रांगा होत्या. पण त्यावर काहीच नव्हते.

प्रत्येक टेबलावर एक आडवा दिव्याचा स्टँड बसवला होता आणि त्याखाली एक भिंग बसवलं होतं. दुसऱ्या रांगेतल्या मधल्या टेबलाकडे जेस्पर जाऊन उभा राहिला. त्या टेबलावर बर्नाडेट फॉर्निएर असे नाव होते. बॉश तिला ओळखत होता. पूर्वी प्रकारणात आत्महत्येची खोटी चिठ्ठी सापडली होती त्या प्रकरणात त्या दोघांनी बरोबर काम केले होते. त्याला ठाऊक होते की ती आपल्या कामात तरबेज आहे.

टेबलाच्या मध्यभागी असलेले पुराव्याचे प्लॅस्टिकचे पाकीट जेस्परने उचलले आणि ते उघडून त्यातून पारदर्शक प्लॅस्टिकच्या दोन नळ्या त्याने बाहेर काढल्या. एकीमध्ये काळ्या बुरशीने माखलेले तपकिरी पाकीट होते, तर दुसरीमध्ये कुजलेल्या कागदाचा एक चौकोनी तुकडा होता. घडी केलेल्या तीन ठिकाणी तो फाटला होता आणि बुरशी लागून खराब झाल्यामुळे त्याचा रंगही पार निघून गेला होता.

जेस्पर म्हणाला, ''कुठलीही गोष्ट ओली झाली म्हणजे असंच होतं. ते पाकीट उघडून त्यातील पत्राचा कागद बाहेर काढण्यासाठी बर्नीला पूर्ण दिवस लागला. तुम्हांला दिसतंच आहे की घडीच्या ठिकाणी हा कागद फाटला आहे. आणि या कागदावर काय लिहिलं आहे, याचा विचार करायचा म्हटलं तर ते आपल्याला जन्मात समजणार नाही.''

बॉशने टेबलावरचा दिवा चालू केला आणि प्लॅस्टिकची नळी भिंगाखाली सरकवली. पाकीट आणि पत्राचा कागद भिंगाखाली नीट धरून त्याने निरखून पाहिले. कशावरही वाचता येण्याची सुतरामही शक्यता नव्हती. त्याच्या लक्षात एक गोष्ट मात्र आली की पाकिटावर तिकीट नव्हते. तो म्हणाला, ''काय हे? छे!''

बॉशने नळी पुन्हा पुन्हा फिरवून बघितली. जे स्पष्ट आहे, त्याची आणखी खात्री करून घेण्यासाठी एडगरही त्याच्या शेजारी येऊन उभा राहिला.

बॉश म्हणाला, ''यातनं काही निघालं असतं तर बरं झालं असतं.''

बॉशने जेस्परला विचारले, ''आता ती काय करेल असं वाटतं?''

''कदाचित ती काही दुसरे रंग, दुसऱ्या प्रकारचे दिवे वापरून पाहील. शाईशी प्रतिक्रिया होईल असं काहीतरी वापरून पत्रावरचं काही उठून दिसतंय का ते पाहील. पण काल ती एवढी आशावादी दिसली नाही. मी आधीच म्हणालो होतो की मला आतून काही निष्पन्न होईल असं वाटत नाही.''

बॉशने होकार देऊन दिवा बंद केला.

◆

९.

हॉलिवूड विभागाच्या चौकीच्या मागील दरवाजाजवळ एक बाक ठेवलेला होता. त्याच्या दोन्ही बाजूला वाळू भरलेली मोठमोठी रक्षापात्रे होती. रेडिओवरून काम संपल्याची किंवा विश्रांतीच्या वेळेची घोषणा झाली की त्याला 'कोड ७' असे म्हणत आणि या बाकालाही कोड ७ असेच गमतीने म्हणत. शनिवारी रात्री सव्वाअकरा वाजता कोड ७ बाकड्यावर बॉश एकटाच बसला होता. सिगारेट ओढावी असे त्याला वाटत होते तरी सिगारेट न ओढता तो वाट बघत बसला होता. चौकीच्या मागच्या दरवाजावरील दिव्याचा मंद प्रकाश बाकड्यावर पडला होता आणि पोलिस चौकी व शहराच्या मागील बाजूस असलेले अग्निशमन दल या दोघांनाही वापरता येणारा गाडीतळ तिथून नीट दिसत होता.

रात्रीच्या टेहळणी पथकातील कर्मचारी तीन ते अकरा पाळी करून परतत होते आणि चौकीत येऊन, युनिफॉर्म काढून टाकून, स्वच्छ अंघोळ करून शक्य झाले तर दिवसभराचे काम संपवण्याच्या तयारीत होते. आपल्या हातातील विजेरीवर बॉशची नजर गेली. आपल्या हाताचा अंगठा विजेरीच्या टोकावरून फिरवला तेव्हा ज्युलिया ब्रॅशरने कोरलेला बॅज नंबर त्याला स्पर्शाने जाणवला.

विजेरी वर उचलून आपल्या हातात वरचेवर झेलून तिचे वजन जोखण्याचा बॉशने प्रयत्न केला. त्या मुलाला मारण्यासाठी कुठले शस्त्र वापरले असेल याविषयी गॉलिव्हर काहीतरी म्हणाल्याचे त्याला मध्येच आठवले. या शस्त्रांमध्ये अशी विजेरीदेखील असू शकेल.

गाड्यांच्या सामायिक तळापाशी एक टेहळणीची गाडी येऊन उभी राहिल्याचे बॉशला दिसले. ड्रायव्हरच्या शेजारच्या सीटवरून उतरलेल्या ज्युलिया ब्रॅशरच्या एजवूड या जोडीदाराला त्याने ओळखले. गाडीतील बंदूक घेऊन तो सरळ चौकीत शिरला. बॉशने तिथेच थांबून वाट पाहिली. त्याला काय करावे समजेना. आधी ठरवले तसे करावे की कुणी पाहणार नाही अशा रीतीने सरळ चौकीत शिरावे असे त्याला वाटू लागले.

बॉश तिथून उठायचे ठरवणार, एवढ्यात ड्रायव्हरच्या जागेतून ब्रॅशर बाहेर आलेली त्याला दिसली आणि तीही चौकीकडे चालू लागली. दिवसभर खूप काम पडल्यामुळे थकून-भागून गेलेल्या व्यक्तीप्रमाणे ती मान खाली घालून हळूहळू चालत होती. बॉशला अशा गोष्टीची जाणीव होती. त्याला वाटले

कदाचित कुठेतरी काहीतरी बिनसले असावे. एजवूड ज्या पद्धतीने तिला सोडून चौकीत आधी निघून गेला, याचा सूक्ष्म अर्थ म्हणजे काहीतरी बिघडले असावे असे बॉशला वाटून गेले. तो तिच्यापेक्षा पाच वर्षांनी लहान होता तरीही तो तिचा प्रशिक्षण अधिकारी होता आणि ती नवीन रंगरुट होती. कदाचित स्त्रीपुरुष नात्यामुळे आणि वयात अंतर असल्यामुळे अवघडल्यासारखी परिस्थिती निर्माण झाली असेल किंवा दुसरेही काही असू शकेल.

बाकड्यावर बसलेला बॉश ज्युलियाला दिसत नव्हता. त्याने तोंड उघडले तेव्हा ती जवळजवळ चौकीच्या दारापाशी पोहोचली होती.

"ए मुली, तू गाडीतल्या मागच्या सीटवरील घाण साफ केली नाहीस."

मागे बघत ज्युलिया चालतच राहिली आणि तिला बॉश नीट दिसल्यावर तिथेच थांबून ती बाकापाशी आली. बॉश म्हणाला, "मी तुझ्यासाठी काहीतरी आणलं आहे." त्याने तिच्यापुढे विजेरी धरली. ती स्वीकारताना ज्युलिया मंदपणे हसली.

"धन्यवाद हॅरी, त्यासाठी तू इथं येऊन वाट पाहायची गरज नव्हती..."

"पण मला यायचं होतं."

क्षणभर अवघडून दोघेही स्तब्ध झाले.

ज्युलियाने विचारले, "आजपण तू त्या प्रकरणावर काम करीत होतास का?"

"हो, जवळजवळ तसंच म्हणायला हरकत नाही. कागदपत्रं तयार करायला सुरुवात केली आहे. आज सकाळी आम्ही शवविच्छेदनाचं काम पार पाडलं. आता त्याला शवविच्छेदन म्हणता येईल की नाही कोण जाणे?"

"तुझ्या चेहऱ्यावरून वाटतंय की काम काही धड झालेलं दिसत नाही."

बॉशने होकारार्थी मान हलवली. तो बसलेलाच होता आणि ती उभी होती, त्यामुळे त्याला जरा चमत्कारिक वाटले.

"तुझ्या चेहऱ्यावरून असं वाटतंय की तुझा दिवस पण कठीण गेलेला दिसतोय."

"सगळेच दिवस असे असतात, नाही का?"

बॉश काही बोलायच्या आतच आंघोळ करून नेहमीचे कपडे घालून ताजेतवाने झालेले दोन पोलिस चौकीतून बाहेर पडले आणि आपल्या स्वत:च्या गाड्यांकडे जाऊ लागले.

त्यांच्यापैकी एकजण म्हणाला, "धीर धर ज्युलिया, आपण नंतर भेटूच."

ज्युलिया उत्तरादाखल म्हणाली, "ठीक आहे, किको."

ज्युलियाने वळून बॉशकडे पाहिले आणि हसून म्हणाली, "आमच्या पाळीतील

काहीजण बोर्डनरच्या उपाहारगृहात एकत्र जमणार आहोत. तुला यायचंय?''

''अं...''

''ठीक आहे, मला आपलं वाटलं की तुला एखादं पेय घेतलं की बरं वाटेल.''

''हो, मला त्याची जरूर आहे. खरं म्हणजे त्याच्यासाठीच तुझी वाट पाहत मी इथं थांबलो आहे. पण बारमध्ये एखाद्या मोठ्या ग्रुपबरोबर आपण जावं असं मला वाटत नाही.''

''मग? तुझा काय विचार आहे?''

बॉशने घड्याळाकडे पाहिले. त्या वेळी ११.३० वाजले होते.

''प्रसाधनगृहात तुला किती वेळ लागेल त्यावर अवलंबून आहे. मुसो उपाहारगृहात अगदी बंद होताना शेवटची मार्टिनी कदाचित आपल्याला मिळेल.''

ज्युलिया दिलखुलास हसली.

''मला ती जागा फार आवडतं. बस, मी पंधरा मिनिटांत आलेच.''

बॉशच्या उत्तराची वाट न पाहता ती सरळ चौकीत शिरली.

बॉश म्हणाला, ''मी इथं तुझी वाट पाहतो.''

◆

१०.

मुसो आणि फ्रॅन्क यांचा बार म्हणजे जवळजवळ शंभर वर्षे हॉलिवूडच्या प्रसिद्ध आणि अप्रसिद्ध अशा सर्वच रहिवाशांची मार्टिनी पिण्याची जागा होती. पुढच्या भागात एकदम लाल लेदरने अंथरलेली टेबले होती आणि अर्ध्यावर आलेले लाल रंगाचे कोट घालून म्हातारेसे वाटणारे वेटर सावकाश इकडे-तिकडे फिरत होते. पाठीमागच्या भागात लांबच लांब असा एकच बार होता आणि तिथे फक्त उभे राहण्यासाठीच जागा होती. म्हाताऱ्या वेटर्सचे बाप शोभतील अशा बारमागील कर्मचाऱ्यांचे लक्ष वेधून आपल्याला काय हवे ते सांगण्यासाठी बारच्या ग्राहकांमध्ये झुंबड उडाली होती.

बॉश आणि ज्युलिया तिथे आले तेव्हा दोन ग्राहक स्टुलावरून उठून निघाले होते. स्टुडिओत काम करणाऱ्यांपैकी वाटणारे दोघेजण त्या स्टुलावर बसणार त्याआधीच बॉश आणि ब्रॅशरनी ती जागा पटकावली. बारच्या कर्मचाऱ्याने बॉशला ओळखले आणि त्या दोघांची व्होडका मार्टिनीची ऑर्डर घेतली.

बॉश आता ज्युलियाशी सहजतेने वागत होता. गेल्या दोन दिवसांत त्यांनी घटनास्थळी एकाच टेबलवर दुपारचे जेवण एकत्र घेतले होते आणि टेकडीवर शोध चालू असताना ती कायम त्याच्या दृष्टिपथात होती. मुसोच्या बारपर्यंत त्याच्या गाडीतून ते बरोबरच आले होते आणि आपसातली ही तिसरी-चौथी भेट असल्यासारखे त्याला वाटत होते. आपल्या खात्याबद्दल ते बारीकसारीक चर्चा करीत होते आणि त्याला या प्रकरणातील जी माहिती उघड करायला हरकत नव्हती तेवढी माहिती तो तिला देत होता. बाटलीसह मार्टिनीचे प्याले बारच्या कर्मचाऱ्याने त्यांच्या टेबलवर आणेपर्यंत प्रकरणातील हाडे, रक्तस्राव, बेसबॉल बॅट या गोष्टी त्याच्या विस्मरणात गेल्या होत्या.

ब्रॅशर आणि ज्युलिया यांनी पेले एकमेकांना भिडवले आणि ज्युलिया म्हणाली, ''जीवनाविषयी शुभेच्छा.''

बॉश उत्तरला, ''हो ना, आणखी एक दिवस संपला.''

''अगदी कसाबसा.''

ज्युलियाला मनातून कसला त्रास होत आहे, हे आता विचारायला हरकत नाही असे बॉशला वाटू लागले, पण तरीही जर तिला सांगायचं नसले तर त्याचा फार आग्रह नव्हता.

''मागच्या पार्किंगच्या तिथं तू ज्याला किको म्हणून हाक मारलीस, तो तुला 'धीर धर' असं का बरं म्हणाला?''

ज्युलिया जरा अडखळली आणि तिने काहीच उत्तर दिले नाही.

''नाही, म्हणजे तुला सांगायचं नसलं तर...''

''नाही नाही, तसं नाही. पण न सांगण्यापेक्षा मला आता त्याच्याबद्दल विचारही करायचा नाही.''

''असं वाटणं म्हणजे काय मला ठाऊक आहे– मी तुला विचारलं चूक झाली.''

''नाही, ठीक आहे.''

''माझा जोडीदार माझ्याविषयी वरच्या अधिकाऱ्यांकडे तक्रार करणार आहे. मीसुद्धा तात्पुरत्या नोकरीवर आहे. त्यामुळे माझी कदाचित नोकरी जाईल.''

''तुझ्याबद्दल काय लिहिणार आहे?''

''बंदुकीच्या पुढे येण्याची.''

म्हणजे आपल्याबरोबर असलेल्या अधिकाऱ्याने हातात धरलेल्या बंदुकीच्या किंवा पिस्तुलाच्या नळीच्या समोर चुकूनही यायचं नाही असा पोलिसदलात दंडक असतो, त्याविषयी ती बोलत होती.

''म्हणजे नक्की काय झालं? तुला सांगायचं नसेल तर ठीक आहे.''

ज्युलियाने नुसतेच खांदे उडवले. आपल्या ग्लासमधून त्यांनी मार्टिनीचा एक मोठा घुटका घेतला.

"नाही, मला घरातली कामं करणारे नोकर आवडत नाहीत. पण आमच्या खात्यातल्या या नोकराने शय्यागृहात हातात बंदूक घेऊन स्वत:ला कोंडून घेतलं. आता ही बंदूक तो स्वत:वर, बायकोवर की आमच्यावर वापरणार हे काही आम्हांला ठाऊक नव्हतं. आम्ही दबा धरून बसलो होतो आणि वेळ येताच आत शिरणार होतो."

ज्युलियाने अजून एक मद्याचा घोट घेतला. बॉश तिच्याकडे निरखून बघत होता. तिच्या मनात चाललेली खळबळ तिच्या डोळ्यांत स्पष्ट दिसत होती.

"एजवूडच्या हातात बंदूक होती. किकोने दाराला लाथ मारायची आणि किकोचा जोडीदार फेनेल आणि मी यांनी दरवाजापाशी उभं राहायचं असं ठरलं होतं. मग आम्ही कारवाईला सुरुवात केली. किको अंगापिंडाने मजबूत आहे. त्याने एका लाथेनं दरवाजा उघडला. फेनेल आणि मी आत गेलो, तर हा नोकर अंथरुणावर मरून पडलेला दिसला. सगळं काही व्यवस्थित चाललं होतं, पण एजवूडला माझ्याविषयी काही आकस होता का, काय, कोण जाणे. तो म्हणाला, 'मी बंदुकीला आडवी आले!'

"तू आली होतीस का?"

"मला काही तसं वाटत नाही. पण आडवी आले असेल तर खरं म्हणजे फेनेलही आडवा आला होता. पण तो फेनेलला एक अक्षरही बोलला नाही."

"तू नुकतीच भरती झाली आहेस. अजून तुझा शिक्षणकाळ चालू आहे म्हणून."

"हो ना, आणि मला आता या सगळ्याचा अगदी कंटाळा आला आहे, हे नक्की. हॅरी, मला म्हणायचं आहे– तू या सगळ्यातून कसा काय गेला होतास? आता तुझ्याकडे काहीतरी करून दाखवता येईल अशा पद्धतीनं काम आहे, पण मी काय करते आहे? दिवसरात्र रेडिओवरील संदेशाकडे सतत लक्ष ठेवायचं आणि निरर्थक गोष्टींमध्ये वेळ दवडायचा– म्हणजे घरात आग लागली असताना थुंकीने तो विझवायचा प्रयत्न करायचा! आपली तिथं काहीच प्रगती होत नाही आहे आणि इकडे हा उद्धट पाजी माणूस दर दोन मिनिटांनी मला सांगतोय की तुझंच चुकलं!"

ज्युलियाला नेमकं काय वाटतेय ते बॉशला कळत होते. युनिफॉर्ममध्ये आलेल्या प्रत्येक पोलिसाला या सगळ्यातून जावेच लागते. तुम्ही रोज दिवसभर चिखलात पाय तुडवीत फिरत असता आणि आयुष्य म्हणजे हेच की काय असे वाटायला लागते– अगदी पाताळात गेल्यासारखे वाटत असते. त्यामुळे बॉशने

टेहळणी पथकाचे काम परत कधी स्वीकारले नव्हते.

"तुला काय वाटलं की इथे अजून काही वेगळं असेल? म्हणजे पोलिस प्रशिक्षण केन्द्रात असताना असं वाटलं होतं का?"

"काय वाटलं होतं आता सांगता येणार नाही. पण माझ्याकडून काही होऊ शकेल अशा स्थानापर्यंत मी पोहोचू शकेन की नाही अशी मला शंका वाटते."

"मग असं वाटतं की तुला हे जमेल-पहिली दोन वर्षं जरा अवघड असतात, पण तुम्ही पाय घट्ट रोवून राहायचं आणि लांबवरच्या दृष्टिकोनातून बघायचं.-आपण कुठे झगडा-लढाई करायची आणि कुठल्या मार्गानं जायचं ते आपणच ठरवायचं.-असं केलंस तर तुला सर्व ठीक जाईल."

नेहमीचे रटाळ भाषण ज्युलियाला द्यावे असे काही बॉशला वाटले नाही. आपल्या आयुष्यात देखील स्वत:विषयी आणि आपल्या आवडनिवडींविषयी दीर्घ काळ संभ्रमात पडल्याचे त्याला आठवले आणि तरीही तिला त्याविषयी चार शब्द सांगणे त्याला अप्रशस्त वाटले.

ज्युलिया म्हणाली, "दुसऱ्या कशावर तरी बोलूया."

बॉश म्हणाला, "मला चालेल."

संभाषणाचा ओघ दुसरीकडे कसा वळवावा याचा विचार करीत बॉशने पेयाचा एक मोठा घोट घशाखाली घातला. पेला खाली ठेवून तो तिच्याकडे बघून हसला.

"म्हणजे तू अशी अँडिस पर्वतराजीत फिरायला गेली होतीस आणि मध्येच स्वत:ला म्हणालीस,

"छे! मला फक्त पोलिस व्हायचयं!"

आधीच्या बोलण्यातील गांभीर्य दूर करण्याचा प्रयत्न करीत ज्युलिया हसून म्हणाली, "नाही, तसं नाही-मी खरं म्हणजे अँडीस पर्वताच्या बाजूला कधीच गेले नव्हते."

"मग, पोलिसचा बिल्ला लावण्याआधी तू ज्या श्रीमंत, परिपूर्ण आयुष्यात लोळत होतीस त्याबद्दल सांग. तू म्हणालीस की तू जगभर भटकलीस म्हणून?"

"पण मी दक्षिण अमेरिकेत कधीच गेले नव्हते."

"म्हणजे अँडीस पर्वत तिथे आहे का? मला आपलं वाटायचं की तो फ्लॉरिडाच्या जवळपास कुठंतरी आहे!"

ज्युलियाला परत हसू फुटले आणि विषयांतर करणं जमल्यामुळे बॉशला बरं वाटलं. ती हसत असताना तिच्या दातांकडे बघायला त्याला आवडे. ते किंचित वाकडे होते आणि तरीही अगदी मस्तपैकी व्यवस्थित दिसायचे.

"नाही, खरंच, तू नक्की काय करत होतीस?"

स्टुलावर बसल्या बसल्या ज्युलिया थोडीशी सरकली. बारच्या भिंतीपाशी लावून ठेवलेल्या रंगीत बाटल्यांच्या मागील आरशात असे वाटत होते की ती आणि बॉश खांद्याला खांदा लावून एकमेकांकडे टक लावून बघताहेत.

"नाही, म्हणजे मी काही दिवस वकील म्हणून काम केलं. फौजदारी वकील नाही. लगेच उत्सुकतेने बघू नकोस, तर दिवाणी वकील म्हणून! नंतर माझ्या लक्षात आलं की हे अगदीच निरर्थक होतं म्हणून ते काम सोडून मी प्रवास सुरू केला–प्रवास करता करता मी कामंही करायची.

मी इटलीमध्ये व्हेनिस इथे मातीची भांडी बनवायचं तर स्विस आल्प्स पर्वतराजीमध्ये घोडेस्वार मार्गदर्शक म्हणून काम केलं. हवाई बेटांमध्ये दिवसभराची ट्रिप करणाऱ्या पर्यटक बोटीवर मी आचाऱ्याचं काम केलं– इतरही अशी बरीच कामं करून मी खूप जग पाहिलं.–फक्त अँडीस पर्वत काही पाहिला नाही. नंतर मी परत घरी आले."

"लॉस एंजेलिसला?"

"तिथेच जन्म झाला आणि तिथेच वाढले. तुझं काय?"

"माझंही तेच. क्वीन ऑफ अेंजल्समध्ये वाढलो."

"मी सेडारमध्ये."

ज्युलियाने आपला ग्लास उंचावला व त्याच्या ग्लासाशी भिडवला.

"काही शूर आणि अभिमानी लोकांच्या कल्याणासाठी शुभेच्छा!" ती म्हणाली.

बॉशने आपण ग्लास संपवला व बाटलीतील मद्य त्याने त्यात ओतले. त्याने ज्युलियाच्या मानाने बरीच घेतली होती, पण आता त्याला फिकीर नव्हती. त्याला मोकळे आणि आनंदी वाटत होते–आपले काम विसरून काही काळ मजेत घालवणे ही एक चांगली गोष्ट होती. या प्रकरणाशी थेट संबंध नसलेल्या एखाद्या व्यक्तीबरोबर थोडा विरंगुळा मिळणे ही सुखद गोष्ट होती.

बॉशने विचारले, "म्हणजे सेडारला तुझा जन्म झाला–पण तुझं बालपण कुठे गेलं?"

"हसू नकोस, पण मी 'बेल अेअर' मध्ये वाढले."

"बेल अेअर? मला खात्री आहे की तू पोलिस खात्यात आलेलं तुझ्या वडलांना अजिबात आवडलं नसेल."

"विशेषत:, त्याच्या वकिलीच्या कंपनीमधून मी बाहेर पडले आणि दोन वर्षं अदृश्य झाले म्हणून तर आजिबात आवडलं नाही."

बॉशने हसून आपला ग्लास वर उचलला आणि तिनेही आपला प्याला उंचावला.

"धीट मुलगी आहेस."

ग्लास खाली ठेवल्यावर ज्युलिया म्हणाली, "आता एकमेकांची चौकशी थांबवू या!"

बॉश म्हणाला, "ठीक आहे, मग काय करायचं?"

"हॅरी, मला घरी पोचव–तुझ्या घरी!"

बॉशने ज्युलियाच्या चमकणाऱ्या निळ्या डोळ्यांत निरखून पाहिलं. मद्याचा पोषक परिणाम झाल्यामुळे, वातावरण झपाट्याने रंगीन होत होतं– पण पोलिस खात्यातील व्यक्तीत आपसांत हे असंच होत असावं– एका बंदिस्त समाजात वावरणारे, आपल्याला रोजच्या कामात डोक्यावर सतत टांगती तलवार असल्याची जाणीव असलेले आणि स्वत:च्या अंत:प्रेरणेवर जास्त अवलंबून असलेले पोलिस खात्यातील सहकारी यांच्यात नेहमी असंच होत असावं!

बॉश अखेर म्हणाला, "हो, मलाही तसंच वाटतं."

बॉशने वाकून, ज्युलियाच्या ओठाचे चुंबन घेतले.

◆

११.

बॉशच्या घराच्या दिवाणखान्यात उभी राहून ज्युलिया ब्रॅशर स्टिरिओच्या शेजारी असलेल्या कप्प्यातील सीडी कडे नजर टाकत होती.

"मला जाझ संगीत फार आवडतं."

बॉश स्वयंपाकघरात होता– ज्युलियाने असे म्हटलेले ऐकून त्याला हसू आले. त्याने बाटलीतून दोन मार्टिनी पेल्यात ओतल्या आणि दिवाणखान्यात येऊन तिच्यापुढे एक ग्लास धरला.

"तुला कोण गायक आवडतो?"

"अं अं– सध्यातरी बिल इव्हान्स आवडतो."

मान हलवून बॉशने कप्प्यामधून काइंड ऑफ ब्लू ही सीडी बाहेर काढली व स्टिरिओमध्ये घातली.

बॉश म्हणाला, "बिल व माइल्स, कोल्ट्रान आणि अजून एकदोन असे गायक– बस्, त्यांच्याहून श्रेष्ठ काहीच नाही."

संगीत सुरू झाले तुझा बॉशने आपला ग्लास उंचावला. त्याच्याजवळ

येऊन ज्युलियाने आपला ग्लास त्याच्याशी भिडवला. पण ग्लास एकमेकांच्या जवळ यायच्या आधी दोघांनीच एकमेकांचे चुंबन घेतले. मध्येच तिला हसू येऊ लागले.

बॉश म्हणाला, ''काय झालं?''

''काही नाही–मला एकदम बेफिकीर आणि मजेत असल्यासारखं वाटू लागलं.''

''मलासुद्धा!''

''मला वाटलं तू मला ती विजेरी दिलीस ना तेव्हापासून सुरुवात झाली.''

बॉशच्या चेहऱ्यावर प्रश्न उमटले.

''म्हणजे काय?''

''म्हणजे असं, की, ती लांबच लांब विजेरी म्हणजे अगदी पुरुषी होती!''

बॉशच्या चेहऱ्यावर उठलेला चमत्कारिक भाव पाहून ज्युलियाला जोरात हसू आले आणि तिच्या ग्लासमधील मद्य हिंदकळून बाहेर सांडले. नंतर बॉशच्या अंथरुणात तो व ज्युलिया चेहरा उशीत खुपसून पालथे झोपले असताना तिच्या पाठीवर गोंदलेल्या तळपत्या सूर्याच्या चित्रावरून बोटे फिरवताना ती इतकी निराळी तरी आपलीशी का वाटावी याचा बॉश विचार करू लागला. त्याला तिच्याबद्दल खरे म्हणजे काहीच माहीत नव्हते. प्रत्येक दृष्टीने पाहिले तर तिच्या पाठीवरील गोंदलेल्या चित्राप्रमाणे तिची प्रत्येक गोष्ट त्याला नवलाईची वाटत होती.

ज्युलिया म्हणाली, ''तू कसला विचार करीत आहेस?''

''काही नाही–तुझ्या पाठीवर हे चित्र कुणी गोंदलं याचा विचार करीत होतो. मला स्वत:ला हे करायला आवडलं असतं, कदाचित.''

''का बरं?''

''कारण त्यामुळे त्या चित्रकाराची थोडी ना थोडी आठवण तुझ्याबरोबर नेहमीच राहणार आहे.''

ज्युलिया बाजूला वळली आणि तिचे सुंदर हसू आणि वक्ष:स्थळ बॉशच्या दृष्टीस पडले. तिचे केस मोकळे सुटून खांद्यापर्यंत आले होते–तेही त्याला छान वाटत होते–तिने त्याला खाली ओढून त्याचं एक दीर्घ चुंबन घेतले.

मग ती म्हणाली, ''बऱ्याच दिवसांत माझ्याविषयी इतकं चांगलं कुणी बोललं नाही.''

बॉशने ज्युलियाचे डोके अलगद उशीवर टेकवले. तिच्या शरीराचा, घामाचा आणि तिने लावलेल्या अत्तराचा वास त्याला स्पर्शून गेला.

ज्युलिया म्हणाली, ''तुझ्या भिंतीवर कुठली चित्रं म्हणजे फोटो वगैरे दिसत नाहीत.''

बॉशने नुसतेच खांदे उडवले.

पुन: ज्युलिया वळल्यामुळे तिची पाठ बॉशसमोर आली. त्याने तिच्या हाताखालून हात घातला आणि तिचा वक्षभाग हातात घेऊन तिला आपल्याकडे ओढले.

बॉशने विचारले, "सकाळपर्यंत इथे थांबू शकशील का?"

"नाही, म्हणजे मी कुठं आहे याबद्दल माझ्या नवऱ्याला कदाचित काळजी वाटेल. पण मी फोन करून त्याला सांगू शकेन."

बॉश थिजून गेला. मग ज्युलिया जोरात हसू लागली.

"मला असा धक्का देऊ नकोस."

"पण तू मला मी कुणामध्ये गुंतले आहे किंवा काय याबद्दल कधीच विचारलं नाहीस."

"तूही मला विचारलं नाहीस?"

"तुझं वागणं स्पष्टच होतं. 'एकटा' असलेल्या गुप्तहेरासारखं." मग गंभीर पुरुषी आवाजात बॉश पुढे म्हणाला, "मॅडम, मी फक्त हकीगत सांगितली तुम्हांला. मला मुलींसाठी कुठे वेळ असतो? माझा व्यवसाय म्हणजे खुनाचा शोध–मला माझं काम असतं आणि..."

बॉशने तिच्या शरीराच्या बाजूंवरून आणि तिच्या बरगड्यांवरून आपली बोटे फिरवली–तिच्या हसण्यामुळे तिचे शब्द बाहेर पडू शकले नाहीत.

बॉश म्हणाला, "तू मला तुझी विजेरी वापरायला दिलीस. कुणाततरी गुंतलेल्या एखाद्या मुलीने कधी असं केलं असतं का?"

"माझ्या कडक मित्रा, तुला एक गोष्ट सांगू? मी तुझ्या डिकीतील विजेरी पाहिली होती आणि तू तिच्यावर फडके टाकून ती लपवल्याचंही मी पाहिलं. कुणाला थापा मारतोस?"

ओशाळून बॉश कुशीवर वळून दुसऱ्या उशीवर गेला. त्याचा चेहरा शरमेंने लाल आल्याचे तिला जाणवले. चेहरा लपवण्यासाठी त्याने हात तोंडावर धरले.

"अरे बापरे, घात झाला श्रीयुत वेंधळे!"

ज्युलियाने त्याच्याकडे सरकून त्याच्या तोंडावरचे हात काढले आणि त्याच्या हनुवटीचे चुंबन घेतले.

"नाही, मला त्यामुळे खरं म्हणजे बरंच वाटलं होतं–म्हणजे मला दिवस सार्थकी लागल्यासारखं वाटलं आणि कशाविषयी तरी ओढ वाटावी असं मला काही मिळालं!"

ज्युलियाने बॉशचे हात उलटून पाहिले आणि नखांजवळ झालेल्या खुणांकडे तिचे लक्ष गेले. ते व्रण जुने झाले होते आणि आता पुसटसे दिसत होते.

"अरे, हे काय आहे?"

"काही नाही. नुसते व्रण आहेत."

"ते मला कळतंय्–पण कशाचे?"

"मी गोंदवलं होतं, पण ते आता काढून टाकलं. त्याला खूप वर्षं झाली."

"का बरं काढून टाकलं?"

"मी सैन्यात भरती झालो तेव्हा मला त्यांनी ते काढायला लावलं."

ज्युलिया हसू लागली.

"का बरं? काय गोदलं होतं? 'सैन्य गेलं चुलीत...' असं काहीतरी लिहिलं होतं का?"

"नाही. तसं काहीच नाही."

"मग काय? ए, मला सांग ना, मला कळून घ्यायचं आहे."

"एका हातावर 'HOLD' तर दुसऱ्या हातावर 'FAST' लिहिलं होतं."

'Hold Fast' म्हणजे काय?"

"जाऊ दे, ती एक मोठी कहाणी आहे."

"मला भरपूर वेळ आहे. शिवाय माझा नवरादेखील काही म्हणणार नाही."

"तसं काही विशेष नाही. मी लहान असताना घरातून पळून जायचो– असाच मी एकदा मान पेट्रोल-जिथे मच्छीमारी बंदर आहे तिथे गेलो होतो. तिथे ट्यूना मासे पकडणारी बरीच मच्छीमार माणसं, मुलं असायची त्यांच्या हातावर हे असं लिहिलेलं मी पाहिलं 'होल्ड फास्ट.' मी एकाला विचारलं, तर तो म्हणाला की, हे वाक्य म्हणजे त्यांचं जीवनाबद्दलचं तत्त्वज्ञान आहे. म्हणजे असं की जेव्हा ते आठवडे आठवडे त्यांच्या बोटीतून समुद्रात दूरवर जायचे आणि समुद्रात भीतिदायक अशा प्रचंड लाटा उठायच्या तेव्हा त्यांना त्यांचं जाळं पकडून घट्ट ठेवावं लागायचं– म्हणजे होल्ड फास्ट!"

बॉशने मुठी घट्ट वळून वर करून दाखवल्या.

"सगळ्यांना घट्ट पकडून ठेवा. आयुष्यात आणि तुमच्याकडे असलेल्या सर्व वस्तूंना!"

"अच्छा, अशा प्रकारे तू गोंदवून घेतलंस. तेव्हा तू किती वर्षांचा होतास?"

"मला आठवत नाही. सोळाच्या आसपास वय असेल बहुतेक." मान डोलावून बॉश हसून म्हणाला.

"मला तेव्हा ठाऊक नव्हतं की, 'ट्यूना' पकडणाऱ्या या कोळ्यांनी नौदलातील कर्मचाऱ्यांकडून ही गोष्ट घेतली. मी नंतर एका वर्षाने माझ्या हातावर 'Hold Fast' गोंदवलेल्या अवस्थेत पायदळात भरती झालो आणि माझ्या अधिकाऱ्यांनी पहिली गोष्ट मला सांगितली ती हे गोंदणं ताबडतोब काढून टाकायची! नौदलातलं

हे असलं गोंदणं त्याच्या तुकडीतल्या माणसाच्या हातावर असणं त्यांना पटलं नाही.''

ज्यूलियाने बॉशचा हात हातात धरला आणि नखांकडे निरखून पाहिले.

''हे काही लेझरने गोंदल्यासारखं दिसत नाही.''

''त्या काळात लेझर नव्हते.'' बॉशने मान डोलावून सांगितले.

''मग ते काय करीत?''

''माझा रॉसर नावाचा बॉस होता. त्याने मला माझ्या खोलीतून कार्यालयाच्या मागच्या बाजूस बोलावलं. तिथे विटांची एक भिंत होती. त्याने बोटाचं प्रत्येक पेर भिंतीवर टेकून त्यावर हातोडा मारायला सांगितलं. माझी सगळी पेरं तुटायला येईपर्यंत हा कार्यक्रम चालू होता. मग एक आठवड्याभराने त्यावर खपल्या पडल्यावर पुन्हा हाच कार्यक्रम!''

''अरे देवा, हा तर भयंकर क्रूरपणा झाला!''

''नाही, सैन्यात हे असंच असतं!''

त्या काळाची आठवण झाल्यावर बॉश कसनुसे हसला. जेवढे वर्णन करून त्याने सांगितले, एवढा काही भयानक अनुभव नव्हता तो. त्याने आपल्या हाताकडे पाहिले. संगीत मध्येच थांबले आणि सीडी बदलण्यासाठी तशाच वस्त्ररहित अवस्थेत तो खोलीतून चालत हॉलमध्ये आला. तो परत शय्यागृहात आला तेव्हा नवीन कुठले गाणे लावले आहे हे ज्युलियाने ओळखले.

''क्लिफर्ड ब्राऊन?''

बॉश हो म्हणाला आणि अंथरुणापाशी आला. जाझ संगीताची एवढी पारख असलेल्या दुसऱ्या कुठल्या स्त्रीला आपण ओळखत नाही असा विचार त्याच्या डोक्यात आला.

''तिथेच उभा रहा.''

''का बरं?''

''मला तुझ्याकडे नीट बघायचं आहे. हे दुसरे वण कशाचे आहेत?''

बाथरूममधून येणारा बारीक प्रकाश खोलीभर पसरला होता. बॉशला अंगावर कपडे नसल्याचे जाणवले. तसा तो बांधेसूद आणि तंदुरुस्त होता. पण तो ज्युलियापेक्षा वयाने पंधराहून अधिक वर्षांनी मोठा होता. इतक्या प्रौढ माणसाबरोबर ती याआधी कधी राहिली असेल का असे त्याला वाटून गेले.

''हॅरी, तू अजून मस्त दिसतोस. मला तुझ्यामुळे अगदी खूपच उत्तेजित व्हायला होतं, कळलं? आणि हे दुसरे व्रण कसले आहेत?''

बॉशच्या कमरेच्या डाव्या बाजूला वर असलेल्या व्रणाच्या दोरीसारख्या जाड भागाला त्याने स्पर्श केला.

''ही खूण चाकूच्या वाराची आहे.''

“हे कसं घडलं?”
“बोगद्यामध्ये.”
“आणि तुझ्या खांद्यावर.”
“बंदुकीच्या गोळीने झालं ते!”
“कुठे?”
“बोगद्यातच.”
“अरे बापरे, बोगद्यापासून लांब राहायला पाहिजेस तू!”
“मी प्रयत्न करतो.”

अंथरुणात शिरून बॉशने पांघरूण अंगावर ओढून घेतले. त्याच्या खांद्याला स्पर्श करून तिने व्रणाच्या जाड भागावरून आपला अंगठा फिरवला. ती म्हणाली, “अगदी हाडापर्यंत जखम दिसते आहे.”

“हो, माझं नशीब की कायमची कुठली दुखापत झाली नाही. हिवाळ्यात तिथे आणि पावसाळ्यात तिथे दुखायला लागतं– एवढंच!”

“तेव्हा नेमकं कसं वाटलं. म्हणजे बंदुकीची गोळी लागताना.”

बॉशने खांदे उडवले.

“तेव्हा प्रचंड दुखलं आणि मग एकदम सगळी संवेदनाच थांबली.”

“किती दिवस तू पडून होतास?”

“जवळजवळ तीन महिने.”

“दुखापत झाल्यामुळे तुला सैन्यातून निवृत्ती मिळाली नाही का?”

“मला देत होते. पण मीच नकार दिला.”

“का बरं?”

“मला सांगता येणार नाही. कदाचित मला ही नोकरी आवडत असावी. आणि मला तेव्हा असं वाटलं की मी जर या नोकरीला चिकटून राहिलो तर एके दिवशी माझ्या या सर्व व्रणांमुळे प्रभावित झालेली ही सुंदर स्त्री माझ्या आयुष्यात येईल.”

ज्युलियाने त्याच्या बरगडीवर कोपरखळी मारली आणि दुखल्यामुळे त्याच्या चेहऱ्यावर त्रासिक भाव उमटला.

ज्युलिया चेष्टेच्या सुरात म्हणाली, “अरेरे, गरीब बिचारा!”

“ते दुखलं बरं का.”

ज्युलियाने त्याच्या खांद्यावर गोंदलं होतं तिथे स्पर्श केला.

“हे कसलं चित्र आहे? ॲसिडने काढलेला मिकी माऊस आहे का?”

“जवळजवळ. तो भुयारातला उंदीर आहे.”

ज्युलियाच्या चेहऱ्यावरील आनंदी भाव एकदम नाहीसा झाला. ती म्हणाली,

"तू व्हिएतनाममध्ये होतास ना. मी पण त्या तशा खंदक भुयारांमध्ये होते."

"म्हणजे कसं काय?"

"मी जेव्हा प्रवास करीत होते तेव्हा मी व्हिएतनाममध्ये सहा महिने काढले. ते तेव्हाचे बोगदे आता पर्यटकांचं आकर्षण झाले आहेत. पैसे मोजले की त्या बोगद्यातील एकात प्रवेश मिळतो. तुला तिथं ज्या प्रसंगातून जावं लागलं ते फारच भयंकर असेल नाही?"

"नंतर ते जास्त भीतिदायक वाटतं– त्याविषयी विचार करू लागलं की!"

"त्या बोगद्यांना आता कुंपण घातलं आहे. म्हणजे कुणी तिथे इकडेतिकडे भटकू नये यावर नियंत्रण घालण्यासाठी. पण खरं तर कुणाचंच लक्ष नसतं. मी दोराखालून गेले आणि खूप आत जाऊन आले. हॅरी, तिथं खूप अंधार असतो."

बॉशने ज्युलियाच्या डोळ्यांत पाहिले.

बॉशने शांतपणे विचारले, "तू तिथे पाहिलंस का- म्हणजे हरवलेला प्रकाश तुला दिसला का?"

ज्युलियाने त्याच्या डोळ्यांत क्षणभर पाहिलं आणि मान डोलावून ती म्हणाली, "मी पाहिलं, माझ्या डोळ्यांना नंतर सवय झाली. मग मला अंधुकसा-शांततेमध्ये कुजबुज व्हावी तसा उजेड दिसू लागला. पण माझ्या दृष्टीने मार्ग काढण्यासाठी तेवढा पुरे होता."

"हरवलेला प्रकाश. आम्ही त्याला हरवलेला प्रकाश म्हणायचो. तो कुठून यायचा ते कधीच कळलं नाही. पण तिथे तो उजेड असायचा. अंधारामध्ये धूर भिरभिरावा तसा. काही जणांच्या मते तो उजेड नव्हता. या भुयारांमध्ये जे कुणी लोक मेले त्यांची भुतं दोन्हीकडून दिसायची असं लोक म्हणत."

त्यानंतर बॉश आणि ज्युलिया दोघं गप्प राहिले. एकमेकांना त्यांनी कुशीत घेतले आणि थोड्या वेळातच तिला झोप लागली.

बॉशच्या लक्षात आले की जवळजवळ तीन तासांपेक्षा जास्त वेळ त्याला त्या प्रकरणाची आठवण नव्हती. पहिल्यांदा त्याबद्दल जरा त्याला अपराधी वाटले. पण मग नंतर त्याने तो विचार सोडून दिला आणि तोही मग झोपला. त्याला आपण भुयारातून चाललो आहोत असा भास झाला. पण तो सरपटत चालत नव्हता. एखाद्या ईल माशासारखा पाण्यातील चक्रव्यूहातून मार्ग काढावा तसा तो चालला होता. लवकरच तो एका मार्गाच्या शेवटापाशी आला आणि भुयाराच्या भिंतीवर टेकलेला एक लहान मुलगा त्याला दिसला. त्याचे गुडघे त्याने वर घेतले होते आणि घडी केलेल्या हातात चेहरा झाकून घेतला होता.

बॉश म्हणाला, "माझ्याबरोबर चल."

त्या लहान मुलाने हातांवरून आपली नजर बॉशकडे वळवली. त्याच्या

तोंडातून फक्त हवेचा एक बुडबुडा बाहेर आला. मग बॉशच्या मागून कुणीतरी येत असल्यासारखे त्याने बॉशच्या मागे बघितले. बॉशने वळून पाहिले तर तिथे फक्त भुयारातील अंधारच्या अंधार होता.

पुन्हा त्याने वळून पाहिले तर तो मुलगा अदृश्य झाला होता.

◆

१२.

रविवारी सकाळी जरा उशिराच बॉश ज्युलियाला हॉलिवूडच्या चौकीपाशी घेऊन आला. तिला तिथे तिची गाडी घ्यायची होती आणि बॉशला आपले काम परत सुरू करायचे होते. तिला रविवारी आणि सोमवारी सुट्टी असायची. व्हेनिसमध्ये त्या दिवशी रात्री जेवणासाठी तिच्या घरी एकत्र भेटण्याचे त्यांनी ठरविले. तिच्या गाडीच्या शेजारी जेव्हा बॉशने तिला सोडले तेव्हा पार्किंगमध्ये इतर अधिकारी होते. त्या दोघांनी रात्र एकत्र घालवली असावी अशा अर्थाची कुजबुज लवकरच सगळीकडे सुरू होणार हे बॉशला कळून चुकले.

बॉश म्हणाला, "सॉरी हं. रात्री नीट विचार करूनच आपण आजचा कार्यक्रम ठरवायला हवा होता."

"हॅरी, मला काही त्याची फिकीर नाही. मी तुला आज रात्री भेटेन."

"हे बघ, तू काळजी घ्यायला हवीस. पोलिस खात्यातील लोक फार निष्ठुर असतात."

ज्युलियाने नाक मुरडले.

"हो, पोलिसांचा निष्ठुरपणा ना, मी ऐकलं आहे त्याबद्दल."

"खरंच मी गंभीरपणे बोलतो आहे. हे असं म्हणजे नियमाविरुद्धदेखील आहे. माझं सांगायचं झालं तर मी ड ३ म्हणजे पर्यवेक्षक स्तरावर काम करतो आहे."

ज्युलियाने क्षणभर बॉशकडे पाहिले.

"मग तूच काय ते ठरव. मला वाटतं की, आपण आज रात्री भेटावं.

बाहेर येऊन ज्युलियाने गाडीचे दार लावले. बॉश त्याच्या ठरलेल्या जागी गाडी घेऊन गेला आणि आपल्या जीवनात आता काय गुंतागुंत सुरू होईल याचा विचार झटकून टाकत गुप्तहेर विभागात चालत आला.

बॉशच्या तुकडीच्या खोलीत कुणीच नव्हतं आणि त्याला तेच हवं होतं. त्याला या प्रकरणासाठी थोडा वेळ एकट्याने काम करायचे होते. अजून खूप लिखाणकाम राहिले होतेच. शिवाय थोडा वेळ शांत बसून हाडे सापडल्यानंतर ज्या काही घडामोडी झाल्या त्यानंतर गोळा झालेल्या पुराव्यांवर आणि माहितीवर त्याला नीट विचार करायचा होता.

अजून काम करायचे राहिले आहे हे सर्वांत आधी कागदावर उतरवायला पाहिजे होते. या प्रकरणातील सर्व लेखी अहवाल एकत्र केलेली निळ्या रंगाची, बाइंडिंग केलेली वही अजून पूर्ण करायची होती. स्थानिक इस्पितळांमध्ये मेंदूवर झालेल्या शस्त्रक्रियांचे सर्व वृत्तांत पुरवण्यासाठी इस्पितळांना तशा लेखी आज्ञा द्यायचे काम बाकी होते. वंडरलँडमध्ये घटनास्थळाच्या जवळ राहणाऱ्या सर्व नागरिकांची माहिती संगणकाद्वारे पडताळून पाहायचे कामही शिल्लक होते. टेकडीवर हाडे सापडल्यानंतर प्रसारमाध्यमातून जी प्रसिद्धी झाली त्यानंतर लोकांनी फोनवर दिलेल्या सूचना, अंदाज तपासून पाहायचे होते, शिवाय बळी पडलेल्या मुलाची ओळख पटण्यासाठी त्या भागातील हरवलेल्या आणि पळून गेलेल्या व्यक्तींविषयी माहिती गोळा करायची होती.

एकट्याने हे काम करायचे म्हटले तर एक पूर्ण दिवस पुरणार नाही याची बॉशला कल्पना आली. पण तरीही एडगरला एक दिवस रजा देण्याचा निर्णय न बदलण्याचे त्याने ठरवले. एडगरला तेरा वर्षांचा मुलगा होता आणि आदल्या दिवशीच्या गॉलिव्हरच्या वृत्तांतामुळे एडगर अत्यंत अस्वस्थ झाला होता. बॉशला वाटलं, त्यातून जरा विरंगुळा मिळण्यासाठी एडगरला विश्रांती द्यावी. यानंतरचे पुढचे काही दिवस भरपूर काम पडणारच होते आणि मानसिक ताणही बराच असणार होता.

आपली कामाची यादी पूर्णपणे तयार झाल्यानंतर बॉशने कपाटाच्या कप्प्यातून एक कप बाहेर काढला आणि टेहळणी खात्यात कॉफीची सोय असल्यामुळे तेथे आला. त्याच्याकडे लहानात लहान म्हणजे पाच डॉलरची नोट होती. त्याने ती कॉफीचे पैसे टाकायच्या पेटीत टाकली आणि उरलेले पैसे परत घेतले नाहीत. आज दिवसभरात त्याच्या नेहमीच्या सवयीपेक्षा बऱ्याच वेळा कॉफी प्यावी लागणार असे त्याला दिसत होते.

बॉश कपात कॉफी भरत असताना मागून कुणीतरी म्हणाले, ''तुला माहिती आहे, लोक काय बोलतात?''

बॉशने वळून पाहिले तर टेहळणी पथकाचा मुख्य मंकीविझ तिथे उभा होता.

''कशाविषयी?''

''कामावर असताना गळ टाकून बसण्याविषयी.''

''मला माहीत नाही. काय म्हणतात बरं?''

''मलाही ठाऊक नाही. म्हणून तर मी तुला विचारतोय.''

मंकीविझ हसला आणि आपली कॉफी गरम करण्यासाठी कॉफीच्या मशीनजवळ आला.

बॉशला कळले. म्हणजे बातमी लगेच पसरू लागली होती तर!

अशा गावगप्पा आणि स्त्री-पुरुष संबंधांविषयी दुहेरी अर्थांचे संवाद, ऑगस्ट महिन्यात लागलेल्या वणव्यासारखे पोलिसखात्यात भराभर पसरतात.

टेहळणी कार्यालयाच्या दाराशी जाता जाता बॉश म्हणाला,

''तुला कळलं म्हणजे मला सांग. मला कदाचित उपयोगी पडेल.''

''ठीक आहे हॅरी. अजून एक गोष्ट...''

मंकीविझकडून अजून काही ऐकावे लागते आहे की काय या अपेक्षेने बॉशने वळून पाहिले. ''काय?''

''इकडे-तिकडे उनाडणं बंद कर आणि हे प्रकरण लवकर संपव. माझ्या इतर सहकाऱ्यांनाच सगळे फोन आणि चौकशा यांचा सामाना करायला लागतो आहे आणि मला आता त्याचा कंटाळा आला आहे.''

मंकीविझच्या आवाजाला विनोदाची झालर होती. पण या उपहास आणि विनोदामागे आपले सहकारी सर्व फोन व चौकशा यामध्ये एका जागीच अडकून पडण्याविषयी केलेली सार्थ तक्रारही होती.

''हो, मला ठाऊक आहे. आज काही नवीन बातम्या?''

''सांगण्यासारखं काही नाही. पण या सगळ्या अहवालात डोकं खुपसून तुझ्या हेरगिरीचं चातुर्य वापरून तुलाच शोधून काढावं लागणार आहे.''

''चातुर्य?''

''हो, वाइल-ई-कोयोटसारखं चातुर्य! हो, एक सांगायचं राहिलं, सीएनएनकडे फारसं सांगण्यासारखं नसावं म्हणून त्यांनी आज हे प्रकरण निवडलं. हाडांची लहान लहान खोकी आणि तात्पुरत्या फळ्या आणि पायऱ्यांवरून मार्ग काढणारे तुम्ही सगळे टेकडीवरील सर्व शूर शिपाई. चांगलं छायाचित्रण झालं आहे. अशा प्रसिद्धीमुळे आता आपल्याकडे लांबूनदेखील फोन येत आहेत. आज सकाळी आतापर्यंत टोपेका आणि प्रॉव्हिडन्स इथून फोन आले. हॅरी, तू सगळं आटपेपर्यंत हे काही संपणार नाही. आम्ही सर्वजण इथं तुझ्यावर अवलंबून आहोत.''

पुन्हा मंकीविझ हसला आणि त्याच्या बोलण्यामागे एक वेगळा संदेश अभिप्रेत होता.

"मॅक, मी तुला आश्वासन देतो की माझं सगळं चातुर्य वापरीन. ठीक आहे!"

"बस, आम्हांलाही तेच हवं आहे."

टेबलावर बसून कॉफीचे घोट घेता घेता या प्रकरणातील सर्व दुव्यांचा बॉश मनातल्या मनात परामर्श घेऊ लागला. या सर्व प्रकरणात कुठे विरोधाभास होता, तर कुठे काहीतरी चुकले होते. देह पुरायची जागा आणि पद्धत याविषयी कॅथी कोहलने केलेल्या अंदाजाविषयी मतभेद होते. पण गॉलिव्हरने काढलेल्या निष्कर्षांमुळे प्रश्नांच्या यादीत आणखी भरच पडली. गॉलिव्हरच्या दृष्टीने हे एका लहान मुलाच्या छळवणुकीचे प्रकरण होते. पण कपडे भरलेल्या पाठीवरच्या पिशवीमुळे असे वाटत होते की बळी पडलेला मुलगा घरातून पळून गेला असावा.

शास्त्रीय संशोधन प्रयोगशाळेतून चौकीत परत आल्यावर म्हणजे आदल्या दिवशी बॉशने एडगरबरोबर याविषयी चर्चा केली होती. एडगरला बॉशइतके मतभेद असतील अशी फारशी शक्यता वाटत नव्हती, पण त्याला वाटत होते की या मुलाचा आईवडलांकडून-शिवाय एका अनोळखी व्यक्तीकडून शारीरिक छळ झाला असावा. शारीरिक छळामुळे पळून गेलेल्या बऱ्याच व्यक्तींना पुढे दुसऱ्या कुणाकडून तरी शारीरिक छळाला तोंड द्यावे लागते. हे त्याने सांगितले ते बरोबर होते. बॉशला कळत होते की हा तर्क बरोबर होता. पण गॉलिव्हरने रंगवून सांगितलेल्या कहाणीपेक्षाही अशी शक्यता त्याला जास्त क्लेशकारक वाटत असल्यामुळे त्याने अशा तर्कापासून लांब राहणे पसंत केले.

बॉशचा थेट फोन वाजू लागला. एडगर किंवा लेफ्ट बिलेट्स्चा फोन असेल अशा अपेक्षेने त्याने फोन उचलला तर लॉस एंजेलिस टाइम्सचा वार्ताहर जॉश मेयर याचा तो फोन होता. बॉश त्याला फारसा ओळखत नव्हता आणि आपला थेट नंबर त्याला कधी दिल्याचेही बॉशला आठवत नव्हते. तरीही आपली नाराजी त्याने दाखविली नाही. त्याला एकदा वाटत होते की टोपेका आणि प्रॉव्हिडन्स इतक्या लांबून आलेल्या सूचना आणि माहितीवर पोलिस काम करीत आहेत हे सांगावे. पण तसे न करता तो एवढेच म्हणाला की, प्रसिद्धी खात्याने शुक्रवारी दिलेल्या प्रसिद्धी पत्रकानंतर या प्रकरणात काहीच माहिती पुढे आलेली नाही.

फोन ठेवून बॉशने कॉफीचा आपला पहिला कप संपवला आणि कामाला लागला. सगळ्या कामात बॉशला कुठले काम आवडत नसेल तर ते संगणकावरचे काम! जेव्हा शक्य असेल तेव्हा ते काम तो आपल्या साथीदारांकडे सोपवीत असे. म्हणून त्याने कामाच्या यादीत संगणकाचे काम सगळ्यात शेवटी घातले

आणि टेहळणी खात्याकडे आलेल्या सर्व माहिती आणि सूचनांवर त्याने झरझर नजर टाकली.

शुक्रवारी एकदा पाहून घेतल्यानंतर या कागदांच्या ढिगात आणखी तीन डझन नवीन कागदांची भर पडली होती. कुठल्याच कागदामध्ये आता लगेच उपयोगी पडेल किंवा पुढच्या तपासासाठी लागेल अशी माहिती नव्हती. जवळचे कुणीतरी बेपत्ता झाले आहे अशा आईवडिलांकडून, भावंडांकडून किंवा मित्रांकडून आलेली माहिती जवळजवळ प्रत्येक कागदावर होती. आपल्या आयुष्यातील भंडावून टाकणाऱ्या रहस्यमय गोष्टीचा कुठे अंत होत आहे का हे पाहण्यासाठी अधीर झालेल्या दीर्घकाळ दु:खात पडलेल्या जिवांचा तो आवाज होता.

बॉशला मध्येच काहीतरी आठवले आणि त्याने आपली खुर्ची आयबीएमच्या सिलेक्ट्रिक टंकलेखन यंत्राकडे वळवली. त्यात एक कागद घालून त्याने त्यावर चार प्रश्न टाइप केले.

तुमच्या घरातील प्रिय व्यक्ती बेपत्ता होण्याआधी काही महिने तिच्यावर कुठल्याही प्रकारची शस्त्रक्रिया झाली होती का?

जर झाली असली, तर ती कुठल्या इस्पितळात झाली?

जखम कुठल्या प्रकारची झाली होती?

शस्त्रक्रिया करणाऱ्या डॉक्टरचे नाव काय होते?

बॉशने यंत्रातून कागद बाहेर काढला आणि टेहळणी कार्यालयात जाऊन त्याने तो मंकीविझला दाखवला. हाडांविषयी चौकशी करणाऱ्या सर्व व्यक्तींना विचारण्यासाठी प्रश्नावलीचा नमुना म्हणून या प्रश्नांचा विचार व्हावा या उद्देशाने तो म्हणाला,

"तुझ्या दृष्टीनं ही खूप चतुराईची गोष्ट आहे की नाही?"

"नाही, पण सुरुवात म्हणून ठीक आहे."

तिथे बसले असताना बॉशने एका प्लॅस्टिक कपमध्ये कॉफी भरून घेतली आणि आपल्या कार्यालयात परत आल्यावर ती कॉफी त्याने आपल्या कपात ओतली. गेल्या काही दिवसांत फोन केलेल्या व्यक्तींना हेच वैद्यकीय विषयावरील प्रश्न विचारण्यासाठी लेफ्ट. बिलेट्सची सोमवारी मदत घ्यायची असे ठरवून त्याने तसे एका कागदावर लिहून ठेवले.

मग बॉशला ज्युलियाची आठवण झाली. तिला सोमवारी सुटी असते हे त्याला ठाऊक होते आणि गरज पडली तर ती स्वेच्छेने मदत करेल हेही माहीत होते. पण सोमवारपर्यंत सर्व पोलिस चौकीत त्या दोघांविषयी गवगवा होईल हे त्याला ठाऊक होते आणि तिला या प्रकरणात ओढले तर परिस्थिती आणखीच बिघडली असती म्हणून त्याने हा विचार डोक्यातून काढून टाकला.

मग बॉशने इस्पितळांसाठी आज्ञापत्रके तयार करण्याचे काम सुरू केले. खुनाचा शोध करीत असताना वैद्यकीय वृत्तांत गोळा करणे म्हणजे या खात्यातील नित्याचे काम होते. बहुतेक वेळा असे वृत्तांत फॅमिली डॉक्टर किंवा दंतवैद्य यांच्याकडून मिळत असत, पण इस्पितळांमधूनही बऱ्याच वेळा मिळायचे. इस्पितळांना द्यायच्या आज्ञापत्रकाचे नमुने तसेच लॉस एंजेलिस भागातील सर्व २९ इस्पितळे आणि प्रत्येक ठिकाणी कायदेशीर बाबी पूर्ण करणारे तिथले वकील यांची संपूर्ण यादी बॉशने आपल्या फाइलमध्ये ठेवली होती. ही सर्व माहिती हाताशी असल्याने एका तासाच्या आतच सर्व २९ इस्पितळांसाठी वैयक्तिक आज्ञापत्रके तयार करणे त्याला शक्य झाले. १९७५ ते १९८५च्या दरम्यान ट्रेफिन करवत वापरून मेंदूवरील शस्त्रक्रिया झालेल्या १६ वर्षांखालील सर्व पुरुष व्यक्तींच्या शस्त्रक्रियेची माहिती पुरवण्याची सूचना या आज्ञापत्रकात केली होती.

ही आज्ञापत्रके कागदावर छापून झाल्यावर बॉशने ती आपल्या कामाच्या पिशवीत नीट ठेवून दिली. साधारणपणे शनिवार-रविवारी अशा प्रकारचे आज्ञापत्रक एखाद्या न्यायाधीशाच्या घरी फॅक्सने पाठवून त्यांची परवानगी आणि सही घेणे उचित ठरले असते. पण रविवारी दुपारी न्यायाधीशांच्या घरी २९ आज्ञापत्रके सहीसाठी फॅक्सने पाठविणे स्वीकारार्ह ठरले नसते. शिवाय, रविवारी दुपारी इस्पितळातील वकील उपलब्ध नसणार हे उघडच होते. बॉशने ठरविले की सोमवारी सकाळीच ही आज्ञापत्रके घेऊन न्यायाधीशांच्या घरी जायचे आणि मग एडगरच्या मदतीने सर्व इस्पितळांत स्वत: ती नेऊन द्यायची म्हणजे तिथल्या वकिलांना व्यक्तिश: या प्रकरणाची निकड पटवून देणेही शक्य झाले असते. सर्व काही या योजनेबरहुकूम पार पडले तरी आठवड्याच्या मधल्या काळपर्यंत किंवा नंतरही लगेचच इस्पितळांमधून आवश्यक त्या नोंदी आणि वृत्तांत मिळायला लागतील अशी अपेक्षा बॉशला अर्थातच नव्हती.

त्यानंतर गॉलिव्हरने सांगितलेल्या मनुष्यवंशशास्त्राविषयीच्या माहितीचा पुन्हा एकदा सारांश तसेच रोजच्या प्रगतीचा आढावा बॉशने टाइप केला. सर्व कागद त्याने त्या निळ्या खून-प्रकरण वहीमध्ये ठेवले. पाठीवरच्या पिशवीसंबंधीचा शास्त्रीय संशोधन विभागाने दिलेला वृतान्त त्याने तपशीलवार टाइप केला.

हे सर्व काम संपल्यावर बॉश मागे टेकला आणि पाठीवरील पिशवीमध्ये वाचता येणे अशक्य असलेले पत्र होते त्याविषयी विचार करू लागला. कागदपत्र विभागाला त्या पत्राबद्दल पुढे काही प्रगती करता येईल अशी शक्यता त्याला वाटत नव्हती. या प्रकरणाच्या रहस्यामधील ते एक कायमचे गुपित राहणार होते. त्याने कॉफीचा दुसरा कप घशाखाली घातला आणि घटनास्थळाचा आराखडा आणि तक्ता असलेले वहीचे पान उघडले. तो तक्ता पाहिल्यावर

मृतदेह सुरुवातीला ज्या ठिकाणी कोहलने असल्याचे सांगितले होते त्याच्या जवळच पाठीवरील पिशवी सापडल्याचे त्याच्या लक्षात आले. याचा अर्थ काय हे बॉशला उमजले नाही, पण नवनवीन पुरावा आणि तपशील येत जाईल त्या वेळी मनात आलेल्या या प्रश्नांची उत्तरे शोधावी लागतील, असे त्याला मनोमन वाटले. प्रत्येक गोष्ट या प्रश्नांच्या चाळणीतून घातली पाहिजे असे त्याने ठरवले.

बॉशने तो कागद परत खून-प्रकरण वहीत घातला आणि शोधपथकाची दैनंदिन कार्यवाही ताज्या घटनांची नोंद लिहून पूर्ण केली. या वहीत तासातासाचा अहवाल लिहिण्यासाठी जागा ठेवलेली असते. मग त्याने खूनप्रकरण वही आपल्या पिशवीत ठेवून दिली.

बॉश आपला कॉफीचा कप प्रसाधनगृहात घेऊन गेला आणि त्याने तो कप स्वच्छ धुऊन परत कप्प्यामध्ये ठेवून दिला. आपली बॅग घेऊन मागच्या दाराने तो आपल्या गाडीकडे निघाला.

◆

१३.

लॉस एंजलिस पोलिस खात्याच्या पार्कर सेंटरमधील मुख्य कार्यालयाच्या तळघरात गेल्या काही वर्षांतल्या प्रत्येक प्रकरणाच्या नोंदी आणि वृत्तान्त सुरक्षित ठेवण्याची जागा होती. कागदावर लिहिलेले वृत्तान्त १९९५ पर्यंत जास्तीत जास्त आठ वर्षापर्यंत ठेवण्यात येत असत आणि नंतर कायम स्वरूपात जतन करण्यासाठी ते मायक्रोफिल्मवर साठवून ठेवले जात. आता पोलिस खात्यामध्ये कायमस्वरूपी नोंदीसाठी संगणकाचा वापर करत. शिवाय हळूहळू मागच्या काळातील नोंदी देखील संगणकीकृत करण्याचे काम चालू होते. ही सर्व प्रक्रिया बरीच वेळखाऊ असल्यामुळे १९८० च्या दशकाच्या शेवटच्या काही वर्षापर्यंत गाडी येऊन पोहोचली होती.

बॉश या खात्याच्या काउंटरपाशी पोचला तेव्हा एक वाजला होता. फिलिप्स उपाहारगृहामध्ये आणलेले दोन भाजलेल्या बीफचे सँडविच एका कागदी पिशवीत घालून त्याने आणले होते आणि शिवाय कॉफीने भरलेले दोन जगही त्याच्याकडे होते.

काउंटरवरच्या कर्मचाऱ्याकडे बघून बॉश हसला आणि म्हणाला, "तुला खरं वाटो की न वाटो, मला एकोणीसशे पंचाहत्तर ते एकोणीसशे पंच्याऐंशी या

काळातील हरवलेल्या व्यक्तींची मायक्रोफिल्म पाहायची आहे.''

चेहरा खोल गेलेला तो म्हातारा कर्मचारी हलकी शिटी वाजवून म्हणाला, ''ख्रिस्तीन, हे बघ, ते लोक आलेत.''

बॉशने हसून मान हलवली. तो काय म्हणत होता ते बॉशला कळले नाही. खरे तर टेबलमागे दुसरे कुणीच नव्हते.

तो कर्मचारी म्हणाला, ''त्यातल्या त्यात चांगली बातमी म्हणजे अशा समस्या सुटतात. इथे मला असं वाटतं की समस्या सुटावी. तुम्ही लहान मुलाचा शोध घेताय की मोठ्या माणसाचा?''

''लहान मुलांचा.''

''मग ठीक आहे.''

''धन्यवाद.''

''ठीक आहे.''

तो म्हातारा टेबलावरून उठला आणि बॉश वाट बघू लागला. बॉशने मागितलेल्या दहा वर्षांच्या मायक्रोफिल्म असलेली दहा पाकिटे घेऊन तो चार मिनिटांतच परत आला. सगळी पाकिटे मिळून चार इंच जाडीचा ढीग झाला असता.

बॉश मायक्रोफिल्म वाचू शकणाऱ्या यंत्रापाशी आला. बशीत एक सँडविच आणि दोन कॉफीचे ग्लास घेऊन दुसरे सँडविच त्याने टेबलावर ठेवले. म्हाताऱ्याला सँडविच देऊ केल्यावर प्रथम त्याने नकार दिला, पण फिलिप्समधून सँडविच आणले आहे म्हटल्यावर मग मात्र खाल्ले.

बॉशने मशीनजवळ येऊन ते १९८५ पासून त्या फिल्म पाहणे सुरू केले. बळी ज्या वयोगटातील होता, त्या वयोगटातील हरवलेल्या आणि पळून गेलेल्या तरुण मुलांचा शोध घेणे त्याने चालू केले. यंत्र वापरणे नीट जमायला लागल्यावर, तो पटपट सर्व अहवाल आणि नोंदी वाचू लागला.

एखादी हरवलेली व्यक्ती परत घरी आली किंवा सापडली की अशी प्रकरणे संपल्याचे 'closed' चिन्ह फिल्मवर यायचे– अशी प्रकरणे बॉशने प्रथम बाजूला काढली. जर अशी खूण नसेल, तर ताबडतोब व्यक्तीचे वय आणि लिंग या रकान्यांकडे त्याचे लक्ष जायचे. त्याचे वर्णन थोडे फार जुळत असले तर मग त्या व्यक्तीची माहिती वाचून काढायचा आणि त्या माहितीची प्रत करण्यासाठी झेरॉक्स करण्याची कळ दाबायचा.

बाहेरच्या इतर संस्थांनी, लॉस एंजलिसला निघून गेल्याचा अंदाज असलेल्या हरवलेल्या व्यक्तीची हकिगत लॉस एंजलिसच्या पोलिस खात्याला पुरवली होती. अशा काही व्यक्तींची मायक्रोफिल्मदेखील या पाकिटांमध्ये होती.

वेगाने हे काम करूनही, त्याने विनंती केलेल्या दहा वर्षांच्या नोंदी तपासायला

बॉशला तीन तासांहूनही जास्त वेळ लागला. त्याने काम संपवले तेव्हा मशीनच्या बाजूला असलेल्या ट्रेमध्ये जवळजवळ तीनशे अहवालांच्या प्रतींचा ढीग तयार झाला होता. पण तरीही हा सगळा प्रयत्न सत्कारणी लागणार आहे की नाही हे त्याला ठाऊक नव्हते.

बॉशने डोळे चोळले आणि नाकाच्या मध्यभागी दाबून पाहिले. सतत यंत्राच्या पडद्याकडे बघून आणि लहान मुलांबद्दलची काळजी आणि आईवडिलांचे दुःख यांच्या कहाण्या वाचता वाचता त्याचे डोके दुखू लागले. त्याने खाली पाहिले, तर आपले सँडविच अजून तसेच आहे हे त्याच्या लक्षात आले.

मायक्रोफिल्मच्या पाकिटांचा ढीग बॉशने त्या कर्मचाऱ्याला परत केला आणि हॉलिवूडला परत जाण्याऐवजी पार्कर सेंटरला जाऊन संगणकावरचे काम पूर्ण करायचे ठरवले. पार्कर सेंटरकडून तो १० व्या फ्रीवेवर लगेच येऊ शकत होता आणि तेथून रात्रीच्या जेवणासाठी ज्युलिया ब्रॅशरच्या घरी व्हेनिसला त्याला सरळ जाता आले असते. हे जास्त सोपे पडले असते.

परत आल्यावर पाहिले, तर खून-चोरीमारी विभाग पूर्ण रिकामा होता. फक्त ड्युटीवर असलेले दोन गुप्तहेर फूटबॉलची मॅच बघत बसले होते. त्यांपैकी एकजण बॉशची पूर्वीची सहकारी किझमिन रायडर होती. दुसऱ्या व्यक्तीला बॉशने ओळखले नाही. आलेली व्यक्ती बॉश आहे, हे समजल्यावर रायडर उठून हसत हसत म्हणाली, "हॅरी, तू इथे काय करतोस?"

"एका प्रकरणावर काम करतोय. मला संगणकावर काम करायचं आहे, चालेल ना?"

"म्हणजे ते हाडांचं प्रकरण?"

बॉशने मान डोलावली.

"मी बातम्यांमध्ये त्याबद्दल ऐकलं. हॅरी, हा माझा सहकारी रिक थॉर्नटन."

बॉशने हस्तांदोलन करून स्वतःची ओळख करून दिली.

"तिच्याबरोबर मला जेवढं छान वाटायचं तेवढंच तुलाही वाटत असेल अशी मी आशा करतो."

थॉर्नटन मान हलवून हसला आणि रायडर जरा ओशाळली. ती म्हणाली, "इकडे माझ्या टेबलावर ये. माझा संगणक तू वापरू शकतोस."

किझमिनने बॉशला बोलावून स्वतःच्या खुर्चीवर बसवले.

"आम्ही इथे फक्त नखे कुरतडत बसलेलो आहोत. काहीच होत नाहीये. आणि मला फूटबॉलही आवडत नाही."

"अशा संथ दिवसांबद्दल तक्रार करायची नसते. तुला कोणी सांगितलं नाही का?"

"हो रे माझ्या जुन्या मित्रा. काहीतरी अर्थ असलेलं तू पहिल्यांदाच बोललास."

"हो ना."

"मी तुला काही मदत करू शकते का?"

"मी नेहमीप्रमाणे फक्त नावांची यादी संगणकात घालतो आहे."

बॉशने आपली बॅग उघडली आणि खून प्रकरणाची वही बाहेर काढली. वंडरलँड अ‍ॅव्हेन्यूवर ज्या रहिवाशांची मुलाखत घेतली होती, त्या सर्वांची नावे, पत्ते आणि जन्मतारीख असलेले वहीचे पान त्याने उघडले. चौकशी चालू असताना पोलिसांना जे भेटतील त्या सर्वांची नावे आणि माहिती अशा पद्धतीने गोळा करणे हे पोलिसांचे नित्यनियमाचे आणि मेहनतीचे काम होते.

किझमिनने बॉशला विचारले, "तुला कॉफी किंवा काही हवे आहे का?"

"नको, कीझ. धन्यवाद. मी ठीक आहे."

थॉर्नटनच्या दिशेने बॉशने मान हलवली. तो खोलीच्या दुसऱ्या बाजूला पाठ करून उभा होता.

"तुझं कसं काय चालू आहे?"

किझमिनने नुसतेच खांदे उडवले. ती कुजबुजीच्या स्वरात म्हणाली, "मधूनमधून कधीतरी, तो माझ्याकडे थोडंफार गुप्तहेराचं काम सोपवत असतो."

थॉर्नटन हसून लहान आवाजात म्हणाला, "मग तुला हवं असेल तर तू हॉलिवूडला केव्हाही परत येऊ शकतेस."

राष्ट्रीय गुन्हा निर्देशांक ठरवणाऱ्या त्या संगणकामध्ये आवश्यक ते सांकेतिक शब्द बॉश टाइप करू लागला. लगेचच किझमिन चेष्टेच्या सुरात म्हणाली, "हॅरी, तू अजून दोन बोटांनीच टाइपिंग करतोस का?"

"कीझ, मला तेवढंच येतं. जवळजवळ तीस वर्षं मी अशाच पद्धतीने टाइप करतोय. एकदम दहा बोटांनी टायपिंग करणं मला जमेल अशी अपेक्षा कशी करता येईल? मला स्पॅनिश चांगलं बोलता येत नाही, की अजून नीट वाचताही येत नाही. खरं म्हणजे तुला जाऊन फक्त एकच वर्ष झालंय, त्यात काय फरक पडणार?"

"ए डायनॉसोर, ऊठ आता. मला टाइप करू दे. तुला ते पूर्ण करायला रात्रभर लागेल."

बॉशने हात वर करून शरणागती दाखवली आणि तो उठला. किझमिनने खाली बसून काम सुरू केले. मागे उभ्या असलेल्या बॉशच्या चेहऱ्यावर कळेल न कळेल असे हसू उमटले.

बॉश म्हणाला, "हे कसं पूर्वीसारखं झालं."

"मला पुन्हा पुन्हा आठवण करून देऊ नकोस. मला नेहमी कामच मिळते. आणि हसू नकोस."

किझमिनने टायपिंगमधून आपले डोके वर काढलेच नाही. तिची बोटे टंकलेखनयंत्रावर नुसती नाचत होती. बॉश आश्चर्याने बघत राहिला.

''नाही, म्हणजे मी मुद्दाम ठरवून काही इथे आलेले नाही. तू इथे असशील हे मला ठाऊक नव्हते.''

''हो, म्हणजे टॉम सॉयरला आपल्याला कुंपण रंगवावं लागणार आहे, हे माहीत नव्हतं, तसं.''

''काय म्हणालीस?''

''काही नाही. मला त्या नवीन प्रशिक्षणार्थीविषयी सांग.''

बॉश आश्चर्यचकित झाला.

''काय?''

''मला फक्त एवढंच सांगणार आहेस का? मी काय म्हणतेय हे तुला ऐकू आलंय. म्हणजे त्या शिकाऊ मुलीला तू भेटतोस...''

''कमाल आहे. तुला हे सगळं आधीच कसं काय कळलं?''

''अशी माहिती गोळा करण्यात मी पटाईत आहे; आणि हॉलिवूडमध्ये अजूनही माझे खबरे आहेतच.''

बॉश तिच्या टेबलापासून बाजूला झाला आणि त्याने मान हलवली.

''मग ती कशी आहे? छान आहे नं? मला फक्त एवढंच विचारायचं आहे. मला काही फाजील चौकशा करायच्या नाहीत.''

बॉश परत जवळ आला.

''हो, ती चांगली मुलगी आहे. मी काही तिला अजून फार ओळखत नाही. तुला आमच्या दोघांबद्दल माझ्यापेक्षाही जास्त माहिती दिसते आहे.''

''तू तिला घेऊन आज रात्री जेवायला जाणार आहेस?''

''हो, मी तिच्याबरोबर रात्री जेवायला जाणार आहे.''

''ए हॅरी.''

किझमिनच्या आवाजातला खेळकरपणा एकदम नाहीसा झाला.

''काय?''

संगणकावर टाइप करता करता किझमिन म्हणाली, ''इथं काहीतरी महत्त्वाचा धागादोरा मिळाल्यासारखा दिसत आहे.''

बॉशने खाली वाकून पडद्यावर पाहिले. त्यावरील मजकूर वाचून तो म्हणाला, ''आज रात्रीच्या जेवणाचं जमेल असं काही वाटत नाही.''

◆

१४.

बॉशने त्या घराच्या समोर गाडी उभी केली आणि काळ्या काचांच्या खिडकीचे आणि पुढच्या पोर्चचे तो निरीक्षण करू लागला.

एडगर म्हणाला, ''असं वाटतं की हा इसम घरातून गायब झाला असावा. कदाचित त्याला सुगावादेखील लागला असेल.''

घरून फोन करून बोलवून घेतल्यामुळे एडगर बॉशवर आधीच नाराज झाला होता. त्याचे म्हणणे असे होते की, जर ती हाडे वीस वर्षांहून अधिक काळ जमिनीत राहिली असतील तर या माणसाला भेटण्यासाठी सोमवारपर्यंत थांबण्याने काय फरक पडणार होता? पण बॉशने स्पष्ट केले की तो जर येत नसेल तर बॉश स्वत: एकटा या कामगिरीवर जाईल.

एडगर झक मारत त्याच्याबरोबर निघाला.

बॉश म्हणाला, ''नाही नाही, तो घरी आहे.''

''कशावरून?''

''मला ठाऊक आहे, बस्स!''

घड्याळात पाहून बॉशने आपल्या छोट्या वहीत वेळ आणि पत्ता लिहून घेतला. पहिल्या दिवशी संध्याकाळी शोध घेताना ज्या घराच्या खिडकीचा पडदा ओढून घेतल्याचे त्याने पाहिले, तेच हे घर हे बॉशच्या लक्षात आले.

बॉश म्हणाला, ''चल निघूयात. त्याच्याशी पहिल्यांदा तू बोलला होतास. तेव्हा आता तूच पुढे हो. योग्य वेळी मी पण बोलण्यात भाग घेईन.''

बॉश व एडगर गाडीतून बाहेर पडले आणि घराच्या दारापाशी चालत आले. ज्या माणसाच्या ते घरी आले होते, त्याचे नाव निकोलस ट्रेंट होते. तो घरात एकटाच राहत होता. हाडे सापडलेल्या ठिकाणाच्या समोरच्या बाजूस दोन घरे पलीकडे तो राहत होता. ट्रेंटचे वय सत्तावन्न होते. या परिसरात सुरुवातीच्या चौकशा चालू असताना, त्याने एडगरला सांगितले होते की, बुरबँकमधील एका स्टुडिओसाठी तो सेट डिझायनर म्हणून काम करीत होता. त्याने लग्न केले नव्हते. त्याला टेकडीवरील हाडांबद्दल काहीही ठाऊक नव्हते आणि उपयोगी पडेल अशी काहीही सूचना किंवा माहिती त्याच्याकडे नव्हती.

एडगरने दरवाजावर जोरात वाजवले आणि ते वाट पाहत थांबले. तो मोठ्याने म्हणाला, ''श्री. ट्रेंट, आम्ही पोलिस आहोत. मी डिटेक्टिव्ह एडगर, कृपया दार उघडा.''

पुन: दारावर थाप मारणार तेवढ्यात पोर्चमधील दिवा लागला. दार उघडले आणि एडगर व बॉश यांना आतल्या अंधारात केसांचे मुंडण केलेली गोरी व्यक्ती दारात उभी असलेली दिसली. पोर्चमधील दिव्याचा उजेड त्या व्यक्तीच्या चेहऱ्यावर पडला होता.

"श्री ट्रेंट? मी डिटेक्टिव्ह एडगर. हा माझा सहकारी डिटेक्टिव्ह बॉश. आम्हांला या प्रकरणाच्या मागोव्याच्या संदर्भात आपली हरकत नसेल तर काही प्रश्न विचारायचे आहेत."

बॉशने मान डोलावली पण हात पुढे केला नाही. ट्रेंट काहीच बोलला नाही. एडगरने दारावर आपला हात दाबून ते उघडेच ठेवले आणि जबरदस्तीने दार उघडले.

उंबरठ्यावरून आधीच अर्धे पाऊल आत येऊन त्याने विचारले, "आम्ही आत आलो तर चालेल?"

ट्रेंट पटकन म्हणाला, "नाही, अजिबात चालणार नाही."

एडगर मध्येच थांबला, त्याच्या चेहऱ्यावर प्रश्नार्थक भाव उमटला.

"हे पाहा महाशय, आम्हांला फक्त अजून थोडेसे प्रश्न विचारायचे आहेत."

"हो, आणि हा सगळा बकवास आहे."

"काय म्हणालात?"

"आम्हांला सगळ्यांना इथं काय चाललं आहे, हे ठाऊक आहे. मी माझ्या वकिलांशी आधीच बोललो आहे. तुमचा हा तमाशा म्हणजे फक्त तमाशा आहे, तोही अगदी रद्दी!"

बॉशला कळून चुकले की अशा पद्धतीच्या धोरणाने काहीच प्रगती होण्यासारखी नाही. त्याने पुढे होऊन एडगरला बाजूला घेतले. एडगर उंबरठ्यापासून दूर झाल्यावर त्याने ट्रेंटकडे नजर रोखली.

"हे पाहा श्री. ट्रेंट, आम्ही परत येणार हे तुम्हांला माहिती होतं याचा अर्थ तुमच्या गतजीवनाबद्दल आम्हांला सगळं कळलं आहे, हेही समजलं होतं. मग डिटेक्टिव्ह एडगरना त्याबद्दल आधीच का नाही सांगितलं? आमचा थोडा वेळ वाचला असता, नाही का? त्याउलट, तुम्ही आम्हांला संशयाला जागा दिलीत– मी काय म्हणतोय, कळतंय ना?"

"कारण भूतकाळ तो भूतकाळ म्हणून मी तो विषय काढला नाही– भूतकाळ गाडला गेला आहे आणि तो तसाच राहू द्यात."

ट्रेंटवर दोष चिकटवण्याच्या आविर्भावात एडगर म्हणाला, "जेव्हा भूतकाळाबरोबर हाडंही गाडली गेली असतात, तेव्हा असं म्हणणं बरोबर नाही."

बॉशने एडगरकडे वळून पाहिले. जरा हुशारीने बोलावे अशी त्याने डोळ्यांनी सूचना केली.

ट्रेंट म्हणाला, ''पाहिलंत? मला तेच म्हणायचं आहे– तुम्ही इथून निघून जा. तुम्हांला सांगण्यासारखं माझ्याकडे काही नाही, काहीही नाही! मला त्याबद्दल काहीच ठाऊक नाही.''

बॉश म्हणाला, ''तुम्ही एका नऊ वर्षांच्या मुलावर अत्याचार केलात.''

''ते एकोणीसशे शहाण्णवचं वर्ष होतं आणि त्याबद्दल मला भरपूर शिक्षा झाली आहे. अगदी कडक शिक्षा. पण तो भूतकाळ आहे. त्यानंतर मी अगदी आदर्श नागरिक म्हणून जगतो आहे. त्या तिथल्या हाडांशी माझा काहीही संबंध नाही.''

एक मिनिट थांबून बॉश शांतपणे म्हणाला, ''हे जर खरं असेल, तर आम्हांला आत घेऊन आमच्या प्रश्नांची उत्तरं द्या. तुम्हांला या सर्वांतून मोकळं केलं की आम्ही मग इतर शक्यता पडताळून पाहू. पण इथं तुम्ही एक गोष्ट लक्षात घ्या. एका लहान मुलावर एकोणीसशे शहाण्णवमध्ये ज्याने अत्याचार केले अशा एका माणसाच्या घरापासून शंभर यार्ड अंतरावर एका लहान मुलाची हाडं सापडली आहेत. त्यानंतर ती व्यक्ती कशा प्रकारचा नागरिक म्हणून राहत होती, याच्याशी मला कर्तव्य नाही. पण मला त्या व्यक्तीला काही प्रश्न विचारलेच पाहिजेत आणि आम्ही ते विचारणारच. आम्हांला काही पर्यायच नाही. आता त्यासाठी आम्ही सरळपणे तुमच्या घरात यावं की वार्ताहरांच्या कॅमेऱ्यासमोर पोलिस ठाण्यात तुमच्या वकिलाच्या साक्षीने आम्ही तुम्हांला प्रश्न विचारावेत, हे तुम्हीच ठरवा.''

बॉश किंचित थांबला. ट्रेंट त्याच्याकडे भेदरलेल्या डोळ्यांनी बघत होता.

''श्री ट्रेंट, तुम्हांला कळतंय की आम्ही कुठल्या परिस्थितीत आहोत आणि आम्हांलाही तुमची स्थिती कळतेय. आम्ही सावधगिरीने तरीही झटकन आत येऊ शकतो, पण तुमच्या सहकार्याशिवाय तसं करू शकत नाही.''

आता आपण काही केले तरी आपण ठरवून घेतलेली जीवनशैली आता धोक्यात आली होती आणि कदाचित कायमची बदलणारदेखील होती, हे लक्षात आल्यावर ट्रेंटने निराशेने मान हलवली. अखेर तो बाजूला झाला आणि त्याने बॉश व एडगर यांना आत येण्याची खूण केली.

ट्रेंटच्या पायांत काही नव्हते आणि त्याने सैलशी काळ्या रंगाची अर्धी चड्डी घातली होती. त्यातून केस नसलेले त्याचे हस्तिदंती रंगाचे सडपातळ पाय डोकावत होते. वरती त्याने खालपर्यंत येणारा रेशमी कापडाचा सदरा घातला होता. त्याची अंगकाठी एखाद्या शिडीसारखी होती. प्रत्येक कोपरा प्राचीन

वस्तूंनी भरलेल्या दिवाणखान्यात तो त्यांना घेऊन गेला. तो स्वत: एका कोचवर मध्ये बसला आणि बॉश व एडगर समोरच्या लेदरच्या खुर्च्यांवर बसले.

बॉशने बोलण्यातील पुढाकार स्वत:कडेच ठेवण्याचे ठरवले. एडगरने ज्या पद्धतीने दाराशी धसमुसळेपणा केला, ते त्याला आवडले नव्हते.

''काळजीपूर्वक आणि सावधानतेने काम करण्यासाठी म्हणून मी तुम्हांला तुमचे घटनात्मक हक्क वाचून दाखवतो. मग मी तुम्हांला नियमातून माफी असल्याचा फॉर्म देईन. त्यावर तुम्ही सही केलीत की कायद्याप्रमाणे तुम्ही आणि आम्ही दोघेही सुरक्षित होऊ. मी आपलं संभाषण ध्वनिमुद्रित करणार आहे म्हणजे आपल्या तोंडात इतर कुणी आणखी काही वेगळे शब्द घालायला नकोत. तर नंतर तुम्हांला या टेपची प्रत हवी असेल तर ती मिळू शकेल.''

ट्रेंटने खांदे उडवले आणि तोच नाराजीने दिलेला होकार समजून बॉशने फॉर्मवर त्याची सही घेऊन तो बॅगमध्ये ठेवून दिला व आपला छोटा टेपरेकॉर्डर चालू केला. टेप सुरू करून तिथे असलेल्या प्रत्येकाची ओळख आणि मुलाखतीची तारीख आणि वेळ यांची नोंद करून त्याने एडगरला खूण करून पुन्हा पुढाकार घ्यायची सूचना केली. ट्रेंट आणि त्याच्या घरातील वातावरण यांचे निरीक्षण करणे, त्याच्या उत्तरांपेक्षाही जास्त महत्त्वाचे होते, असे बॉशला वाटले.

''श्री. ट्रेंट, तुम्ही या घरात किती वर्षे राहत आहात?''

''एकोणीसशे चौऱ्यांऐंशीपासून,'' असं म्हणून ट्रेंट हसला.

एडगरने विचारले, ''त्यात हसण्यासारखं काय आहे?''

''एकोणीसशे चौऱ्यांऐंशी! तुम्हांला आठवत नाही का? जॉर्ज ऑर्वेल? 'बिग ब्रदर' सरकारची दंडुकेशाही?''

दंडुकेशहा सरकारची माणसे ह्या अर्थाने बॉश आणि एडगर यांच्याकडे बोट दाखवले. एडगरला त्याच्या या वाक्याचा अर्थ कळल्यासारखे दिसले नाही आणि त्याने प्रश्न पुढे चालू ठेवले.

''घर भाड्याचे की स्वत:चे?''

''स्वत:चे. म्हणजे, पहिल्यांदा मी ते भाड्यानं घेतलं आणि नंतर सत्त्याऐंशी साली मालकाकडून विकत घेतलं.''

''ठीक आहे. आणि तुम्ही करमणूक क्षेत्रात एक सेट डिझायनर म्हणून काम करीत आहात. हो ना?''

''सेट डेकोरेटर म्हणून. त्यात फरक आहे.''

''काय फरक आहे?''

''डिझायनर सेटची बांधणी कशी असावी ठरवतो आणि त्यावर देखरेख करतो. सेट झाल्यावर डेकोरेटर येतो आणि आवश्यक तो तपशील भरतो.

पात्रयोजनेनुसार, पात्रांच्या वस्तू किंवा त्यांनी वापरायची उपकरणं, हत्यारं वगैरे.''

''तुम्ही हे काम किती वर्षं करीत आहात?''

''सव्वीस वर्षं.''

''टेकडीवर त्या मुलाला तुम्हीच पुरलं का?''

ट्रेंट रागाने एकदम उभा राहिला. ''अजिबात नाही. मी त्या टेकडीवर कधी पाऊलही ठेवलं नाही. तुम्ही माझ्यावर वेळ घालवणार असाल तर ती फार मोठी चूक होते आहे. खरं म्हणजे त्या बिचाऱ्या पोराला मारणारा खुनी अजून कुठेतरी बाहेरच आहे.''

बॉश त्याच्या खुर्चीमध्ये पुढे वाकून म्हणाला, ''खाली बसा, ट्रेंटसाहेब.''

ज्या आवेशाने ट्रेंटने नाही म्हणून सांगितले, त्यावरून बॉशला मनातून वाटले की तो अगदी निरपराधी असला पाहिजे किंवा या सर्व प्रकरणात भेटलेल्या व्यक्तींमधील उत्तम नट तरी असला पाहिजे. ट्रेंट हळूहळू परत कोचावर खाली बसला.

बॉश मध्येच म्हणाला, ''तुम्ही फार हुशार आहात. आम्ही काय करीत आहोत हे तुम्हांला पूर्णपणे ठाऊक आहे. आम्ही तुम्हांला सोडून देऊ किंवा पकडून नेऊ यातलं एक काहीतरी होणार इतकी सोपी गोष्ट आहे. तेव्हा तुम्ही आम्हांला पाहिजे ती मदत का करीत नाही? आमच्याबरोबर इथे वाद घालण्याऐवजी, आम्ही तुम्हांला या सगळ्यातून मुक्त करावं, या दृष्टीने तुम्ही का बोलत नाही?''

ट्रेंट हात पसरून म्हणाला, ''मला तेच कसं करावं हे समजत नाही. मला या प्रकरणाबद्दल काहीही ठाऊक नाही. मला या गोष्टीत पहिल्यापासून काहीच माहिती नाही, तर मी तुम्हांला काय सांगणार?''

''बरं, प्रथम म्हणजे तुम्ही आम्हांला या घराची झडती घेऊ द्या. ट्रेंटसाहेब, जरा आपण जास्त जवळ आलो की मग मला तुमच्या दृष्टिकोनातून बघता येईल. पण सध्या मात्र... म्हणजे मला तुमच्याविषयीच्या नोंदी सापडल्या आहेत आणि रस्त्याच्या पलीकडे हाडं सापडली आहेत एवढेच!''

बॉशने या दोन गोष्टी आपल्या दोन्ही हातांत असल्यासारखा आविर्भाव केला.

''माझ्या दृष्टीने सध्या तरी एवढं आशादायक काही दिसत नाही.''

ट्रेंट उठून उभा राहिला आणि घराच्या आतल्या दिशेकडे बोट दाखवून म्हणाला,

''ठीक आहे. तुमचंच घर आहे. मन भरेस्तोवर घर शोधून पाहा. तुम्हांला काहीही सापडणार नाही कारण माझा त्याच्याशी काहीही संबंध नाही, अजिबात नाही.''

बॉशने एडगरकडे बघून खुणेने सांगितले की, त्याने ट्रेंटला बोलण्यात गुंतवावे तोपर्यंत तो स्वत: सगळीकडे पाहून घेईल.

बॉश उठून म्हणाला, "धन्यवाद, ट्रेंटसाहेब."

घराच्या मागच्या बाजूला जाणाऱ्या पॅसेजमध्ये शिरता शिरता बॉशला एडगरने विचारलेला प्रश्न ऐकू आला. टेकडीवर कधी काही वेगळं विचित्र घडताना ट्रेंटनं पाहिलं का?

"मला फक्त आठवतं की, मुलं खेळत असायची."

ट्रेंट बोलताना मध्येच थांबला– मुलांविषयी काहीही पुढे बोलले तर त्याच्याविषयीचा संशय आणखी वाढायचा असे वाटून तो गप्प बसला. बॉशने मागे वळून टेपरेकॉर्डरचा लाल लाइट चालू असल्याची खात्री करून घेतली.

एडगरने विचारले, "ट्रेंटसाहेब, मुलं तिकडे जंगलात खेळत असल्याचं पाहताना तुम्हांला आवडायचं का?"

बॉश पॅसेजमध्ये त्यांना न दिसेल अशा ठिकाणी ट्रेंटचे उत्तर ऐकत उभा राहिला.

"नाही. जेव्हा ती जंगलात असायची तेव्हा मला दिसत नसत. कधी कधी मी वर गाडी घेऊन येत असताना किंवा कुत्र्याला फिरायला घेऊन जात असताना, आता म्हणजे माझा कुत्रा जिवंत होता तेव्हा, मला मुलं वर चढताना दिसायची. त्याशिवाय शेजारच्या घरातली मुलगी, तसेच पलीकडचं फॉस्टर कुटुंब आणि आजूबाजूची सगळी मुलं. ही जागा नगरपालिकेच्या मालकीची आहे. या परिसरात विकसित न झालेली एवढीच जागा आहे. त्यामुळे मुलं तिथे खेळायला जायची. काही शेजाऱ्यांना असं वाटायचं की त्यातली मोठी मुलं वर तिकडे सिगरेट ओढायला जात असावीत आणि त्यांना काळजी अशी पडली होती की त्यामुळे सगळ्या टेकडीवर आग वगैरे लागते की काय?"

"तुम्ही किती वर्षांपूर्वीची हकिगत सांगत आहात?"

"म्हणजे मी पहिल्यांदा इथे आलो तेव्हा मी काही कुठल्या भानगडीत पडायचो नाही. आजूबाजूचे लोक या सगळ्यात लक्ष घालायचे."

बॉश घरातून फिरतच होता. त्याच्या स्वत:च्या घरापेक्षा हे घर फार मोठं नसावं. पॅसेजच्या शेवटी तीन खोल्यांचे दरवाजे एकत्र येत होते. डाव्या-उजव्या बाजूला झोपण्याच्या खोल्या होत्या. आणि मध्ये चादरी वगैरे ठेवण्याचे एक कपाट होते. त्याने त्या कपाटात बघितले तेव्हा त्यात विशेष काही आढळलं नाही. मग तो उजवीकडील झोपण्याच्या खोलीत शिरला. ती ट्रेंटची झोपण्याची खोली होती. ती खोली तशी व्यवस्थित ठेवलेली होती. पण एका जोडकपाटांच्या वर आणि पलंगाच्या बाजूच्या कपाटांवर बरेच काही सटरफटर सामान पडलं

होतं. चित्रीकरण करताना सेट खराखुरा वाटावा म्हणून अशा वस्तूंचा वापर तो आपल्या कामात करीत असावा असे त्याला वाटले.

बॉशने कपाटात निरखून पाहिले. तिथे वरच्या कप्प्यात बुटाची बरीच खोकी दिसली. ती उघडून बॉशने पाहिले तर जुने वापरलेले बूट दिसले. ट्रेंटला नवीन बूट विकत घेतल्यावर जुने बूट खोक्यात ठेवून इथे या कप्प्यात ठेवण्याची सवय असावी. बॉशला वाटले की हे बूटदेखील तो स्वतःच्या कामासाठी सेटवरील वस्तू म्हणून वापरत असावा. त्याने एक खोके उघडून पाहिले तर कामावर जायचे बूट त्याला सापडले. त्या बुटावरील कानाकोपऱ्यात चिकट आणि घट्ट झालेली माती चिकटली होती. ज्या ठिकाणी हाडे सापडली त्या ठिकाणच्या काळ्या मातीची त्याला आठवण झाली. त्या मातीचे नमुने आधीच घेतलेले होते.

बॉशने बूट परत ठेवून दिले आणि तपासाचे वॉरंट काढताना त्याचा समावेश व्हावा अशी मनात नोंद केली. आताचा त्याचा तपास म्हणजे वरवर टाकलेली नजर होती. ट्रेंटच्या बाबतीत तपास पुढे गेला आणि त्याचे नाव पूर्णपणे संशयित असलेल्या व्यक्तीमध्ये गोवले गेले तर त्या मग तपासाचे वॉरंट घेऊन त्यांना परत यावे लागणारच होते. आणि त्या हाडांशी त्याचा काय संबंध आहे, ते शोधेपर्यंत घर उलटपालट करून त्याची तपासणी केली असती. ती तपासणी या बुटांपासून सुरू करायला हरकत नव्हती. ट्रेंटने आपण कधीच त्या टेकडीवर गेले नसल्याचे सांगितल्याचे टेपवर ध्वनिमुद्रित झालेच होते. बुटांवरील माती आणि त्या खड्ड्यातील माती जर जुळली तर ट्रेंट खोटं बोलत होता हे सिद्ध होईल. कुठल्याही संशयितांच्या बाबतीत विवादास्पद कुठली गोष्ट असेल तर कहाणीमध्ये असा काहीतरी मुद्दा सापडणे. असे काही सापडले की मग शोधपथक खोटे शोधून काढते.

बॉशच्या लक्षात रहावे असे अजून काही त्या कपाटात सापडले नाही, तसेच शय्यागृहात किंवा बाथरूममध्ये सुद्धा काही मिळाले नाही. अर्थात बॉशला एवढे समजले होते की ट्रेंट खरोखरच खुनी असला तर गुन्ह्याच्या खुणा लपवायला मध्ये त्याला बरीच वर्षं मिळाली होती. पहिल्या पाहणीत एडगरने चौकशी केल्यानंतर त्याला आपल्या खुणा लपवण्यासाठी आणि प्रश्नांना तोंड देण्यासाठी आणखी तीन दिवस मिळाले होते.

दुसरी झोपण्याची खोली ती कार्यालयासारखी वाटत होती आणि त्याच्या कामाचं सामान ठेवण्यासाठीसुद्धा वापरली जात असावी. ट्रेंट काम करीत असलेल्या एका सिनेमाचे पोस्टर भिंतीवर फ्रेम करून लावल्यासारखे दिसत होते. बॉशने काही चित्रपट टीव्हीवर पाहिले होते, पण तो थिएटरमध्ये सिनेमा

बघायला फार क्वचितच जायचा. 'आर्ट ऑफ द केप' या सिनेमाचे एक पोस्टर तिथे लावलेले दिसले. बऱ्याच वर्षांपूर्वी बॉशने या चित्रपटाच्या निर्मात्याच्या खुनाचा शोध घेतला होता. हॉलिवूडमध्ये या सिनेमातील एका दृश्याच्या पोस्टरला खास दुर्मिळ वस्तू म्हणून खूप किंमत होती असे त्याने ऐकले होते.

घराच्या मागच्या भागाची तपासणी पूर्ण केल्यावर बॉश स्वयंपाकघरातील दारामधून एका गॅरेजमध्ये शिरला. तिथे दोन गाड्या ठेवण्याची जागा होती. एका जागेत ट्रेंटची लहानशी व्हॅन होती, आणि दुसऱ्या जागेत घरातील प्रत्येक खोलीचा क्रमांक घातलेली खोकी होती. नवीन घरात वीस वर्षांपूर्वी राहायला आल्यानंतर सुद्धा ट्रेंटने सर्व सामान बाहेर काढले नाही की काय या कल्पनेने बॉशला आश्चर्य वाटले. नंतर त्याच्या लक्षात आले की त्याच्या कामाच्या संदर्भातील ती खोकी होती आणि सेटवर सजावट करण्याचे सामान त्यात होते.

बॉशने वळून पाहिले तर एका संपूर्ण भिंतीवर रानटी प्राण्यांची मुंडकी लटकवून ठेवलेली त्याला दिसली. त्या प्राण्यांचे काळे संगमरवरी डोळे त्याच्याकडे रोखून पाहत होते. बॉशच्या पाठीच्या कण्यातून एक शहारा उमटला. आयुष्यभर त्याला अशा गोष्टींचा तिटकारा होता. का, ते त्याला ठाऊक नव्हते.

बॉशने गॅरेजमध्ये अजून थोडा वेळ काढला आणि 'लहान मुलांची खोली ९ ते १२' असे लिहिलेल्या खोक्यात काय होते ते विशेष करून तपासून पाहिले. त्या खोक्यात खेळणी, विमानाची मॉडेल्स, स्केटिंगची फळी आणि एक फूटबॉल होता. त्याने स्केटिंगची फळी एक दोन मिनिटे बाहेर काढली. ती बघून पाहताना घटनास्थळातील पाठीवरच्या पिशवीत सापडलेला शर्ट व त्यावरील सॉलिड सर्फ ही अक्षरे यांची त्याला आठवण झाली.

जरा वेळाने त्याने ती स्केटिंगची फळी खोक्यात परत ठेवून दिली आणि खोके बंद केले.

गॅरेजला बाजूला एक दार होते आणि तेथून मागच्या अंगणात जाण्याचा रस्ता होता. अंगणातील बहुतेक भाग पोहोण्याच्या तलावाने व्यापला होता आणि नंतर अंगणाचा भाग वर वर जाऊन तिथे झाडाझुडुपांची टेकडी झाली होती. त्या वेळी तिथे इतका अंधार होता की काही दिसत नव्हते आणि बॉशने ठरवले की बाहेरच्या भागात दिवसाचा प्रकाश असताना तपासणी करावी.

तपासणी सुरू करून साधारण वीस मिनिटे झाल्यावर बॉश रिकाम्या हातांनीच दिवाणखान्यात परत आला. ट्रेंटने त्याच्याकडे उत्सुक मुद्रेने पाहिले.

"झाले समाधान?"

"ट्रेंटसाहेब, आतापुरतं माझं समाधान झालं आहे. तुमच्या सहकार्याबद्दल...."

"पाहिलं! हे कधीच संपणार नाही. आतापुरतं समाधान झालं! तुम्ही लोक

लवकर कुठलीच गोष्ट सोडणार नाही. नाही का? म्हणजे मी एखादा मादक द्रव्यांचा व्यापारी असतो किंवा बँकेत चोरी केली असती तर माझी शिक्षा पूर्ण झाल्यावर तुम्ही मला सोडून दिलं असतं. पण मी एका लहान मुलाला चाळीस वर्षांपूर्वी स्पर्श केला, तर मला मात्र आयुष्यभराची शिक्षा!''

एडगर म्हणाला, ''मला वाटतं की तुम्ही नुसता स्पर्श करून थांबला नाहीत. पण आम्हांला सर्व तपशील मिळेलच. काही काळजी करू नका.''

ट्रेंटने चेहरा आपल्या हातात झाकून घेतला आणि कशाला यांच्याशी सहकार्य केले अशा अर्थाचे काहीतरी पुटपुटला. बॉशने एडगरकडे पाहिले, तेव्हा त्यानेही काम संपल्याची आणि आता निघायला हरकत नाही, अशी खूण केली. बॉशने पुढे येऊन आपला टेपरेकॉर्डर उचलला. आपल्या कोटाच्या वरच्या खिशात त्याने रेकॉर्डर ठेवला, पण चालूच ठेवला. आधीच्या वर्षी एका प्रकरणात त्याला एक मोलाचा धडा मिळाला होता. कधीकधी अशी मुलाखत अधिकृतपणे संपल्यानंतर फार महत्त्वाची आणि सूचक विधाने कुणीतरी करून जाते.

''ट्रेंटसाहेब, तुमच्या सहकार्याबद्दल धन्यवाद. आम्ही आता जात आहोत, परंतु उद्या कदाचित आम्हांला तुमच्याशी परत बोलावं लागेल. उद्या तुम्ही कामावर जाणार आहात का?''

''अरे देवा! नाही, नाही. मी कामावर असताना मला फोन करू नका. मला माझी नोकरी टिकवायची आहे आणि तुम्ही सगळं संपवून टाकणार. तुम्ही फार वाट लावणार आहात!''

ट्रेंटने बॉशला त्याचा पेजर नंबर दिला. बॉशने तो लिहून घेतला आणि दाराच्या दिशेने निघाला. एडगरकडे वळून त्याने विचारले,

''तू त्यांना बाहेर जाण्याविषयी विचारलंस ना! ते कुठे जायचे तर नाहीत ना?''

एडगरने ट्रेंटकडे पाहिले.

''ट्रेंटसाहेब, तुम्ही चित्रपटांसाठी काम करता. त्यातले संवाद कसे असतात, तुम्हांला ठाऊक आहेच. तुम्हांला शहर सोडून बाहेर जायचं असलं तर आम्हांला फोन करा. तुम्ही फोन केला नाहीत आणि आम्हांला तुम्हांला शोधावं लागलं तर....पुढचं सांगितलं तर तुम्हांला फारसं रुचणार नाही.''

ट्रेंट समोरच्या दिशेने दूर कुठेतरी लांबवर पाहता पाहता पडलेल्या आवाजात म्हणाला,

''मी कुठेही जाणार नाही. आता कृपया निघून जा. बस, मला एकट्याला इथे सोडा.''

बॉश व एडगर दोघेही दाराबाहेर निघून गेले आणि ट्रेंटने दार जोरात लावून घेतले. गाडी बाहेर काढण्याच्या रस्त्यावर बहरात आलेले बोगनवेलीचे झाड होते. त्यामुळे रस्त्यावरच्या डावीकडचे बॉशला दिसत नव्हते.

अचानक एक व्यवस्थित प्रकाशझोत गाडीच्या पुढे येऊन बॉशच्या चेहऱ्यावर स्थिरावला. छायाचित्रकाराला बरोबर घेऊन एका वार्ताहराने या दोघा गुप्तहेरांसमोर आपली गाडी उभी केली. डोळ्यांना सवय होईपर्यंत बॉशच्या डोळ्यावर या प्रकाशझोतामुळे अंधेरी आली.

"हॅलो डिटेक्टिव्ह, मी जूडी सर्टन. चॅनल फोरची वार्ताहर! या हाडांच्या प्रकरणाविषयी काही नवीन बातमी आहे का?"

एडगर म्हणाला, "आम्हांला काही सांगायचं नाही. काहीच सांगायचं नाही आणि कृपया तो लाइट बंद कर."

शेवटी दिव्याच्या उजेडात बॉशला जूडी दिसली. टीव्हीवर तिला पाहिल्याचे त्याला आठवले आणि त्या आठवड्यात आधी एकदा रस्ता बंद केलेल्या ठिकाणी जमलेल्या गर्दीतही ती दिसली होती. "काही सांगायचं नाही." असे म्हणून या परिस्थितीतून मार्ग काढणे बरोबर नाही असे त्याला वाटायला लागले. वातावरण जरा निवळण्यासाठी आणि ट्रेंटला प्रसिद्धी माध्यमांपासून दूर ठेवण्यासाठी त्याला प्रयत्न करणे भाग होते.

बॉश म्हणाला, "नाही, अजून काहीच विशेष मिळालं नाही. आम्ही नेहमीची तपासणीच चालू ठेवली आहे."

जूडीने तिच्याजवळचा मायक्रोफोन बॉशपुढे सरकवला. "तुम्ही इथे या परिसरात परत का आलात?"

"इथल्या रहिवाशांची प्राथमिक चौकशी आम्ही नुकतीच संपवत आणली आहे. इथल्या नागरिकांशी आमची आधी गाठभेट झाली नव्हती. ती भेट आता झाली, एवढंच!"

कंटाळल्यासारखा आवाज काढून बॉश बोलत होता. जूडीला खरेच वाटेल अशी त्याला आशा होती.

बॉश म्हणाला, "सॉरी, आता आमच्याकडे कुठली मोठी कहाणी नाही आहे."

"म्हणजे, इथे राहणारे किंवा शेजारचे कुणी यांची तुम्हांला आज शोधकार्यात मदत झाली का?"

बॉशने ट्रेंटच्या घराकडे बोट दाखवले.

"उदाहरणार्थ, हे गृहस्थ पहा ना. आम्हांला नुकतंच कळलं की त्यांनी एकोणीसशे सत्त्याऐंशीपर्यंत हे घर विकत घेतलंच नव्हतं आणि ही हाडं... आमची खात्री आहे की त्याआधीपासून पुरलेली होती."

"म्हणजे पुन: पहिल्यापासून सुरुवात का?"

"जवळजवळ. आणि मी खरंच तुम्हांला आता एवढचं सांगू शकतो. शुभरात्री!"

बॉशने जूडीच्या गाडीजवळून आपली गाडी पुढे नेली. काही क्षणातच ती तिच्या छायाचित्रकाराला सोडून त्याच्या गाडीच्या दरवाजासमोर येऊन उभी राहिली.

"डिटेक्टिव्हसाहेब, मला तुमचं नाव हवंय."

बॉशने आपले पाकीट उघडून ओळखपत्राचे कार्ड बाहेर काढले. पोलिस चौकीचा नेहमीच्या फोन नं. असलेले कार्ड तिला देऊन त्याने पुन: तिचा निरोप घेतला.

जुडी म्हणाली, "हे पहा, तुम्हांला माहिती असलेली कुठलीही अधिकृत पत्रकाबाहेरची गोष्ट असली तर मला सांगा. मी तुमचं नाव घेणार नाही. पाहिलंत ना, आता छायाचित्रकारपण इथे नाही. तुम्हांला हवं ते तुम्ही बोलू शकता."

गाडीचा दरवाजा उघडता उघडता बॉश म्हणाला, "नाही, सांगण्यासारखं काही नाही. शुभरात्री!"

गाडीचे दार बंद झाल्यावर एडगरने शिव्या मोजायला सुरुवात केली.

"तिला कसं काय कळलं की आपण इथे आहोत?"

"कदाचित कुणातरी शेजाऱ्याने सांगितलं असेल. खणण्याचं काम चालू असताना संपूर्ण दोन दिवस जूडी तिथंच होती. ती एक प्रसिद्ध व्यक्ती आहे. तिने आजूबाजूच्या लोकांबरोबर चांगलंच सूत जमवलं. मैत्री केली आणि आपण ओळखू येणाऱ्या या गाडीत बसलो आहोत. तिने कदाचित एक पत्रकार परिषददेखील भरवली असती."

कृष्णधवल रंगाच्या गाडीतून हेरगिरी करण्याच्या मूर्खपणाबद्दल बॉश विचार करू लागला. पोलिस रस्त्यावर ठळकपणे उठून दिसावेत म्हणून पोलिस खात्याने ठरवलेल्या उपक्रमात आणीबाणीचा लाल दिवा नसलेल्या पण काळ्या-पांढऱ्या रंगात उठून दिसणाऱ्या गाड्या गुप्तहेर पोलिसांनादेखील दिल्या होत्या.

ती वार्ताहर आणि तो छायाचित्रकार ट्रेंटच्या घराच्या दिशेने निघालेले त्या दोघांनी पाहिले.

एडगर म्हणाला, "ती त्याच्याशी नक्कीच बोलणार!"

बॉशने शांतपणे आपल्या बॅगमधून मोबाइल फोन बाहेर काढला. ट्रेंटचा नंबर फिरवून त्याला त्यांच्याशी बोलू नकोस असे सांगणार एवढ्यात बॉशच्या लक्षात आलं की मोबाइल फोनवर डायल टोन नव्हता.

बॉश हतबल झाला.

एडगर म्हणाला, "नाहीतरी आता उशीर झाला आहे. ट्रेंट हुशारीने वागेल एवढीच आपण आशा करू शकतो."

कॅमेऱ्याच्या दिव्याच्या उजेडात स्पष्टपणे दिसत असलेल्या ट्रेंटला घराच्या दारापाशी उभे असलेले बॉशने पाहिले. काही शब्द बोलून त्याने हातवारे केले आणि दार लावून घेतले.

एडगर म्हणाला, "चांगलं झालं."

बॉशने गाडी चालू करून वळवून घेतली आणि दरीतून मार्ग काढीत तो आपल्या ठाण्याकडे निघाला. एडगरने विचारले, "मग आता पुढे काय?"

"ट्रेंटला झालेल्या शिक्षेबद्दलची सर्व माहिती– कशाबद्दल झाली होती वगैरे-काढायला पाहिजे."

"मी पहिल्यांदा ते काम करीन."

"नाही, मला सर्वप्रथम सर्व इस्पितळांमध्ये आज्ञापत्रकं पोचवायची आहेत. ट्रेंट आपल्या चौकटीत बसो अथवा न बसो, प्रथम आपल्याला त्या लहान मुलाची ओळख पटवून घेणं आवश्यक आहे. तरच त्याचा ट्रेंटशी संबंध जोडता येईल. व्हॅन नुयच्या कोर्टहाऊसपाशी सकाळी आठ वाजता भेटू या. त्या आज्ञापत्रकांवर सह्या घेऊन मग आपण ती वाटून घेऊ."

बॉशने व्हॅन नुयचे कोर्ट निवडले कारण एडगर तिथे जवळच राहत होता आणि न्यायाधीशांनी त्या पत्रकांना मंजुरी दिल्यानंतर तिथे सकाळी एकत्र येऊन ते आपापल्या मार्गाला लागू शकले असते.

एडगरने विचारले, "ट्रेंटच्या घरावर धाड घालण्यासाठी वॉरंट काढता येईल का? तू शोधत होतास तेव्हा तिथं काही सापडलं का?"

"विशेष काही नाही. गॅरेजमधल्या एका खोक्यात स्केटिंगची एक फळी आहे. त्याच्या कामामध्ये त्याला लागत असेल कदाचित, म्हणजे सेटवरील साहित्यामध्ये, कळलं ना? ती फळी पाहिली तेव्हा बळी पडलेल्या व्यक्तीच्या शर्टची मला आठवण झाली. शिवाय खालच्या भागाला माती चिकटलेले कामाचे बूटदेखील मला सापडले. टेकडीवरील मातीच्या नमुन्यांशी कदाचित ही माती जुळेल. पण कुठलाही शोध आपल्या उपयोगी पडेल असं मला वाटत नाही. या माणसाला कुठल्याही दोषारोपातून बाहेर पडायला वीस वर्षं मिळाली आहेत. म्हणजे हाच तो माणूस असेल तर."

"तुला असं वाटत नाही?"

बॉशने नकारार्थी मान हलवली.

"काळामध्ये काहीतरी घोळ आहे. एकोणीसशे चौऱ्यांयशी म्हणजे जरा उशिराचं वर्ष आहे. आपल्या दृष्टीनं घटनाकाळाच्या शक्यतेतील अखेरच्या वर्षामधील वर्ष."

"आपण एकोणीसशे पंचाहत्तर ते एकोणीसशे पंच्याऐंशीमधला काळ बघत होतो ना?"

"ते बरोबर आहे. पण तू गॉलिव्हरचं बोलणं ऐकलंस. वीस ते पंचवीस वर्षांपूर्वी म्हणजे एकोणीसशे ऐंशीचा काळ जरा उशिराचाच झाला. आता एकोणीसशे चौऱ्यांयशी म्हणजे आणखीच नंतरचा काळ."

"मग कदाचित असंही असेल की मृतदेह तिथं पुरल्यामुळे त्यानं हे घर विकत घेतलं असेल. त्यानं त्या मुलाला तिथं पुरलं आणि त्या जागेपासून लांब जाऊ नये, म्हणून तो या परिसरात रहायला आला असेल. म्हणजे हॅरी, मला म्हणायचंय की, अशी ही माणसं विकृत असतात."

बॉशने होकारार्थी मान हलवली.

"ते बरोबर आहे. पण मला त्या माणसाकडून नुकतेच तसे सूर ऐकू येत नव्हते. तो काय म्हणत होता ते मला पटलं होतं."

"हॅरी, तुझे अंदाज यापूर्वीसुद्धा चुकीचे ठरले आहेत."

"हो. खरं आहे."

"मला असं वाटतं, तोच खुनी आहे. तो काय म्हणाला ऐकलंस ना, केवळ त्या मुलाला मी स्पर्श केला म्हणून! म्हणजे त्याच्या म्हणण्याप्रमाणे, नऊ वर्षांच्या मुलावर शारीरिक बळजबरी करणं म्हणजे त्याला फक्त स्पर्श करणं!"

एडगर जरा जास्तच प्रतिगामी वागत होता, पण बॉश त्याला काही म्हणाला नाही– एडगर एक बाप होता, बॉश नव्हता.

"आपण सगळे अहवाल मागू आणि नंतर बघू. आपल्याला परत ठाण्यावर जाऊन रिव्हर्स डिरेक्टरी पाहायला हवी. त्या वेळी रस्त्यावर कोण कोण होतं ते बघायला हवं."

रिव्हर्स डिरेक्टरी म्हणजे नागरिकांची नावाऐवजी पत्त्यानुसार तयार केलेली यादी. अहवालांच्या खास खोलीत प्रत्येक वर्षी तयार केलेली यादी ठेवलेली होती. त्या मुलाचा खून झाला त्या १९७५ ते १९८५ च्या काळात त्या रस्त्यावर कोण कुठे राहत होतं याची माहिती अशा यादीतून त्या दोघांना मिळणार होती.

एडगर म्हणाला, "हे बघताना मजा येणार आहे."

बॉश म्हणाला, "हो, नक्कीच. मी अगदी उतावीळ झालो आहे."

बाकीचा रस्ता ते एकमेकांशी बोललेच नाहीत. बॉश निराश दिसत होता. ज्या पद्धतीने शोधाचे काम चालू होते, त्याबद्दल तो स्वत:वरच नाराज होता. बुधवारी हाडे सापडली होती आणि शोधकार्याची पूर्ण कारवाई गुरुवारी सुरू करण्यात आली. त्यात जाणवले होते की शोधामधले मुख्य काम म्हणजे नावांची यादी तपासणे. ते आधीच म्हणजे रविवारच्या आधी व्हायला पाहिजे होते. ते उशिरा झाल्यामुळे ट्रेंटला वेळ आणि फायदा मिळणार होता. त्यांना

तोंड द्यायला आणि प्रश्नांच्या उत्तरांना तयार राहायला त्यात पूर्ण तीन दिवस मिळाले होते. त्याला वकिलाला भेटायची संधीदेखील मिळाली होती. तो आरशात बघून काय बोलायचे आणि कसे वागायचे हेसुद्धा त्याने ठरवले असेल. बॉशला उमजले की त्याच्या सदसद्‌विवेकबुद्धीला खरेखोटे नक्कीच माहिती असणार, पण एखादा चांगला नट मनातले खरेखोटे दिसू देत नाही.

◆

१५.

सरकणारा दरवाजा उघडा टाकून बॉश मागच्या पोर्चमध्ये बिअर पीत बसला होता. स्टिरिओवर क्लिफर्ड ब्राऊनचे संगीत ऐकू यावे म्हणून दार उघडे ठेवले होते. जवळजवळ पन्नास वर्षांपूर्वी या प्रसिद्ध ट्रम्पेट वादकाने थोड्याशाच रेकॉर्ड बनवल्या होत्या आणि लगेचच तो मोटार अपघातात गेला होता. संगीत क्षेत्राचं त्यामुळे केवढं नुकसान झालं याचा विचार बॉशच्या डोक्यात आला. त्याला मध्येच जमिनीत पुरलेल्या लहान मुलाच्या हाडांची आठवण झाली आणि त्यामुळेसुद्धा जग एका आयुष्याला मुकले असे त्याला वाटले. मग स्वत:चा विचार त्याच्या डोक्यात आला आणि आपण कशाला मुकलो याचा त्याने विचार केला. जाझ संगीत, बियर आणि या प्रकरणासंबंधीच्या त्याच्या भावना या सगळ्यांमुळे त्याच्या डोक्यात गोंधळ उडाला होता. त्याला अस्वस्थ वाटत होतं. त्याच्यासमोर आहे पण त्याला दिसत नाही असा त्याला भास होत होता. असं एखाद्या गुप्तहेराला भासणं यापेक्षा जास्त दु:खद भावना जगात असूच शकत नाही असं त्याला वाटलं.

रात्री ११ वाजता तो आत आला आणि चॅनल ४ वरील बातम्या ऐकण्यासाठी त्याने संगीताचा आवाज कमी केला. बातम्यांच्या पहिल्या भागानंतर जूडी सर्टनची बातमी तिसरी होती. कार्यक्रमाचा सूत्रधार म्हणाला, ''लॉरेल कॅन्यन येथील हाडांच्या प्रकरणात नवीन बातमी– आता आपण घटनास्थळी जूडी सर्टन यांना भेटू यात.''

कार्यक्रमांची अशी ओळख न पटल्याने बॉश म्हणाला, ''छे, काय भंकस आहे!''

मग वंडरलँड अव्हेन्यूवरील एका घरासमोर जूडी सर्टन उभी असल्याचे

दृश्य दाखवले गेले. बॉशने ओळखले, ते घर ट्रेंटचेच होते.

''मी लॉरेल कॅनिय येथील वंडरलँड अव्हेन्यूमधून बोलते आहे. या ठिकाणी चार दिवसांपूर्वी एक कुत्रा तज्ज्ञांच्या मताप्रमाणे मानवी वाटणारे एक हाड घरी घेऊन आला. या कुत्र्याने आणलेल्या हाडानंतर या परिसरात लहान मुलाची आणखी हाडं आढळून आली. शोधपथकाच्या मते या मुलाचा खून झाला असून वीस वर्षांपूर्वी त्याला पुरण्यात आलं होतं.

बॉशचा फोन वाजू लागला. त्याने टीव्ही पाहण्याच्या खुर्चीवरचा आपला हात उचलून फोन हातात घेतला आणि बोलू लागला.

''जरा थांब,'' आणि मग फोन बाजूला ठेवून परत टीव्हीवरची बातमी पाहू लागला.

जूडी म्हणाली, ''आज रात्री शोधपथकातील अधिकारी या परिसरात परत आले आणि इथे मुलगा पुरलेल्या जागेपासून शंभर यार्डांवर राहणाऱ्या एका रहिवाशाशी परत बोलले. या रहिवाशाचे नाव निकोलस ट्रेंट असून सत्तावन वर्षांचे ट्रेंट हॉलिवूडमध्ये सेट डेकोरेटर म्हणून काम करतात.''

त्यानंतर जूडी बॉशशी बोलत असल्याचे दृश्य दाखवले गेले. पण तिचा आवाज मात्र त्या वेळी चालूच होता.

''शोध अधिकाऱ्यांनी श्री ट्रेंट यांच्या चौकशीबद्दल काहीही बोलण्यास नकार दिला, परंतु चॅनल चारच्या सूत्रानुसार...

बॉश खुर्चीवर हात घट्ट रोवून बसला आणि पुढे ऐकू लागला.

''...ट्रेंट यांना पूर्वी लहान मुलांवरील अत्याचाराबद्दल शिक्षा झाली होती.''

त्यानंतरचं दृश्य दाखवलं त्यात बॉश म्हणत होता, ''मी आता खरोखर एवढंच सांगू शकतो.''

त्यानंतर ट्रेंट दारात उभा राहून कॅमेरा दूर करायला सांगत असल्याचे आणि दार लावून घेत असल्याचे दृश्य दाखवले गेले.

जूडी बोलतच होती, ''ट्रेंट यांनी आपला या प्रकरणाशी संबंध असल्याचा इन्कार केला, परंतु नेहमी शांत असणाऱ्या या परिसरातील रहिवाशांना ट्रेंट यांचा इतिहास ऐकून धक्काच बसला.''

यानंतर तिथल्या एका नागरिकाची मुलाखत टीव्हीवर दाखवली गेली. बॉशने ओळखले की ती व्यक्ती म्हणजे व्हिक्टर उलरिच आहे. बॉशने रिमोटवरील आवाज बंद करायचे बटण दाबले आणि फोन उचलला. एडगर फोनवर होता.

एडगरने विचारले, ''ही बकवास तू पाहतोयस् का?''

''हो ना.''

''आपण अगदी भयंकर दिसत आहोत. असं वाटतं आहे की आपणच

तिला सांगितलं. हॅरी, तुझं वाक्य त्यांनी वेगळ्या संदर्भात वापरलं. आपल्याला त्यामुळे गाळात जावं लागणार आहे.''

''पण, तू तिला सांगितलं नाहीस ना?''

''हॅरी, म्हणजे तुला वाटतं, मी तिला सांगितलं?''

''नाही नाही, मी फक्त खात्री करून घेत होतो. तू नाही ना तिला सांगितलंस?''

''नाही.''

''आणि मीही सांगितलं नाही. म्हणजे याचा अर्थ आपल्या दोघांवर काहीतरी बालंट येणार हे नक्की, पण आपली भूमिका मात्र स्पष्ट आहे.''

''बरं मग, आणखी कुणाला ठाऊक असेल? ट्रेंटने स्वत: तिला सांगितलं असेल असं मला वाटत नाही. पण त्याने लहान मुलावर अत्याचार केला हे आतापर्यंत दहा लाख लोकांना कळलं असेल.''

बॉशला ठाऊक होतं की संगणकावर काम करीत असताना या व्यक्तीच्या नावावर थबकणारी किझ आणि रात्रीच्या जेवणास का आलो नाही याचं कारण बॉशने सांगताना उघड केलेल्या गोष्टीमुळे ज्युलिया ब्रॅशर या दोघींनाच ही माहिती होती. अचानक त्याच्या नजरेसमोर वंडरलँड अव्हेन्यूजवळ रस्ता बंद केलेल्या ठिकाणी उभी असलेली जूडी आली. ज्युलियाने टेकडीवरील शोध आणि उत्खनन या दोन्ही कामांत मदत करण्याची इच्छा दाखवली होती. जूडीने तिच्याशी काहीतरी संपर्क साधत असण्याची दाट शक्यता होती. म्हणजे ज्युलिया ही जूडीच्या माहितीचं मूळ होती का?

बॉश एडगरला म्हणाला, ''नाही. ही बातमी फुटायचं काही कारण नाही. जूडीला फक्त ट्रेंटचं नाव कळणं पुरे होतं मग पोलिस खात्यातील कुणालाही पडून तिला संगणकावरून ही माहिती काढला आलीच असती किंवा लैंगिक गुन्हे करणाऱ्यांची यादी असलेली मोठीच्या मोठी सीडी तपासून पाहिली असली तरी कळतं असतंच. ही सीडी म्हणजे सार्वजनिक मालमत्ता आहे. कुणीही पाहू शकतं. एक मिनिट थांब.''

बॉशला अजून एक फोन येत असल्याचा संदेश फोनवर आला. त्याने बटण फिरवले आणि लेफ्ट. बिलेट्स्चा फोन असल्याचे त्याला कळले. दुसरा फोन बंद करून त्याने तिला एक मिनिट थांबायला सांगितले. फोन घेतल्यावर ती म्हणाली, ''जेरी, बिलेट्स् बोलतोय.''

''मी तुला परत फोन करतो.''

''नाही, मी बिलेट्सच बोलतेय.''

''ओह सॉरी, एक मिनिट.''

बॉशने परत फोनवरची बटणे फिरवली. या वेळी त्याला ते जमले. त्याने

एडगरला सांगितले की बिलेट्स्च्या बोलण्यात त्याला सांगण्यासारखे काही असले तर तो परत फोन करील, नाहीतर ''ठरवल्याप्रमाणे कर. सकाळी आठ वाजता व्हॅन नुयच्या तिथे भेटूच.''

बॉशने बिलेट्स्चा फोन हातात घेतला. ती म्हणाली, ''बुलेट्स्? तुम्ही मला बुलेटस् म्हणून ओळखता?''

''काय?''

''तू बुलेट्स् म्हणालास. तुला जेव्हा वाटलं एडगर बोलतोय तेव्हा माझा उल्लेख बुलेट्स् असा केलास.''

''म्हणजे आता– काही मिनिटांपूर्वी?''

''हो, आताच.''

''मला ठाऊक नाही. तू काय बोलते आहेस तेच कळत नाही. म्हणजे मी आता फोन बदलत होतो तेव्हा...''

''जाऊ दे, त्याने काहीच बिघडत नाही. तू चॅनल चार पाहत होतास असं मी गृहित धरलं.''

''हो, मी पाहिलं. आणि मला तुला फक्त एवढंच सांगायचं आहे की तो मीही नव्हतो आणि एडगरही नव्हता. त्या वार्ताहर बाईला आम्ही तिथे परत गेलो एवढंच कळलं आणि आम्ही सतत ''आम्हांला काही सांगायचं नाही'' चाच धोशा लावला होता. ती त्याच्याविषयी एवढं काही...''

''हॅरी, तू फक्त ''नो कॉमेंट'' असं एवढंच म्हणाला नाहीस. बाहेर येताना तुझे चित्र त्या चित्रफितीत दिसलं आहे. तुझं तोंड हलत होतं आणि तुझे शब्द ''आम्हांला फक्त एवढंच सांगायचं आहे.'' स्पष्ट ऐकू आले आहेत. ''फक्त एवढेच'' असं तू म्हणालास म्हणजे काहीतरी नक्कीच सांगितलंस?''

फोनवर असूनही बॉशने नकारार्थी मान हलवली. ''मी तिला काहीच सांगितलेलं नाही. मी फक्त काही तरी करून तिथून सटकलो. मी तिला सांगितलं की परिसरातील लोकांची प्राथमिक चौकशी आम्ही पूर्ण करीत आहोत आणि त्याआधी ट्रेंटशी आम्ही बोललो नव्हतो.''

''हे खरं आहे?''

''खरं नाही. पण या माणसाने लहान मुलावर अत्याचार केला होता कळल्यामुळे आम्ही तिथे परत आले हे मला कळू द्यायचं नव्हतं. हे बघ, आम्ही तिथे गेले तेव्हा ट्रेंट कोण होता हे तिला ठाऊक नव्हतं. तिला माहीत असतं तर तिनं आम्हांला विचारलं असतं. तिला ते नंतर कळलं आणि कसं कळलं ते मला ठाऊक नाही. जेरी आणि मी आता त्याविषयीच बोलत होतो.''

बिलेट्सने पुन: बोलणे सुरू करण्याआधी फोनवर एक मिनिटभर शांतता

होती. मग ती म्हणाली, "ठीक आहे. या सगळ्यावर काम करायचं हे तुम्ही एकत्र बसून उद्यापर्यंत ठरवा कारण मला या गोष्टीचं लेखी स्पष्टीकरण वरच्या आधिकाऱ्यांना देण्यासाठी हवं आहे. चॅनल चारवरील बातमी संपायच्या आतच मला कॅप्टन ली व्हॅलीचा फोन आला आणि ती म्हणाली की तिलासुद्धा त्याआधी उपप्रमुख आयर्व्हिंग यांचा फोन येऊन गेला."

"हो, हो, हे असं नेहमीच होतं. या सगळ्या साखळीत एकापाठोपाठ एक बातमी पसरतेच."

"हे बघ, तुला ठाऊक आहे की एखाद्या नागरिकाच्या गुन्ह्याची नोंद अशा प्रकारे जाहीरपणे फुटणे हे पोलिस खात्याच्या धोरणाशी विसंगत आहे. मग अशी व्यक्ती संशयित असो की नसो. मी तुला सांगायची गरज नाही की तुझी कधी चूक होते आणि कधी तुला त्यात पकडतो याची अनेक लोक वाट पाहत बसले आहेत."

"हे बघ, मी बातमी फुटण्याचं समर्थन करीत नाही. जे झालं ते बरोबर नव्हतं आणि ठीक नव्हतं. पण मी इथे एक खून प्रकरण सोडवण्याचा प्रयत्न करतो आहे आणि आता माझ्यासमोर हा एक प्रचंड अडथळा निर्माण झाला आहे. आणि हेच तर या खात्याचं वैशिष्ट्य आहे. नेहमी प्रत्येकाच्या मार्गात कुठला ना कुठला अडथळा आणला जातो."

"मग तू पुढच्या वेळी जास्त काळजी घ्यायला पाहिजेस!"

"मी काळजीपूर्वक? कशासाठी? माझं काय चुकलं यात.? जिथं जिथं काही शक्यता आहे तिथे तपासायला मी जातो."

आपला राग आणि निराशा यांचा पारा एकदम वर गेल्याचे लक्षात येऊन बॉशला त्याबद्दल खंत वाटली. जे लोक बॉश स्वत:च्या चुकीमुळे नुकसान करून घेईल याची वाट पाहत होते, अशा लोकांत बिलेट्स्चा समावेश निश्चितच नव्हता. ती फक्त निरोप्याचं काम करीत होती. त्याच वेळी तो स्वत:वरही तितकाच रागावल्याचे त्याच्या लक्षात आले कारण बिलेट्स म्हणत होती ते बरोबर होते. त्याने सर्टनशी वेगळ्या पद्धतीने वागायला हवे होते.

बॉश खालच्या सुरात एका पातळीवर आवाज ठेवून म्हणाला, "हे बघ, माझं चुकलं. हे प्रकरणच असं आहे. त्यात माणूस अडकतो, तुला ठाऊकच आहे."

बिलेटस् तितक्याच शांतपणे म्हणाली, "मला वाटतं की मला ठाऊक आहे. आणि या प्रकरणाविषयी म्हणायचं झालं तर काय चाललं आहे सध्या? ट्रेंटची ही सगळी कहाणी म्हणजे मला अगदी नवीनच होती. तू मला सर्व प्रगती वेळोवेळी कळवणार असं आपलं ठरलं होतं."

"ही सगळी भानगड आजच अगदी दिवसाच्या शेवटी उपटली. मी तुला

सकाळी सांगणारच होतो. माझ्याआधीच चॅनल चार हे काम करीत हे मला माहीत नव्हतं. शिवाय ली व्हॅली आणि आयर्व्हिंग यांनाही चॅनेलनेच बातमी दिली.''

''त्याचा आता विचार करू नकोस. मला ट्रेंटबद्दल सांग.''

◆

१६.

बॉश व्हेनिसला आला तेव्हा मध्यरात्र उलटून बराच वेळ झाला होता. कालव्याला लागून असलेल्या लहान लहान रस्त्यांवर पार्किंगची जागा नव्हतीच. दहा मिनिटे पार्किंग शोधत तो खूप फिरला. शेवटी व्हेनिस बुलेव्हार्डच्या ग्रंथालयाच्या जवळील गाडीतळावर त्याला जागा मिळाली आणि तिथून तो पायी निघाला.

लॉस एंजलिसला स्वप्ने घेऊन येणारे सगळेच काही चित्रपटनिर्माते बनत नाहीत. ॲबट किनी या माणसाने शंभर वर्षांपूर्वी पाहिलेले स्वप्न म्हणजे हे व्हेनिस उपनगर होते. हॉलिवूड आणि चित्रपटसृष्टी यांचा जन्म व्हायच्या आधी, किनी पॅसिफिक महासागरातून प्रवास करीत इथल्या दलदलीच्या भागात प्रथम आला होता. कमानी असलेले पूल, त्याखालून जाणारे कालवे आणि इटालियन वास्तुशैलीमध्ये बांधलेला शहराचा प्रमुख भाग अशा प्रकाराची नगरी इथे वसवण्याचे त्याने स्वप्न पाहिले होते. सांस्कृतिक आणि कलापूर्ण जीवनाच्या शिक्षणाची ती मायभूमी असणार होती. आणि तो त्याला अमेरिकेचे व्हेनिस असे नाव देणार होता.

पण लॉस एंजलिसला येणाऱ्या बहुतेक सर्व स्वप्नाळू लोकांप्रमाणेच त्याची ही दूरदृष्टी सर्वांनाच भावली नाही आणि कळलीदेखील नाही. त्या काळातील प्रकल्प सल्लागार आणि वित्त पुरवठादार लोकांनी त्याची चेष्टाच केली आणि व्हेनिस शहर बांधण्याची संधी दवडली. त्याऐवजी यापेक्षा हलक्या दर्जाच्या प्रकल्पात त्यांनी पैसा गुंतवला. अमेरिकेचे व्हेनिस म्हणजे किनीची घोडचूक असे म्हटले जाई.

पण शंभर एक वर्षांनंतर या भागातील बांधलेले कालवे आणि त्यावरील कमानीचे पूल शिल्लक राहिले आणि तत्कालीन धनाढ्य लोक विपरीत भविष्यवाणी करणारे त्यांचे पित्ते आणि त्यांचे प्रकल्प काळाच्या आघात वाहून गेले. त्यांच्यापेक्षाही

किनीची घोडचूक दीर्घजीवी ठरली, याचे बॉशला कौतुक वाटले.

बॉश या कालव्यांकडे कित्येक वर्षांत फिरकला नव्हता. तरी व्हिएतनामहून परत आल्यावर परदेशात ओळख झालेल्या इतर तिघांबरोबर या भागात एक बंगला घेऊन काही काळ तो राहिला होता. त्यानंतरच्या काळात असे बरेच बंगले पाडले गेले आणि आधुनिक पद्धतीची दोन आणि तीन मजली दहा दहा लाख डॉलर किमतीची घरे तिथे उभी राहिली.

ज्यूलिया ब्रॅशर हाउलँड आणि ईस्टर्न कालव्याच्या कोपऱ्यावरील एका बंगल्यात रहात होती. बॉशला वाटले, तिचे घर नव्या पद्धतीचे असेल. त्याचा अंदाज होता की तिच्या कायदा सल्लागार कंपनीने हे घर विकत घेतले असावे किंवा बांधून घेतले असावे. पण तो घराच्या ठिकाणी आला तेव्हा त्याचा अंदाज चुकल्याचे त्याच्या लक्षात आले. तिचे घर म्हणजे पांढऱ्या लाकडी फळ्यांनी तयार केलेला छोटा बंगला होता आणि दोन्ही कालव्यांचा संगम होतो त्याच्याजवळच घराचे पुढचे दार होते. तिच्या घराच्या खिडकीतून आतले दिवे चालू असल्याचे बॉशला कळले. खरं म्हणजे रात्रीची वेळ होती, पण तसा फार उशीर झाला नव्हता. तीन ते अकरा या पाळीत ती काम करत असली तर झोपायला रात्रीचे दोन वाजणे साहजिकच होते.

बॉश पोर्चमधून दाराजवळ गेला, पण दार वाजवावे की नाही या संभ्रमात तिथे उभा होता. गेल्या एका तासात ज्युलियाविषयी संशयाचे वादळ निर्माण होईपर्यंत त्यांच्या उमलत्या नात्याबद्दल आणि तिच्याबद्दल बॉशच्या मनात खूप सुखद भावना होत्या. त्याने काळजीपूर्वक वागलं पाहिजे हे त्याला जाणवलं. कदाचित काही बिघडणार सुद्धा नाही. तरीही आता जरा पाऊल चुकीचे पडले तर सगळी मजा जाईल असे त्याला वाटले.

शेवटी बॉशने हात उचलून दार वाजवले. ब्रॅशरने लगेचच दार उघडले.

"मी विचार करीत होते की तू दार वाजवणार की रात्रभर असाच इथे उभा राहणार!"

"मी इथे उभा आहे, हे तुला कळलं होतं?"

"घराचं पोर्च फार जुनं आहे. ते करकर करतं. मला पावलं ऐकू आली."

"म्हणजे मी इथे आलो आणि मला वाटलं की फार उशीर झाला आहे– मी आधी फोन करायला हवा होता."

"ये, आत ये. काही बिनसलं आहे का?"

बॉशने आत येऊन इकडेतिकडे बघितले. त्याने प्रश्नाला उत्तर दिले नाही. घराच्या दिवाणखान्यामध्ये समुद्रकिनारा जवळ असल्याच्या खुणा स्पष्ट दिसत होत्या. बांबूचे फर्निचर आणि कोपऱ्यात पडलेली स्केटिंगची फळी. फक्त फरक

म्हणजे तिच्या युनिफॉर्मचा पट्टा आणि पिस्तुलाची पिशवी दाराजवळील भिंतीवर लटकवलेली होती. नवीन प्रशिक्षणार्थ्यांने या वस्तू अशा बाहेर ठेवणे चुकीचे होते. परंतु बॉशला वाटले की तिला आपल्या नव्या व्यवसायाचे कौतुक होते म्हणून आणि पोलिस खात्याव्यतिरिक्त आपल्या इतर मित्रमंडळींना दाखवण्यासाठी तिने हे लावून ठेवले असावे.

ज्युलिया म्हणाली, "बस ना. मी वाइनची बाटली उघडली आहे. तुला एखादा ग्लास हवी आहे का?"

तासभर आधी बियर आणि आता वाइन घेतली, तर दुसऱ्या दिवशी सकाळी डोके दुखेल की काय अशी बॉशला भीती वाटली आणि दुसऱ्या दिवशी तर त्याला अधिक लक्षपूर्वक काम करणे आवश्यक होते.

"ही रेड वाइन आहे."

"ओह, मी थोडीशीच घेईन."

"उद्या कामावर जास्त हुशार राहिलं पाहिजे, हो ना?"

"हो, असं वाटतं खरं!"

ज्युलिया स्वयंपाकघरात गेली तेव्हा त्याने सोफ्यावर बसून घराचे निरीक्षण केले. त्याला पांढऱ्या विटांनी तयार केलेल्या शेगडीच्या वरच्या बाजूला भिंतीवर लांबलचक टोक असलेला एक मासा अडकवलेला दिसला. खालच्या बाजूला पिवळी आणि पांढरी छटा असलेल्या या माशाचा काळसर वाटणारा गडद निळा रंग चमकत होता– भिंतीवर टांगलेल्या माशापेक्षा अशा टांगलेल्या प्राण्याचा त्याला जास्त त्रास होत असे. पण माशाचा डोळा आपल्याकडे पाहत आहे हे काही त्याला रुचले नाही.

तो म्हणाला, " तू हे मासे पकडतेस का?"

"हो, नदीच्या काठी हा मासा पकडायला मला साडेतीन तास लागले."

वाइनचे दोन ग्लास घेऊन ती बाहेर आली आणि म्हणाली,

"पन्नास पौंडांचा गळ टाकावा लागला- चांगलाच व्यायाम झाला."

"हा कुठला मासा आहे?"

"याला काळा मार्लिन म्हणतात."

ज्युलियाने ग्लास माशाला भिडवला, मग बॉशच्या ग्लासाशी भिडवला, ती म्हणाली, "होल्ड फास्ट."

बॉशने तिच्याकडे पाहिले.

ज्युलिया म्हणाली, "शुभेच्छा द्यायची माझी ही नवी पद्धत आहे– "होल्ड फास्ट." त्यात सगळं येतं."

ज्युलिया बॉशच्या सगळ्यात जवळच्या खुर्चीवर बसली. तिच्यामागे लाटांवर

स्केटिंग करण्याची फळी होती. पांढऱ्या रंगाच्या त्या फळीवर इंद्रधनुष्याचे चित्र होते आणि कडेला इंद्रधनुष्याच्या रंगांच्या रेषा काढल्या होत्या– ती फळी जरा लहानच होती.

"म्हणजे तू वादळी लाटांशी सुद्धा खेळतेस तर!"

फळीकडे बघून ज्युलिया बॉशकडे वळली आणि हसली.

"मी प्रयत्न करते– मी हे हवाईला शिकले."

"तू जॉन बरोजला ओळखतेस?"

ज्युलियाने मान हलवली, "हवाईमध्ये स्केटिंग करणारे खूप जण आहेत. तो कुठल्या समुद्रकिनाऱ्यावर असतो?"

"नाही, तिथे नाही, तो इथे आहे. तो पॅसिफिक भागात खून प्रकरण खात्यात काम करणारा अधिकारी आहे– समुद्रकिनाऱ्यावरून जवळ असलेल्या इथल्याच एका रस्त्यावर राहतो. तो सर्फिंग करतो. त्याच्या फळीवर लिहिले आहे : "टू प्रोटेक्ट अँड सर्फ"

ज्युलिया हसली.

"किती छान! मला हे पटलं– मी पण हे वाक्य माझ्या फळीवर लिहीन."

बॉशने संमती दाखवली.

"जॉन बरोज हं! मला त्याला भेटायला हवं."

बॉश हसून म्हणाला, "आणि नाही भेटलं तरी चालेल."

जॉनवरून अशी थट्टा केलेली बॉशला आवडले– तिथे ज्या कारणासाठी तो आला होता त्यामुळे आधी अस्वस्थ असलेल्या बॉशला तिच्या अशा चेष्टेने बरे वाटले. त्याने आपल्या वाइनच्या ग्लासकडे पाहिले आणि म्हणाला, "मी दिवसभर गळ टाकून बसले होतो, पण मला काही मिळालं नाही– फक्त काही मायक्रोफिल्म मिळाल्या."

ज्युलिया म्हणाली, "मी आजच्या बातम्यांमध्ये तुला पाहिलं. तू त्या लहान मुलावर अत्याचार करणाऱ्या माणसाला कोंडीत पकडत होतास ना?"

वाइनचा घोट घेता घेता बॉशने थोडा विचार केला. ज्युलियाने विषय काढला होता. त्याला यापुढे जरा जपून पाऊल टाकायला हवे होते.

बॉश म्हणाला, "म्हणजे तुला काय म्हणायचे आहे."

"म्हणजे, त्या वार्ताहराला त्या माणसाचा गुन्हेगारी इतिहास सांगितलास तेव्हा तुझ्या डोक्यात काही तरी कल्पना असली पाहिजे असं मला वाटलं. म्हणजे त्याला एकदम प्रकाशझोतात आणायचं किंवा त्याच्याकडून दबाव टाकून काही काढून घ्यायचं वगैरे करणं. अर्थात असं धोक्याचं आहे."

"का बरं?"

"म्हणजे असं की कुठल्याही वार्ताहरावर विश्वास ठेवायचा म्हणजे धोकाच असतो. मी वकील होते तेव्हा माझे हात पोळल्यामुळे तेव्हापासून मला हे माहीत आहे. आणि दुसरी गोष्ट– लोकांची गुपितं बाहेर पडली की ते कसे वागतील काही सांगता येत नाही."

बॉशने ज्युलियाकडे निरखून पाहिले आणि नकारार्थी मान हलवली. तो म्हणाला, "मी तिला काही माहिती दिली नाही. दुसऱ्या कुणीतरी दिली." तिच्या डोळ्यांत काही दिसते आहे का हे त्याने निरखून पाहिले. तसे काहीच त्याला दिसले नाही.

बॉश म्हणाला, "याच्यावरून बरंच वादळ होणार आहे."

ज्युलियाने भुवया वर उंचावून आश्चर्य व्यक्त केले. तिच्या डोळ्यांत अजून काही दिसत नव्हते.

"का बरं? जर तू तिला काही माहिती दिली नसशील तर मग–"

ज्युलिया थांबली आणि बॉशच्या लक्षात आले की तिला आता सगळे समजले आहे. तिच्या डोळ्यांत निराशा दिसू लागली.

"ओह, हॅरी..."

बॉश विषय बदलायचा प्रयत्न करू लागला.

"काय? काही काळजी करू नकोस. मी ठीक आहे."

"हॅरी, मी नाही काही केलं! तू याचसाठी इथे आला आहेस ना? म्हणजे ही बातमी फुटायला कारण मी आहे की नाही ते बघायला?"

ज्युलियाने अचानक आपला वाइनचा ग्लास टेबलावर ठेवला. त्यातली वाइन हिंदकळून टेबलावर सांडली, पण तिने तिकडे पाहिलेही नाही. बॉशला कळून चुकले की आता बोलाचाली टाळून काही फायदा नाही– त्याने सगळा मामला बिघडवला होता.

"हे बघा, फक्त चार व्यक्तींना माहीत होतं."

"आणि मी त्या चारजणात होते म्हणून तुला वाटलं की इथे न सांगता यावं आणि शोधून काढावं की मीच ती बातमी फोडली."

ज्युलियाने त्याच्या उत्तराची वाट पाहिली. शेवटी बॉशने फक्त मान डोलावली.

"हे बघ, ती व्यक्ती म्हणजे मी नाही आणि मला वाटतं तू आता निघावंस."

बॉशने होकारार्थी मान हलवली आणि आपला ग्लास खाली ठेवला. तो उठून उभा राहिला.

"हे बघ, माझं चुकलं, मीच घोटाळा केला. मला वाटलं की तुझ्या-माझ्या संबंधात काही बिघाड होऊ नये यासाठी सगळ्यात उत्तम गोष्ट म्हणजे..."

बॉशने हात उघडून काही करू शकत नसल्याचा आविर्भाव केला आणि तो

दाराकडे निघाला. तो पुढे म्हणाला, ''मला वाटतं की असं काही न सांगता यावं. मला फक्त हा घोळ टाळायचा होता एवढंच. पण मला जाणून घेणं आवश्यक होतं. माझ्या जागी तू असतीस तर तुलाही असंच वाटलं असतं.''

बॉशने दार उघडले आणि ज्युलियाकडे वळून पाहिले.

''सॉरी ज्युलिया, वाइनसाठी धन्यवाद.''

बॉश जाण्यासाठी वळला.

''हॅरी.''

बॉशने परत मागे बघितले. ज्युलिया त्याच्याजवळ आली, त्याच्या कोटाची कॉलर तिने दोन्ही हातांनी पकडली. त्याला तिने स्वत:जवळ खेचले आणि एखाद्या संशयिताला करतात तसे परत मागे ढकलले. तिच्या डोक्यात विचारचक्र चालू असताना तिचे डोळे त्याच्या छातीवर स्थिरावले आणि तिने काहीतरी ठरवले.

बॉशला धरून हलवणे ज्युलियाने थांबवले पण त्याचा कोट मात्र घट्ट धरूनच ठेवला होता. ती म्हणाली, ''ठीक आहे. मला यातून सावरता येईल असं वाटतं.''

ज्युलियाने बॉशच्या डोळ्यांत पाहिले आणि त्याला जवळ ओढले. त्याच्या ओठावर ओठ घट्ट धरून तिने त्याचे दीर्घ चुंबन घेतले आणि मग त्याला दूर लोटले व सैल सोडले.

''ठीक आहे. मला उद्या फोन कर.''

बॉशने होकार देऊन तो दरवाजातून बाहेर पडला. ज्युलियाने दार लावून घेतले.

बॉश पोर्चमधून कालव्याजवळच्या रस्त्यावर आला. आजूबाजूच्या घरांच्या पाण्यात पडलेल्या प्रतिबिंबांकडे तो पाहत राहिला. चंद्रप्रकाशात न्हाऊन निघालेला एक कमानीचा पादचारी पूल- फक्त एवढेच प्रतिबिंब वीस यार्ड पलीकडे असलेल्या कालव्याच्या पाण्यात अगदी स्पष्टपणे दिसत होते. तो मागे फिरला आणि पायऱ्या चढून परत पोर्चपर्यंत आला. पुन्हा तो दारापाशी थबकला आणि लगेचच ज्युलियाने दार उघडले.

''पोर्च करकर करतं- तुझ्या लक्षात असलेच?''

बॉशने मान हलवली, ज्युलिया थबकली. त्याला जे म्हणायचे होते ते कसे व्यक्त करायचे हे त्याला कळेना. शेवटी त्याने सुरुवात केली.

''काल रात्री आपण ज्या भुयारांबद्दल बोलत होतो, त्या भुयारात मी एकदा असताना मला एक माणूस प्रत्यक्ष भेटला होता. त्याचं नाव व्हिसी. कळकट चेहरा असलेला आणि काळा पायजमा घातलेला व्हिसी अंधारात अचानक

समोर आला. आम्ही एकमेकांकडे क्षणभर पाहिलं आणि दोघांचीही एकाच वेळी प्रतिक्षिप्त क्रिया झाली. आम्ही दोघांनीही पिस्तुलातून एकाच वेळी गोळ्या झाडल्या. एकाच क्षणी. नंतर आम्ही दोघे विरुद्ध दिशेने पळत सुटलो. दोघेही घाबरलो होतो आणि मोठमोठ्याने किंचाळत होतो.''

ही गोष्ट आठवत असताना बॉश मध्येच थांबला. त्याच्या नज़रेसमोरचे चित्र आणखीच स्पष्ट होत गेले.

''असो. मला वाटलं की, त्याचा नेम माझ्यावर नक्की बसला असणार, कारण त्याने अगदी जवळून बरोबर नेम धरला होता. त्याच वेळी माझं पिस्तूल उलटलं की गोळी मध्येच अडकली की काय झालं ते मला कळेना. गोळी मारताना बसलेला झटका वेगळाच भासला. मी उठून उभा राहिलो तेव्हा माझ्या शरीरावर चाचपून पाहिलं. कुठेही रक्त नव्हतं की दुखत नव्हतं. मी माझे सगळे कपडे काढून टाकले आणि पुन्हा पाहिले. काहीच खूण नव्हती. त्याचा नेम चुकला होता. इतक्या जवळून धरलेला नेम, आणि तरीही चुकला.''

ज्युलिया दाराच्या उंबरठ्यापाशी येऊन पोर्चच्या दिव्याखालील भिंतीशी टेकून उभी राहिली. ती एक अक्षरही बोलली नाही, पण बॉशने बोलणे पुढे चालू ठेवले.

''असो, मी माझं पंचेचाळीस बोअरचं पिस्तूल कुठे काही बिघडलं आहे का म्हणून उघडून पाहिलं आणि त्याचा नेम का चुकला ते मला कळलं. त्या माणसाची गोळी माझ्या पिस्तुलाच्या नळीत अडकली होती. आम्ही एकमेकांवर नेम धरला होता आणि त्याची गोळी नेमकी माझ्या पिस्तुलच्या नळीत शिरली. असं घडण्याची शक्यता किती कमी असते नाही का? दहा लाखात एकदा? अब्ज वेळा गोळी मारल्यावर एकदा?''

हे बोलत असताना बॉशने आपला रिकामा हात ज्युलियाच्या दिशेने पिस्तुलासारखा रोखून धरला. त्याचा हात बरोबर त्याच्या छातीवर आला होता त्या दिवशी पिस्तुलाचा नेम त्याच्या हृदयाच्या दिशेने धरला होता, पण विधिलिखित...!

''मला फक्त एवढंच म्हणायचं आहे की आज मला तुझ्याकडे आल्यावर तितकंच नशीबवान वाटतंय!''

बॉशने मान डोलावली आणि तो पायऱ्या उतरून खाली गेला.

◆

१७.

खुनाचा शोध घेणे म्हणजे बऱ्याच वेळा पुढची वाट बंद होणे, अनेक अडथळे येणे आणि अनेक प्रयत्न आणि कष्ट व्यर्थ ठरणे या गोष्टींना तोंड द्यावेच लागते. पोलिस म्हणून काम करीत असताना बॉशला या सगळ्याचा अनुभव आधी आला होताच, पण सोमवारी दुपारी त्याच्या कार्यालयात आल्या आल्या त्याला परत असा प्रसंग आला– सकाळी केलेलं सगळं काम आणि प्रयत्न वाया गेल्याचं आणि एक नवीनच अडथळा उपस्थित झाल्याचं त्याच्या लक्षात आलं.

खून प्रकरण विभाग गुप्तहेर खात्याच्या इमारतीच्या मागच्या भागात होता. या विभागात प्रत्येकी तीन जण असे तीन ग्रुप होते. प्रत्यक गटातील गुप्तहेरांची जवळजवळ मांडलेली टेबले होती. दोन टेबले समोरासमोर तर एक बाजूला अशी रचना होती. किझ रायडरची बदली झाल्यानंतर रिकाम्या झालेल्या जागेवर झकपक व्यावसायिक पोषाख घातलेली एक तरुण महिला होती. तिचे केस काळे होते आणि डोळे तर त्याहूनही काळे होते. एखादे आक्रोड फोडून काढतील अशी त्या डोळ्यांत धार होती आणि बॉश त्या विभागात शिरला तेव्हा तिने त्याच्यावर डोळे रोखले.

बॉशने टेबलावर बसल्यावर विचारले, "मी आपल्याला काय मदत करू शकतो?"

"हॅरी बॉश."

"हो, मीच तो."

"मी डिटेक्टिव्ह कॅरोल ब्रॅडली, आय ए डी मधून आले आहे. मला तुमच्याकडून एक स्पष्टीकरण हवं आहे."

बॉशने आजूबाजूला पाहिले. त्या विभागात काय चाललेय हे गुपचुप पाहत असताना आपल्या कामात गर्क असण्याचे नाटक करणारी बरीच इतर मंडळी होती.

"स्पष्टीकरण, कसलं?"

"उपप्रमुख आयर्व्हिंग यांनी निकोलस ट्रेंट यांच्या गुन्ह्याची नोंद प्रसिद्धी माध्यमांना गैरमार्गाने मिळाली का हे ठरवण्यासाठी आमच्या विभागाला आदेश दिला आहे."

बॉश अजून खुर्चीवर बसलाही नव्हता. खुर्चीवर हात धरून तिथेच तो उभा होता आणि त्याने निराशेने मान डोलावली.

"हो, असं म्हणायला हरकत नाही की ही हकीगत प्रसिद्धीमाध्यमांना गैरमार्गाने मिळाली."

"मग ती कुणी दिली हे शोधणं माझं काम आहे."

बॉशने होकार दिला.

"मी इथे एका खून प्रकरणाचा शोध घ्यायचा प्रयत्न करीत आहे आणि लोकांना फिकीर पडली आहे ती..."

"हे पहा, मला ठाऊक आहे की तुझ्या दृष्टीने हा फालतूपणा आहे आणि मलाही कदाचित तसं वाटत असेल, पण मला वरून हुकूम मिळाला आहे– तेव्हा इथल्या एका खोलीत जाऊयात आणि टेपवर तुझं म्हणणं ध्वनिमुद्रित करूयात. त्याला फार वेळ लागणार नाही. मग तू तुझ्या शोधकार्यासाठी जाऊ शकतोस."

बॉशने आपली बॅग टेबलवर ठेवून ती उघडली. त्याने आपला टेपरेकॉर्डर बाहेर काढला. सकाळी स्थानिक इस्पितळांमध्ये आज्ञापत्रके देण्यासाठी गाडीतून इकडे-तिकडे फिरताना त्याने टेपरेकॉर्डर आठवणीने बरोबर घेतला होता.

"टेपरेकॉर्डिंगबद्दलच बोलायचं तर तू हा टेपरेकॉर्डर घेऊन बाजूच्या एका खोलीत जाऊन प्रथम ती टेप का ऐकत नाहीस? मी ती कालच ध्वनिमुद्रित केली– त्यामुळे या गोंधळात माझा सहभाग नाही हे तुला पटकन स्पष्ट होईल."

थोड्याशा नाराजीनेच कॅरॉलने तो टेपरेकॉर्डर घेतला– बॉशने मुलाखतीच्या तीन खोल्या ज्या पॅसेजमध्ये उघडत होत्या तिकडे बोट दाखवले.

"तरीही मला..."

"ठीक आहे– प्रथम ही टेप ऐक, मग आपण बोलू."

"तुझा सहकारी देखील लागेल."

"तो एवढ्यात येईलच."

कॅरॉमल टेपरेकॉर्डर घेऊन त्या खोलीकडे गेली. बॉश अखेर खुर्चीत बसला. इतर सहकाऱ्यांकडे त्याने नजर टाकण्याचे मात्र टाळले.

अजून बाराही वाजले नव्हते, पण तो खूप दमला होता. सकाळी त्याने व्हॅन नुय इथे न्यायाधीशाची वाट पाहत बराच वेळ घालवला होता. मग त्या वैद्यकीय नोंदीची मागणी करणाऱ्या आज्ञापत्रकांवर त्यांची सही घेऊन एकोणीस इस्पितळांच्या कायदा विभागात नेऊन द्यायला तो स्वत: गाडी घेऊन गेला होता. एडगरने अकरा आज्ञापत्रके घेतली होती आणि ती घेऊन तो एकटा वेगळा निघून गेला होता. त्याच्याकडे थोडीशीच पत्रके असल्यामुळे तो निकोलस ट्रेंटच्या गुन्हेगारी इतिहासावर प्रकाश टाकणाऱ्या नोंदी कुठे मिळताहेत का याचा तपास करण्यासाठी, रिव्हर्स डिरेक्टरी आणि वंडरलँड ॲव्हेन्यूवरील मालमत्तेच्या नोंदी मिळवण्यासाठी शहरात गेला होता.

बॉशने पाहिले तर त्याच्यासाठी फोनवर आलेले बरेच संदेश आणि गुन्ह्याविषयी माहिती सूचना देणारे अनेक निरोप येऊन पडले होते. त्याने प्रथम फोनचे संदेश पाहिले. बारापैकी नऊ वार्ताहरांचे फोन होते. सगळ्यांना आदल्या दिवशी रात्रीच्या आणि पुन: सकाळी लागलेल्या चॅनल ४ च्या बातम्यांबद्दल काही तरी विचारायचं होतं. बाकीचे तीन फोन ट्रेंटचे वकील एडवर्ड मॉर्टन यांचे होते. सकाळी ८ ते साडेनऊच्या दरम्यान त्याने तीनदा फोन केला होता.

बॉश मॉटर्नला ओळखत नव्हता, पण ट्रेंटची माहिती प्रसिद्धीमाध्यमांना देण्याबद्दल ते तक्रार करीत असणार असा त्याने अंदाज केला. साधारणपणे वकिलांच्या फोनला तो लगेच उत्तर देत असे, पण आता त्याला वाटले की जो काही वादविवाद व्हायचा तो होऊन जाऊ दे आणि शिवाय मॉर्टनला खात्रीपूर्वक सांगताही आले असते की ही बातमी शोधपथकातील कुणाकडून फुटली नाही. त्याच्या बोलण्यावर मॉर्टन विश्वास ठेवेल अशी शक्यता त्याला वाटत नव्हती, तरीही त्याने फोन उचलून मॉर्टनचा नंबर फिरवला. त्याच्या सहायकाने सांगितले की मॉर्टन कोर्टात गेले आहेत, पण केव्हाही परत येऊ शकतील. बॉशने आपण त्याच्या फोनची वाट बघू असे सांगितले.

फोन ठेवल्यावर बॉशने वार्ताहरांचे नंबर लिहिलेल्या गुलाबी चिठ्ठ्या टेबलाजवळच्या कचरापेटीत टाकल्या. त्यानंतर त्याने आलेले निरोप वाचायला सुरुवात केली. त्याच्या लक्षात आले की खात्यामधील सहाय्यकांनी त्याने आदल्या दिवशी टाइप करून मंकीविझला दिलेले प्रश्न सर्वांना विचारायला सुरुवात केली होती आणि त्याची उत्तरे येत होती.

या निरोपातील अकरावा निरोप त्याला थेट या प्रकरणाशी थेट संबंध असल्यासारखा वाटला. शीला डेला क्रुवा या नावाच्या महिलेने सकाळी ८-४१ वाजता फोन केला होता आणि तिने चॅनल ४ वरील सकाळचा कार्यक्रम पाहिल्याचे सांगितले. तिने सांगितले त्यानुसार तिचा लहान भाऊ आर्थर डेलाक्रुवा १९८० साली लॉस एंजेलिसमध्ये हरवला होता. तो त्या वेळी बारा वर्षांचा होता आणि त्यानंतर त्याचा काही पत्ता लागला नाही.

वैद्यकीय गोष्टींवरच्या प्रश्नाला उत्तर देताना शीला डेलाक्रुवा म्हणाली होती की तो बेपत्ता व्हायच्या आधी काही महिन्यांपूर्वी स्केटिंगच्या फळीवरून पडून तिचा भाऊ जखमी झाला होता. त्याच्या मेंदूला इजा झाली होती आणि त्यासाठी इस्पितळामध्ये दाखल करून मेंदूवरील शस्त्रक्रिया करावी लागली होती. तिला सर्व काही आठवत नव्हते, परंतु तिला खात्री होती की ते इस्पितळ क्वीन ऑफ ऐंजल्स येथील होते. तिच्या भावावर उपचार करणाऱ्या डॉक्टरांपैकी कुणाचेही नाव तिला आठवत नव्हते. परत फोन करण्यासाठी एक नंबर आणि शीला

डेलक्रुवाच्या घरचा पत्ता इतकीच अधिक माहिती त्या चिठीत होती.

बॉशने 'स्केटिंगची फळी' हे शब्द अधोरेखित केले. त्याने आपली बॅग उघड़ली आणि विल गॉलिव्हरचे ओळखपत्राचे कार्ड बाहेर काढले त्यावरचा पहिला नंबर फिरवल्यावर तो त्या शास्त्रज्ञाच्या उत्तर देणाऱ्या मशीनवर गेला. दुसरा नंबर फिरवल्यावर वेस्टवुड व्हिलेज इथे दुपारचे जेवण घेत असलेला गॉलिव्हर फोनवर सापडला.

"एक छोटासा प्रश्न आहे. म्हणजे कवटीवर झालेल्या शस्त्रक्रियेविषयी."

"रक्तस्त्रावाबद्दल ?"

"बरोबर. स्केटिंगच्या फळीवरून पडल्यामुळे अशी इजा होऊ शकेल का?"

फोनवर काही काळ शांतता होती. बॉशने गॉलिव्हरच्या विचारचक्राला चालना दिली होती. त्या विभागात नेहमी येणारे फोन घेणारा कर्मचारी बॉशच्या टेबलापाशी आला आणि बॉशला गप्प राहण्यासाठी खुणावले.

बॉशने फोनवर हात ठेवून विचारले.

"कुणाचा फोन आहे?"

"किझ रायडर."

"तिला थांबायला सांग."

बॉशने फोनवरचा हात काढला.

"डॉक्टर, तुम्ही फोनवर आहात ना?"

"हो, मी विचार करीत होतो. स्केटिंगच्या फळीवरून तो कशावर पडला यावर ते अवलंबून आहे. पण नुसताच जमिनीवर पडला तर अशी जखम होणार नाही. इथे हाडांना छोटी भेग पडली आहे, म्हणजे कवटीचा फार थोडा भाग दुसऱ्या कुठल्यातरी वस्तूच्या लहानशा भागावर आदळल्यासारखं दिसत आहे. शिवाय जखम कवटीच्या वरच्या भागात आहे. असं पडल्यामुळे डोक्याच्या मागच्या भागाला सहसा अशी इजा होत नाही."

बॉशला असलेल्या आशेच्या फुग्यातील हवा एकदम कमी झाल्यासारखे वाटले. त्याला वाटले की बळी पडलेल्या व्यक्तीची ओळख आता जवळजवळ पटली होती.

गॉलिव्हरने विचारले, "कुणा एका विशिष्ट व्यक्तीबद्दल तू विचारतोयस का?"

"हो, आताच एक बातमी मिळाली."

"क्ष-किरण फोटो, शस्त्रक्रियेचा तपशील वगैरे आहे का?"

"मी तो शोधण्याचा प्रयत्न करीत आहे."

"ठीक आहे. ते मिळाल्यावर मग मी तुलना करू शकेन."

"मला ते मिळाले की कळवीनच. पण इतर जखमांचं काय? त्यांतील काही सर्फिंगच्या अपघातामुळे होऊ शकतील का?"

गॉलिव्हर म्हणाला, "अर्थातच, काही जखमा त्यामुळे होऊ शकतील. पण काहीच, सर्व नाही. बरगड्यांना पडलेल्या भेगा, हात पिळल्यामुळे झालेल्या भेगा, शिवाय यांपैकी काही जखमा लहानपणीदेखील झाल्या असण्याची शक्यता आहे. अर्थात तीन वर्षांची मुले काही सर्फिंग करू शकणार नाहीत असं मला वाटतं!"

बॉशने होकार दिला आणि दुसरं काही विचारण्यासारखं आहे का यावर विचार करू लागला.

"डिटेक्टिव्ह बॉश, तुला ठाऊक आहे का की लहान मुलांवरील अत्याचाराच्या प्रकरणांमध्ये बऱ्याच वेळा वैद्यकीय नोंदीत लिहिलेलं इजेचं कारण आणि खरं कारण यात फरक असू शकतो?"

"मला ठाऊक आहे. ज्या कोणी त्या मुलाला इस्पितळातील आणीबाणीच्या विभागात आणलं असेल तो काही स्वत:हून कबूल करणार नाही की त्याने दंडुक्याने त्या मुलाला मारलं होतं म्हणून!"

"बरोबर, तो काहीतरी कहाणी करून सांगणार आणि तो लहान मुलगा देखील ते मान्य करणार."

"सर्फिंगच्या फळीचा अपघात?"

"शक्य आहे."

"ठीक आहे. डॉक्टर. मला जायला पाहिजे. क्ष-किरण फोटो मिळाले की लगेच तुमच्याकडे पोहचवतो. धन्यवाद!"

बॉशने फोनवरील बटण फिरवले.

"किझ?"

"हॅरी, हॅलो, कसं काय चालतंय?"

"कामात गढलो आहे. काही विशेष?"

"मला अगदी अपराधी वाटतंय. हॅरी, मला वाटलं मीच घोळ केला."

बॉश खुर्चीत मार्ग रेलला. बातमी तिच्याकडून फुटू शकेल असं त्याला कधीच वाटलं नव्हतं.

"चॅनल फोरबद्दल बोलते आहेस?"

"हो, म्हणजे काल तू पार्कर सेंटरमधून निघून गेल्यावर माझ्या सहकाऱ्याने फूटबॉलची मॅच पाहणं थांबवलं. त्याने मला तू तिथं असताना काय चाललं होतं असं विचारलं, मग मी त्याला सांगितलं. हे बघ, मी त्याच्याशी सध्या जुळवून घ्यायचा प्रयत्न करते आहे. समजलं ना तुला, हॅरी. मी त्याला सांगितलं की

नावांची यादी संगणकात घालण्यासाठी मी तुला मदत केली आणि एका नावापुढे वेगळं काही सापडलं. त्या परिसरातील एकानं लहान मुलावर अत्याचार केल्याची नोंद सापडली. मी त्याला फक्त एवढंच सांगितलं. हॅरी.''

बॉशने एक दीर्घ नि:श्वास सोडला. त्याला खरं तर बरंच वाटलं. तिच्याबद्दलचा त्याने मनात केलेला अंदाज बरोबर होता.

किझने ती बातमी फोडली नव्हती. तिला ज्या व्यक्तीवर विश्वास ठेवावा असे वाटत होते, त्याला तिने विश्वासाने सांगून टाकले होते.

''किझ, मला इथे गुप्त चौकशी विभागाच्या अधिकाऱ्यांपुढे बसून या सर्व प्रकरणावर स्पष्टीकरण द्यावं लागण्याची पाळी आली आहे. तुला थॉर्नटननंच ही बातमी चॅनल फोरला दिली असं कशावरून वाटतं?''

''मी सकाळी तयारी करत असताना टीव्हीवर ती बातमी पाहिली. मला ठाऊक आहे की थॉर्नटन त्या वार्ताहर महिलेला म्हणजे सर्टनला ओळखतो. काही महिन्यापूर्वी मी आणि थॉर्नटनने तिच्याबरोबर एका प्रकरणात काम केलं होतं. मला वाटतं, वेस्टसाइड भागात विम्याच्या पैशांसाठी झालेल्या खुनाचं प्रकरण होतं ते. त्या प्रकरणात प्रसिद्धीमाध्यमं घुसली आणि थॉर्नटन तिला अनधिकृतपणे माहिती पुरवत होता. मी त्यांना एकत्र बसलेलं पाहिलं आहे आणि काल, मी मला संगणकावर असं असं सापडलं हे त्याला सांगितलं. यावर 'मी जरा बाथरूममध्ये जाऊन येतो' असं तो म्हणाला. तो वर्तमानपत्राचं खेळाचं पान उचलून खाली हॉलमध्ये गेला, पण तो बाथरूमला गेलाच नसावा. आम्हांला बाहेरचा कामासाठी फोन आला म्हणून त्याला मी खाली हॉलमध्ये जाऊन आम्ही जात आहोत म्हणून दारावर टक टक करून सांगितलं. त्यानं काही उत्तरच दिलं नाही. आज सकाळी बातम्या पाहीपर्यंत मला या गोष्टीचं काही विशेष वाटलं नव्हतं. नंतर मला समजलं की तो बाथरूममध्ये नाही, तर दुसऱ्या ऑफिसमध्ये किंवा खाली जाऊन तिला फोन करण्यासाठी गेला होता.''

''हं, असं आहे तर सगळं!''

''सॉरी हॅरी, त्या टीव्हीतील बातमीमुळे तुझी प्रतिमा उगीचच खराब झाली. मी गुप्त चौकशी विभागाशी बोलेन.''

''किझ, जरा थांब, सध्या तरी थांब. गुप्त चौकशी विभागाशी तू बोलावं की नाहीस हे मी तुला योग्य वेळी कळवीन. पण तू आता काय करणार आहेस?''

''नवीन सहकारी शोधणार आहे. मला या इसमाबरोबर काम करणं अशक्य आहे.''

''काळजी घे. तू अशी सारखे सहकारी बदलत राहशील तर काही दिवसांनी एकटी पडशील.''

"अशा कुठला बिनभरवशाच्या माणसाबरोबर काम करण्यापेक्षा एकटं राहणं परवडेल."

"तेही ठीक आहे."

"तुझं काय? तुझा वादा पक्का आहे ना?"

"म्हणजे माझ्यासारख्या फालतू माणसावर तुझा विश्वास आहे?"

"मला काय म्हणायचंय तुला कळलं आहे."

"पक्का वादा. तू फक्त एवढंच करायचंस की..."

"हॅरी, मला जायला पाहिजे. तो येत आहे असं वाटतंय."

"ठीक आहे, बाय."

बॉशने फोन खाली ठेवला आणि थॉर्नटनचं काय करायचं याचा विचार करीत ओठावर बोट फिरवलं. कॅरोल ब्रॅडलीला किझची कहाणी त्याला सांगता आली असती, पण त्यातही काही घोटाळा होण्याची शक्यता होती. त्याची स्वत:ची खात्री झाल्याशिवाय गुप्त चौकशी विभागात जाऊन सांगणे त्याला बरोबर वाटत नव्हते. कशासाठीही गुप्तचौकशी विभागाकडे स्वत:हून जाण्याची कल्पना त्याच्या स्वभावाच्या विरुद्ध होती, पण इथे कुणीतरी बॉशच्या शोधकार्यात मुद्दाम अडथळा निर्माण करीत होते.

आणि हे असे काही बॉशला मंजूर नव्हते.

काही मिनिटे विचार केल्यावर बॉशने मनात एक योजना आखली आणि घड्याळाकडे पाहिले. १२ ला दहा मिनिटे कमी होती. त्याने किझ रायडरला परत फोन केला.

"मी हॅरी बोलतोय. तो तिथे आहे का?"

"हो आहे. का बरं?"

"मग माझ्या पाठोपाठ आश्चर्यचकित आवाजात मी म्हणतो तसं म्हण. 'तुला सापडला? हॅरी? व्वा! कोण होता तो."

"तुला सापडला? हॅरी? व्वा! कोण होता तो?"

"ठीक आहे. नंतर तू बराच वेळ ऐकत राहिल्यासारखं कर. मग म्हण, न्यू-ऑर्लिन्सहून दहा वर्षांचा एक मुलगा इथं कसा काय आला?"

"न्यू-ऑर्लिन्सहून दहा वर्षांचा मुलगा इथं कसा काय आला?"

"बरोब्बर! आता फोन ठेवून दे आणि काही बोलू नकोस. थॉर्नटननं विचारलं तर सांग की, दाताच्या माहितीवरून आम्ही त्या लहान मुलाची ओळख पटवली आहे. तो एक न्यू-ऑर्लिन्सहून पळून गेलेला दहा वर्षांचा मुलगा होता. आणि सगळ्यात शेवटी एकोणीसशेपंचाहत्तर मध्ये दिसला होता. त्याचे आईवडील या क्षणी विमानाने इकडे यायला निघालेले आहेत. आणि या

सगळ्यासाठी पोलिसविभागप्रमुखांनी आज दुपारी चार वाजता पत्रकारपरिषद बोलावली आहे.''

''ठीक आहे. हॅरी, गुडलक.''

''तुलासुद्धा.''

बॉशने फोन ठेवला आणि वर पाहिले. एडगर टेबलापलीकडे उभा होता. त्याच्या संभाषणातला शेवटचा भाग त्याने ऐकला होता त्यामुळे त्याच्या चेहऱ्यावर प्रश्नार्थक भाव होता.

बॉश म्हणाला, ''काही नाही. ही सगळी फालतूगिरी आहे. मी बातमी फुटल्याचं आणखी एक खोटं प्रकरण उभं करीत आहे. आणि त्या वार्ताहराला त्यात गोवण्याचा प्रयत्न करतो आहे.''

''बातमी फोडणारी व्यक्ती? कोण आहे ती?''

''आम्हांला वाटतं की किझचा नवा सहकारी असावा.''

एडगर खुर्चीत बसला आणि त्याने मान डोलावली.

बॉश म्हणाला, ''पण हाडांची ओळख पटण्याची शक्यता दिसते आहे.''

आर्थर डेलाक्रुवासंबंधीच्या निरोपाची चिठ्ठी आणि त्यानंतर गॉलिव्हरबरोबर झालेले त्याचे बोलणे याची माहिती बॉशने एडगरला दिली.

''एकोणीसशे ऐंशी? म्हणजे ट्रेंटशी हे काही जुळत नाही. मी पत्त्यांची डिरेक्टरी आणि मालमत्तेच्या नोंदी तपासल्या. तो एकोणीसशे चौऱ्यांयशीपर्यंत तिथे त्या रस्त्यावर राहायला आला नव्हता. म्हणजे काल त्याने सांगितल्याप्रमाणे...''

''मला कशावरून तरी सारखं वाटतंय की तो आपला माणूस नाही.''

बॉशला पुन्हा सर्फिंगच्या फळीची आठवण झाली. पण तेवढा पुरावा त्याच्या मनातला अंदाज दूर करायला अपुरा होता.

''हे तू चॅनल फोरला सांग.''

बॉशचा फोन वाजला. किझ बोलत होती.

''तो आताच बाथरूममध्ये गेला.''

''त्याला तू पत्रकार परिषदेबद्दल सांगितलंस?''

''मी त्याला सर्व काही सांगितलं. तो मूर्ख माणूस मला सारखे प्रश्न विचारत बसला.''

''जर त्याने तिला आता सांगितलं तर चार वाजेपर्यंत ते सर्वांना कळेलच. कारण ती दुपारच्या बारा वाजता खास प्रक्षेपण करून ही बातमी देईल. मी टीव्हीवर बघणार आहे.''

''मला कळव.''

बॉशने फोन ठेवला आणि घड्याळाकडे पाहिले. अजून काही मिनिटे वेळ

होता. त्याने एडगरकडे पाहून म्हटले, "तुला सांगायचं म्हणजे, गुप्त चौकशी विभागाचे लोक तिथे त्या खोलीत आहेत. आपली चौकशी चालू आहे."

एडगरने आ वासला. बहुतेक इतर पोलिसांप्रमाणेच, त्याला या गुप्तचौकशी विभागाचा राग होता कारण तुम्ही कितीही चांगले आणि प्रामाणिकपणे काम केले तरी ह्या विभागातील लोक कशा ना कशावरून तरी तुम्हांला पकडणारच. म्हणजे अंतर्गत महसूल खात्यासारखेच हे खाते होते. या खात्याकडून पत्र आले आहे असे पाकिटावरील पत्त्यावरून नुसते कळणे म्हणजे समजायचे की तुमच्यावर काहीतरी संक्रांत येणार !

"शांत रहा! ते चॅनल फोरच्या प्रकरणाविषयी इथे आलेत. पण आपण काही मिनिटात या सगळ्यातून बाहेर पडू. माझ्याबरोबर चल."

बॉश आणि एडगर लेफ्ट. बिलेट्स्च्या ऑफिसमध्ये गेले. तिथे एक लहानसा टीव्ही होता. ती आपल्या टेबलवरील कागदपत्रे चाळत होती.

बॉश म्हणाला, "चॅनल फोरच्या बारा वाजताच्या बातम्या आम्ही पाहिल्या तर चालेल का?"

"आपलंच घर समजा, मला खात्री आहे की कॅप्टन ती व्हॅली आणि उपप्रमुख आयर्व्हिंगदेखील बघत असणार!"

सँटा मोनिका महामार्गावर धुक्यामुळे एकमेकांवर आदळलेल्या १६ गाड्यांच्या टकरीची बातमी प्रक्षेपणात प्रथम देण्यात आली. खरे तर ती एवढी महत्त्वाची गोष्ट नव्हती. कुणीही त्या अपघातात गेले नव्हते, पण त्या अपघाताचे छायाचित्रण चांगले झाले होते म्हणून ती बातमी पाहिल्यांदा दाखवली गेली. 'कुत्रा आणि हाड' प्रकरणाला बातमीपत्रात दुसरे स्थान मिळाले होते. वृत्तिनिवेदक म्हणाला की खास बातमीसाठी तो आता जूडी सर्टन यांच्याकडे वळणार होता.

चॅनल फोरच्या बातम्यांच्या स्टुडिओत बसलेली सर्टन टीव्हीच्या पडद्यावर आली.

"चॅनल फोरला आताच कळलं आहे की, लॉरेल कॅनियन इथे सापडलेली हाडं न्यू-ऑर्लिन्स येथून पळून आलेल्या एका दहा वर्षांच्या मुलाची आहेत."

बॉशने प्रथम एडगरकडे नंतर बिलेट्सकडे पाहिले. चेहऱ्यावर आश्चर्य व्यक्त करीत बिलेट्स् एकदम खुर्चीतून उठू लागली. बॉशने तिला खूण करून एक मिनिट थांबायला सांगितले.

"पंचवीस वर्षांपूर्वी मुलगा हरवला आहे अशी तक्रार दाखल करणारे या मुलाचे आईवडील आता या वेळी लॉस एंजेलिसच्या पोलिस अधिकाऱ्यांच्या भेटीसाठी येत आहेत. दातांच्या वैद्यकीय अहवालामुळे बाकीच्या अवयवांची ओळख पटली. आज दुपारी पोलिस प्रमुख एक पत्रकार परिषद घेऊन हा मुलगा

कोण होता ते सांगणार आहेत आणि शोधकार्याची प्रगती कुठवर आली आहे, ते सांगणार आहेत. चॅनल फोरने काल सांगितलेल्या बातमीनुसार पोलिसांचं प्रमुख लक्ष्य...''

बॉशने टीव्ही बंद केला.

बिलेट्सने लगेच बॉशला विचारले, ''हॅरी, जेरी, ही काय भानगड आहे?''

''हे सगळं अगदी बनावट होतं. मी बातमी फोडणाऱ्याला हुडकून बाहेर काढत होतो.''

''कोण?''

''किझचा नवा सहकारी, रिक थॉर्नटन नावाचा इसम.''

रायडरने सकाळी सांगितलेली हकीकत बॉशने समजावून सांगितली. मग त्याने बनावट कहाणी कशी निर्माण केली ते सांगितले.

बिलेट्सने विचारले, ''अंतर्गत बाबींची चौकशी करणारी डिटेक्टिव्ह कुठे आहे?''

''मुलाखतीच्या खोलीत बसली आहे. मी माझ्या आणि त्या वार्ताहराच्या संबंधात ध्वनिमुद्रित केलेली टेप ती ऐकत आहे.''

''टेप? मग तू मला त्याबद्दल काल का नाही बोललास?''

''मी काल रात्री विसरून गेलो होतो.''

''ठीक आहे. पुढचं मी बघते. तुला वाटतं की किझ निर्दोष आहे?''

बॉशने होकारार्थी मान हलवली.

''सर्व काही सांगून टाकण्याइतका सहकाऱ्यावर विश्वास दाखवणं तिच्या दृष्टीने साहजिकच होतं. त्याने त्या विश्वासाचा गैरफायदा घेतला आणि चॅनल फोरला ही बातमी दिली. त्याला त्यातून काय फायदा होतो हे मला माहीत नाही, पण त्यात काही अर्थ नाही. तो माझ्या कामात गोंधळ घालतो आहे.''

''ठीक आहे हॅरी. मी सांगितलं ना की पुढचं मी बघून घेईन. तू आपलं काम सुरू ठेव. मला सांगण्यासारखी काही नवीन माहिती?''

''आम्हांला ओळख पटण्यासारखी एक गोष्ट सापडली आहे. ही मात्र खरी आहे –आणि आम्ही त्याचा आता मागोवा घेत आहोत.''

''ट्रेंटचं काय झालं पुढे?''

''आता आम्हांला मिळालेल्या माहितीतला मुलगाच जर खऱ्या हकीगतीतला मुलगा असेल तर ट्रेंटला आम्ही जरा बाजूला ठेवणार आहोत. तो मुलगा एकोणीसशेऐंशी मध्ये बेपत्ता झाला. ट्रेंट या परिसरात त्यानंतर चार वर्षांनी राहायला आला.''

''उत्तम. मधल्या काळामध्ये, आपण त्याचा गाडलेला भूतकाळ आणि

त्यातलं गुपित शोधून काढलं आणि टीव्हीवरपण दाखवलं. टेहळणी पथकाकडून मला आताच कळलं आहे की प्रसिद्धी-माध्यमांनी त्याच्या दारात गर्दी केली आहे.''

बॉशने नुसतीच मान हलवली. तो म्हणाला, ''त्याबद्दल थॉर्नटनला माहिती सांग.''

''हो, नक्कीच सांगू.''

लेफ्ट. बिलेट्स आपल्या टेबलामागे बसली आणि तिने फोन उचलला. म्हणजे बॉश व एडगर यांनी आता निघावं अशी ती सूचना होती. आपल्या जागेकडे परत येता येता बॉशने ट्रेंटच्या शिक्षेविषयीची माहिती शोधून काढली का असे एडगरला विचारले.

''हो! मला मिळाली आहे. तो फारच किरकोळ गुन्हा होता. आताच्या काळात, पोलिस खात्याने असा गुन्हा नोंदवूनही घेतला नसता.''

बॉश आणि एडगर आपापल्या टेबलांवर गेले आणि ट्रेंटच्या वकिलांकडून फोन येऊन गेल्याचा संदेश त्याला फोनच्या टेपवर दिसला. एडगरने आपला अहवाल लिहून पूर्ण होईपर्यंत, तो फोन करायचा थांबला.

''ट्रेंट सँटा मोनिकामध्ये प्राथमिक शिक्षक म्हणून काम करीत होता. एकदा बाथरूममध्ये आठ वर्षांचा एक मुलगा लघवी करत असताना त्याच्या इंद्रियाला ट्रेंटने हात लावताना दुसऱ्या शिक्षकाने त्याला पकडलं. ट्रेंटचं म्हणणं की तो त्या लहान मुलाला ही क्रिया कशी करावी म्हणजे जमिनीवर सांडणार नाही हे शिकवीत होता. पण त्यातनं झालं काय की त्या मुलाने सांगितलेली कहाणी सर्वत्र झाली, पण ट्रेंटचं म्हणणं कोणी ऐकून घेतलं नाही. मुलाच्या आईवडिलांनी सांगितलं की तो चार वर्षांचा असल्यापासून त्याला ही क्रिया ठाऊक आहे. ट्रेंटला दोषी ठरवून दोन अधिक एक अशी तीन वर्षांची शिक्षा झाली. वेसाइड या ठिकाणी शिक्षेतले पंधरा महिने त्याने काढले.''

बॉशने ही सर्व कहाणी नीट ऐकून घेतली. फोन हातातच धरून तो म्हणाला,

''म्हणजे बेसबॉलची बॅट घेऊन मुलाला मारणं ही फार दूरची गोष्ट झाली.''

''हो ना हॅरी. जसजसा वेळ जातोय् तसतसा मला तुझा अंदाज पटू लागला आहे.''

''मला स्वत:ला पटला असता तर बरं झालं असतं.''

फोन उचलून बॉशने ट्रेंटच्या वकिलाचा नंबर फिरवला. तो फोन एडवर्ड मॉर्टनच्या मोबाईलवर गेला –मॉर्टन जेवणासाठी निघाला होता.

''हॅलो''

''डिटेक्टिव्ह बॉश बोलतोय्.''

“बॉश, हो हो –मला विचारायचं आहे ते कुठे आहेत?”

“कोण?”

“माझ्याशी खेळू नका. साहेब, मी देशातल्या प्रत्येक तुरुंगात फोन केला आहे –मला माझ्या अशिलाशी बोलायचं आहे –अगदी आत्ता!”

“मी समजतो की तुम्ही निकोलस ट्रेंटबद्दल बोलत आहात. त्याच्या कार्यालयात तुम्ही फोन केला का?”

“घरी आणि ऑफिसमध्ये, कुठेही उत्तर नाही. पेजरवर देखील उत्तर नाही. जर ते तुमच्या ताब्यात असतील, तर सांगून ठेवतो की त्यांना वकील घेण्याचा हक्क आहे. –आणि मला जाणून घ्यायचा हक्क आहे. मी तुम्हांला सांगून ठेवतो की या बाबतीत जर तुम्ही माझ्याशी मस्ती केलीत तर मी सरळ कोर्टात जाईन आणि नंतर प्रसिद्धीमाध्यमांकडे.”

“तुमची व्यक्ती आमच्याकडे नाही, वकीलसाहेब, काल रात्रीपासून आम्ही त्यांना पाहिलेलं नाही.”

“हो, तुम्ही गेल्यानंतर मला त्यांचा फोन आला होता. नंतर बातम्या पाहिल्यावर परत आला –तुम्ही त्यांची वाट लावलीत –तुम्हांला लाज वाटायला पाहिजे.”

बॉशचा चेहरा त्याच्या या ताडताड बोलण्याने लाल झाला. पण त्याने उत्तर दिले नाही. मॉर्टनचे रागाचे बोलणे त्याला स्वतःला नसले तरी पोलिस खात्याला लागू पडत होते. त्याने ते स्वतःवर घेतले नाही.

“मॉर्टनसाहेब, तुम्हांला ते पळून गेले असं वाटतं का?”

“जर ते निर्दोष आहेत तर कशाला पळतील?”

“मला ठाऊक नाही.”

बॉशच्या डोक्यात एक भयंकर विचार चमकून गेला –तो फोन कानाशी धरूनच एकदम उभा राहिला.

“मॉर्टन साहेब, आत्ता तुम्ही कुठे आहात?”

“पश्चिमेच्या दिशेने चाललो आहे, आणि सनसेटच्या जवळ ‘बुक सूप’ पाशी आहे.”

“मग परत फिरा आणि मागे या. आपण ट्रेंटच्या घरापाशी भेटूया.”

“मला जेवणासाठी जायचंय. मी आत्ता ...”

“मला ट्रेंटच्या घराजवळ भेटा. मी आत्ता निघालो आहे.”

बॉशने फोन ठेवून दिला आणि एडगरला निघण्याची खूण केली. जाता जाता त्याने कुठे जात आहोत ते समजावून सांगितले.

◆

१८.

निकोलस ट्रेंटच्या घरासमोरील रस्त्यावर टी.व्ही वार्ताहरांचा एक लहान गट जमा झाला होता. चॅनल दोनच्या व्हॅनच्या मागे गाडी लावून बॉश आणि एडगर खाली उतरले. एडवर्ड मॉर्टन दिसायला कसा होता हे बॉशला माहीत नव्हते. तिथल्या गर्दीमध्ये वकिलासारखा दिसणारा कुणीच नव्हता. या नोकरीत २५ हून अधिक वर्षे काढल्यावर वार्ताहर आणि वकील त्याला मनोमन अचूकपणे ओळखता येत असत. वार्ताहरांना त्यांचे बोलणे ऐकू येण्याच्या अंतरावर पोहोचण्याआधी बॉश एडगरला म्हणाला, "जर आपल्याला घरात शिरायचं असेल तर कुठल्याही इतर प्रेक्षकांशिवाय आपण मागच्या बाजूने आत जाऊ."

"समजलं."

बॉश आणि एडगर घराच्या दारापर्यंत पोहोचले आणि लगेच त्यांना प्रसिद्धी-माध्यमाच्या कर्मचाऱ्यांनी घेरले. त्यांनी लगेच आपले कॅमेरे चालू केले आणि धडाधड प्रश्न विचारायला सुरुवात केली. पण कुठल्याही प्रश्नांना उत्तर मिळाले नाही. वार्ताहरांमध्ये चॅनल फोरची जूडी सर्टन नव्हती, हे बॉशच्या लक्षात आले.

"तुम्ही ट्रेंटला अटक करायला आला आहात का?"

"न्यू ऑर्लिन्समधील मुलांबद्दल तुम्ही काही सांगू शकाल का?"

"पत्रकार परिषदेचं काय झालं? तुमच्या प्रसिद्धी खात्याला पत्रकार परिषदेबद्दल काहीच कसं ठाऊक नाही?"

"ट्रेंट संशायित आहे की नाही?"

बॉशने गर्दीतून मार्ग काढून ट्रेंटच्या घरासमोर आल्यावर मागे वळून कॅमेऱ्याला तोंड दिले. मनात आपले विचार संघटित करण्यासाठी तो एक मिनिट थांबला, पण तेवढ्या वेळात सगळे कॅमेरे सज्ज होऊन त्याच्याकडे लक्ष केंद्रित करत असल्याची त्याने खात्री करून घेतली. सगळ्या वार्ताहरांनी हे ऐकावे असे त्याला वाटत होते.

बॉश म्हणाला, "इथे कुठल्याही प्रकारची पत्रकार परिषद बोलावलेली नाही. या प्रकरणातील हाडांची अजून ओळख पटलेली नाही. येथील परिसरातील प्रत्येक नागरिकाप्रमाणे या घरात राहणाऱ्या व्यक्तीची देखील काल रात्री चौकशी करण्यात आली. हे प्रकरण शोधणाऱ्या कोणाही अधिकाऱ्याने या व्यक्तीला संशयित म्हणून कधीच म्हटलेलं नाही. शोधपथकाबाहेरील कुणीतरी चुकीची माहिती प्रसिद्धीमाध्यमांना दिली आणि कुठल्याही प्रकारे पडताळून न पाहता ही बातमी प्रक्षेपित केली गेली. ही माहिती पूर्णपणे चुकीची असून सध्या चालू

असलेल्या शोधकार्यास बाधक ठरत आहे. बस्, मला इतकंच म्हणायचं आहे. जेव्हा काही खरी आणि अचूक माहिती उपलब्ध असेल तेव्हा प्रसिद्धी खात्यामार्फत आम्ही ती तुम्हांला देऊ.''

परत मागे वळून बॉश एडगरबरोबर घराच्या दिशेने चालू लागला. वार्ताहरांनी त्यांना प्रश्न विचारणे चालूच ठेवले. पण बॉशने ते न ऐकल्यासारखे दाखवले.

पुढच्या दारावर एडगरने जोरात वाजवले आणि आपण पोलिस आहोत हे सांगून ट्रेंटला हाका मारल्या. काही वेळाने पुन्हा दार वाजवून पोलिस असल्याची परत घोषणा केली. ते थोडा वेळ थांबले. पण काहीही हालचाल झाली नाही.

एडगर म्हणाला, ''पाठीमागे बघायचं?''

''हो. नाहीतर गॅरेजच्या बाजूला एक दार आहे, तिथे बघू.''

बॉश आणि एडगर घराच्या पायऱ्या उतरून बाजूच्या भिंतीशेजारून मागच्या बाजूला जाऊ लागले. वार्ताहर जोरजोरात ओरडून प्रश्न विचारतच होते. बॉशला वाटून गेले की या लोकांना उत्तरे नाही मिळाली तरी प्रश्न विचारत राहायची सवय असावी आणि प्रश्नांना उत्तरे न मिळणे हे देखील त्यांना साहजिकच वाटत असावे.

घरमालक कामावर गेल्यावर घरातला कुत्रा बराच वेळ भुंकत राहावा तशा प्रकारे वार्ताहरांचे प्रश्न चालूच होते. गॅरेजच्या बाजूच्या दारापासून बॉश आणि एडगर पुढे गेले आणि बॉशच्या लक्षात आले की दाराला एकाच चावीचे खटक्याचे कुलूप लावण्याचे त्याने लक्षात ठेवले होते, ते बरोबर होते. ते मागच्या अंगणात आले. तिथे स्वयंपाकघरातून उघडणारे कडीचे दार होते आणि एक खटक्याचे कुलूप दाराला होते. तसेच एक पुढे-मागे सरकणारे दार होते. ते कधीही लगेच उघडता येण्यासारखे होते. एडगरने वाकून पाहिले तर काचेच्या आतले दार ज्या खाचेत बसवले होते, त्या खाचेत लाकडी अडसर बसवला होता आणि त्यामुळे दार कुणालाही बाहेरून उघडता येणे शक्य नव्हते.

एडगर म्हणाला, ''हॅरी, हे जमणार नाही.''

बॉशच्या खिशात एका छोट्या पाकिटात कुलपे उघडण्यासाठी काही लहान लहान हत्यारे होती– त्याने स्वयंपाकघराच्या दरवाजाची जुनी घट्ट बसलेली कडी काढायची गरज नव्हती.

''आपण गॅरेज उघडूयात. किंवा...''

बॉश स्वयंपाकघराच्या दारापाशी गेला आणि ते उघडायचा त्याने प्रयत्न केला. कुलूप झटकन उघडले आणि तो दरवाजातून आत गेला. त्याला त्याच क्षणी त्यांना ट्रेंट आतमध्ये मृतावस्थेत सापडेल असे वाटले. लोकांना शोध घ्यायला लागेल अशी आत्महत्या ट्रेंटने केली होती, म्हणजे दाराची मोडतोड न

करता लोक उघड्या दारातून आत येऊ शकावेत यासाठी मदत करणारी आत्महत्या.

"शी." एडगर आपले पिस्तूल बाहेर काढीत म्हणाला.

बॉश म्हणाला, "तुला त्याची गरज पडणार नाही."

बॉश घरात शिरला आणि दोघेही स्वयंपाकघरात शिरले. एडगर ओरडून म्हणाला, "ट्रेंटसाहेब, आम्ही पोलिस आहोत आणि तुमच्या घरात आलो आहोत. तुम्ही इथंच आहात का?

बॉश म्हणाला, "तू पुढच्या बाजूला बघ."

बॉश आणि एडगर वेगवेगळ्या मार्गाने पुढे गेले. बॉश लहानशा पॅसेजमधून मागील शय्यागृहात आला. मास्टर बेडरूमच्या न्हाणीघरातील शॉवरखाली त्याला ट्रेंट सापडला. तारेचे दोन हँगर्स घेऊन त्याने त्याचा गळफास बनवला आणि शॉवरच्या वरच्या दांड्याला अडकवला. त्यानंतर टाईल्स लावलेल्या भिंतीवर टेकून आपले स्वत:चे वजन उचलून गळ तारेत अडकवला आणि लटकावून घेतले. त्याच्या अंगावर आदल्या दिवशीच्या रात्रीचेच कपडे होते. अनवाणी पाय जवळजवळ जमिनीच्या टाईल्यपर्यंत आले होते. आत्महत्या करताना ट्रेंटने पुन्हा जगण्याची शेवटची धडपड केल्याची काहीच निशाणी नव्हती. त्याला आपला मृत्यू तार आवळत असताना कधीही थांबवता आला असता, पण त्याने तसे केले नाही.

अपघाती मृत्यूची चौकशी करणाऱ्या अधिकाऱ्यांनी मृत्यूची वेळ निश्चित करायची असते. पण तोंडातून बाहेर आलेली जीभ ज्या पद्धतीने काळी पडली होती त्यानुसार ट्रेंटला प्राण सोडून कमीत कमी १२ तास तरी झाले असावेत असे वाटत होते; म्हणजे साधारणपणे अगदी पहाटे त्याचा मृत्यू झाला असावा. चॅनल फोरने त्याचा लपलेला इतिहास जगापुढे मांडून हाडांच्या प्रकरणात संशयित म्हणून त्याचे नाव घेतल्यानंतर थोड्याच वेळात हा प्रकार झाला असावा.

"हॅरी."

बॉश जागच्याजागी उडालाच. त्याने एडगरकडे वळून पाहिले आणि म्हणाला, "अरे बाबा, असं करू नकोस. काय झालं?"

एडगर मृतदेहाकडे पाहत म्हणाला, "त्याने चहाच्या टेबलावर तीन पानी पत्र लिहून ठेवलं आहे."

बॉश बाथरूममधून बाहेर आला. एडगरच्या शेजारून दिवाणखान्याकडे गेला. खिशातून रबरी मोजे काढून त्याने तोंडाने फुगवून ते उघडले आणि हातावर चढवले.

"तू सगळं पत्र वाचलंस का?"

"हो, तो म्हणतो की त्याने मुलाचा खून केला नाही. त्याने लिहिलं आहे की पोलिस आणि वार्ताहरांनी त्याचा सत्यानाश केला आहे, आणि अशा पद्धतीने जगणं अशक्य असल्यामुळे तो स्वतःचा अंत करून घेत आहे."

बॉश दिवाणखान्यात आला. त्याच्यामागे काही पावले एडगर चालत होता. बॉशला कागदाच्या टेबलावर हाताने लिहिलेले तीन कागद एकाशेजारी एक मांडून ठेवलेले दिसले. टेबलासमोरील सोफ्यावर तो बसला.

"या चिठ्ठ्या अशाच होत्या?"

"हो. मी त्यांना हातसुद्धा लावला नाही."

बॉश ते कागद वाचू लागला. त्याला असे वाटत होते की ट्रेंटचे शेवटचे शब्द म्हणजे टेकडीवर झालेल्या लहान मुलाच्या खुनाचा साफ इन्कार असेल आणि त्याला आतापर्यंत जो त्रास झाला त्याविषयीचा राग त्याने काढला असेल.

आता सगळ्यांना कळेल! तुम्ही लोकांनी माझी वाट लावली आहे, मला ठार मारलं आहे. खून तुम्ही केला आहे, मी नाही. मी हे काम केलं नाही, कधीही केलं नाही. नाही, नाही नाही! मी कधीच कोणाला दुखवलं नाही. या भूतलावरील कुठल्याही प्राणिमात्राला दुखावलं नाही. मला मुलं आवडतात. प्रेम! नाही, तुम्ही मला दुखवलंत, तुम्ही! पण तुम्ही इतक्या दुष्टपणे जे केलंत त्याच्या दुःखामुळे मला जगणं असह्य झालं आहे– मी जगू शकत नाही.

हे सगळं पुनः पुनः लिहिलेले होते. कुणी कागद आणि पेन घेऊन आपले विचार लिहिले आहेत असे वाटत नव्हते, तर उत्स्फूर्त मनापासून आलेली कडवट टीका शब्दात उतरली होती. दुसऱ्या पानाच्या मध्यभागी एक चौकट आखली होती आणि त्यामध्ये 'जे कोणी जबाबदार आहेत' त्यांची नावे लिहिली होती. या यादीमध्ये सुरुवातीस चॅनल फोर वरील जूडी, सर्टन, रात्रीचा वृत्तनिवेदक शिवाय बॉश, एडगर आणि बॉशला अनोळखी असलेली कॅल्व्हिन स्टम्बो, मॅक्स रेबनर आणि ॲलिशिया फेल्झर अशी तीन नावे होती.

"स्टम्बो हा त्या पहिल्या केसमधला पोलिस होता, तर रेबनर विभागीय अधिकारी होता, म्हणजे एकोणीसशे साठच्या दशकातला."

बॉशने मान हलवली.

"आणि फेल्झर?"

"ती कोण ते ठाऊक नाही."

ती पाने ज्या पेनने लिहिली होती ते पेन शेवटच्या पानाजवळ ठेवले होते. बॉशने त्याला हात लावला नाही, कारण त्याला त्यावरचे ट्रेंटचे बोटांचे ठसे तपासून घ्यायचे होते.

वाचत असताना बॉशच्या लक्षात आले की प्रत्येक पानावर खालच्या बाजूला ट्रेंटची सही होती. शेवटच्या पानात अखेर ट्रेंटने एक अजब विनंती केली होती. बॉशला ते काही कळले नाही.

मला वाईट वाटतं आहे, ते फक्त माझ्या मुलांसाठी. माझ्या मुलांची कोण काळजी घेईल? त्यांना अन्न आणि वस्त्रांची जरूर आहे. माझ्याकडे काही पैसे शिल्लक आहेत. हा पैसा त्यांच्यासाठी वापरण्यात यावा. जो काही माझ्याकडे आहे तो. हे माझे शेवटचे मृत्युपत्र आहे आणि त्यावर माझी सही आहे. हा पैसा मुलांनाच द्यावा. मॉर्टनला हा पैसा वाटायला सांगा आणि मला काही भुर्दंड लावू नका– मुलांसाठी तेवढे करा.

बॉश म्हणाला, "त्याची मुलं?"

एडगर म्हणाला, "हो ना, मला तेच म्हणायचंय. चमत्कारिकच!"

"तुम्ही इथे काय करीत आहात? निकोलस कुठे आहेत?"

बॉश आणि एडगर यांनी स्वयंपाकघर आणि दिवाणखान्यातील मधल्या दाराकडे बघितले. तिथे उभा राहिलेला माणूस वकील असल्याचे बॉशने ओळखले. हा नक्की मार्टनच असला पाहिजे. बॉश उठून उभा राहिला.

"ते गेले आहेत– आत्महत्या असावी असं दिसतं."

"कुठे आहेत?"

"मास्टर बेडरूमच्या बाथरूममध्ये. पण मी..."

मार्टन बाथरूमच्या दिशेने लगेचच निघून गेला.

बॉशने मॉर्टनला ओरडून सांगितले, "कशालाही हात लावू नका."

बॉशने एडगरला मार्टनपाठोपाठ जाऊन तो कशाला हात लावत नाही ते पाहण्याची खूण केली. बॉशने खाली बसून ते कागद परत निरखून पाहिले. त्याच्या डोक्यात विचार आला की आता काही अर्थ नाही म्हणून स्वतःचा अंत करायचा ठरवायला आणि नंतर ही तीन पाने लिहून काढायला ट्रेंटला किती वेळ लागला असावा. आतापर्यंत त्याने आत्महत्येच्या प्रकारात मिळालेल्या शेवटच्या पत्रांमध्ये हे पत्र सगळ्यात मोठे होते.

मॉर्टन दिवाणखान्यात परत आला. त्याच्या पाठीमागे एडगर होताच. त्याचा चेहरा पांढराफटक पडला होता आणि डोळे जमिनीवर खिळले होते.

बॉश म्हणाला, "तुम्ही तिथे जाऊ नका म्हणून मी तुम्हांला सांगत होतो."

त्या वकिलाने डोळे बॉशवर रोखले. डोळ्यांत अंगार होता आणि मॉर्टनचा चेहराही रागाने फुलू लागला होता.

"आता तुम्हा लोकांना आनंद झाला ना? तुम्ही त्याचा पूर्णपणे सत्यानाश केलात –एखाद्या माणसाने जपून ठेवलेलं गुपित प्रसिद्धीमाध्यमाच्या गिधाडांना

द्यायचं, त्यांनी ते सर्वत्र प्रसिद्ध करायचं आणि मग हे असं होतं!''

मॉर्टनने बाथरूमच्या दिशेने बोट दाखवत म्हटले,

''मॉर्टनसाहेब, काय झालं असावं याविषयी तुमची समजूत चुकीची आहे- पण काय झालं असावं हे थोडक्यात सांगतो. खरं म्हणजे मला तुमचं म्हणणं इतकं पटतं आहे की तुम्हांलाही आश्चर्य वाटेल.''

''आता ते गेले आहेत त्यामुळे तुम्हांला काहीही म्हणणं अगदी सोपं झालं आहे. -ते काय आहे? त्याने चिठ्ठी लिहिली आहे का?''

बॉशने उठून त्याला चिठ्ठी ठेवलेल्या टेबलासमोर ठेवलेल्या सोफ्यावर बसण्याची खूण केली.

''फक्त त्या कागदांना हात लावू नका.''

मॉर्टनने आपला चष्मा काढून ते कागद वाचायला सुरुवात केली.

बॉश एडगरजवळ येऊन बारीक आवाजात म्हणाला, ''मी स्वयंपाकघरातील फोन वापरून काही ठिकाणी फोन करतो.''

एडगरने होकार दाखवला. ''प्रसिद्धी खात्याला लगेच कळवा. ही भानगड तिथे सर्वांना धक्काच देईल.''

''हो ना.''

बॉशने स्वयंपाकघरातील भिंतीवरचा फोन उचलला आणि त्यावर रिडायलचे बटण होते, हे त्याच्या लक्षात आले. ते बटण त्याने दाबले. थोडा वेळ वाट पाहिली. फोनवर कोणाचा तरी आवाज आला, आणि आपोआप उत्तर देणाऱ्या मशिनवर तो मॉर्टनचा आवाज होता हे त्याने ओळखले. मॉर्टन म्हणाला, तो घरी नाही, आणि निरोप ठेवायला सांगितले.

बॉशने लेफ्टनंट बिलेट्सचा थेट नंबर फिरवला. तिने लगेच फोन उचलला आणि ती जेवत असल्याचे बॉशच्या लक्षात आले.

''हॅलो, तू जेवत असताना ही बातमी सांगणं माझ्या जीवावर आलं आहे. पण आम्ही इथे ट्रेंटच्या घरी आहोत. त्याने आत्महत्या केली आहे असं दिसतंय.''

फोनवर बराच वेळ शांतता होती. मग, बॉशला खात्री होती का असे लेफ्टनंट बिलेट्सने विचारले.

''माझी खात्री आहे की ट्रेंट गेला आहे आणि नक्कीच त्याने स्वत:चा जीव घेतला आहे. तारेचे दोन हॅंगर्स घेऊन त्याने स्वत:ला शॉवरच्या दांडीवर लटकवलं. इथे त्याने तीनपानी पत्र ठेवलं आहे. त्या हाडांच्या प्रकरणाशी त्याचा काही संबंध असल्याचं त्यानं नाकारलं आहे. त्यानं सगळा दोष चॅनल फोरला आणि पोलिसांना दिला आहे. विशेषत: मला आणि एडगरला. सर्वप्रथम तुलाच फोन करत आहे.''

“नाही, आम्हांला ठाऊक आहे की तू...”

“ते ठीक आहे लेफ्टनंट, मला तुमच्या माफीची आता गरज नाही. मी आता काय करावं ते सांगा.”

“तू आपलं नेहमीचं काम चालू ठेव. मी विभागप्रमुख आयर्विंगना फोन करून घडलं आहे ते सांगते. हे सगळं प्रकरण तापणार आहे.”

“हो, आणि प्रसिद्धिखात्याचं काय? आधीच इथल्या रस्त्यावर वार्ताहरांचा जथा उभा आहे.”

“मी त्यांना फोन करून सांगते.”

“तुम्ही थॉर्नटनबद्दल काही कारवाई केलीत का?”

“त्यावर काम चालू झालं आहे. अंतर्गत चौकशी विभागातील अधिकारी ब्रॅडली हे प्रकरण हाताळत आहेत. आता या अखेरच्या घटनेमुळे माझी खात्री आहे की ही बातमी फोडल्यामुळे थॉर्नटनची नोकरी तर जाईलच, पण त्याच्यावर कुठला तरी आरोपही होण्याची शक्यता आहे.”

बॉशने पटल्यासारखी मान डोलावली. थॉर्नटनला अद्दल घडायलाच पाहिजे होती. त्याने तयार केलेल्या बनावट हकीगतीबद्दल त्याला यत्किंचितही खंत नव्हती.

“ठीक आहे. आम्ही सध्या तरी इथेच थांबतो.”

“जर त्याचा हाडाच्या प्रकरणाशी संबंध असल्याचं आढळलं, तर मला कळव.”

बॉशला सर्फिंगची फळी आणि बुटाला चिकटलेली माती आठवली. तो म्हणाला, “ठीक आहे. कळवीनच.”

बॉशने फोन ठेवला आणि लगेच अपघाती मृत्यूची चौकशी करणाऱ्या अधिकाऱ्यांच्या ऑफिसला आणि शास्त्रीय संशोधन विभागाला फोन केला.

हॉलमध्ये बसलेल्या मॉर्टनने चिठ्ठी आता पूर्णपणे वाचली होती.

बॉशने विचारले, “मॉर्टनसाहेब, ट्रेंटशी तुम्ही अखेरचं केव्हा बोललात?”

“काल रात्री. चॅनल फोरच्या बातम्या पाहिल्यावर त्यांनी मला घरी फोन केला. त्यांच्या बॉसने देखील बातम्या पहिल्या आणि फोन करून विचारलं होतं.”

बॉशने होकारार्थी मान हलवली म्हणजे तो शेवटचा फोन बरोबर होता.

“तुम्हांला त्यांच्या बॉसचं नाव माहीत आहे का?”

मॉर्टनने टेबलावरील मधल्या पानाकडे बोट दाखवले.

“हे काय, या यादीत आहे. ॲलिशिया फेल्झर. तिने ट्रेंटला कळवलं की त्याला आता नोकरीवरून काढून टाकलं आहे. त्यांची कंपनी लहान मुलांसाठी चित्रपट तयार करते आणि सेटवर कुठलाही बालकलाकार अशा या माणसाबरोबर असणं तिला अजिबात पटण्यासारखं नव्हतं, कळलं ना? त्याच्या मागच्या

इतिहासाच्या प्रसिद्धीमुळे हा माणूस खलास झाला. तुम्ही निष्कारण एका माणसाचा जीव घेतला आणि...''

''आता मला प्रश्न विचारू द्या, मॉर्टनसाहेब. बाहेर जाऊन तिथं जमलेल्या वार्ताहरांशी बोलताना तुमचा राग दाखवा. मला खात्री आहे की तुम्ही ते करालच. पण या चिठ्ठीतल्या शेवटच्या पानाचं काय समजायचं! त्याने त्यात मुलांचा उल्लेख केला आहे. त्याची मुलं! म्हणजे त्याचा अर्थ काय?''

''मला काही कल्पना नाही. जेव्हा त्यांनी ही चिठ्ठी लिहिली तेव्हा अर्थातच त्याचं मानसिक संतुलन बिघडलं असावं. कदाचित त्याला काही अर्थही नसेल.''

त्या वकिलाकडे निरखून पाहत बॉश अजून उभाच होता.

''काल रात्री तुला त्यांनी फोन का केला?''

''तुम्हांला काय वाटतं? हेच मला सांगायला की तुम्ही इथे आला होता, हे सगळं बातम्यांमध्ये प्रसिद्ध झालं, त्यांच्या बॉसनेदेखील ते पाहिलं आणि नोकरीवरून काढून टाकू असं सांगितलं.''

''ते असं म्हणाले का की त्या टेकडीवर त्यांनी एका मुलाला पुरून टाकलं होतं म्हणून?''

जेवढी रागीट मुद्रा करता येईल तेवढी करून मॉर्टन म्हणाला, ''ते निश्चितच म्हणाले की त्यांचा याच्याशी काहीही संबंध नाही. पूर्वी, म्हणजे फार पूर्वी त्यांच्या हातून घडलेल्या एका चुकीची त्यांना परत शिक्षा होत आहे असंच त्यांना वाटत होतं, आणि मला वाटतं की ते बरोबर आहे.''

''ठीक आहे मॉर्टनसाहेब, तुम्ही आता जाऊ शकता.''

''काय म्हणताय काय? मी त्यांना इथे असं सोडून...''

''हे पहा, हे घर म्हणजे आता गुन्ह्याचं घटनास्थळ आहे. तुमच्या अशिलाने आपल्या हाताने आपला स्वत:चा मृत्यू ओढवून घेतला याची खात्री करून घेण्याचा आम्ही शोध घेत आहोत. तेव्हा तुम्ही इथे असलेलं आम्हांला चालणार नाही, काय जेरी?''

एडगर सोफ्याजवळ आला आणि त्याने मॉर्टनला उठायची खूण केली. ''चला उठा, आता आपण बाहेर जाऊ आणि तुमचा चेहरा टी.व्ही वर दाखवू. तुमच्या व्यवसायाच्या दृष्टीने पण चांगलं! नाही का?''

तिरीमिरीने मॉर्टन उठला आणि निघून गेला. बॉश पुढच्या खिडकीपाशी गेला आणि तिथला पडदा थोडा मागे सरकवला. घराच्या पायऱ्या उतरून मॉर्टन खाली आल्यावर लगेच वार्ताहरांच्या गर्दीत शिरला आणि जोरजोरात बोलू लागला. तो काय म्हणत होता, हे बॉशला ऐकू येत नव्हते आणि ऐकू यायची गरजही नव्हती.

एडगर परत खोलीत आल्यावर बॉशने टेहळणीपथकाला फोन करून वंडरलँड अव्हेन्यूवरून गर्दी काबूत ठेवण्यासाठी पथकाची एक गाडी पाठविण्यास सांगितले. त्याच्या डोक्यात विचार आला, एखादा विषाणू जसा आपली प्रतिकृती तयार करतो आणि दुपटीने त्यांची संख्या वाढून मिनिटा-मिनिटाला ती प्रचंड होत जाते, आणि रोग्याला खायला उठते, तसेच प्रसिद्धी- माध्यमातील लोकांचे आहे.

◆

१९.

निकोलस ट्रेंटचे पार्थिव त्याच्या घरातून बाहेर नेल्यानंतर बॉश व एडगर यांनी त्याची घराची पाहणी केली तेव्हा ट्रेंटची मुले म्हणजे कोण हे त्यांना समजले. आदल्या दिवशी रात्री बॉशने दिवाणखान्यातील एक कपाटाचे टेबल तपासले नव्हते– ते आता उघडल्यावर दोन संपूर्ण खणांमध्ये त्याला वेगवेगळ्या फायली, फोटो आणि आर्थिक व्यवहारांचे कागद सापडले. त्यात अनेक रद्द केलेले चेक्स ठेवलेली पाकिटेही होती. बेवारस लहान मुलांना कपडे आणि अन्न पुरवणाऱ्या बऱ्याच धर्मादाय संस्थांना ट्रेंट थोडे थोडे पैसे पाठवत असे. ॲपेलेचियापासून ब्राझिलच्या जंगलापर्यंत, अगदी तिकडे थेड कोसोवोपर्यंत तो मदत पाठवीत होता. –वर्षानुवर्षे! बॉशला यातली कुठलीही रक्कम १२ डॉलरपेक्षा जास्त दिसली नाही. तो मदत करत असलेल्या मुलांचे डझनावारी फोटो आणि त्या मुलांकडून स्वत:च्या हस्ताक्षरातल्या चिठ्ठ्या आणि पत्रे बॉशला त्या कपाटात सापडली.

रात्री उशिराच्या टीव्हीच्या कार्यक्रमातून सार्वजनिक सेवा करणाऱ्या अशा कितीतरी धर्मादाय संस्थांच्या जाहिराती बॉशने पाहिल्या होत्या. अशा संस्थांबद्दल बॉशला नेहमीच संशय वाटत असे. म्हणजे एवढ्या थोड्या डॉलरमध्ये एखाद्या मुलाला पुरेसे कपडे किंवा अन्न पुरवता येईल का याचा संशय नाही, तर ही पाठवलेली लहानशी मदत खरोखरच्या त्या मुलांपर्यंत पोचते की नाही याबद्दल त्यात संशय होता. ट्रेंटने आपल्या कप्प्यात ठेवलेले फोटो म्हणजे सुद्धा अशा संस्थांनी देणगीदारांना पाठवण्यासाठी काढून ठेवलेल्या त्याच त्याच ठराविक फोटोमधील असावेत असा विचार बॉशच्या डोक्यात येऊन गेला. त्याचप्रमाणे

मुलांकडून आलेल्या धन्यवादाच्या चिठ्ठ्यादेखील बनावट असाव्यात असे त्याला वाटले.

एडगरने टेबलावरील वस्तूंचे निरीक्षण करीत म्हटले, "असं बघ, मला असं वाटतं की हा माणूस कुठल्यातरी पश्चात्तापाची किंमत मोजीत असावा – म्हणजे सगळे पैसे अशा या संस्थाना वाटून टाकण्यावरून वाटतं खरं!"

"हो, पण कसला पश्चात्ताप?"

"ते आपल्याला कधीच कळणार नाही."

एडगर तपासणीसाठी दुसऱ्या शय्यागृहात गेला. टेबलावर पसरून ठेवलेल्या फोटोंचे बॉशने निरीक्षण केले. त्यामध्ये साधारणपणे दहा वर्षांच्या आतीलच मुले आणि मुली दिसत होत्या. अर्थात युद्ध, दुष्काळ आणि दुर्लक्ष या सर्वातून सुलाखून गेलेल्या या मुलांचे खोल गेलेले डोळे पाहून त्यांच्या वयाचा अंदाज करणे कठीण होते. त्याने एका गोऱ्या लहान मुलाचा फोटो उचलून वरून खालून तपासला. फोटोच्या मागे लिहिले होते की तो कोसोवोच्या युद्धामध्ये अनाथ झाला होता– गोळीबारात त्याचे आईवडील गतप्राण झाले होते आणि त्याला इजा पोचली होती. त्याचे नाव मिलोस फिडॉर होते व तो दहा वर्षांचा होता.

बॉश स्वत: अकरा वर्षांचा असताना अनाथ झाला होता. त्याने फोटोतील मुलाच्या डोळ्यांकडे पाहिले. त्याला स्वत:चाच भास झाला.

दुपारी ४ वाजता बॉश व एडगर यांनी ट्रेंटच्या घराला कुलूप ठोकले आणि जप्त केलेल्या सामानाच्या तीन पेट्या त्यांनी गाडीपाशी आणल्या. वार्ताहरांचा एक लहानसा गट दुपारभर बाहेर रेंगाळत होता. प्रसिद्धी खात्याने त्या दिवसाची सर्व हकीगत पार्कर सेंटरमधील कार्यालयातूनच मिळणार असे जाहीर केले होते, तरी काही वार्ताहर तिथेच थांबले होते.

वार्ताहरांनी या दोघांजवळ येऊन त्यांना बरेच प्रश्न विचारले, पण बॉशने त्यांना सांगितले की शोधकार्याविषयी काहीही माहिती द्यायला त्याला परवानगी नव्हती. त्यांनी त्या पेट्या गाडीत घातल्या आणि शहराकडे निघाले. उपप्रमुख आयर्विंग यांनी एक बैठक बोलावली होती.

गाडी चालवत असताना बॉशला अस्वस्थ वाटत होते –त्याला खात्री होती की ट्रेंटने आत्महत्या केली होती आणि या आत्महत्येमुळे मुलाच्या मृत्यूचे रहस्य शोधून काढण्याच्या कामाची प्रगती थंडावली होती –आणि त्यामुळे त्याला अस्वस्थ वाटत होते.

बॉशने सबंध दिवस ट्रेंटच्या वस्तू पाहण्यात घालवला. खरे म्हणजे त्याच्याकडे आलेल्या माहितीचा मागोवा घेऊन मुलाची ओळख पटते आहे का हे त्याला पाहायचे होते.

एडगरने गाडी चालवता चालवता मध्येच विचारले, "हॅरी, काय विचार चालू आहे?"

"कसला?"

"मला ठाऊक नाही, पण तू अगदी नाराज दिसतो आहेस. कदाचित तुझा स्वभाव तसा शांत आहे आणि तुझ्या चेहऱ्यावर नाराजी सहसा दिसत नाही, तरी...." एडगर हसून म्हणाला, पण बॉशने काही उत्तर दिले नाही.

"मी आतापर्यंत घडलेल्या घटनांचा विचार करीत होतो. आपण जर हे प्रकरण वेगळ्या रीतीनं हाताळलं असतं तर हा माणूस आज कदाचित जिवंत राहिला असता."

"जाऊ दे हॅरी, म्हणजे तुला म्हणायचं आहे की आपण त्याची चौकशी करायलाच नको होती? काही दुसरा इलाजच नव्हता. आपण आपलं काम केलं आणि जे होणार होतं ते झालं– आपण त्याबाबत काहीच करू शकलो नसतो. जर या सगळ्यासाठी कोण जबाबदार असेल तर तो म्हणजे थॉर्नटन आणि त्याला त्याचं फळ मिळणार आहे. पण मुलं विचारशील तर ट्रेंटसारखी माणसं या जगात नसतील तरच ठीक आहे असं माझं मत आहे– माझी सदसद्विवेकबुद्धी या बाबतीत अगदी स्वच्छ आहे– एकदम नितळ पाण्यासारखी स्वच्छ!"

"ठीक आहे, तुझ्या दृष्टीनं ठीकच आहे."

बॉशला वाटलं की एडगरला रविवारी सुटी दिली ते बरेच झाले. जर त्याने तसे केले नसते, तर एडगरने स्वतः संगणकावर ती सगळी यादी फिरवली असती. त्यामुळे किझ रायडर या भानगडीत आलीच नसती आणि थॉर्नटनकडे कुठली माहिती जाण्याची शक्यताच नव्हती.

बॉशने निःश्वास सोडला. या प्रकरणात सर्व काही डॉमिनो खेळासारखेच चालले होते– असे झाले तर तसे– तसे झाले तर असे......!

बॉशने एडगरला विचारले, "तुझं या माणसाबद्दल काय मत आहे?"

"म्हणजे टेकडीवर त्याने त्या लहान मुलाला मारलं असावं का याविषयी?"

बॉशने होकारार्थी मान हलवली.

एडगर म्हणाला, "मला समजत नाही. प्रयोगशाळेत बुटाच्या मातीचा काय रिपोर्ट येतो ते बघायला पाहिजे आणि ती बहीण सर्फिंगच्या फळीबद्दल काय म्हणते ते बघायला पाहिजे. जर ती खरोखरच बहीण असेल तर त्या मुलाची ओळख पटली असं म्हणायला पाहिजे."

बॉश काहीच म्हणाला नाही. एखाद्या प्रकरणात प्रयोगशाळेतील अहवालावर विश्वास ठेवून पुढे जाण्याबाबत बॉशला एवढी खात्री नसायची.

"तुला काय वाटतं, हॅरी?"

ट्रेंट काळजी घेत असलेल्या मुलांचे फोटो, त्याचा पश्चात्ताप, पापमुक्तीसाठी त्याने केलेली धडपड बॉशच्या डोळ्यासमोर आली.

बॉश म्हणाला, ''मला वाटतं, आपण चक्रात फिरत आहोत. पण तो आपला माणूस नाही.''

◆

२०.

उपप्रमुख आयर्व्हिंग पार्कर सेंटरमधील सहाव्या मजल्यावरील आपल्या प्रशस्त कार्यालयातील टेबलामागे बसले होते. तिथेच लेफ्टनंट ग्रेस बिलेट्स, बॉश, एडगर आणि सर्जेओ मदिना नावाचा प्रसिद्धी खात्यातील अधिकारी हेही येऊन बसले होते. आयर्व्हिंग यांची सहाय्यक सिमाँटन गरज पडली तर जवळ असावी म्हणून कार्यालयाच्या दाराशी उभी होती.

आयर्व्हिंग यांच्या टेबलावर जाड काच लावलेली होती. काहीतरी छापलेला मजकूर असलेले फक्त दोन कागद त्यांच्या टेबलावर होते. आयर्व्हिंग यांच्या डावीकडे बसलेल्या बॉशला आपल्या जागेवरून त्या कागदात काय मजकूर होता ते वाचता येत नव्हते.

आयर्व्हिंग यांनी सुरुवात केली. ''तर, मग आपल्याला श्री ट्रेंट यांच्याविषयी खरोखर काय माहिती आहे? आपल्याला ठाऊक आहे की हा एक लैंगिक विकृती असलेला माणूस होता आणि लहान मुलांवर अत्याचार केल्याची त्याची भूतकाळातील माहिती आपल्याकडे आहे. खून झालेला मुलगा ज्या ठिकाणी पुरला होता, तिथून हाकेच्या अंतरावर तो राहत होता हेही आपल्याला ठाऊक आहे. आताच सांगितलेल्या या दोन मुद्द्यांवरून त्याची पोलिसांकडून चौकशी झाली. त्याच दिवशी संध्याकाळी त्याने आत्महत्या केली हे आपल्याला कळलं आहे.''

टेबलावर पडलेल्या दोन कागदांपैकी एक आयर्व्हिंग यांनी उचलला आणि त्यातील आशयाविषयी तिथे असलेल्या कुणाशीही काही न बोलता त्यांनी त्या कागदावर नजर फिरवली. अखेर ते म्हणाले, ''माझ्याकडे या तीन घटना घडल्याची हकीगत सांगणारा प्रसिद्धीपत्रकाचा मसुदा आहे. त्यात म्हटलं आहे, 'श्री ट्रेंट यांची चौकशी अजून चालू आहे. त्यांच्या घराजवळ पुरल्या गेलेल्या

बळीच्या मृत्यूस ते जबाबदार होते की नाही हे ठरवण्यासाठी प्रयोगशाळेत अनेक गोष्टींचे पृथक्करण तसेच इतर अनेक बाबींचा मागोवा घेण्याचं काम अजून चालू आहे.'

पुन: त्या पानाकडे एक नजर टाकून आयर्व्हिंगनी तो कागद ठेवून दिला. "थोडक्यात आणि व्यवस्थित! परंतु या प्रकरणाविषयी प्रसिद्धी माध्यमात उडालेली खळबळ शांत करण्यासाठी एवढं पुरं नाही किंवा आपल्या खात्यामध्ये आणखी काही विपरीत परिस्थिती होण्याचं टाळण्याच्या दृष्टीनंही ते पुरेसं नाही."

बॉश मध्येच खाकरला. प्रथम आयर्व्हिंग यांनी त्याच्याकडे लक्ष दिले नाही, पण नंतर त्याच्याकडे न पाहताच ते म्हणाले, "काय वाटतं, डिटेक्टिव्ह बॉश?"

"म्हणजे मला असं दिसतं आहे की तुम्हांला हा मसुदा फारसा पटलेला दिसत नाही. पण मुद्दा असा आहे की सध्या आपण ज्या परिस्थितीत आहोत तीच नेमकी या मसुद्यात लिहिलेली आहे. याच माणसाने तो टेकडीवरचा खून केला असा लगेच निष्कर्ष काढायला तसेच त्याने तो कशा प्रकारे केला हे सांगायला मलासुद्धा आवडेल. परंतु आपण या निष्कर्षापासून अजून खूप दूर आहोत आणि सरतेशेवटी, आपण या अंदाजाच्या अगदी विरुद्ध दिशेला जाणार आहोत असं मला वाटतं!"

आयर्व्हिंग म्हणाले, "कशावरून?"

ही बैठक बोलवण्याचे प्रयोजन काय होते हे बॉशला स्पष्ट दिसू लागले होते. त्याच्या अंदाजाप्रमाणे टेबलावर ठेवलेल्या दुसऱ्या कागदावरील मसुदा प्रसिद्धीसाठी देण्यात यावा असा आयर्व्हिंग यांचा विचार असावा. बहुधा या मसुद्यात सर्व दोषांचा धनी ट्रेंटच असावा आणि त्याची भानगड उजेडात आल्यामुळे त्याने आत्महत्या केली असावी अशा प्रकारचा मजकूर असेल असे बॉशला वाटले. असे जर झाले तर प्रसिद्धीच्या झोतातून थॉर्नटनला अलगद बाहेर काढून पोलिस खात्यात आतल्या आत त्याची शांतपणे चौकशी करणे शक्य झाले असते. खात्याच्या एका अधिकाऱ्याकडून गुप्त माहिती बाहेर फुटल्यामुळे एका निरपराध व्यक्तीला आत्महत्या करावी लागली याची कबुली घ्यावी लागली असती आणि त्यामुळे होणारी बदनामी अशा मसुद्यामुळे टळणार होती. त्यामुळे टेकडीवरील मुलाच्या खुनाचे प्रकरणही बंद करणे शक्य होणार होते.

त्या खोलीत बसलेल्या सर्वांप्रमाणेच बॉशलाही ठाऊक होते की अशा प्रकारचे प्रकरण बंद करणे ही फार म्हणजे खूप दूरवरची गोष्ट आहे. या प्रकरणाला मिळालेली प्रसिद्धी वाढतच होती– पण ट्रेंटने आत्महत्या केल्यामुळे पोलिस खात्याला त्यातून लवकर सुटण्याचा मार्ग सापडला होता. मृत झालेल्या

विकृत मनोवृत्तीच्या माणसावर संशय घातला की खात्याचे काम संपले, पुन: पुढच्या प्रकरणाचा शोध घ्यायला तयार! –आणि ते तरी लवकर मिटावे म्हणून आशा करीत राहायचे.

बॉशला हे सर्व समजत होते पण पटत नव्हते. त्याने स्वत: ती हाडे पाहिली होती. गॉलिव्हरने निरनिराळ्या प्रकारच्या जखमांची सांगितलेली पोथी त्याने ऐकली होती. शवविच्छेदनाच्या कक्षामध्ये बॉशने खुन्याला शोधून काढून मगच हे प्रकरण बंद करण्याचा निश्चय केला होता. पोलिस खात्याचा स्वार्थ आणि प्रतिमेची जपणूक या दोन्ही गोष्टी त्याच्या दृष्टीने दुय्यम होत्या.

बॉशने आपल्या कोटाच्या खिशातून आपली वही काढली. कोपरा दुमडलेल्या एका पानावर त्याने वही उघडली आणि एक संपूर्ण लिहिलेले पान वाचावे तसे तो त्या पानाकडे बघू लागला. –पण शनिवारी शवविच्छेदनगृहात त्याने त्या पानावर एकच ओळ लिहिलेली होती.

आघात आणि जखमा यांच्या ४४ खुणा.

आयर्व्हिंग यांनी पुन: बोलायला सुरुवात करेपर्यंत बॉशची नजर या आकड्यावर खिळून राहिली होती.

"डिटेक्टिव्ह बॉश? मी विचारलं, 'कशावरून?'

बॉशने नजर वर केली आणि वही बंद केली.

"काळामधील फरकावरून. – तो मुलगा जमिनीत पुरला गेला त्याआधी ट्रेंट जवळपास राहायला आला असं आपल्याला वाटत नाही. शिवाय हाडांचा कालावधीदेखील तेच सांगतो. या मुलावर बराच काळ शारीरिक अत्याचार होत राहिले. अगदी लहान असल्यापासून. हे सगळं ट्रेंटशी जुळत नाही."

आयर्व्हिंग म्हणाले, "काळातील फरक आणि हाडांची स्थिती हा काही निर्णायक पुरावा मानता येणार नाही. त्यातून काहीही अंदाज करणे शक्य असले तरी ट्रेंटनेच हा गुन्हा केला आहे अशा प्रकारची थोडीफार– अगदी सूक्ष्म असली तरी शक्यता असू शकतेच ना?"

"अगदीच सूक्ष्म शक्यता."

"ट्रेंटच्या घराची झडती घेतल्यानंतर काय झालं?"

"वाळलेला चिखल असलेले कामाचे त्याचे बूट आम्हांला सापडले. ज्या ठिकाणी हाडं सापडली तिथल्या मातीच्या नमुन्याशी ही माती जुळवून पाहिली जाईल. पण हेही निर्णायक ठरणार नाही."

"ट्रेंट घराच्या मागच्या बाजूला फिरायला गेला असताना त्याच्या बुटांना अशी माती लागू शकेल– भूगर्भशास्त्रदृष्ट्या ही माती आणि ती माती एकच असू शकते."

“दुसरं काय विशेष?”

“विशेष काही नाही– आम्हांला एक सर्फिंगची फळी सापडली.”

“सर्फिंगची फळी?”

हे आत्महत्येचे प्रकरण मध्येच उद्भवल्याने फोनवर आलेल्या काही निरोपांचा पाठपुरावा करायला वेळ मिळाला नाही हे बॉशने समजावून सांगितले. पण ते सांगताना ट्रेंटच्या घरातील सर्फिंगच्या फळीचा आणि टेकडावरील खुनाचा काहीतरी संबंध असावा अशी प्रतिक्रिया आयर्व्हिंगच्या चेहऱ्यावर उमटत असल्याचे बॉशला दिसले.

आयर्व्हिंग म्हणाले, “या गोष्टीचा प्रथम छडा लावा. पूर्ण माहिती काढा आणि हे काम झालं की मला लगेच कळवायला हवं!”

बॉशने होकार दिला.

बिलेट्स मध्येच म्हणाली, “होय साहेब.”

आयर्व्हिंगने थोडा वेळ थांबून त्यांच्या टेबलावरील दोन्ही मसुद्यांचे निरीक्षण केले. शेवटी त्यांनी स्वत: मोठ्याने न वाचलेला कागद उचलला. बॉशच्या अंदाजाप्रमाणे या कागदावर आरोप निश्चित केलेला होता. आयर्व्हिंगनी बाजूला वळून तो कागद कचरा कातरण्याच्या यंत्रात टाकला. त्याचे तुकडे-तुकडे होत असताना यंत्राचा जरा मोठ्यानेच आवाज आला. मग त्यांनी टेबलाकडे वळून उरलेला कागद उचलला.

“ऑफिसर मदिना, हा मजकूर तुम्ही प्रसिद्धीला द्या.”

मदिना उठून उभा राहिला आणि त्याने तो कागद घेतला. आयर्व्हिंगनी घड्याळाकडे नजर टाकली. ते म्हणाले, “सहा वाजताच्या बातम्यांसाठी अगदी वेळेत काम झालं.”

मदिना म्हणाला, “सर?”

“काय?”

“नाही. म्हणजे चॅनल फोर वरील चुकीच्या बातम्यांबद्दल आपल्याकडे बरेच फोन आले आहेत– तर आपण....”

“फक्त एवढंच म्हणा की अंतर्गत चौकशीबद्दल काहीही वाच्यता करणं खात्याच्या धोरणात बसत नाही. कुणीही गुप्त माहिती प्रसिद्धी माध्यमांना दिलीच तर ते चालणार नाही आणि त्यांना क्षमा होणार नाही– असंही सांगा. बस् एवढंच पुरे, ऑफिसर मदिना.”

मदिनाला अजून एक प्रश्न विचारायचा होता असे दिसत होते, पण त्याला कळून चुकले की आता उपयोग नाही. होकारार्थी मान हलवून तो कार्यालयाबाहेर पडला.

आयर्व्हिंगने खून केल्यावर मदिना बाहेरच्या खोलीत येऊन थांबला. उपप्रमुखांनी आळीपाळीने बिलेट्स एडगर आणि बॉश यांच्याकडे पाहिले.

ते म्हणाले, "आपण एका नाजूक परिस्थितीत आहोत. आता यापुढे काय करायच हे आपल्याला ठाऊक आहे का?"

बिलेट्स् आणि एडगर दोघेही एकदम म्हणाले, "हो!"

बॉश काहीच बोलला नाही. आयर्व्हिंगने त्याच्याकडे पाहिले. "डिटेक्टिव्ह बॉश, तुला काही सांगायचं आहे?"

उत्तर देण्याआधी बॉश एक मिनिट थांबला.

"मला फक्त एवढंच म्हणायचं आहे की, त्या मुलाला कुणी मारलं हे मला शोधून काढायचं आहे आणि त्याला चांगली अद्दल घडवायची आहे. तो खुनी ट्रेंटच निघाला तर ठीकच आहे– पण तो जर ट्रेंट नसला, तर मला माझं काम पुढे चालू ठेवायचं आहे."

आयर्व्हिंगला टेबलावर काहीतरी दिसले. लहानसा केस किंवा अगदी सूक्ष्मसा कचऱ्याचा कण. त्यांनी तो चिमटीत उचलून पाठीमागच्या कचरापेटीत टाकला. कचरा कातरण्याच्या यंत्रावर त्यांनी बोटे झटकली तेव्हा बॉशच्या डोक्यात विचार आला की त्याला उद्देशून तर ही झटकण्याची क्रिया नसेल ना?

आयर्व्हिंग म्हणाले, "डिटेक्टिव्ह बॉश, प्रत्येक प्रकरणाचा उलगडा होतोच असं नाही किंवा प्रत्येक प्रश्नाला काही उत्तर असतंच असंसुद्धा नाही. आपण आपलं कर्तव्य करीत असताना आपल्याला बऱ्याच वेळा जास्त महत्त्वाच्या गोष्टींकडे आधी लक्ष द्यावं लागतं."

"तुम्ही मला या प्रकरणासाठी काही ठराविक कालावधी देणार आहात का?"

"नाही. डिटेक्टिव्ह बॉश, मला म्हणायचंय की मला तुमचं म्हणणं कळतंय आणि मला काय सांगायचं आहे हे तुम्हांला कळतं अशी मी समजूत करून घेतो."

"थॉर्नटनचं पुढे काय होणार?"

"ते अंतर्गत चौकशी विभाग ठरवेल. आता मी त्याविषयी तुझ्याशी काही बोलू शकत नाही."

बॉशने निराशेने मान हलवली.

आयर्व्हिंग फटकून म्हणाले, "डिटेक्टिव्ह बॉश, जरा काळजीने घ्या. मी आतापर्यंत तुमच्याबद्दल फर समजुतीने वागत आलो आहे– या प्रकरणात आणि त्याआधीसुद्धा."

"थॉर्नटनने जे काही केलं त्यामुळे या प्रकरणात उगीचच अडथळा आला. त्याला खरोखर..."

"जर तो जबाबदार असेल तर त्याच्यावर तशी कारवाई होईल. पण एक लक्षात ठेवा, तो काही हवेत बोलत नव्हता. त्याने ती माहिती फोडण्याआधी त्याला ती कुठूनतरी मिळणं जरुरीचं होतं नाही का? याबाबत अजून चौकशी चालू आहे."

बॉशने आयर्व्हिंगकडे नीट पाहिले– त्यांच्या नजरेतील संदेश स्पष्ट होता. जर बॉश यापुढे आयर्व्हिंग यांच्या मर्जीनुसार वागला नाही, तर थॉर्नटनबरोबर किझ रायडरलाही सुळी चढावे लागणार होतं.

"डिटेक्टिव्ह बॉश, माझं म्हणणं कळलं ना?"

"अगदी स्वच्छपणे, एकदम स्पष्टपणे."

◆

२१.

एडगरला हॉलिवूड विभागात नेऊन नंतर व्हेनिसच्या दिशेने मार्गाला लागण्याच्या आधी, बॉशने स्केटिंगची फळी असलेले पुराव्याचे खोके डिक्कीतून बाहेर काढले आणि पार्कर सेंटरमधील शास्त्रीय संशोधन विभागात ते खोके तो घेऊन आला. काउंटरवर त्याने आंतुआन जेस्परसाठी विचारणा केली. त्याची वाट पाहता पाहता त्याने ती स्केटिंगची फळी नीट पाहिली– ती फॉर्मायका लावलेल्या प्लायवुडपासून बनवलेली होती. त्या फळीवर लाखेचे पॉलिश केलेले होते आणि त्यावर अनेक चिन्हे काढलेली होती. हाडांचा क्रॉस असलेल्या कवटीचे चिन्ह ठळकपणे फळीच्या वरच्या भागात मधोमध काढलेले होते.

जेस्पर बाहेर आला तसे बॉशने पुराव्याचे खोके त्याच्या ताब्यात दिले.

बॉश म्हणाला, "ही फळी कुणी बनवली, केव्हा बनवली, केव्हा ती विकली गेली हे मला हवं आहे– ते देखील ताबडतोब. सहाव्या मजल्यावरील बॉस माझ्यामागे हात धुऊन लागला आहे."

"काहीच अडचण नाही. या कंपनीचं नाव मी लगेचच सांगू शकतो. ही बोनी कंपनीनं तयार केलेली फळी आहे. आता ते अशा फळ्या तयार करत नाहीत– मला असं वाटतं, त्यांनी कंपनी विकली आणि ते हवाईमध्ये निघून गेले."

"हे सगळं तुला कसं कळलं?"

"कारण मी लहानपणी फळ्यांवर सर्फिंग करायचो आणि मला नेहमीच ही फळी हवी असायची आणि पुरेसे पैसे नसायचे– जरा विचित्रच नाही का?"

"काय बरं?"

"बोनीची फळी, हे प्रकरण आणि हाडं?"

बॉशने होकार दर्शवला.

"काही का असेना, उद्यापर्यंत तुला जे काही कळेल ते मला कळव."

"अं.. ठीक आहे. मी प्रयत्न करतो. प्रॉमिस.."

"आंतुआन, उद्या म्हणजे उद्या. सहावा मजला– लक्षात आहे ना? आपण उद्या बोलूच."

जेस्परने मान डोलावली.

"उद्या सकाळचा तरी मला वेळ दे."

"ठीक आहे. कागदपत्रांबद्दल काही कळलं?"

जेस्परने नकारार्थी मान हलवली.

"अजून काहीच नाही. तिने निरनिराळे रंग वापरून पाहिले, पण काहीच उठून दिसलं नाही. हॅरी, त्यात काही विशेष आढळेल अशी अशा करू नकोस."

"ठीक आहे, आंतुआन."

बॉशने खोके तिथेच ठेवले आणि तो निघून गेला.

परत येता येता बॉशने एडगरलाच गाडी चालवायला सांगितले आणि आपल्या बॅगमधून निरोपांच्या चिठ्ठ्या काढून मोबाईलवर त्याने शीला डेलाक्रुवाला फोन केला. तिने लगेच फोन उचलला– बॉशने स्वतःची ओळख करून दिली आणि सांगितलं की तिने पाठवलेली माहिती कारवाईसाठी त्याच्याकडे देण्यात आली आहे.

शीलाने अधीरपणे विचारले, "तो आर्थरच होता का?"

"मॅडम, आम्हांला काही सांगता येत नाही अजून. त्याबद्दलच मी फोन केला होता."

"ओह."

"मी आणि माझा सहकारी आर्थरविषयी बोलण्यासाठी आणि आणखी काही माहितीसाठी उद्या सकाळी तुम्हांला भेटलो तर चालेल का? मिळालेले अवशेष तुमच्या भावाचेच आहेत की नाही हे ठरवायला आपल्या भेटीमुळे मदत होईल."

"हं, ठीक आहे, मला समजलं, जर तुम्हांला सोईस्कर असेल तर तुम्ही इकडे या."

"म्हणजे कुठे, मॅडम?"

"ओह, म्हणजे माझ्या घरी, मिरॅकल माइल इथे विलशायरच्या जवळ."

बॉशने निरोपातील चिठ्ठीवरचा पत्ता वाचला.

"ऑरेंज ग्रोव्ह रस्त्यावर?"

"हो, बरोबर."

"सकाळी साडेआठ म्हणजे फार लवकर होणार नाही ना?"

"चालेल, ऑफिसर. माझी मदत झाली तर मला बरं वाटेल. असं काही अघोरी काम करून एखादा माणूस तिथे इतकी वर्षं राहूच कसा शकतो या गोष्टीचं मला फार आश्चर्य वाटतं म्हणजे बळी पडलेली व्यक्ती माझा भाऊ असली तरी."

हाडांच्या प्रकरणात ट्रेंट कदाचित निर्दोष असावा हे शीलाला आता सांगण्यात अर्थ नाही असं बॉशला वाटून तो गप्प बसला. टीव्हीवर दिसतं ते सगळंच खरं म्हणणारे जगात पुष्कळच लोक असतात.

शीलाला हे सगळं सांगण्यापेक्षा, बॉशने तिला आपला मोबाइल नंबर दिला आणि जर काही नवीन घडले तर फोन करण्याची तिला विनंती केली. किंवा सकाळी साडेआठ वाजता जर जमणार नसेल तर कळवायला सांगितले.

शीला म्हणाली, "ही वेळ ठीक आहे. मला तुम्हांला मदत करायची आहे. तो आर्थरच आहे का हे मला जाणून घ्यायचं आहे– कधी कधी मला आर्थर झाल्यासारखं वाटतं– कधी कधी आपण कुणीतरी वेगळे आहोत असं वाटतं– म्हणजे तो कुठेतरी आहे असं मला सारखं वाटत राहतं. कदाचित, आपल्या कुटुंबाबरोबर तो कुठंतरी असेल.

बॉश म्हणाला, "मला समजतंय, ठीक आहे, उद्या सकाळी भेटूच!"

◆

२२.

व्हेनिसपर्यंत गाडी चालवणे म्हणजे महाकठीण होते. बॉश त्यामुळे अर्धा तास उशिराच पोहोचला. पार्किंग शोधता शोधता अखेर नाइलाज म्हणून ग्रंथालयाच्या जवळ गाडी लावण्यात त्याला आणखीच उशीर झाला. स्वयंपाकघरात सगळी तयारी करण्यात गर्क असलेल्या ज्युलिया ब्रॅशरला त्याच्या उशिराचे फारसे काही वाटले नाही. तिने त्याला स्टीरिओवर कुठले तरी गाणे लावून नंतर

कॉफीच्या टेबलावर उघडून ठेवलेल्या वाइनच्या बाटलीतून एखादा ग्लास स्वत:साठी ओतून घ्यायला सांगितले. तिने तो आल्यावर त्याला स्पर्श केला नाही की त्याचे चुंबन घेतले नाही, पण तिच्या वागण्यात खूप ऊब होती. त्याला सगळे काही ठीक असल्याचे भासले. म्हणजे काल रात्री त्याच्या हातून झालेल्या घोडचुकीवर पांघरूण पडलेले दिसते आहे असे त्याला वाटले.

न्यूयॉर्कमधील व्हँगार्ड व्हिलेज इथे झालेल्या बिल इव्हान्सच्या कार्यक्रमाची सीडी बॉशने निवडली. त्याच्या घरीसुद्धा ही सीडी होती आणि रात्रीच्या जेवणाच्या वेळी शांत मधुर संगीत म्हणून ही सीडी चांगली होती हे त्याला ठाऊक होते. त्याने रेड वाइनचा एक ग्लास स्वत:साठी ओतून घेतला आणि तिने जमा केलेल्या वस्तू पहात दिवाणखान्यात इकडे-तिकडे फिरू लागला.

पांढऱ्या विटांच्या फायरप्लेसवर फ्रेम केलेले लहान लहान फोटो होते. आदल्या दिवशी ते फोटो पाहायला बॉशला वेळ मिळाला नव्हता. काही फोटो इतरांपेक्षा जास्त ठळकपणे मांडले होते. सगळेच फोटो व्यक्तींचे नव्हते. ज्युलियाने भेट दिलेल्या काही स्थळांचे फोटोही त्यात असावेत. त्यात एका जिवंत ज्वालामुखीचा धूर ओकताना आणि वितळलेला लाव्हा इतस्तत: पसरताना जमिनीवरून काढलेला एक फोटो होता. एका फोटोमध्ये करवतीसारखे दात दाखवून जबडा उघडलेला शार्क मासा होता. तो भयानक शार्क मासा जणू काही कॅमेऱ्यावर आणि कॅमेरा धरलेल्या व्यक्तीवर थेट झडप घालतो आहे असे वाटत होते. फोटोच्या कडेला छायाचित्रकाराचे संरक्षण करणाऱ्या पिंजऱ्याची जाळी दिसत होती– हा छायाचित्रकार म्हणजे ज्युलियाच असावी.

कुठल्यातरी ठिकाणी दोन्ही बाजूला दोन आदिवासी पुरुष उभे असलेला ज्युलियाचा एक फोटो होता– बॉशने अंदाज केला की तो ऑस्ट्रेलियातील असावा. त्यानंतर दुर्गम प्रदेशातील पाठीवर सामान बांधून हिंडणाऱ्या इतर प्रवाशांबरोबर तिचे बरेच फोटो होते. ती स्थळे कुठली हे बॉशला काही सांगता येण्यासारखे नव्हते. कुठल्याही फोटोत कॅमेऱ्याकडे लक्ष देऊन उभी असलेली ज्युलिया नव्हती– तिचे डोळे नेहमीच कुठे तरी दूर स्थिरावलेले असायचे किंवा फोटोतल्या इतर व्यक्तींकडे लागलेले असायचे.

तिथे सगळ्या फोटोंच्या मागे लपलेला एक सोनेरी फ्रेमचा फोटो होता. त्यात खूपच तरुण असलेली ज्युलिया थोड्याशा वयानं मोठ्या असलेल्या व्यक्तीबरोबर दिसत होती. बॉशने हात घालून नीट पाहण्यासाठी ती फ्रेम बाहेर काढली. ते दोघे एखाद्या उपाहारगृहात किंवा लग्नाच्या पार्टीमध्ये बसल्यासारखे दिसत होते. ज्युलियाने उतरलेल्या गळ्याचा केशरी गाऊन घातला होता– त्या पुरुषाने व्हेल्व्हेटचा ड्रेस घातला होता.

ज्युलिया स्वयंपाकघरातून म्हणाली, "तुला ठाऊक आहे, ह्या माणसाला जपानमध्ये देव समजतात."

"बिल इव्हान्स?"

"हो, तिथं रेडिओची दोन संपूर्ण केंद्रं फक्त त्याच्या संगीतालाच वाहिलेली आहेत असं वाटतं."

"म्हणजे काय सांगतेस, तू जपानमध्येही काही दिवस होतीस?"

"दोन महिने. जपान फारच सुंदर जागा आहे."

बॉशला असं वाटलं की स्वयंपाकघरात ती चिकन आणि अस्पॅरॅगस घालून रिसोटो हा पदार्थ बनवत असावी.

"वास छान येतोय."

"थँक्स, चांगलं होईल असं वाटतंय."

"मग म्हणजे तू कशाचा कंटाळा येऊन अशी घराबाहेर पडलीस?"

ज्युलियाने गॅसवर काम करीत असताना मधूनच त्याच्याकडे वळून पाहिले आणि हातातला ढवळायचा चमचा थांबवून ती म्हणाली, "काय?"

"म्हणजे हा सगळा प्रवास वगैरे! वडलांचा चांगला धंदा सोडून असं शार्क माशांबरोबर पोहायचं आणि ज्वालामुखीच्या तोंडी जायचं! म्हणजे वडलांचा कंटाळा आला की वडलांच्या त्या वकिली धंद्याचा कंटाळा आला?"

"काही जणांना असं वाटायचं की मी कशापाठीमागे तरी धावते आहे."

"त्या व्हेल्व्हेटचा ड्रेस घातलेल्या माणसामागे?"

"हॅरी, तू तुझे पिस्तूल ठेवून दे तसंच तुझा बिल्लाही दारापाशी ठेव–मीपण तसंच करते."

"सॉरी हं."

ज्युलिया परत गॅसकडे गेली आणि बॉश तिच्या पाठोपाठ आत आला. तिच्या खांद्यावर त्याने हात ठेवले आणि तिच्या पाठीच्या कण्यावर वरच्या भागातून आपला अंगठा फिरवला. तिने प्रतिकार केला नाही. थोड्या वेळातच तिचे स्नायू सैल झाले. टेबलावर ठेवलेला तिचा वाइनचा रिकामा ग्लास त्याने पाहिला आणि तो म्हणाला, "मी तुझ्यासाठी थोडी वाइन घेऊन येतो."

आपला ग्लास आणि बाटली घेऊन बॉश परत आला. त्याने ज्युलियाचा ग्लास भरला. तिने ग्लास उचलून त्याच्या ग्लासशी भिडवला. ती म्हणाली, "काही हवं म्हणून किंवा हवं त्यापासून दूर जाण्यासाठी. जाऊ दे, बस्, फक्त पळून जाण्यासाठी शुभेच्छा!"

'होल्ड फास्ट' चं काय झालं?

"हो, ते म्हणूनही शुभेच्छा."

त्यांनी परत ग्लास भिडवले. तो तिच्या पाठीमागे आला आणि तिच्या मानेवरून हात फिरवायला लागला.

ज्युलिया म्हणाली, "तुला माहीत आहे, काल तू गेल्यावर तुझ्या कहाणीवर रात्रभर विचार केला."

"माझी कहाणी?"

"म्हणजे भुयार आणि पिस्तुलाच्या गोळीची गोष्ट!"

"आणि?"

ज्युलियाने खांदे उडवले. "काही नाही– ती फारच अजब कहाणी होती एवढंच!"

"तुला ठाऊक आहे, त्या दिवसानंतर कुठंही अंधारात असताना मला कशाचीच भीती वाटली नाही. कुठंही माझा निभाव होईल अशी त्यानंतर माझी खात्री झाली. असं का वाटायला लागलं ते सांगता येणार नाही– पण मला खात्री होती. अर्थातच कुठंही व केव्हाही अशा गोष्टींची कुणीच खात्री देऊ शकत नाही, त्यामुळे असं वाटणं हा एक मूर्खपणाच होता. त्यामुळे मी आणखीच बेपर्वाई झाले."

बॉशने क्षणभर आपले हात स्थिर ठेवले आणि म्हणाला, "असं बेपर्वा होणं बरोबर नाही. तुम्ही आगीत सारखा हात घातलात तर कधी ना कधी भाजणारच."

"हं! हॅरी, तू मला भाषण देतोयस का? तुला माझा प्रशिक्षण अधिकारी व्हायचंय का?"

"नाही, मी माझा बिल्ला आणि पिस्तूल दाराशी काढून ठेवलंय, लक्षात आहे ना?"

"मग ठीक आहे."

ज्युलिया मागे वळली. त्याचे हात अजून तिच्या गळ्याभोवती होते. तिने त्याचे चुंबन घेतले. मग ती मागे सरकली.

"तुला ठाऊक आहे की टिसोटो आपण हवा तितका वेळ ओव्हनमध्ये ठेवू शकतो."

बॉश नुसताच हसला.

नंतर थोडा वेळ एकमेकांच्या कुशीत घालवल्यावर बॉश अंथरुणातून उठून दिवाणखान्यात आला.

ज्युलिया त्याला म्हणाली, "कुठं चालला आहेस?"

बॉशने काहीच उत्तर दिले नाही तेव्हा ज्युलियाने त्याला ओव्हन चालू करायला ओरडून सांगितले. सोनेरी फ्रेमचा फोटो घेऊन तो परत खोलीत आला– परत अंथरुणात शिरून त्याने पलंगाशेजारचा दिवा चालू केला. एका

जाडजूड स्टॅंडला लावलेला तो मंद उजेडाचा दिवा होता. खोलीचा इतर भाग बहुतांशी अंधारातच होता.

ज्युलियाने बॉश जणू काही तिच्या हृदयात घालत आहे अशा आवाजात त्याला म्हणाले, "हॅरी, तुझं काय चाललं आहे? तू ओव्हन चालू केलास का?"

"हो, त्रेपन्न डिग्रीवर ठेवला आहे. मला या माणसाबद्दल सांग ना."

"का बरं?"

"मला माहिती करून घ्यायची आहे."

"ती एक खाजगी गोष्ट आहे."

"ठीक आहे– पण मला सांगायला काय हरकत आहे?"

ज्युलियाने त्याच्या हातातून फोटो काढून घ्यायचा प्रयत्न केला, परंतु त्याने तो परत लांबवर नेला.

"हाच का तो, ज्याने तुझं मन दुखवलं आणि तुला देशोधडीला लावलं?"

"हॅरी, मला वाटलं तू तुझा बिल्ला ठेवून आला आहेस?"

"हो, केवळ बिल्लाच नाही, तर कपडे सुद्धा, अगदी सगळे कपडे!"

ज्युलिया हसू लागली.

"हो, पण मी तुला सगळं काही सांगणार नाही."

उशीवर डोके ठेवून ज्युलिया पाठीवर झोपली होती. बॉशने ती फ्रेम पलंगाशेजारील टेबलावर ठेवली आणि वळून परत तिच्याशेजारी सरकला. अंथरुणाखाली त्याने त्याचा हात तिच्या शरीराभोवती घातला आणि तिला जवळ ओढले.

"बघ, तुला आता मला परत दु:खी करायचंय का? एकाच स्त्रीने आतापर्यंत दोनदा माझं मन मोडलं. आणि तुला सांगू? मी माझ्या दिवाणखान्यातील कपाटावर तिचा फोटो बरेच दिवस तसाच ठेवला होता– पण नव्या वर्षाच्या दिवशी मी ठरवलं की आता खूप झालं. मग मी तो फोटो ठेवून दिला. मी कामावर हजर झालो आणि लगेच तू भेटलीस."

नजर पुढेमागे फिरवीत ज्युलिया बॉशकडे बघत राहिली. त्याच्या चेहऱ्यावर खोटेपणाचा थोडासा तरी अंश दिसतो आहे का याचा ती शोध घेत होती.

अखेर ज्युलिया म्हणाली, "हो, त्याने माझं मन मोडलं होतं– ठीक आहे!"

"नाही, हे ठीक नाही. कोण आहे हा इसम?"

ज्युलिया हसू लागली. "हॅरी, तू माझा वापरून गंजलेल्या चिलखतातला राजकुमार आहेस, हो ना?"

ज्युलिया अंथरुणात उठून बसली. तिच्या छातीवरून पांघरूण खाली घसरले. तिने दोन्ही हातांनी आपले वक्षस्थळ झाकून घेतले.

"तो आमच्या कंपनीत होता. मी जवळजवळ त्याच्या प्रेमात पडले होते– अगदी खोल प्रेमात पडले होते. आणि मग– त्याने अचानक ठरवलं की हे सगळं संपलं– मग त्याने मला त्यानं फसवलं आणि माझ्या वडलांना माझी गुपितं सांगायला सुरुवात केली."

"कसली गुपितं?"

ज्युलियाने मान हलवली, "अशा गोष्टी मी आता कुणाही पुरुषाला कधीच सांगणार नाही."

"हा फोटो कधी काढला होता?"

"ओह, कंपनीच्याच एका कार्यक्रमात बहुतेक नवीन वर्षाच्या पार्टीच्या वेळी. माझ्या आता लक्षात नाही. कंपनीचे खूप कार्यक्रम असायचे."

बॉश तिच्याशी कोन करून झोपला होता. तो खाली वाकला आणि त्याने ज्युलियाच्या पाठीवर जिथे गोंदले होते त्याच्या जरा वर आपले ओठ टेकले.

"तो कायम तिथे असल्यामुळे मला तिथं राहणं शक्यच नव्हतं. म्हणून मी बाहेर पडले. मी सांगितलं की मला प्रवास करायचा आहे. माझ्या वडलांना वाटलं की माझं वय तिशीत आल्यामुळे आयुष्याच्या मध्यावर जशा समस्या उभ्या राहतात तशा काळातून मी जात आहे. मी त्यांची ही समजूत बदलायचा प्रयत्न केला नाही. पण मी जे म्हणाले ते मला करणं भाग पडलं. मी प्रवास केला. प्रथम मी ऑस्ट्रेलियाला गेले. ऑस्ट्रेलिया माझ्या दृष्टीने त्या वेळी सर्वात दूरची जागा होती."

बॉशने वर होऊन आपल्या पाठीमागे दोन उशा सरकवल्या. मग त्याने ज्युलियाला आपल्या छातीवर ओढले. तिच्या कपाळाचे चुंबन घेऊन त्याने आपले नाक तिच्या केसात खुपसले.

ती म्हणाली, "मला कंपनीकडून बरेच पैसे मिळायचे. त्याची मला काळजी नव्हती.

मी प्रवास चालूच ठेवला. जिथे हवं तिथं जायचं. जेव्हा वाटेल तेव्हा कुठलंही लहानसहान काम करायचे. जवळजवळ चार वर्षं मी परत घरी आलेच नाही. आणि परत आल्यानंतर मी पोलिस प्रशिक्षण केंद्रात दाखल झाले. मी अशीच रस्त्यावरून चालले होते आणि मला व्हेनिसचं सार्वजनिक सेवा केंद्राचं कार्यालय दिसलं. मी आत शिरले आणि तिथलं माहितीपत्रक उचललं. त्यानंतर सगळं इतकं भराभर झालं आणि..."

"तुझ्या या इतिहासामध्ये अगदी भावनावश आणि थोडीशी बेपर्वाईची

निर्णय घेण्याची वृत्ती दिसून येते. पोलिसांची निवड करण्याच्या सर्व चाचणीतून तू कशी पार पडलीस?''

ज्युलियाने बॉशला कोपराने हळूच ढोसले. पण त्यामुळे त्याच्या बरगड्यातून एक कळ उठली. त्याचे शरीर एकदम ताठले.

''ओह, हॅरी, सॉरी, मी विसरलेच.''

''हो, ठीक आहे.''

ज्युलिया हसू लागली. ''मला वाटतं की तुम्हा जुन्या कर्मचाऱ्यांना ठाऊक आहे की गेल्या काही वर्षांत आपल्या खात्यामध्ये 'परिपक्व' महिला विद्यार्थ्यांची निवड करण्यावर जरा जास्तच भर आहे. म्हणजे खात्यातील कडक पुरुषी खाक्या जरा सौम्य करण्यासाठी.''

ज्युलियाने आपला मुद्दा स्पष्ट करण्यासाठी आपला मागचा भाग बॉशच्या गुप्त भागावर घासला.

''आणि पुरुषी खाक्याबद्दलच बोलायचं झालं तर आज पिस्तुलाची गोळी झेलणाऱ्या माझ्या राजाचं कसं काय काम झालं ते तर सांगितलंच नाहीस.''

बॉशने नुसताच एक आवाज काढला, पण उत्तर दिले नाही.

ज्युलिया म्हणाली, ''तुला ठाऊक आहे की, पोलिसांचा बिल्ला लावताना ज्या नैतिक जबाबदाऱ्या आपोआप येतात, त्यावर भाषण देण्यासाठी आयर्व्हिंग साहेबांनी एकदा आमचा क्लास घेतला होता. आणि तिथे असलेल्या प्रत्येकाच्या लक्षात आलं की वर्षात जेवढे दिवस आहेत त्यापेक्षाही जास्त प्रकरणं ते स्वत:च्या सहाव्या मजल्यावरील कार्यालयापेक्षा मागच्या खोलीतच खाजगीमध्ये मिटवत असावेत. हा माणूस म्हणजे एक एकदम बनलेला दलाल आहे. त्या वेळी क्लासमध्ये सगळ्यांच्या चेहऱ्यावर असलेला उपहास अगदी स्पष्ट होता.''

'उपहास' हा शब्द तिच्या तोंडातून ऐकू आल्यावर बॉशला एकदम आंतुआन जेस्पर हाडांबद्दल जे काही म्हणाला त्याची आणि स्केटिंगच्या फळीवरील हाडे व कवटी यांचे चित्र यांची आठवण झाली. शोधकार्याच्या कामातून सापडलेला विरंगुळा डोक्यात आलेल्या अशा विचारांनी हळूहळू नाहीसा होत आल्यामुळे त्याचे शरीर परत ताठर होऊ लागले. ज्युलियाला ते जाणवले.

''काय झालं?''

''काही नाही.''

''एकदम तू अचानक असा ताठ झालास?''

''या प्रकरणामुळे असेल कदाचित.''

ज्युलिया क्षणभर शांत राहिली आणि मग म्हणाली, ''म्हणजे हे सगळं जरा आश्चर्यकारकच आहे. ती हाडं इतकी वर्षं जमिनीत गाडलेली राहातात काय

आणि अचानक पुन: जमिनीवर येतात काय? म्हणजे भुताटकी असल्यासारखी!''

''ही हाडांची नगरी आहे आणि जमिनीतल्या सगळ्या हाडांना वर यायचं आहे.''

बॉश बोलायचं थांबला. ''मला या प्रकरणाविषयी, हाडांविषयी किंवा कशाबद्दलही इतक्यात आयर्व्हिंग यांच्याशी बोलायचं नाही.''

''मग, काय करणार आहेस?''

बॉशने उत्तर दिले नाही. ज्युलियाने त्याच्याकडे चेहरा केला आणि तो पाठ पूर्ण टेकीपर्यंत त्याला तिने उशीवर ढकलले.

''मग एखाद्या परिपक्व स्त्रीने कडक पुरुषी खाक्या जरा सौम्य केला तर चालेल.''

बॉशला हे ऐकल्यावर हसू थांबवणे अशक्य होते.

◆

२३.

पहाट व्हायच्या आधीच बॉश घरातून बाहेर पडला. ज्युलिया ब्रॅशर अजून अंथरुणातच होती. अॅबट्स् हॅबिट या उपाहारगृहात कॉफीसाठी थोडा वेळ थांबून तो परत आपल्या घराकडे निघाला. त्या वेळी व्हेनिस म्हणजे पहाटेच्या धुक्याच्या तुरळक रेषा रस्त्यावर तरंगत असणारे भुतांचे शहर भासत होते. पण तो हॉलिवूडच्या जवळ आला तसतसा रस्त्यावरच्या दिव्यांचा उजेड वाढू लागला आणि बॉशला जाणवले की हाडांची ही नगरी म्हणजे २४ तास जागणारी नगरी आहे.

घरी आल्यावर बॉशने शॉवर घेऊन स्वच्छ कपडे घातले. मग तो आपल्या गाडीत शिरला आणि हॉलिवूड विभागाच्या कार्यालयाकडे निघाला. तिथे पोहोचला तेव्हा सकाळचे साडेसात वाजले होते. आश्चर्य म्हणजे, राहिलेली प्रकरणे आणि कागदपत्रे यांचे काम करत बसलेले इतर अनेक गुप्तहेर आधीच आलेले दिसत होते, पण एडगर मात्र तिथे नव्हता. बॉशने आपली बॅग खाली ठेवली आणि टेहळणी कार्यालयामध्ये कॉफी घ्यायला गेला. कुणा नागरिकानं खायला डोनट वगैरे आणले आहेत का हेही त्याला पाहायचं होतं. जवळजवळ रोज पोलिस खात्यावर विश्वास ठेवणारा एखादा नागरिक या विभागातील पोलिसांसाठी

डोनट घेऊन यायचा. पोलिसांच्या कामातील अडचणी माहिती असणारे किंवा समजून घेणारे या जगात कुणीतरी आहे याची कृतज्ञता दाखवणारे हे सत्कर्म होते. रोज प्रत्येक खात्यातील पोलिस आपला बिल्ला लावून कामाला निघतात आणि आपल्या परीने जास्तीत जास्त चांगले काम करायचा प्रयत्न करतात. परंतु लोकांना त्यांच्या अडचणी कधीच कळत नाहीत. बऱ्याच जणांना पोलिस आवडत नाहीत आणि काही जण तर त्यांचा तिरस्कारच करतात. डोनटचे एखादे पाकिटसुद्धा मिळाल्याने या परिस्थितीत केवढा फरक पडतो असा विचार बॉशच्या डोक्यात येऊन गेला.

बॉशने कॉफी आपल्या कपात ओतली आणि दानपेटीत एक डॉलर टाकला. त्याने टेबलावरील डोनटच्या खोक्यातून साखर लावलेला एक डोनट काढून घेतला– टेहळणी पथकातील कर्मचाऱ्यांनी बहुतेक डोनट आधीच संपवले होते. गावातील बाजारातील बॉबज् डोनटसमधून ते आणले असावेत.

बॉशला मंकीविझ आपल्या टेबलावर बसलेला दिसला– पोलिसांचा ड्यूटीचार्ट निरखून पहात त्याच्या भुवयांजवळ कपाळाला आठ्या पडल्या होत्या.

"मँक, मला असं वाटतं की आपल्याला आलेल्या निरोपाच्या चिठ्ठ्यांमध्ये एक उत्तम उत्तर आले आहे– तुला कळावं म्हणून सांगतो."

वर न बघताच मंकीविझ म्हणाला, "छान! मी माझ्या माणसांना सुटी केव्हा देऊ हे सांग. येत्या काही दिवसांत कामावर जरा कमी लोक असणार आहेत."

मंकीविझ त्याच्या हाताखालच्या माणसांच्या नावांची फिरवाफिरव करीत होता, हे बॉशच्या लक्षात आले. जेव्हा सुट्ट्या असल्यामुळे, कोर्ट प्रकरणांमुळे किंवा आजारी लोकांच्या कामांसाठी जेव्हा माणसे कमी पडायची तेव्हा टेहळणी पथकाचा प्रमुख टेबलावरचे बैठे काम करणाऱ्या बऱ्याच जणांना फिरत्या ड्यूटीवर पाठवायचा.

"बरोबर आहे."

बॉश डिटेक्टिव्ह पथकाच्या खोलीत परत आला तरी एडगर आलाच नव्हता. बॉशने इलेक्ट्रिक टाइपरायटरच्या समोर कॉफी आणि डोनट ठेवले आणि मग कप्प्यात ठेवलेले एक आज्ञापत्रक बाहेर काढले. मग १५ मिनिटे, त्याने क्वीन ऑफ एंजल्स इस्पितळातील अहवालप्रमुखाला दिलेल्या आज्ञापत्रकात आणखी मजकूर टाइप करण्यात घालवली. त्याने आर्थर डेलाक्रुवाची १९७५ ते १९८५ पर्यंत सर्व माहिती मागितली होती.

बॉशचे टाइप करून संपले तेव्हा त्याने तो कागद फॅक्स मशीनपाशी नेला आणि न्यायाधीश जॉन ए. हूटन यांच्याकडे सहीसाठी पाठवला. या आज्ञापत्रकामुळे हाडांची ओळख निश्चित पटून सर्व शोधकार्यात योग्य दिशा मिळेल असे

सुचवून बॉशने न्यायाधीशांना हे आज्ञापत्रक लवकरात लवकर मंजूर करायची विनंती केली.

बॉश जागेवर परत आला आणि त्याने मायक्रोफिल्मच्या संग्रहालयातून हरवलेल्या व्यक्तींच्या माहितींच्या फिल्म बाहेर काढल्या. त्या फिल्म भराभर तपासून पाहिल्या. दहा मिनिटांतच हे काम त्याने संपवले– आर्थर डेलाक्रुवासंबंधी त्यामध्ये एकही तपशील मिळाला नाही. असे का हे त्याला समजले नाही, पण त्याच्या बहिणीला त्याने विचारायचे ठरवले.

आता आठ वाजले होते आणि बॉशची शीलाकडे जायची वेळ झाली. तरीही एडगर आला नव्हता. उरलेला डोनट खाऊन बॉशने ठरवले की एडगर यायची दहा मिनिटे वाट पाहावी, नाहीतर आपल्या मार्गाला लागावे. एडगरबरोबर तो दहा वर्षे काम करीत होता, पण अजूनही आपल्या सहकाऱ्याच्या दिरंगाईचा त्याला राग येत असे. आता जेवणासाठी उशीर होणे वेगळे आणि महत्त्वाच्या कामासाठी उशीर होणे वेगळे. खूनप्रकरणाच्या संशोधनखात्यात काम करणाऱ्या अधिकाऱ्यांच्या निष्ठेत एडगरच्या अशा हलगर्जीपणामुळे उणीव येत आहे असे बॉशला सारखे वाटायचे.

बॉशचा थेट फोन वाजला आणि एडगरचाच आपल्याला उशीर होत असल्याचा निरोप सांगण्यासाठी फोन असेल असं समजून त्रासिकपणाने त्याने फोन उचलला. पण तो एडगरचा नव्हता, तर ज्युलिया ब्रेशरचा फोन होता.

"अस्सं, म्हणजे एखाद्या मुलीला हे असं अंथरुणात एकटं सोडून तू निघून जातोस, अं?"

बॉशच्या चेहऱ्यावर हसू आले. एडगरमुळे चेहऱ्यावर दिसणारा त्रास एकदम नाहीसा झाला.

बॉश म्हणाला, "आज मला खूप काम आहे. मला लवकर निघायलाच हवं होतं."

"मला माहीत आहे. पण तुला माझा निरोप घेता आला असता."

एवढ्यात त्यांच्या विभागाच्या खोलीत एडगर आलेला त्याला दिसला. कॉफी, डोनट आणि वर्तमानपत्राचे खेळाचे पान चाळणे हा त्याचा नित्यक्रम सुरू करण्याआधीच बॉशला त्याला गाठायचे होते.

"ठीक आहे. मी आता तुला बाय-बाय म्हणतो, चालेल? मी इथे कुठल्यातरी कामात गढलो आहे आणि मला आता निघायलाच पाहिजे."

"हॅरी."

"काय?"

"मला वाटलं, तू मला असाच सोडून जाणार की काय?"

"नाही, पण आता मला जायला पाहिजे. हे बघ, आज हजेरी लावण्यापूर्वी चक्कर टाक. मी कदाचित परत आलो असेन."

बॉशने फोन ठेवला आणि एडगर आपल्या टेबलाजवळ जाऊन त्याने वर्तमानपत्रातील खेळाचे पान ठेवतो ना ठेवतो, तेवढ्यात बॉश उठून उभा राहिला.

"तू तयार आहेस का?"

"हो, पण मी जरा ..."

"चल, निघू या. त्या बाईला मला ताटकळत ठेवायचं नाही आणि बहुतेक तिच्याकडे कॉफी मिळेलच."

बाहेर निघता निघता बॉशने आलेल्या फॅक्सवरून नजर फिरवली. त्याने पाठवलेल्या आज्ञापत्रकावर न्यायाधीश हूटन यांनी सही करून ते परत पाठवले होते. गाडीकडे जाताजाता ते आज्ञापत्रक दाखवून बॉश एडगरला म्हणाला, "बघ, कामाला सुरुवात झाली. तू लवकर आलास की कामं अशी झटपट होतात!"

"म्हणजे तुला काय म्हणायचं आहे? हा माझ्यावर सोडलेला बाण आहे का?"

"तुला काय समजायचं ते समज."

"मला फक्त थोडी कॉफी घ्यायची होती."

◆

२४.

शील डेलाक्रुवा 'मिरॅकल माइल' असं नाव असलेल्या भागात रहात होती. बिलशायरच्या दक्षिणेला असलेला हा भाग जवळपासच्या हॅन्कॉकपार्क इतका समृद्ध नव्हता, पण आधुनिक फॅशनची वैयक्तिक आवड दाखवणारी व्यवस्थित ठेवलेली सुबक घरे रस्त्याच्या दोन्ही बाजूला दिसत होती.

डेलाक्रुवाचे घर बो-आर्टस् पद्धतीच्या ड्युप्लेक्स घरातील दुसऱ्या मजल्यावर होते. तिने अगत्याने या दोघा डिटेक्टिव्ह पोलिसांचे स्वागत केले, परंतु एडगरने कॉफीविषयी पहिला प्रश्न विचारताच कॉफी पिणे तिच्या धर्माविरुद्ध होते हे सांगितले. तिने चहा देऊ केला आणि नाराजीनेच एडगरने तो घेतला. बॉशने काहीच घेतले नाही– कुठल्या धर्मात कॉफी वर्ज्य असावी असा विचार त्याच्या डोक्यात आला.

बॉश आणि एडगर दिवाणखान्यात येऊन बसले आणि शीला स्वयंपाकघरात एडगरसाठी चहा तयार करीत होती. तिने तिथूनच त्यांना सांगितले की तिला फक्त तासभर वेळ होता आणि मग तिला कामावर निघायचे होते.

ती गरम चहाचा मग घेऊन बाहेर आली. टी बॅगची दोरी कपाच्या बाजूला लोंबत होती. तिने बाजूच्या एका लहान टेबलावर एका प्लेटवर कप ठेवला. बॉशने विचारले, "तुम्ही काय काम करता ?"

शीला थोडीशी जाड तरीही उंच होती आणि तिचे केस कापलेले आणि पिंगट रंगाचे होते. बॉशला वाटलं की ती बराच मेकअप करीत असावी. सोफ्यावर बसता बसता ती म्हणाली, "मी एक पात्रांचा पुरवठा, करणारी एजंट आहे– बहुतेक करून स्वतंत्र चित्रपटांसाठी आणि काही टीव्ही मालिकांसाठी मी पात्रं पुरवते. या आठवड्यात पोलिसांवरील एका मालिकेत मी पात्रयोजना केली आहे."

बॉशने चहा पिऊन वेडावाकडा चेहरा करीत असलेल्या एडगरकडे पाहिले. मग त्याने कप बाजूला करून टी बॅगवरील नाव वाचले.

डेलाक्रुवा म्हणाली, "स्ट्रॉबेरी आणि दार्जिलिंग चहा यांचं हे मिश्रण आहे. तुला आवडला का चहा?"

एडगरने कप आपल्या बशीवर ठेवला.

"ठीक आहे."

"मॅडम डेलाक्रुवा, तुम्ही मनोरंजन क्षेत्रात काम करीत आहात तर तुम्ही निकोलस ट्रेंट हे नाव कधी ऐकलं आहे का?"

"कृपया, मला 'शीला' अशीच हाक मरा. हं, हे नाव निकोलस ट्रेंट... ओळखीच वाटतंय, पण कुठं ऐकलं लक्षात येत नाही. तो एखादा नट आहे किंवा येऊ पहात आहे?"

"यातलं कुणीच नाही. हा माणूस वंडरलँड ॲव्हेन्यूवर रहात होता. तो एक सेट डिझायनर ....नाही, सेट डेकोरेटर होता."

"हो, म्हणजे टीव्हीवर दाखवलेला आत्महत्या केलेला माणूस!– तरीच हे नाव ओळखीचं वाटलं!"

"म्हणजे हा माणूस तुमच्या क्षेत्रातला आहे हे तुम्हांला ठाऊक नव्हतं?"

"नाही, अजिबात ठाऊक नव्हतं."

"ठीक आहे. मी खरं म्हणजे तुम्हांला विचारायलाच नको होतं. आपण विषयापासून जरा दूर चाललो आहोत. आपण आपल्या भावापासून सुरुवात करू. आम्हांला आर्थरविषयी सांगा. आम्हांला दाखवण्यासाठी तुमच्याकडे त्याचा एखादा फोटो आहे का?"

शीला उठून त्याच्या खुर्चीमागे गेली आणि फोटो दाखवून म्हणाली, "हो, हा पहा."

कंबरेइतक्या उंच अशा एका कपाटावर ज्युलिया ब्रॅशरच्या घरी फायर प्लेसवर जशा फोटोफ्रेम ठेवल्या होत्या, तशाच पद्धतीने ठेवलेले अनेक फोटो बॉशला दिसले. त्याला हे कपाट आधी दिसले नव्हते. डेलाक्रुवाने त्यांतला एक फोटो उचलून वळून तो बॉशच्या हातात दिला.

जिन्याच्या पायऱ्यांवर बसलेला एक मुलगा आणि एक मुलगी त्या फोटोमध्ये होते. दरवाजा वाजवण्याआधी एडगरबरोबर जो जिना चढून तो आला तोच हा फोटोतला जिना हे बॉशच्या लक्षात आले. तो मुलगा त्या मुलीपेक्षा बराच लहान होता. दोघेही कॅमेऱ्याकडे बघून मुद्दाम हसायला सांगितल्यासारखे हसत होते. म्हणजे हसताना बरेच दात दिसत होते, पण हसू नैसर्गिक नव्हते.

बॉशने फोटो एडगरच्या हातात देऊन कोचावर बसलेल्या डेलाक्रुवाकडे पाहिले.

"हा जिना– म्हणजे हा फोटो इथेच घेतला होता का?"

"हो, याच घरात आम्ही वाढलो."

"जेव्हा तो बेपत्ता झाला, तेव्हा तो इथंच रहात होता का?"

"हो."

"त्याच्या काही वस्तू अजून घरात आहेत का?"

शीला केविलवाणे हसली आणि तिने नकारार्थी मान हलवली.

"नाही, आता काहीच राहिलं नाही. मी चर्चने आयोजित केलेल्या धर्मादाय सेलसाठी त्याच्या सर्व वस्तू देऊन टाकल्या. त्याला खूप दिवस झाले."

"कुठलं चर्च?"

"विलशायर चर्च ऑफ नेचर."

बॉशने मान डोलवली.

एडगरने विचारले, "म्हणजे तुम्हांला कॉफी पिऊ न देणारे हेच का ते चर्च?"

"कॅफीन असलेलं काहीही वर्ज्यच!"

एडगरने त्याच्या चहाच्या कपाजवळ फोटोफ्रेम ठेवून दिली.

एडगरने विचारले, "तुमच्याकडे त्याचे आणखी काही फोटो आहेत का?"

"अर्थातच. एक खोकं भरून माझ्याकडे फोटो आहेत."

"आम्ही ते बघू का? म्हणजे, बोलता बोलता फोटो बघतो."

शीलाच्या डोळ्यांच्या भुवया आकुंचित झाल्या. डोळ्यांत गोंधळल्याचा भाव होता.

बॉश म्हणाला, "मॅडम शीला, त्या अवशेषांबरोबर आम्हांला काही कपडे

सापडले. आम्हांला फोटो पाहून ते कपडे कुठे जुळतात का हे पाहायचे आहे. त्याने शोधकार्याला मदत होईल.''

शीलाने होकार दाखवला.

''ठीक आहे. मी आलेच. मला पॅसेजमधल्या कपाटात जरा शोधावं लागेल.''

''आमची मदत लागेल?''

''नाही, मला जमेल.''

शीला निघून गेल्यावर एडगर बॉशच्या बाजूला वाकून कुजबुजला, ''हा चर्च ऑफ नेचरचा चहा म्हणजे पंचगव्यच होता.''

बॉश उत्तरादाखल कुजबुजला, ''पंचगव्य कसं लागतं ते तुला कसं ठाऊक?''

एडगरच्या लक्षात आले की आपणच हे उत्तर स्वत:वर ओढवून घेतलं आणि त्याच्या डोळ्याभोवतीची त्वचा आकुंचित होऊन ओशाळल्याचा भाव त्याच्या चेहऱ्यावर आला. तो काही उत्तर देणार एवढ्यात बुटांचे एक जुने खोके घेऊन शीला डेलाक्रुवा हॉलमध्ये आली. कॉफीच्या टेबलावर ते खोके ठेवून तिने खोक्याचे झाकण उघडले. त्या खोक्यात बरेच सुटे सुटे फोटो होते.

''हे फोटो कुठल्या विशिष्ट क्रमाने लावलेले नाहीत, पण त्यांतल्या बऱ्याच फोटोंमध्ये तो आहे.''

बॉशने एडगरला खूण केली आणि त्याने त्या गठ्ठ्यातले काही फोटो उचलले.

''माझा सहकारी फोटो बघत आहे, तोपर्यंत तुमचा भाऊ कसा होता आणि तो कधी हरवला हे मला ऐकायचं आहे.''

शीलाने होकार दिला आणि बोलणे सुरू करायच्या आधी नीट विचार केला.

''चार मे एकोणीसशे ऐंशी. तो शाळेतून परत आलाच नाही. बस. इतकंच आणि एवढंच! आम्हांला वाटलं, तो पळून गेला. तुम्ही म्हणालात तुम्हांला काही कपडे त्या अवशेषांबरोबर सापडले. –माझ्या वडलांनी त्याच्या कप्प्यात शोधलं होतं आणि आर्थरने काही कपडे बरोबर नेले आहेत असं म्हणाले होते. आम्हांला असं वाटलं की तो पळून गेला.''

आपल्या कोटाच्या खिशातून एक वही काढून बॉशने काही टिपणे लिहिली.

''तुम्ही म्हणालात की त्याआधी काही दिवस तो स्केटिंगच्या फळीवरून पडून जखमी झाला होता.''

''हो, तो डोक्यावर पडला आणि शस्त्रक्रिया करावी लागली होती.''

''जेव्हा तो निघून गेला, तेव्हा ती फळी त्याच्याकडे होती का?''

शीलाने या गोष्टीवर बराच विचार केला.

''ही खूप जुनी गोष्ट आहे. मला एवढंच आठवतंय् की त्याला ती फळी

फार आवडायची– म्हणून कदाचित त्याने ती नेली असावी असं मला वाटतं. पण मला त्याचे कपडे मात्र आठवतात. माझ्या वडलांच्या लक्षात आलं की त्याचे काही कपडे दिसत नाही आहेत.''

''तो हरवल्याची तुम्ही पोलिसात तक्रार केली का?''

''मी त्या वेळी सोळा वर्षांची होते. तेव्हा मी काही केली नाही, पण माझे वडील मात्र पोलिसांकडे गेले होते. ते मला निश्चित ठाऊक आहे.''

''आर्थर बेपत्ता आहे, अशा अर्थाची कुठलीही तक्रार मला जुन्या कागदपत्रांत मिळाली नाही. तुम्हांला खात्री आहे की त्यांनी अशी तक्रार केली?''

''मी स्वत: ड्रायव्हिंग करत त्यांना पोलिस चौकीत घेऊन गेले होते.''

''विलशायर विभागाची चौकी का?''

''मला असं वाटतं, पण नक्की आठवत नाही.''

''मॅडम शीला, आपले वडील कुठे आहेत? ते अजून हयात आहेत ना?''

''हो, आहेत. ते इथेच या खोऱ्यात राहतात, पण त्यांची तब्येत आता ठीक नसते.''

''खोऱ्यामध्ये म्हणजे कुठे?''

''व्हॅन नुय इथे, मँचेस्टर ट्रेलर पार्कमध्ये.''

बॉश ही माहिती वहीवर लिहून घेईपर्यंत क्षणभर शांतता होती. तो यापूर्वी मँचेस्टर पार्क भागात चौकशीसाठी कधी-कधी गेला होता. राहण्यासाठी ती काही एवढी चांगली जागा नव्हती.

''ते खूप पितात...''

बॉशने शीलाकडे पाहिले.

''म्हणजे आर्थर निघून...''

बॉशने समजल्यासारखी मान डोलावली. एडगरने पुढे झुकून त्याला एक फोटो दाखवला. पिवळ्या पडलेल्या ३x५ आकाराच्या त्या फोटोमध्ये एक लहान मुलगा होता. फूटपाथवर स्केटिंग करताना फळीवर उभा राहून तो तोल सावरीत असताना काढलेला फोटो होता. फोटोच्या विशिष्ट कोनामुळे फळीच्या बाजूचाच भाग दिसत होता. तिच्या पृष्ठभागावर हाडांचे चित्र होते की नव्हते हे बॉशला कळू शकले नाही. फोटो त्याला परत देता-देता बॉश म्हणाला, ''या फोटोत काही नीट समजत नाही.''

''नाही कपड्यांकडे बघ– म्हणजे शर्ट...''

बॉशने फोटो पुन: निरखून पाहिला. एडगरचे बरोबर होते. त्या फोटोतल्या मुलाने करड्या रंगाचा टी शर्ट घातला होता आणि त्या शर्टवर 'सॉलीड सर्फ' असे छापलेले होते.

बॉशने शीलाला तो फोटो दाखवला.

"हा तुमचा भाऊ, बरोबर?"

शीलाने वाकून त्या फोटोकडे जवळून पाहिले.

"हो, निश्चितच."

"त्याने हा जो शर्ट घातला आहे– तो शर्ट तुमच्या वडलांना न सापडलेल्या कपड्यांमध्ये होता का?"

डेलाक्रुवाने मान हलवली.

"मला आठवत नाही. मला फक्त आठवतं की त्याला तो शर्ट फार आवडायचा."

बॉशने मान हलवली आणि फोटो एडगरला परत दिला. क्ष-किरण तपासणी आणि हाडांची तुलना करून जसा भक्कम पुरावा मिळाला असता तसा शर्टाचा पुरावा भक्कम नव्हता, पण तरीही तो एक आधार होता. आपल्याला हाडांची लवकरात लवकर ओळख पटेल अशी बॉशला अधिकाधिक खात्री होत गेली. शीलाच्या फोटोंच्या खोक्यातून काही निवडक फोटो एडगरने बाजूला काढले होते. त्यामध्ये हाही फोटो एडगरने ठेवून दिला.

बॉशने घड्याळाकडे पाहिले आणि परत शीलाकडे पाहिले. "तुमच्या आई कुठे आहेत?"

शीलाने लगेच मान हलवली.

"नाही– हे सगळं व्हायच्या आधीच ती गेली होती."

"म्हणजे त्या वारल्या?"

"जेव्हा सगळं काही अवघड व्हायला लागलं तसा तिने प्राण सोडला. असं पहा, म्हणजे आर्थरला संभाळणं अवघड होतं. अगदी पहिल्यापासूनच त्याच्याकडे खूप लक्ष द्यायला लागायचं आणि सगळी जबाबदारी आईवर पडली. काही वर्षांनी तिला असह्य होऊ लागलं. एके दिवशी रात्री ती औषध आणायला म्हणून औषधांच्या दुकानात गेली– आणि ती कायमचीच गेली. तिच्या उशाशी लिहून ठेवलेली चिठ्ठी सापडली."

बॉशची नजर त्याच्या वहीकडे वळली. ही कहाणी ऐकत असताना शीला डेलाक्रुवाकडे सतत बघत राहणे अवघड होते– कारण ते लिहून घेणे महत्त्वाचे होते.

"तुम्ही किती वर्षांच्या होता ? आणि तुमचा भाऊ ?"

"मी सहा वर्षांची होते म्हणजे आर्थर दोन वर्षाचा असणार ?"

बॉशने होकार दाखवला.

"तिची चिठ्ठी तुम्ही अजून ठेवली आहे का?"

"नाही, त्याची काही जरूर नव्हती. तिचं आमच्यावर खूप प्रेम होतं, पण आमच्याबरोबर राहण्याइतकं नव्हतं हे तिने दाखवून द्यायची गरज नव्हती."

"आर्थरचं काय झालं? त्याच्यासाठी चिट्ठी ठेवली होती का?

"म्हणजे, तो तेव्हा दोन वर्षांचा होता तेव्हा वडलांनी ती चिट्ठी ठेवली होती. आर्थर मोठा झाल्यावर त्याला ती चिट्ठी दिली. त्याने ठेवली असेल किंवा नसेल, मला माहीत नाही. त्याला आईची काहीच माहिती नव्हती, त्यामुळे ती कशी होती हे जाणून घ्यायला तो नेहमी उत्सुक असायचा. मला तिच्याबद्दल सारखे प्रश्न विचारायचा. तिचा कुठलाही फोटो घरात नव्हता. माझ्या वडलांनी तिची आठवण देखील राहू नये म्हणून तिचे सर्व फोटो काढून टाकले."

"तिचं काय झालं हे कळलं का? किंवा ती कदाचित जिवंत असली तर..."

"मला अजिबात कल्पना नाही आणि खरं सांगायचं झालं तर ती आहे किंवा नाही याचं मला अजिबात सुखदु:ख नाही."

"तिचं नाव काय होतं?"

"ख्रिस्तीन डॉरसेट डेलाक्रुवा. तिचं पहिलं नाव डॉरसेट होतं."

"तिची जन्मतारीख किंवा सोशल सिक्युरिटी नंबर माहिती आहे का?"

शीलाने नकार दाखवला.

"तिच्या जन्मतारखेचं प्रमाणपत्र जवळपास आता सापडेल का?"

"माझ्या कागदपत्रात ते कुठे तरी आहे. मी ते शोधू शकेन."

शीला उठू लागली.

"नाही. थांबा जरा. ते नंतर शेवटी पाहिलं तरी चालेल. आपण इथेच बोलू या जरा वेळ."

"ठीक आहे."

"हं, तुमची आई गेल्यावर, तुमच्या वडलांनी परत लग्न केलं का?"

"नाही, ते एकटेच राहिले. अजूनही एकटेच आहेत."

"त्यांना या घरात कधी राहिली होती अशी एखादी मैत्रीण होती का?"

अगदी निर्जीव भासणाऱ्या डोळ्यांनी शीलाने बॉशकडे पाहिले आणि म्हणाली, "नाही, कधीच नाही."

शीलाला जरा बोलायला सोप्या जाण्याच्या विषयावर चर्चा करावी या उद्देशाने बॉश म्हणाला, "तुमचा भाऊ कुठल्या शाळेत जात होता?"

"शेवटी शेवटी 'द ब्रेद्रेन' या शाळेत जात होता."

काही न बोलता बॉशने शाळेचे नाव त्याच्या वहीत लिहून घेतले आणि नावाच्या खाली एक मोठा 'B' काढला. त्या पाठीवरच्या पिशवीचा विचार करीत त्याने 'B' भोवती गोल काढला.

शीला पुढे सांगू लागली, "द्वाड मुलांसाठी खास अशी ती खाजगी शाळा होती. तिथे प्रवेश मिळवण्यासाठी माझ्या वडलांनी पैसे भरले होते. पिकोच्या जवळ क्रेसेंट हाइटस्पाशी ही शाळा आहे. अजूनही आहे."

"त्याला तिथे का घातलं? म्हणजे त्याला द्वाड का समजायचे?"

"कारण मारामारी करण्याबद्दल त्याला इतर बऱ्याच शाळांमधून काढून टाकलं होतं."

एडगरने विचारले, "मारामारी?"

"हो, बरोबर."

एडगरने त्याच्या फाइलवरचा सगळ्यात वरचा फोटो उचलला आणि निरखून पाहिला.

"हा मुलगा अगदी धुराच्या काडीसारखा बारीक दिसतो. हा मारामारीला सुरुवात करायचा?"

"बहुतेक वेळा. त्याला दुसऱ्यांशी जमवून घेणं अवघड जाई. त्याला कायम त्याच्या स्केटिंगच्या फळीवर खेळायला आवडायचं. आजकालच्या काळात 'दुर्लक्षाने होणारा न्यूनगंड' असं काहीतरी त्याच्या स्वभावाचं निदान झालं असतं. त्याला नेहमी एकट्यानंच राहायला आवडायचं."

बॉशने विचारले, "त्याला मारामारीत कधी लागायचं का?"

"हो, कधी कधी काळानिळा पडायचा तो."

"कधी हाडं तुटायची?"

"ते मला आठवत नाही. नेहमीच्या शाळेच्या मैदानातल्या माऱ्यामाऱ्या!"

बॉशला चिडचिडल्यासारखे झाले. त्याला व एडगरला आतापर्यंत मिळालेल्या माहितीमुळे निश्चित कुठलीच दिशा मिळत नव्हती. या मुलाखतीनंतर या सगळ्यातून शोधाचा स्पष्ट मार्ग दिसेल असे त्याला वाटले होते.

"तुम्ही म्हणालात तुमच्या वडलांनी तुमच्या भावाच्या कपाटातला कप्पा धुंडाळला आणि काही कपडे त्यांना सापडले नाहीत."

"बरोबर आहे. –फार नाहीत, थोडेसे नव्हते."

"कुठले कपडे नव्हते ते नेमकं सांगता येईल?"

शीलाने नकारार्थी मान डोलावून म्हटले, "मला आठवत नाही."

"त्याने कपडे कशात भरले होते? सूटकेस किंवा असे काहीतरी?"

"मला वाटतं, त्याने शाळेच्या पिशवीत कपडे भरले होते. सगळ्यांना ब्रेंद्रेन स्कूलमध्ये एकसारखंच दप्तर वापरावं लागे. अजूनही पिको इथे अशा पिशव्या घेऊन मी मुलांना फिरताना बघते."

बॉशने प्रथम एडगरकडे आणि मग डेलाक्रुवाकडे पाहिले.

''आपण परत त्या स्केटिंगच्या फळीकडे वळू. तुम्हांला खात्री आहे की तो ती फळी घेऊन गेला?''

त्यावर क्षणभर विचार करून शीलाने मान हलवली.

''हो, मला निश्चित खात्री आहे की तो ती फळी घेऊन गेला होता.''

बॉशने बाकीची मुलाखत थांबवून मुलाची ओळख पटवण्यावर लक्ष केंद्रित केले. ही हाडे आर्थर डेलाक्रुवाचीच होती हे नक्की ठरल्यावर मग त्याच्या बहिणीची मुलाखत घ्यायला हरकत नव्हती.

गॉलिव्हरने हाडांवरील जखमांचे केलेले विश्लेषण बॉशला आठवले. नेहमी सतत होणारा अत्याचार ! या सगळ्या जखमा शाळेतील माऱ्यामाऱ्यांमधून किंवा स्केटिंगच्या अपघातातून झाल्या असतील ? त्याला वाटत होते की लहान मुलांवरील अत्याचारांचा विषय काढावा, पण अजून थोडा वेळ थांबावे असे त्याला वाटले. शीलाला आपल्या वडलांविषयी संशय घेतला जात आहे हे कळल्यावर ती कदाचित फिरली असती आणि वडिलांना तिने कदाचित सांगितले असते. या प्रकरणावर आणखी मजबूत पकड घेतल्यावर आणि संशोधनाची व्यवस्थित तयारी केल्यावर परत यावे असे बॉशला वाटत होते.

''ठीक आहे– आता आम्ही ही मुलाखत लगेचच आवरतो. शीला मॅडम– फक्त थोडेसे प्रश्न राहिलेत. आर्थरला काही मित्र होते का ? म्हणजे विश्वास ठेवण्यासारखा एखादा जवळचा मित्र वगैरे...''

शीलाने नकार दाखवला.

''नाही, तो बहुधा एकटाच असायचा.''

बॉशने मान डोलावून तो आपली वही मिटणार एवढ्यात शीला म्हणाली, ''त्याच्याबरोबर हॉस्टेलमध्ये राहणारा एक मुलगा होता. –त्याचं नाव होतं जॉनी स्टोक्स. तो पिकोच्या जवळपासनं कुठून तरी आला होता. तो शरीरानं मोठा होता आणि वयानंदेखील आर्थरपेक्षा जास्त होता. दोघेही ब्रेंद्रेन स्कूलमध्ये एकाच वर्गात शिकत होते. माझ्या वडिलांना खात्री होती की तो गांजा ओढायचा म्हणून. त्यामुळे आर्थरने त्याच्याशी मैत्री केलेली आम्हांला आवडायचं नाही.''

''आम्ही म्हणजे तुम्ही आणि वडील?''

''हो, माझे वडील. त्यांना त्याच्यामुळे फारच त्रास व्हायचा.''

''आर्थर बेपत्ता झाल्यावर तुमच्यापैकी कुणी जॉनी स्टोक्सशी बोललं का त्याच्याविषयी?''

''हो. त्या दिवशी रात्री आर्थर घरी आला नाही तेव्हा माझ्या वडलांनी जॉनी स्टोक्सला फोन केला. त्याने आर्थरला पाहिलं नाही, असं तो म्हणाला. दुसऱ्या दिवशी जेव्हा डॅडी शाळेत चौकशी करायला गेले तेव्हा त्यांनी आर्थरबद्दल

जॉनीला पुन: विचारलं असं ते म्हणाले.''

''मग तो काय म्हणाला?''

''की त्यानं त्याला पाहिलं नाही.''

बॉशने या मित्राचे नाव आपल्या वहीत लिहून ते अधोरेखित केले.

''आणखी त्याचे दुसरे कुठले मित्र आठवतात?''

''नाही– काही सांगता येत नाही.''

''तुमच्या वडलांचं नाव काय?''

''सॅम्युएल– तुम्ही त्यांच्याशी बोलणार आहात का?''

''बहुतेक बोलू.''

शीलाची नजर मांडीवर ठेवलेल्या आपल्या हातांकडे गेली.

''त्यांच्याशी बोललं तर काही बिघडणार नाही ना?''

''नाही, तसं नाही– पण त्यांना फक्त बरं नाही. जर ती हाडं आर्थरचीच आहेत असं सिद्ध झालं तर... मला वाटतं की त्यांना नाही कळलं तर बरं होईल.''

''त्यांच्याशी बोलताना आम्ही हे लक्षात ठेवू. पण आमची ओळख पटल्याची खात्री पूर्णपणे पटेपर्यंत आम्ही त्यांच्याशी बोलणार नाही.''

''पण तुम्ही त्यांच्याशी बोललात तर त्यांना कळेलच.''

''ते काही टाळता येणार नाही, शीला मॅडम.''

एडगरने बॉशला दुसरा एक फोटो दाखवला. त्यात एका उंच पिंगट रंगाच्या केस असलेल्या माणसाबरोबर आर्थर उभा असलेला दिसला. तो माणूस बॉशला अंधुक ओळखीचा वाटला. त्याने शीलला तो फोटो दाखवून म्हटले, ''हे तुमचे वडील का?''

''हो, हेच.''

''ते ओळखीचे वाटतात. त्यांनी कधी...''

''ते नट आहेत. म्हणजे होते. एकोणीसशे साठच्या शतकात ते टीव्हीवरील काही कार्यक्रमांत होते आणि नंतरही काही चित्रपटांत कामंदेखील केली.''

''म्हणजे चरितार्थ भागवण्याइतकं काम मिळायचं का?''

''नाही, त्यांना त्याशिवाय दुसरंही काम करायला लागायचं, तरच आमचं भागायचं.''

बॉशने मान डोलावली आणि एडगरला फोटो परत दिला. पण शीलाने टेबलापलीकडे जाऊन तो स्वत:च्या हातात घेतला.

''मला हा फोटो इथून जायला नको आहे, प्लीज! माझ्याकडे वडलांचे फारसे फोटो नाहीत.''

बॉश म्हणाला, ''ठीक आहे. आपण आता जन्मतारखेचं प्रमाणपत्र बघायचं का?''

''मी जाऊन बघते. तुम्ही थांबा.''

शीला उठून परत खोलीतून निघून गेली. बॉश चौकशी करीत असताना बरोबर घेऊन जाण्यासाठी काढून ठेवलेले आणखी फोटो एडगरने तेवढ्यात त्याला दाखवले.

एडगर बारीक आवाजात म्हणाला, ''हॅरी, हाच तो मुलगा– मला शंकाच नाही.''

बहुतेक शाळेसाठी काढलेला आर्थर डेलाक्रुवाचा एक फोटो त्याने बॉशला दाखवला. त्याचे केस नीट विंचरलेले होते आणि त्याने निळा कोट व टाय घातला होता. बॉशने त्या मुलाचे डोळे निरखून पाहिले. निकोलस ट्रेंटच्या घरी पाहिलेल्या कोसोवोच्या मुलाच्या फोटोची त्याला आठवण झाली. कमीत कमी हजार यार्डापलीकडे नजर लावलेला मुलगा!

''मला सापडलं ते.''

एका पाकिटातून पिवळा पडलेला एक कागद घेऊन शीला डेलाक्रुवा खोलीत आली. बॉशने त्याच्याकडे क्षणभर पाहून तिच्या आईवडलांचे सोशल सिक्युरिटी नंबर, नावे, जन्मतारखा ही माहिती लिहून घेतली.

बॉश म्हणाला, ''धन्यवाद– तुमचे आणि आर्थरचे आईवडील एकच आहेत ना?''

''अर्थातच.''

''ठीक आहे. शीला, धन्यवाद, आम्ही आता निघतो. आम्हांला काही कळलं की लगेचच तुम्हांला आम्ही फोन करतो.''

बॉश आणि एडगर उठून उभे राहिले.

एडगरने विचारले, ''आम्ही हे फोटो नेले तर चालेल का? ते तुम्हांला परत मिळतील याची मी खात्री देतो.''

''ठीक आहे. तुम्हांला हवे असतील तर...''

बॉश आणि एडगर दोघेही दारापाशी गेले आणि शीलाने दार उघडले. तिथे उंबरठ्यावरच असताना बॉशने तिला शेवटचा प्रश्न विचारला, ''मॅडम शीला, आपण नेहमी इथंच राहत होता?''

शीलाने होकार दिला. ''सगळं आयुष्य मी इथेच राहिले. समजा जर तो परत आला तर... कळलं ना? म्हणजे त्याला कुठं जावं कळलं नाही आणि तो इथे परत आला तर?''

शीला हसली, पण तिच्या हसण्यात कसलाही आनंद नव्हता. बॉशने नुसतीच मान हलवली आणि एडगरच्या पाठोपाठ तो बाहेर पडला.

◆

२५.

बॉश संग्रहालयाच्या तिकिटाच्या खिडकीपाशी आला. खिडकीपलीकडे बसलेल्या बाईला त्याने आपले नाव सांगितले आणि मानववंशशास्त्राच्या प्रयोगशाळेत डॉ. विल्यम गॉलिव्हर यांच्याशी भेट ठरल्याचे सांगितले. तिने फोन उचलून एक नंबर फिरवला. काही मिनिटांनी तिने जवळपासच्या सुरक्षा कर्मचाऱ्याचे लक्ष जाईपर्यंत काचेवर आपल्या लग्नातल्या बांगडीने वाजवले. तो जवळ आला आणि तिने त्याला बॉशला प्रयोगशाळेत घेऊन जाण्यास सांगितले. त्याला प्रवेशशुल्क द्यावे लागले नाही.

लांडग्यांची मुंडकी लावलेल्या भिंती आणि प्रचंड शोकेस यांच्या बाजूने त्या मंद प्रकाशातील संग्रहालयात आत जाताना सुरक्षा कर्मचारी एक शब्दही बोलला नाही. बॉश या संग्रहालयात आत कधीच आला नव्हता, तरी त्याला आठवले की, लहान असताना तो नेहमी शाळेच्या भौगोलिक सहलीसाठी ब्रेअर टार पिट्समध्ये नेहमी जायचा. त्यानंतर त्या जागेवर डांबराच्या खाणीमधून खड्ड्यांमधून वर काढण्यात आलेल्या अनेक वस्तू ठेवण्यासाठी आणि लोकांना दाखवण्यासाठी हे संग्रहालय बांधण्यात आले.

बॉशने आर्थर डेलाक्रुवाची वैद्यकीय माहिती मिळाल्यावर गॉलिव्हरला मोबाइलवर फोन केला होता तेव्हा गॉलिव्हरने आपण दुसऱ्या एका प्रकरणावर काम करीत असल्यामुळे वैद्यकीय तपासणी अधिकाऱ्यांच्या कार्यालयात दुसऱ्या दिवशीपर्यंत जाऊ शकत नसल्याचे कळविले होते. पण बॉशने त्याला तेवढा वेळ नसल्याचे सांगितले. गॉलिव्हरने कळवल्याप्रमाणे वंडरलँड प्रकरणातील क्ष-किरण आणि इतर फोटोंच्या प्रती त्याच्याकडे आल्या होत्या. जर बॉश तिकडे येऊ शकला तर तुलना केल्यावर त्याला अनधिकृतपणे तो उत्तर देऊ शकला असता.

बॉशने हा समझोता स्वीकारला आणि टार पिट्सकडे निघाला. पण एडगर मात्र आर्थर आणि शीला डेलाक्रुवाची आई, तसेच जॉनी स्टोक्स यांची माहिती संगणकावर कुठे मिळते आहे का हे पाहण्यासाठी हॉलिवुड विभागातच थांबला.

गॉलिव्हर नव्या कुठल्या प्रकरणावर काम करीत असावा याविषयी बॉशला उत्सुकता होती. टार पिट्स ही एक पुरातन दरी होती. तिथे शेकडो वर्षे अनेक प्राणी जात आणि मरून पडत. चक्रनेमिक्रमाने अशा खराब परिस्थितीत अडकलेले काही प्राणी इतर प्राण्यांचे भक्ष्य व्हायचे. मग तेही चिखलात रुतायचे व जमिनीत गाडले जायचे. नैसर्गिक समतोल म्हणून की काय, ही हाडे आता त्या

काळ्या जमिनीतून वर येत होती आणि त्यांचा अभ्यास करण्यासाठी आधुनिक मनुष्य ती गोळा करीत होता. हे सगळं लॉस एंजिलसच्या एका अत्यंत गजबजलेल्या रस्त्याच्या अगदी शेजारीच घडत होते. काळाचा महिमा दाखवीत जणू हे चक्र चालूच होतं.

दोन दारे ओलांडून बॉशला एका एकदम भरलेल्या प्रयोगशाळेत आणण्यात आले. या ठिकाणी निरनिराळी हाडे स्वच्छ करून त्यांची ओळख पटवली जात असे. वर्गीकरण करून त्यावर तारीख टाकून ती व्यवस्थित ठेवली जात असत. जिथे थोडी जागा सापडेल तिथे फक्त हाडांची खोकीच सर्वत्र ठेवलेली बॉशने पाहिली. काही टेबलांवर पांढरा कोट घातलेले पाच-सहा कर्मचारी हाडे स्वच्छ करून तपासणी करण्यात गर्क होते.

फक्त गॉलिव्हर प्रयोगशाळेच्या कोटात नव्हता. त्याने पोपटांची चित्रे असलेला हवाईचा शर्ट घातला होता आणि तो एका दूरच्या कोपऱ्यात आपल्या टेबलावर काम करीत होता. बॉश जसा जवळ आला तसं त्याला टेबलावर ठेवलेली हाडांची दोन लाकडी खोकी दिसली. एका खोक्यात एक कवटी होती.

"डिटेक्टिव्ह बॉश, कसं काय चाललंय?"

"ठीक चाललंय– हे काय आहे?"

"मला खात्री आहे की तुम्हांला पण सांगता येईल की ही एक माणसाची कवटी आहे."

"हे संग्रहालय बांधण्यासाठी तीस वर्षांपूर्वी जे जुनं डांबर उकरून काढलं होतं त्या ढिगात दोन दिवसांपूर्वी ही कवटी आणि माणसाची काही हाडं मिळाली. त्यांना काहीही प्रसिद्धी देण्याआधी अधिकाऱ्यांनी मला जरा एक नजर टाकायला सांगितली."

"म्हणजे मला कळलं नाही. ही हाडे जुनी आहेत की तीस वर्षांपूर्वीची?"

"नाही, ती फारच जुनी आहेत. कार्बनच्या पद्धतीने खरं तर ही हाडं नऊ हजार वर्षांपूर्वीची आहेत असं दिसतं."

बॉशने मान हलवली. त्या खोक्यातील हाडं आणि कवटी शिसवी लाकडासारखी दिसत होती.

गॉलिव्हर म्हणाला, "जरा बघा बरं." आणि त्याने खोक्यातून ती कवटी उचलली.

गॉलिव्हरने कवटी वळवून दाखवल्यावर कवटीच्या मागची बाजू बॉशसमोर आली. कवटीच्या वरच्या भागावर पडलेल्या ताऱ्याचा आकार झालेल्या भेगेवर आपले बोट फिरवीत तो म्हणाला, "ओळखीची वाटते आहे?"

"जोराच्या आघातामुळे पडलेली चीर का?"

"बरोबर, अगदी तुझ्याच प्रकरणाप्रमाणे. जणूकाही तुला दाखवण्यासाठीच की..."

त्याने ती कवटी पुन्हा खोक्यात ठेवून दिली.

"मला काय दाखवण्यासाठी?"

"हेच की जगात फारसा बदल होत नाही. ही बाई... म्हणजे आम्हांला वाटतं, ही बाईच असावी– नऊ हजार वर्षांपूर्वी खून होऊन मेली असावी आणि तिचा मृतदेह गुन्हा लपवण्यासाठी या डांबराच्या खड्ड्यात टाकून दिला असावा. मनुष्यस्वभाव काही बदलत नाही."

बॉश कवटीकडे टक लावून पाहत राहिला.

"अशी सापडलेली ही पहिलीच नाही."

"एकोणीसशे चौदामध्ये अशीच हाडं म्हणजे जवळजवळ एक संपूर्ण सांगाडाच या खड्ड्यात सापडला होता. या बाईलाही कवटीवर त्याच ठिकाणी ताऱ्याच्या आकाराची एक भेग होती. कार्बनपद्धतीने तिच्या हाडांचं वय देखील नऊ हजार वर्षं काढण्यात आलं. म्हणजे या बाईच्या काळातीलच ही गोष्ट आहे."

त्याने खोक्यातील कवटीकडे बोट दाखवून म्हटले, "म्हणजे तुम्हांला म्हणायचंय डॉक्टर, की, नऊ हजार वर्षांपूर्वी एकापाठोपाठ एक खून करणारा कोणी होता?"

"डिटेक्टिव्ह बॉश, ते सांगणं कठीण आहे, आपल्याकडे फक्त हाडंच आहेत."

बॉशने परत कवटीकडे नजर टाकली. त्याला ज्युलीया ब्रेशर, त्याच्या नोकरीविषयी आणि जगातील सर्व दुष्ट प्रवृत्ती नष्ट करण्याच्या त्याच्या इच्छेविषयी जे काही होईल त्याची आठवण झाली. त्याला पहिल्यापासूनच माहिती असलेले सत्य तिला ठाऊक नव्हते. ते म्हणजे हे की खरोखर दुष्टप्रवृत्ती जगातून कधीच नष्ट करता येणार नाहीत. त्याचा याविषयीचा प्रयत्न म्हणजे अनंत खोली असलेल्या पाण्याचा तळ दोन गळक्या बादल्या हातात घेऊन रिकामा करण्यासारखे होते.

गॉलिव्हर बॉशचे विचारचक्र थांबवून मध्येच म्हणाला, "तुझ्या डोक्यात काही वेगळाच विचार चालू आहे नाही का? इस्पितळातल्या माहितीचा तपशील तू आणला आहेस का?"

बॉशने आपली बॅग टेबलवर आणून उघडली आणि त्यातून एक फाईल काढून गॉलिव्हरला दिली. मग त्याने आणि एडगरने शीला डेलाक्रुवाकडून आणलेले फोटो आपल्या मागच्या खिशातून बाहेर काढले.

बॉश म्हणाला, ''त्याची तुला मदत होणार की नाही माहीत नाही, पण हाच तो मुलगा.''

गॉलिव्हरने फोटो उचलले आणि भराभरा पाहिले. कोट आणि टाय घालून काढलेल्या आर्थर डेलाक्रुवाच्या फोटोपाशी तो थांबला. एका खुर्चीच्या खांद्यावर एक पिशवी लटकवली होती. ती उचलून त्याने स्वत:ची फाईल बाहेर काढली आणि टेबलापाशी आला. त्याने फाईल उघडून बघितले आणि वंडरलॅंड ॲव्हेन्यूवर सापडलेल्या कवटीचा ८x१० चा फोटो बाहेर काढला. बराच वेळ त्याने आर्थर डेलाक्रुवाचा फोटो आणि ती कवटी शेजारी शेजारी ठेवून निरीक्षण केले.

शेवटी गॉलिव्हर म्हणाला, ''कवटीमधील मालार आणि सुपरसिलिअरी रिज या भागांची रचना सारखीच दिसते आहे.''

''डॉक्टर, मी काही मानववंशशास्त्रज्ञ नाही.''

गॉलिव्हरने ते फोटो टेबलावर ठेवले. फोटोतील मुलाच्या भुवईवर व नंतर डोळ्याच्या बाजूने बोट फिरवीत त्याने पुढे सांगितले, ''भुवयांचा उंचवटा आणि बाहेरचा गोलाकार हा सापडलेल्या नमुन्यामध्ये नेहमीपेक्षा जास्त मोठा दिसतो. या मुलाच्या फोटोकडे पाहिले तर आपल्याला इथं कवटीमध्ये जे दिसतंय त्याप्रमाणे त्याच्या चेहऱ्याची रचना वाटते आहे.''

बॉशने होकार दाखवला.

गॉलिव्हर म्हणाला, ''क्ष-किरण फोटो पाहू या. ते तिथे मागं खोकं आहे.''

गॉलिव्हरने फाइली उचलल्या आणि बॉशला घेऊन दुसऱ्या एका टेबलाकडे गेला. त्या टेबलाच्या पृष्ठभागातच आतमध्ये एक दिवा बसवला होता. इस्पितळाची फाईल उघडून आणि क्ष-किरण फोटो हातात घेऊन त्याने रुग्णाचा इतिहास वाचायला सुरुवात केली.

बॉशने हा तपशील आधीच वाचलेला होता. इस्पितळाच्या रिपोर्टमध्ये लिहिले होते की या मुलाला ११ फेब्रु. १९८० रोजी संध्याकाळी ५.४० वाजता त्याच्या वडिलांनी इस्पितळाच्या तातडी विभागात आणले होते. स्केटिंगच्या फळीवरून पडल्यामुळे डोके आपटल्यानंतर तो बेशुद्धावस्थेत आणि कोणाला काही उत्तर न देऊ शकण्याच्या स्थितीत असल्याचे त्याच्या वडिलांनी सांगितले. मेंदू सुजल्यामुळे कवटीच्या आत वाढलेला दाब कमी करण्यासाठी मेंदूवरील शस्त्रक्रिया करायला लागली होती. नंतर त्याला निरीक्षणाखाली १० दिवस इस्पितळात ठेवले होते आणि मग वडलांच्या ताब्यात देण्यात आले. मेंदूच्या शस्त्रक्रियेच्या वेळी कवटीची हाडे एकत्र ठेवण्यासाठी जे चिमटे लावण्यात आले होते, ते काढण्यासाठी त्याला दोन

आठवड्यांनी शस्त्रक्रियेसाठी परत इस्पितळात दाखल करण्यात आले होते.

वडिलांनी किंवा इतर कुणीही त्याच्याशी गैरवर्तणूक केल्याचा या फाईलमध्ये काही उल्लेख नव्हता. पहिल्या शस्त्रक्रियेनंतर बरा होत असताना इस्पितळातील समाजसेवी संस्थेच्या एका कर्मचाऱ्याने त्याची नेहमीप्रमाणे मुलाखत घेतली होती. ही मुलाखत अर्ध्या पानापेक्षाही कमीच होती. त्यात लिहिले होते की लाटांवर स्केटिंग करता करता त्याला स्वत:ला दुखापत झाली होती. त्यानंतर कुठल्याही प्रकारची चौकशी, लहान मुलांच्या कोर्टात किंवा पोलिसात तक्रार, असे काहीच झाले नव्हते.

हे कागदपत्र वाचून संपवता संपवता गॉलिव्हरने निराशेने मान हलविली. बॉशने विचारले, "काय झालं?"

"काही नाही, आणि तोच तर मुद्दा आहे. कुठलीही चौकशी नाही. त्याने त्या मुलाच्या शब्दांवर पूर्ण विश्वास ठेवला. त्याची मुलाखत चालू असताना कदाचित त्याचे वडील तिथं, त्या खोलीतच बसले असावेत. त्या मुलाला खरं काय ते सांगणं किती अवघड गेलं असेल याची तुला कल्पना आहे? म्हणून त्यांनी फक्त तसेच बँडेज बांधून ज्या माणसानं त्याला एवढा त्रास दिला होता त्याच्याकडेच परत पाठवले."

"डॉक्टर, तुम्ही आमच्याही पुढे जाऊन विचार करीत आहात. आपण जर बरोबर असेल तर प्रथम मुलाची ओळख पटवून घेऊ आणि मग त्या मुलाला कोण त्रास देत होतं ते शोधून काढू."

"ठीक आहे, ही तुमची केस आहे– पण मला एवढंच म्हणायचं आहे की मी अशी शेकडो प्रकरणं पाहिली आहेत."

गॉलिव्हरने सगळे रिपोर्ट ठेवून दिले आणि क्ष-किरण चित्रे उचलली. बॉशच्या चेहऱ्यावर आश्चर्याचे हसू उमटले. त्याला वाटले की गॉलिव्हर ज्या गतीने एखाद्या निष्कर्षापर्यंत पोहोचला, त्याच गतीने बॉश पोहोचला नाही; याचे गॉलिव्हरला नवल वाटले असावे.

गॉलिव्हरने दोन्ही क्ष-किरण चित्रे टेबलातील दिव्यावरील काचेवर ठेवली. त्याने स्वत:ची फाईल उघडून वंडरलँडवरील कवटीचे एक्स-रे बाहेर काढले. त्याने तो दिवा लावला आणि तिन्ही क्ष-किरण चित्रांवर प्रकाश पडला. स्वत:च्या फाइलमधून काढलेल्या फोटोकडे त्याने बोट दाखवले.

"मी कवटीच्या हाडाच्या आतली रचना बघण्यासाठी काढलेला हा एक्स-रे आहे. पण तुलनेसाठी म्हणून तो इथे आपल्याला वापरता येईल. उद्या मी वैद्यकीय तपासणी अधिकाऱ्यांच्या कार्यालयात जाईन तेव्हा मी प्रत्यक्ष कवटीचा वापर करीन."

गॉलिव्हर टेबलवर वाकला आणि जवळच्या कप्प्यात ठेवलेले एक लहानसे सूक्ष्मदर्शक यंत्र त्याने उचलले. एका बाजूला डोळा लावून त्याने ते यंत्र एक्स-रेवर धरले. काही वेळातच त्याने इस्पितळातील एक्स-रे देखील यंत्रातून तपासले. असे त्याने बऱ्याच वेळा आलटून-पालटून करून वारंवार तुलना करून पाहिली. त्याचे हे काम संपल्यावर गॉलिव्हरने दुसऱ्या टेबलापाशी जाऊन हाताची घडी घातली.

''क्वीन ऑफ एंजल्स हे सरकारी इस्पितळ होतं– पैशाचा नेहमीच तुटवडा असायचा. त्यांनी या मुलाच्या डोक्याचे दोन किंवा जास्तच फोटो घ्यायला हवे होते. तसं केलं असतं तर त्याला झालेल्या इतर जखमा त्यांना दिसल्या असत्या.''

''हो, पण त्यांनी तसं केलं नाही.''

''नाही ना! पण त्यांनी जे केलं त्यावरून आपण इथपर्यंत तरी आलो. राउंडेलचं हाड, फ्रॅक्चरचा आकार आणि शस्त्रक्रियेची शिवण या सर्वांची मी बरीच तुलना करू शकलो. मला अजिबात शंका नाही.''

गॉलिव्हरने दिव्याच्या उजेडात उठून दिसणाऱ्या एक्स-रे कडे बोट दाखवीत म्हटले, ''हाच आर्थर डेलाक्रुवा आहे.''

बॉशने होकार दाखवला. ''ठीक आहे.''

गॉलिव्हर दिव्याच्या टेबलापाशी आला आणि त्याने एक्स-रे गोळा करायला सुरुवात केली.

''तुला कितपत खात्री आहे?''

''मी म्हटलं तसं, मला बिलकूल शंका नाही. मी उद्या गावात आलो की प्रत्यक्ष कवटी पाहीनच. पण मी आताच तुला सांगतो. हाच तो– अगदी व्यवस्थित जुळते आहे.''

''म्हणजे आपण कुणालातरी पकडून नेलं तर तिथे काही उलटंपालटं होणार नाही ना?''

गॉलिव्हरने बॉशकडे पाहिले.

''काहीही असं होणार नाही. या माझ्या निष्कर्षांना कुणीही आव्हान देऊ शकणार नाही. तुला ठाऊक आहेच की जखमेचा अर्थ आणि अन्वय लावणं हेच खरं आव्हान असतं. मी जेव्हा या मुलाकडे बघतो तेव्हा मला वाटतं की काहीतरी भयंकर, एकदम भयंकर घडलं आहे आणि मी त्याची साक्ष देईन– अगदी मनापासून– पण तुमच्याकडे ही अधिकृत कागदपत्रंसुद्धा आहेत.''

गॉलिव्हरने इस्पितळाच्या फाइलकडे तुच्छतेने पाहिले. ''ते म्हणतात स्केटिंगचा अपघात होता. त्यावरूनच खरा वाद होणार आहे.''

बॉशने मान्य केले. गॉलिव्हरने ते दोन एक्स-रे फाइलमध्ये ठेवून फाइल बंद केली. बॉशने ती आपल्या बॅगमध्ये ठेवून दिली.

"ठीक आहे डॉक्टर. मला भेटण्यासाठी वेळ काढल्याबद्दल धन्यवाद. मला वाटलं..."

"डिटेक्टिव्ह बॉश."

"काय?"

"मागच्या वेळी मी आपण जे काही करतो त्यात आत्मविश्वास असणं जरूर असल्याचं म्हटलं होतं आणि तू अस्वस्थ झाला होतास. त्या वेळी तू मुख्य म्हणजे विषय बदललास."

"मला या विषयावर बोलताना अजिबात बरं वाटलं नाही."

"मला वाटतं, तुम्ही ज्या प्रकारचं काम करता त्यात निरोगी परमार्थीक निष्ठा असणं जरुरीचं आहे."

"मला ठाऊक नाही. माझा सहकारी जे काही वाईट घडतं त्यासाठी परग्रहस्थ जीवमात्रांना जबाबदार ठरवतो. ती पण निरोगीच प्रवृत्ती असावी."

"तू माझा प्रश्न टाळतो आहेस."

बॉश नाराज दिसू लागला आणि लगेचच त्याच्या चेहऱ्यावर राग दिसू लागला. "डॉक्टर, तुम्हांला काय विचारायचं आहे? मी कशावर विश्वास ठेवतो की नाही याच्याशी तुम्हांला काय करायचं आहे आणि कशाला माझी एवढी काळजी करता?"

"कारण ते मला महत्त्वाचं वाटतं. मी हाडांचा अभ्यासक आहे. हाडं म्हणजे जीवनाची चौकट. आणि माझा आता विश्वास आहे की रक्त, स्नायू आणि हाडं यापलीकडेही माणसात काही तरी आहे. आपल्याला सगळ्यांना घट्ट बांधणारं काहीतरी वेगळं आहे. कधीही तुम्हांला एक्स-रेवर दिसणार नाही असं काही माझ्या अंतरंगात आहे, ते मला व्यवस्थित ठेवतं आणि कार्यक्षम ठेवतं आणि म्हणून माझा ज्यावर विश्वास आहे अशा ठिकाणी जो माणूस काहीच बघत नाही अशा माणसाबद्दल मला भीती वाटते."

बॉशने गॉलिव्हरकडे बराच वेळ टक लावून पाहिले.

"माझ्याविषयी तुझं चुकीचं मत आहे. माझ्याकडे निष्ठा आहे आणि माझं एक जीवितकार्य आहे. त्याला तू निष्ठा-धर्म म्हण किंवा आणखी काही नाव दे. तो विश्वास मला सांगतो की हे असं चालणार नाही. ती हाडं जमिनीबाहेर आली आहेत त्यामागे एक विशिष्ट कारण आहे. मी त्यांचा शोध घ्यावा आणि त्यासंबंधी काहीतरी करावं म्हणून ती बाहेर आली आहेत. आणि हेच ते आहे की जे मला बांधून ठेवतं आणि कार्यक्षम ठेवतं– शिवाय हेही कुठल्या एक्स-रेवर दिसणार नाही. कळलं?"

उत्तराची वाट पाहत बॉशने गॉलिव्हरकडे पाहिले. पण तो मानववंशशास्त्रज्ञ काहीच बोलला नाही. बॉश शेवटी म्हणाला, ''मला जायला हवं, डॉक्टर. जे काही तुम्ही केलंत त्याबद्दल धन्यवाद. तुम्ही मला सर्व काही स्पष्ट करून सांगितलं आहे.''

जे शहर ज्या काळसर हाडांभोवती बांधलेलं होतं, त्या शहरात गॉलिव्हरला तिथेच सोडून बॉश परत निघाला.

◆

२६.

बॉश आपल्या विभागाच्या खोलीत परत आला तेव्हा एडगर आपल्या नेहमीच्या जागी नव्हता.

''हॅरी?''

बॉशने वर पाहिले तर लेफ्टनंट बिलेट्स् आपल्या ऑफिसच्या दारात उभी होती. तिच्या टेबलासमोर बसलेला एडगर त्याला काचेच्या खिडकीतून दिसत होता. बॉशने आपली बॅग खाली ठेवली आणि तिच्या दिशेने निघाला.

ऑफिसमध्ये शिरता-शिरता बॉशने विचारले, ''काय नवीन आज?''

दार लावून घेत बिलेट्स् म्हणाली, ''माझा प्रश्न हा नाही आहे. आपल्याला ओळख पटली आहे का?''

बिलेट्स टेबलापलीकडे आपल्या खुर्चीवर बसली आणि बॉश एडगरच्या बाजूच्या खुर्चीवर बसला.

''हो. आपल्याला ओळख पटली आहे. तो आर्थर डेलाक्रुवा आहे आणि चार मे एकोणीसशे ऐंशीला बेपत्ता झाला आहे.''

''वैद्यकीय तपासणी अधिकाऱ्यांना याबद्दल खात्री आहे?''

''त्यांचा हाडांचा खास माणूस म्हणतो की त्याला अजिबात शंका नाही.''

''मृत्यूच्या अचूक वेळेपासून अजून आपण किती दूर आहोत?''

''अगदी जवळ आहोत. हाडांचा खास माणूस आपल्याला सर्व काही कळायच्या आतच म्हणाला होता की, त्या मुलाला आधीचं कवटीचं फ्रॅक्चर व शस्त्रक्रिया झाल्यानंतर तीन महिन्यांनी शेवटचा आघात झाला. आम्हांला आज त्या शस्त्रक्रियेचा तपशील मिळाला. अकरा फेब्रुवारी एकोणीसशे ऐंशी क्वीन

ऑफ एंजल्स इस्पितळामध्ये त्यात तीन महिने मिळवा म्हणजे तुम्ही अगदी तिथेच पोहोचता. त्याच्या बहिणीच्या म्हणण्याप्रमाणे आर्थर डेलाक्रुवा चार मेला बेपत्ता झाला. मुद्दा असा आहे की निकोलस ट्रेंट त्या परिसरात राहायला आला त्याच्या आधी चार वर्षं आर्थर डेलाक्रुवाचा मृत्यू झाला होता. म्हणजे मला वाटतं, ट्रेंट यातून निर्दोष सुटतो.''

यावर बिलेट्स् नाराजीनेच कबूल झाली. ती म्हणाली, ''आयर्व्हिंग यांचं कार्यालय आणि प्रसिद्धी खातं मला याबद्दल दिवसभर विचारणा करीत आहेत. मी जर हे सांगण्यासाठी त्यांना फोन केला तर ते त्यांना अजिबात आवडणार नाही.''

बॉश म्हणाला, ''हे काही बरोबर नाही. पण हे प्रकरण त्याच दिशेनं वाटचाल करीत आहे.''

''ठीक आहे, ट्रेंट एकोणीसशे ऐंशीमध्ये तिथे नव्हता. पण तो कुठं होता याबद्दल आपल्याला काही माहिती आहे का ?''

बॉशने श्वास सोडून मान हलवली.

''तुम्ही काही या गोष्टीचा पिच्छा सोडणार नाही, हो ना ? पण आपल्याला या मुलावर लक्ष केंद्रित करायला हवं.''

''मी पिच्छा सोडत नाही, कारण ते लोक तो सोडत नाहीत. आयर्व्हिंग यांनी स्वत: आज मला फोन केला. काही शब्दात व्यक्त न करताच त्यांचं म्हणणं स्पष्टपणे कळत होतं. एका पोलिस खात्यातील माणसाने गुप्त माहिती प्रसिद्धीला दिल्यामुळे कुणा व्यक्तीला सामाजिक उपरोधाचं लक्ष्य होऊन आत्महत्या करावी लागते असं जर या सगळ्यातून दिसून आलं तर तो खात्याच्या प्रतिमेला लागलेला अजून एक डाग आहे. गेल्या दहा वर्षांत आपली काही कमी बदनामी झाली आहे का ?''

कुठलाही विनोदाचा अंश न दाखवता बॉश हसला. ''लेफ्टनंट, तुम्हीपण त्यांच्यासारखं बोलताय– फारच छान.'' असं म्हणणं त्या वेळी फार चुकीचं होतं. ते बोलणं बिलेट्सला लागल्याचं त्याच्या लक्षात आलं.

''हो, माझं बोलणं त्यांच्यासारखं वाटत असेल कदाचित कारण, या वेळी एकदा तरी मला त्यांचं म्हणणं पटतंय. आपल्या खात्यामध्ये भानगडीमागून भानगडीच निघत आहेत आणि पोलिसखात्यातील सर्व चांगल्या कर्मचाऱ्यांप्रमाणे मला या सगळ्याचा वीट आला आहे.''

''उत्तम, तसा मलाही वीट आला आहे, पण जे खरं आहे त्याला आपल्या गरजेप्रमाणं वाकवणं हे काही यावर उत्तर नाही. हे खुनाचं प्रकरण आहे.''

''हॅरी, ते मला ठाऊक आहे. आणि मी कुठलंही सत्य वाकवणार नाही.

मला फक्त एवढंच म्हणायचं आहे की, आपल्याला फक्त खात्री असली पाहिजे.''

''आम्हांला खात्री आहे. मला तर आहेच.''

बिलेट्स्, एडगर आणि बॉश क्षणभर शांत राहिले. कुणालाही एकमेकांच्या डोळ्याला डोळा लावण्याचा धीर झाला नाही.

शेवटी एडगरने विचारले, ''किझचं काय झालं?''

बॉश उपहासाने म्हणाला,

''आयर्व्हिंग किझला काहीही करणार नाहीत. त्यांना ठाऊक आहे की किझला यात त्यांनी गोवलं तर त्यांची प्रतिमा आणखीच खराब होईल. शिवाय तिसऱ्या मजल्यावरील कार्यालयात किझइतका दुसरा चांगला अधिकारी कुणीच नाही.''

बिलेट्स् म्हणाली, ''हॅरी, तुला प्रत्येक गोष्टीबद्दल अगदी अशी खात्रीच कशी असते! असा आत्मविश्वास असणं म्हणजे किती छान!''

''पण मी हे मात्र खात्रीने सांगू शकतो.''

बॉश उठून उभा राहिला ''आणि मला आता परत मुद्द्याच्या गोष्टीकडे वळायचं आहे. सध्या अनेक गोष्टी चालू आहेत.''

''मला सर्व काही ठाऊक आहे. जेरी मला सांगत होता. पण जरा खाली बस आणि आपण एक मिनिट या गोष्टीबद्दल बोलू या. ठीक आहे?''

बॉश खाली बसला.

बिलेट्स् म्हणाली, ''तू ज्या पद्धतीनं माझ्याशी बोललास, तसं काही मी आयर्व्हिंग यांच्याबरोबर बोलू शकत नाही. पण मी आता असं करणार आहे– मी त्यांना बळीची ओळख पटल्याची आणि इतर सर्व माहिती देणार आहे. मी सांगणार आहे की आता जसं चालू आहे तसंच हे प्रकरण तूच पुढे सांभाळणार आहेस. मग त्यांना मी ट्रेंटची पुढे चौकशी करण्यासाठी अंतर्गत चौकशी विभागाची नियुक्ती करण्याची विनंती करीन. दुसऱ्या शब्दात सांगायचं झालं तर ओळख पटण्याचे पुरावे त्यांना पटले नाहीत तर अंतर्गत चौकशी विभाग किंवा दुसऱ्या कोणाकडून त्यांनी ट्रेंट एकोणीसशे ऐंशीमध्ये कुठे होता याचा शोध घ्यावा.''

बिलेट्सच्या या योजनेला संमती किंवा विरोध असं चेहऱ्यावर काही न दाखवता बॉशने केवळ तिच्याकडे एकदा पाहिले.

''आता आम्ही जाऊ?''

''हो, तुम्ही जाऊ शकता.''

बॉश व एडगर परत आपल्या टेबलवर येऊन बसल्यावर एडगरने बॉशला

विचारले की, 'टेकडीच्या परिसरात त्या मुलाला पुरलेले माहीत असल्यामुळे ट्रेंट तिथे राहायला आला असावा अशा तर्काचा उल्लेख बॉशने आपल्या बोलण्यात का केला नाही.'

"कारण सध्या तरी तुझा हा ट्रेंटचा विकृत प्रवृत्तीचा तर्क मला फार दुरान्वयाचा वाटतो आहे आणि आपल्या टेबलपुरताच अजून तो मर्यादित असावा असं मला वाटतं. जर हे आयव्हिंगना कळलं तर लगेचच ते प्रसिद्धीपत्रकात जाहीर होईल आणि तोच खात्याचा अधिकृत पवित्रा ठरेल. मला सांग, तुला त्या खोक्यातून पुढे काही मिळालं की नाही?"

"हो, मला सगळं काही मिळालं."

"काय?"

"प्रथम म्हणजे मँचेस्टर ट्रेलर पार्क इथला सॅम्युएल डेलाक्रुवाचा बरोबर पत्ता मिळाला. जेव्हा आपल्याला गरज भासेल तेव्हा आपल्याला त्याला भेटता येईल. गेल्या सहा वर्षांत त्याच्यावर दोनदा दारूच्या नशेत गाडी चालवण्याचा आरोप ठेवण्यात आला आहे. सध्या त्याच्या ड्रायव्हिंग लायसेन्सवर नियंत्रण आहे. त्याचा सोशल सिक्युरिटी तपशीलही मी बघितला आणि मला नवीनच माहिती मिळाली. तो या शहराच्या नगरपालिकेसाठी काम करतो."

बॉशच्या चेहऱ्यावर आश्चर्य उमटले.

"म्हणजे, काय करतो तो?"

"ट्रेलर पार्कला लागून असलेल्या नगरपालिकेच्या गोल्फ कोर्सवर तो ड्रायव्हिंगच्या धावपट्टीवर अर्धवेळ काम करतो. मी कुणालाही न कळता पार्क आणि रिक्रिएशन खात्याला फोन केला. गोल्फचे बॉल गोळा करणारी गाडी तो चालवतो. गोल्फकोर्सवर असा माणूस असतो हे तुला ठाऊकच आहे. म्हणजे गोल्फचे खेळाडू बऱ्याच वेळा त्याला लक्ष्य समजून बॉल तिथेच मारतात! मला असं वाटतं की ट्रेलर पार्कमधून येऊन दिवसातून दोनदा तो हे काम करीत असावा."

"ठीक आहे."

"दुसरं म्हणजे शीलाच्या जन्मतारखेच्या प्रमाणपत्रावर असलेलं आईचं नाव– शीला डॉरसेट डेलाक्रुवा. मी तिचं सोशल सिक्युरिटीचं रेकॉर्ड पाहिलं, यादीमध्ये तिचं नाव आता ख्रिस्तीन डॉटसेट वॉटर्स असं लिहिलं आहे. पत्ता पामस्प्रिंग्ज इथला आहे. पुन: नवीन जीवन सुरू करण्यासाठी ती तिथे गेली असावी. नवं नाव-नवं आयुष्य वगैरे."

बॉशने मान हलवली.

"घटस्फोटाची माहिती मिळाली का?"

"मिळाली. एकोणीसशे त्र्याहत्तरमध्ये तिने सॅम्युएल डेलाक्रुवापासून घटस्फोट मिळावा म्हणून अर्ज केला. तो मुलगा त्या वेळी पाच वर्षांचा असावा. शारीरिक आणि मानसिक छळ हे कारण दिलं होतं. हा छळ म्हणजे काय याचा तपशील दिलेला नव्हता. हे प्रकरण कोर्टात कधी आलंच नाही त्यामुळे जास्त खोलात जाऊन अशी फारशी काही माहिती बाहेर आली नाही."

"त्याने खटला चालवला नाही?"

"असं वाटतं की आपसात त्यांनी समझोता केला. दोन्ही मुलांचा त्याने ताबा स्वत:कडे ठेवला आणि घटस्फोटाचा दावा चालवला नाही. अगदी व्यवस्थित आणि स्पष्ट समझोता केला. ही फाइल फक्त बारा पानांची आहे– मी अशा काही फायली बारा-बारा इंच जाड असलेल्या पहिल्या आहेत, माझंच बघा ना."

"आर्थर जर तेव्हा पाच वर्षांचा होता तर... त्या मानववंशशास्त्रज्ञाच्या म्हणण्यानुसार त्याला झालेल्या काही जखमा त्यापूर्वीच्या होत्या."

एडगरने होकार दाखवला.

"या तपशिलात म्हटलं आहे की हे लग्न तीन वर्षांपूर्वी मोडलं आणि तेव्हापासून ते विभक्त राहत होते. म्हणजे ते वेगळे झाले, तेव्हा हा मुलगा दोन वर्षांचा होता. म्हणजे शीलानं सांगितलं तसं. हॅरी, तू कधी असं बळी गेलेल्या व्यक्तीचं नाव शोध पूर्ण व्हायच्या आधी घेत नाहीस?"

"हो, मग काय झालं?"

"नाही, आपलं दाखवून दिलं."

"धन्यवाद. आणखी काही त्या फाइलमध्ये?"

"बस, एवढंच. तुला हव्या असतील तर माझ्याकडे प्रती आहेत."

"ठीक आहे, बरं त्या स्केटिंगवाल्या मित्राविषयी काही?"

"त्याचीही माहिती मिळाली. तो अजून आहे आणि इथेच आहे. पण एक अडचण आहे. मी नेहमीच्या सर्व लेखी अहवालातून चाळून पाहिलं तर बरोबर त्याच वयाचे लॉस एंजलिसमध्ये मला तीन जॉन स्टोक्स आढळले. दोघेजण या खोऱ्यात राहतात आणि त्यांच्याविषयी सर्व ठीक आहे. तिसरा एक खेळाडू आहे. लहान-लहान चोऱ्या, गाडीची चोरी, दरोडा आणि मादक द्रव्यं बाळगल्याबद्दल बऱ्याच वेळा अटक. एकदा तर लहान मुलांच्या सुधारगृहात पूर्ण काळ घालवल्याचं रेकॉर्ड. पाच वर्षांपूर्वी त्याला पुन: संधी देण्याचं बंद केलं आणि कॉरकोरन इथे सक्तमजुरीवर पाठवण्यात आलं. अडीच वर्षांनी पळून जाणार नाही या वचनावर मुक्तता झाली."

"तू त्याच्या वकिलाशी बोललास? स्टोक्सच्या मागे अजूनही पोलिस आहेत का?"

"त्याच्या वकिलाशी बोललो– पण पोलिस सध्या स्टोक्सच्या मागावर नाहीत. तो पॅरोलवर दोन महिन्यांपूर्वी सुटला. त्याच्या वकिलाला तो कुठे आहे हे ठाऊक नाही."

"हत्तेरी!"

"हो, पण मी त्याचा इतिवृत्तान्त शोधून काढायला संगणकतज्ज्ञाला सांगितलं. विलशायरच्या मध्यभागात कुठेतरी स्टोक्स लहानाचा मोठा झाला. कधी अनाथगृहात तर कधी बाहेर. नेहमीच कुठल्यातरी भानगडीत. तोच आपल्याला हवा असलेला स्टोक्स असला पाहिजे."

"त्याच्या वकिलाला तो अजून लॉस एंजेलिसमध्ये आहे असं वाटतं का?"

"हो, त्याला तसंच वाटतं. आपण त्याला शोधून काढलंच पाहिजे. पॅरोलवर मुक्त झाल्यावर शेवटच्या त्याच्या पत्त्यावरून तो कधीच निघून गेला. या विभागाच्या पोलिसांना मी तिथे बघायला आधीच सांगून ठेवलं होतं."

"म्हणजे तो आता कळूनसवरून बेपत्ता आहे. छान!"

एडगरने मान डोलावली.

बॉश म्हणाला, "आपण त्याला पकडायलाच हवं– सुरुवातीस ..."

एडगर म्हणाला, "ते मी आधीच केलं आहे. पोलिस स्टेशनावर त्याने हजेरी देण्याची सूचना टाइप करून मी मंकीविझला केव्हाच दिली आहे. सगळ्या ठाण्यांवर ती लावण्याचं आश्वासन त्यानं दिलं आहे. गाडीच्या काचांवर लावण्याचे त्याचे फोटोही मी तयार करून घेतले आहेत."

"उत्तम."

बॉश खूष झाला. टेहळणीच्या प्रत्येक गाडीच्या काचेवर स्टोक्सचा फोटो लावणं अशा प्रकारची जादा हुशारी एडगरने आतापर्यंत कधी दाखवली नव्हती.

"हॅरी, आपण त्याला नक्की पकडू. त्याचा आपल्याला काय फायदा होईल ते माहीत नाही, पण आपण त्याला पकडू."

"स्टोक्स एक महत्त्वाचा साक्षीदार शाबीत होईल. जर आर्थरने म्हणजे बळी गेलेल्या व्यक्तीने त्याला आपले वडील खूप मारत असल्याचं कधी सांगितलं असलं– तर आपल्याला एक ठोस पुरावा मिळेल."

बॉशने घड्याळाकडे पाहिले. दोन वाजत आले होते. त्याला कामाची गती कायम ठेवायची होती. शोधकार्यावर तातडीने लक्ष केंद्रित करायचे होते– कशाचीही वाट पाहत बसणे हे त्याला फार अवघड जात असे. प्रयोगशाळेतील निष्कर्षांची वाट पाहणे किंवा इतर सहकाऱ्यांचे काम पूर्ण होण्याची वाट पाहणे या काळात तो फारच चिडचिडा होत असे.

एडगरला त्याने विचारले, ''आज तू काय काम करणार आहेस?''

''आज– काही विशेष नाही.''

''आज तुझा मुलगा तुझ्याबरोबर आहे?''

''नाही, तो गुरुवारी असतो, का बरं?''

''मी स्प्रिंगला जायचा विचार करीत होतो.''

''आता?''

''हो, माझ्या आता न राहिलेल्या बायकोशी बोलण्यासाठी.''

एडगरने आपल्या घड्याळाकडे बघितल्याचे त्याने पाहिले. त्याला ठाऊक की ते आता या क्षणी जरी जायला निघाले तरी खूप उशिरापर्यंत परत येणे शक्य नव्हते.

''ठीक आहे. मी एकटाच जाऊ शकेन. मला जरा पत्ता दे.''

''नाही, मी येतो तुझ्याबरोबर.''

''नक्की? तुला यायलाच पाहिजे असं नाही. दुसरं काहीतरी घडायची वाट पाहत बसणं मला जमत नाही म्हणून जायचं. कळलं ना तुला?''

''हो, हॅरी, मला समजतंय्.''

एडगरने उठून खुर्चीवर लावलेला आपला कोट काढला.

बॉश म्हणाला, ''नंतर मग मी बिलेट्स्शी बोलेन.''

◆

२७.

पामस्प्रिंगच्या वाटेवरील वाळवंट अर्धे पार पडेपर्यंत बॉश व एडगर यांपैकी कुणीही एक शब्ददेखील बोलले नाही.

एडगर म्हणाला, ''हॅरी, तू बोलत नाहीस!''

बॉश म्हणाला, ''मला कळतंय्.''

एकमेकांचे सहकारी म्हणून त्यांच्यात सारखी गोष्ट काय असेल तर अशी दीर्घकाल शांतता सहन करण्याची क्षमता. एडगर जेव्हा जेव्हा अशी शांतता भंग करीत असे तेव्हा त्याच्या डोक्यात सांगण्यासारखे काहीतरी चालले आहे हे बॉशला कळायचे.

''क्या बात है, जे. एडगर?''

''काही नाही.''

"प्रकरण डोक्यात आहे का?"

"काही नाही रे. मी ठीक आहे."

"बरंय तर मग."

बॉश व एडगर एका पवनचक्की असलेल्या शेतावरून चालले होते. पण वारा आजिबात नव्हता. एकाही पंख्याचे पाते फिरत नव्हते. बॉशने विचारले, "तुझे आईवडील एकत्र रहायचे का?"

"हो, अगदी शेवटपर्यंत" एडगर एवढे म्हणाला आणि हसू लागला.

"माझा अंदाज असा आहे की, त्यांना वाटायचं, आता वेगळं व्हावं, पण त्यांनी तसं काही केलं नाही. ते शेवटपर्यंत एकत्रच राहिले. मला असंही वाटतं की नेहमी असंच होतं. मनोबल प्रबळ असणारी माणसं टिकून राहतात."

बॉशने होकार दिला. त्या दोघांचाही घटस्फोट झाला होता, पण आपल्या मोडलेल्या लग्नाबद्दल ते कधी बोलायचे नाहीत.

"हॅरी, मी तुझ्याविषयी आणि त्या नवीन भरती झालेल्या मुलीबद्दल ऐकलं. बरीच चर्चा सुरू झाली आहे."

बॉशने मान डोलावली. म्हणजे एडगरला हे बोलायचं होते तर. खात्यात नवीन होणाऱ्या रंगरूटांना बऱ्याच वेळा 'बूट्स' म्हणत. हा शब्द कशावरून आला ते गूढच होते. कुणी म्हणत की प्रशिक्षणाच्या शिबिराला बूट कँप म्हणतात त्यावरून हा शब्द आला, तर कुणी म्हणत की फॅसिस्ट साम्राज्यात नव्याने भरती झालेले लोक या अर्थाने बूट शब्द वापरत असावेत.

"मला फक्त एवढंच म्हणायचं आहे गड्या की, या बाबतीत जरा काळजी घे. तू तिच्यात अडकला आहेस, हो ना?"

"हो, मला ठाऊक आहे. मला इथं काहीतरी जमेल असं वाटतं."

"मी जे काही ऐकलं आहे आणि पाहिलं आहे त्यावरून ती तिच्यासाठी धोका पत्करावा इतकी चांगली असावी. पण तरीही तू काळजी घेतलेली बरी."

बॉश काहीच बोलला नाही. काही मिनिटांतच त्यांनी रस्त्यावरच्या पाटीवर पाम स्प्रिंग्ज अजून ९ मैल दूर असल्याचे वाचले. संध्याकाळ होत आली होती. अंधार पडण्यापूर्वी ख्रिस्तीन वॉटर्सच्या दारावर थाप मारता येईल अशी बॉशला आशा होती.

"हॅरी, आपण तिथे पोहोचलो की तू पुढे हो."

"हो, मी पुढे जाईन. तू गुरगुरण्याचं काम कर."

"ते सोपं आहे."

शहराची सीमा ओलांडून बॉश व एडगर पामस्प्रिंगमध्ये शिरल्यावर त्यांनी पेट्रोल पंपावर एक नकाशा विकत घेतला. मग गावातून मार्ग काढत ते फ्रँक

सिनात्रा बुलेव्हार्ड शोधून वर टेकडीवरच्या भागात आले. माउंटन गेट इस्टेट असे नाव असलेल्या वसाहतीच्या गेटवरील चौकीदारांच्या खोलीपाशी त्यांनी गाडी उभी केली. त्यांच्या नकाशाप्रमाणे ख्रिस्तीन वॉटर्स ज्या रस्त्यावर राहत होती तो रस्ता माउंटन गेटमध्येच होता.

चौकीमधून सुरक्षा कंपनीचा युनिफॉर्ममधील पहारेकरी बाहेर आला आणि हसत असलेल्या या दोघांच्या पोलिस व्हॅनकडे त्याने नीट पाहिले.

पहारेकरी म्हणाला, ''तुम्ही दोघे रस्ता जरा चुकलेले दिसता!''

बॉशने मान हलवून छानसं हसायचा प्रयत्न केला. पण तोंडात काही आंबट आल्यासारखा त्याचा चेहरा झाला.

बॉश म्हणाला, ''जवळजवळ तसंच.''

''काय चाललं आहे?''

''तीनशे बारा डीप वॉटर्स ड्रॉइव्हबरील ख्रिस्तीन वॉटर्स यांच्याशी आम्हांला बोलायचं आहे.''

''वॉटर्स मॅडमना तुम्ही येणार ते ठाऊक आहे?''

''नाही, म्हणजे त्यांच्याकडे पारलौकिक शक्ती असेल तर किंवा तू त्यांना सांगितलं तरच त्यांना कळेल.''

''हो, ते माझं कामच आहे. एक मिनिट थांबा.''

पहारेकरी चौकीत परत गेला आणि त्याने फोन उचललेला बॉशने पाहिले. एडगर म्हणाला, ''असं दिसतंय की ख्रिस्तीन डेलाक्रुवानं जबरदस्त गिऱ्हाइक गाठलंय.''

एडगर व बॉश जिथे उभे होते तिथून गाडीच्या काचेतून दिसणारी घरे तो पाहत होता. फुटबॉल खेळता येईल एवढी मोठी व्यवस्थित निगा राखलेली हिरवळ त्या सगळ्या मोठमोठ्या घरांपुढे छान दिसत होती.

चौकीदार बाहेर आला आणि गाडीच्या खिडकीवर दोन्ही हात स्थिर ठेवून बॉशकडे वाकून म्हणाला,

''त्या विचारताहेत तुम्हांला काय हवं आहे?''

''त्यांना म्हणावं ते आम्ही त्यांच्या घरी खाजगीत सांगू. त्यांना सांग की आमच्याकडे कोर्टाचा हुकूम आहे.''

चौकीदाराने 'ठीक आहे, तुमची मर्जी' असे हावभाव करीत खांदे उडवले आणि परत आत गेला. काही वेळ तो फोनवर बोलत असलेला बॉशला दिसला. त्याने फोन ठेवून गेट हळूहळू उघडले. चौकीदार दाराशी उभा राहिला आणि त्याने त्यांना आत घेतले. पण आत घेताना तो पुटपुटला,

''तुम्हांला सांगून ठेवतो की ही तुमची दादागिरी लॉस एंजिलिसमध्ये चालत असेल कदाचित, पण इथे या वाळवंटात मात्र....''

बॉशने पुढचे ऐकलेच नाही. खिडकीची काच वर करीत तो गाडी घेऊन सरळ आत घुसला.

त्या कॉलनीच्या एकदम टोकाला बॉश व एडगर यांना डीप वॉटर्स ड्राइव्ह सापडला. माउंटनगेटच्या पुढच्या भागातील घरांपेक्षाही इथली घरं वीस एक लाख डॉलरनी जास्त महाग असतील इतकी आलिशान दिसत होती.

एडगर कुजबुजला, "वाळवंटातील या रस्त्याला डीप वॉटर्स ड्रॉइव्ह असे नाव कुणी दिले असेल?"

"कदाचित वॉटर्स नावाच्या कुणी माणसाने!"

मग एडगरच्या डोक्यात प्रकाश पडला. "छे, काय म्हणावं याला? म्हणजे तिने नक्कीच कोणतरी गब्बर गाठला असावा!"

शेवटी ख्रिस्तीन वॉटर्सचा पत्ता शोधत माउंटनगेट इस्टेटच्या शेवटच्या टोकाला रस्त्याच्या शेवटी तत्कालीन स्पॅनिश वास्तुशिल्प पद्धतीने बांधलेल्या एका मोठ्या घरासमोर आला. हे घर म्हणजे या कॉलनीतल्या सगळ्यात उत्तम घरांपैकी एक होतं. हे घरं भूशिरासारख्या एका जागेवर बांधलं होतं आणि तिथून त्या कॉलनीतली सर्व घरे आणि सभोवतालचे संपूर्ण गोल्फ कोर्स व्यवस्थित दिसायची.

या बंगल्याला देखील स्वतंत्र गेट होते व तिथून गाडीने आत यायचा रस्ता होता. पण गेट उघडेच होते. बॉश विचार करू लागला की हे गेट नेहमीच उघडे असते की आता त्यांच्यासाठी म्हणून खास उघडले.

एकमेकांना सहज जोडलेल्या टाइल्स वापरून केलेल्या गाडीतळाच्या जागेत गाडी उभी करता करता एडगर म्हणाला, "इथे फार मजा येणार आहे."

बॉश म्हणाला, "लक्षात ठेव, लोक पत्ता बदलू शकतात, पण ते स्वत: जे काही आहेत ते बदलू शकत नाहीत."

"बरोबर. खून-मारामारी प्रकरणात तुला पैकीच्या पैकी मार्क!"

बॉश आणि एडगर गाडीतून बाहेर पडले आणि पोर्चमधून नेहमीपेक्षा दुप्पट रुंदीच्या पुढच्या दारासमोर आले. घरात काम करणाऱ्या, काळा- पांढरा युनिफॉर्म घातलेल्या बाईने ते दाराशी यायच्या आतच दार उघडले. भडक स्पॅनिश उच्चारात त्या बाईने त्यांना सांगितले की श्रीमती वॉटर्स त्यांची दिवाणखान्यात वाट पाहत आहेत.

दिवाणखाना एखाद्या चर्चच्या हॉलच्या आकाराचा होता आणि तिथलं वातावरणही तसंच होतं. पंचवीस फूट उंच छतावर मोठमोठे नक्षीदार वासे वगैरे ! पूर्वेकडे तोंड केलेल्या भिंतीवर तीन डिझाइन्स काढलेल्या काचांच्या मोठ्या खिडक्या होत्या. एकमेकांना जोडलेल्या तीन भागांचे सूर्योदय, बगीचा आणि चंद्रोदय असे मोठे चित्र लावलेले होते. समोरच्या भिंतीमध्ये एकाशेजारी

एक लावलेले सरकणारे काचेचे सहा दरवाजे होते आणि त्यातून गोल्फकोर्सवरील गोलाची हिरवळ स्पष्ट दिसत होती. त्या खोलीत फर्निचरचे दोन सेट होते. जणू काही जण एकाच वेळी दोन वेगवेगळ्या गटांना भेटण्यासाठी व्यवस्था केली होती.

पहिल्या सोफासेटमधील फिकट पिवळ्या रंगाच्या कोचवर मध्यभागी पिंगट केस असलेली आणि आखडलेल्या चेहऱ्याची स्त्री बसली होती. बॉश आणि एडगर आत शिरले आणि त्या हॉलची भव्यता त्यांच्या नजरेत भरली हे तिच्या निळसर डोळ्यांनी टिपले.

बॉश म्हणाला, ''श्रीमती वॉटर्स? मी डिटेक्टिव्ह बॉश आणि हा डिटेक्टिव्ह एडगर. आम्ही लॉस एंजेलिस पोलिस खात्यातून आलो आहोत.''

बॉशने हस्तांदोलनासाठी हात पुढे केला. तो तिने हातात घेतला, पण हलवला नाही. तिने क्षणभरच त्याचा हात हातात घेतला आणि लगेच एडगरने पुढे केलेला हात धरला. जन्मतारखेच्या प्रमाणपत्रावरून बॉशला माहीत होते की तिचे वय छप्पन्न वर्षे होते. पण ती जवळजवळ त्यापेक्षा दहा वर्षांनी लहान दिसत होती. तिचा मासूम तांबट चेहरा आधुनिक वैद्यकशास्त्राच्या प्रगतीची साथ देत होता.

ती म्हणाली, ''कृपया खाली बसा. माझ्या घरासमोर तुमची ती गाडी उभी राहिल्याने मला किती ओशाळल्यासारखं झालं आहे ते मी सांगूच शकत नाही. पण लॉस एंजिलिस पोलिस खात्यामध्ये शौर्य आणि सारासारबुद्धी यात काही संबंध दिसत नाही.''

बॉश हसून म्हणाला, ''मॅडम वॉटर्स, आम्हांलाही त्याबद्दल ओशाळायला होतं, परंतु आमचे वरिष्ठ आम्हांला अशाच गाड्या चालवायला देतात म्हणून आम्ही त्याच वापरतो.''

''हे सगळं काय आहे ? चौकीतला पहारेकरी म्हणाला, तुमच्याकडे कोर्टाचा हुकूम आहे. मी तो पाहू का ?''

तिच्या बरोबर समोर असलेल्या सोनेरी नक्षीकाम केलेल्या कॉफीच्या काळ्या टेबलापाशी एका कोचावर बसून बॉश म्हणाला, ''अं, त्याचा काहीतरी गैरसमज झाला असावा. मी म्हटलं होतं की आम्ही कोर्टाचा हुकूम आणू शकतो म्हणजे जर तुम्ही नकार दिला असता तर.''

ती म्हणाली, ''हो, नक्कीच त्याचा गैरसमज झाला.''

तिच्या आवाजावरून बॉशला कळलं की तिचा त्याच्या बोलण्यावर अजिबात विश्वास बसला नाही.

''तुम्हांला कशासाठी मला भेटायचं होतं ?''

"तुमच्या पतीविषयी आम्हांला काही विचारायचं आहे."

"माझे पती पाच वर्षांपूर्वीच स्वर्गवासी झालेत. शिवाय ते फार क्वचित लॉस एंजिलिसला जायचे. त्यांचा काय संबंध..."

"तुमचे पहिले पती, मॅडम वॉटर्स म्हणजे सॅम्युएल डेलाक्रुवा-आम्हांला तुमच्या मुलांविषयीदेखील बोलायचं आहे." लगेच तिच्या डोळ्यांत काळजीची छटा उमटल्याचे बॉशच्या लक्षात आले.

"मी.. मी त्यांना कित्येक वर्षांत पाहिलं नाही की त्यांच्याशी बोलले नाही. जवळजवळ तीस वर्षं झाली."

एडगरने विचारले, "म्हणजे मुलासाठी औषध आणायला म्हणून बाहेर पडला तेव्हापासून परत घरी यायचं विसरलात ?"

तिने एडगरने तिच्या तोंडात मारल्यासारखे त्याच्याकडे पाहिले. तिच्याशी उग्रपणाने वागताना एडगर जरा तारतम्य दाखवील अशी बॉशला आशा होती.

"तुम्हांला हे कुणी सांगितलं."

बॉश म्हणाला, "मॅडम वॉटर्स, मी तुम्हांला प्रथम प्रश्न विचारणार आहे. मग तुमचे प्रश्न विचारा."

"मला हेच कळत नाही. तुम्हांला माझा पत्ता कसा मिळाला ? तुम्ही इथे काय करीत आहात ? कशासाठी आला आहात ?"

प्रत्येक प्रश्नाबरोबर रागाने तिचा आवाज वर चढत गेला. तिने काळजीपूर्वक घडवून आणलेल्या नव्या आयुष्यात तीस वर्षांपूर्वी मागे पडलेला इतिहास परत ढवळाढवळ करीत होता.

"मॅडम, आम्ही मनुष्यवध खात्यातील पोलिस आहोत. आम्ही ज्या प्रकरणावर सध्या काम करीत आहोत त्यात तुमचे पती गुंतले असण्याची शक्यता आहे. आम्हांला..."

"तो माझा पती नाही. मी त्याला कमीत कमी पंचवीस वर्षांपूर्वी घटस्फोट दिला. हा सगळा मूर्खपणा आहे. मी आता ओळखत देखील नसलेल्या माणसाविषयी मला विचारायला तुम्ही इथं येता! तो जिवंत आहे की नाही हे पण मला माहीत नाही. मला असं वाटतं, तुम्ही आता जावं. तुम्ही निघायलाच हवं."

ती उठून उभी राहिली आणि ज्या दिशेने ते आले त्या दिशेने हातवारे करून निघायची खूण करू लागली.

बॉशने एडगरकडे नजर टाकून त्या स्त्रीकडे परत वळून पाहिले. तिच्या रागामुळे मेकअप केलेल्या चेहऱ्यावरील तांबूसपणा जाऊन चेहरा वेडावाकडा दिसू लागला. प्लॅस्टिक सर्जरी केल्यामुळे तयार झालेले डाग दिसू लागले.

बॉश कडवटपणाने म्हणाला, "मॅडम वॉटर्स, खाली बसा. आणि शांत व्हा."

"शांत होऊ? तुम्हांला माहिती आहे मी कोण आहे? माझ्या पतीने ही जागा बांधली– ही घरं, गोल्फकोर्स– सगळं काही. तुम्ही हे इथं सहज येऊ शकत नाही. मी आत्ताच्या आता पोलिस प्रमुखांना फोन करून दोन मिनिटांत त्यांच्याशी..."

एडगर मध्येच बोलला, "बाईसाहेब, तुमचा मुलगा आता जिवंत नाही. तीस वर्षांपूर्वी ज्याला तुम्ही सोडून गेलात तो. तेव्हा खाली बसा आणि आम्हांला प्रश्न विचारू द्या."

एकदम पाय मोडून पडावेत तशी ती सोफ्यावर कोसळली. तिने तोंड उघडून परत मिटले. ती त्यांच्याकडे न पाहता दूरवर कुठेतरी पाहू लागली.

"आर्थर..."

एडगर म्हणाला, "बरोबर, आर्थर! कमीत कमी त्याचं नाव तरी तुम्हांला आठवतं म्हणून बरं वाटलं."

काही क्षण दोघांनी तिच्याकडे शांतपणे पाहिले. इतकी वर्षे झाली असून आणि इतक्या दूर असूनही तिला त्या बातमीने धक्का बसला होता, अगदी जोराचा धक्का!

बॉशने हे सगळं असं पूर्वी देखील पाहिलेलं होतं. बऱ्याच जणांचा इतिहास जमिनीतून बाहेर येण्यासाठी अगदी तुमच्या पायाखाली मार्ग शोधत असतो.

बॉशने कोटाच्या खिशातून आपली वही बाहेर काढली आणि त्यातले एक कोरे पान उघडले. त्याच्यावर त्याने "शांतपणे घे." असं लिहून वही एडगरकडे दिली.

"जेरी, तू काही लिहून का घेत नाहीस ? मला असं वाटतं की मॅडम वॉटर्स आपल्याशी सहकार्य करू इच्छितात."

बॉशच्या बोलण्याने ख्रिस्तीन वॉटर्स दिवास्वप्नातून बाहेर आली आणि तिने बॉशकडे पाहिलं.

"काय घडलं ? म्हणजे सॅमने केलं का हे ?"

"आम्हांला ठाऊक नाही, म्हणून तर आम्ही इथे आलो आहोत. आर्थर जाऊन आता खूप वर्षं झाली. त्याचे अवशेष आता गेल्या आठवड्यात सापडले."

तिने आपल्या हाताची मूठ वळून तो तोंडाशी आणला आणि हळूहळू आपल्या ओठावरून मूठ फिरवीत ती म्हणाली, "किती दिवस झाले?"

"त्याला पुरल्याला वीस वर्षं झाली. तुमच्या मुलीचा या संबंधात फोन आल्यामुळे आम्हांला ओळख पटण्यास मदत झाली."

"शीला?"

तिने हे नाव उच्चारले त्याला खूप दिवस लोटून गेले होते असे दिसत होते कारण आठवून आठवून हेच का ते नाव अशा पद्धतीने तिने ते नाव घेतले.

"मॅडम वॉटर्स, आर्थर एकोणीसशे ऐंशीमध्ये बेपत्ता झाला... तुम्हांला माहिती होतं?"

तिने नकारार्थी मान हलवली.

"मी तेव्हा नव्हते. त्याआधीच दहा वर्षं मी निघून गेले होते."

"आणि तुमचा तुमच्या कुटुंबाशी अजिबात संपर्क नव्हता..."

"मला वाटलं..."

तिने वाक्य अर्धवट ठेवले. वाट पाहून बॉश म्हणाला,

"मॅडम वॉटर्स ?"

"मला मुलांना बरोबर नेणं शक्यच नव्हतं... मी वयानं लहान होते आणि ही जबाबदारी पेलणं मला शक्य नव्हतं- मी पळून गेले. मी कबूल करते. मला वाटलं की यापुढे त्यांनी माझ्याशी बोलू नये किंवा माझ्याविषयी त्यांना काही कळू नये हेच त्यांच्या दृष्टीनं उत्तम होईल."

त्या वेळचे तिचे हे वागणे बरोबर असल्याचे आणि ती काय म्हणते आहे ते समजण्याचा प्रयत्न करत बॉशने मान हलवली. खरोखरच त्याला तसे वाटत नव्हते. पण त्याला काही अर्थ नव्हता. त्याच्या स्वत:च्या आईला अत्यंत हलाखीच्या दिवसात लहान वयात मूल झाल्यामुळे अशाच अडचणींना तोंड द्यावे लागत होते आणि तरीही अत्यंत शूरपणे तिने त्याला स्वत:शी घट्ट धरून वाढवले, संभाळले आणि याच शौर्याने त्याला प्रेरणा मिळाली होती- पण या आठवण्यालाही काही अर्थ नव्हता.

"तुम्ही निघून जायच्या आधी त्यांच्यासाठी पत्रं लिहून ठेवली होती? म्हणजे मुलांसाठी.. ?

"ते तुम्हांला कसं कळलं ?"

"आम्हांला शीलानं सांगितलं. आर्थरला लिहिलेल्या चिठ्ठीत तुम्ही काय लिहिलं होतं ?"

"मी त्याला लिहिलं होतं... मी फक्त त्याला सांगितलं की माझं त्याच्यावर खूप प्रेम होतं. मला नेहमीच त्याची आठवण येई, पण त्याच्याबरोबर मला राहाता येणार नाही. मी काय लिहिलं ते सगळं आता मला आठवत नाही. पण ते एवढं महत्त्वाचं आहे का ?"

बॉशने खांदे उडवून म्हटलं, "माहीत नाही. तुमच्या मुलाकडे एक पत्र सापडलं. ते बहुतेक तुमचंच असावं. ते पत्र आता जुनाट व खराब झालं आहे- आम्हांला कदाचित ते कुणाचं होतं ते कधीच कळणार नाही. घर सोडल्यावर काही वर्षांनी तुम्ही घटस्फोटाचा अर्ज केलात त्यात शारीरिक छळ हे एक कारण लिहिलं होतं. तुम्ही आम्हांला याबद्दल सांगावं असं आम्हांला वाटतं- कशा प्रकारचा शारीरिक छळ ?"

तिने हा प्रश्न फार त्रासदायक किंवा वेडेपणाचा असल्यासारखी मुद्रा करून तो झटकून टाकल्यासारखी मान हलवली.

"तुमची काय कल्पना आहे ? सॅम मला सतत मारत असे तो पिऊन यायचा आणि मग थयथयाट व्हायचा. मूल रडतं आहे, शीलाचा आवाज जास्त आहे... काहीही झालं की तो रागानं बेभान व्हायचा. आणि मी त्याचं लक्ष्य बनायचे."

"तो तुम्हांला मारायचा ?"

"हो, तो मला मारायचा. त्याच्या अंगात राक्षस संचारायचा. त्याला सोडायच्या कारणांत हे एक कारण होतं."

एडगर म्हणाला, "पण तुम्ही मुलांना त्या राक्षसाच्या हवाली करून निघून गेलात ?"

आता मात्र तिच्यावर धक्का बसल्यासारखा परिणाम झाला नाही. तिने आपले मृतवत खोल गेलेले डोळे एडगरवर रोखले. एडगरला आपला रागावलेला चेहरा दुसरीकडे वळवावा लागला.

ती एकदम शांतपणे त्याला म्हणाली, "कोण कसं आहे हे ठरवणारे आपण कोण ? मला जगायचं होतं आणि मी त्यांना बरोबर नेऊ शकत नव्हते. जर मी तसा प्रयत्न केला असता तर आमच्यापैकी कुणीच शिल्लक राहिलं नसतं."

एडगर म्हणाला, "हे त्यांना नक्कीच समजलं असेल अशी माझी खात्री आहे."

ती पटकन उभी राहिली.

"मी तुमच्याशी आणखी बोलत राहावं असं मला वाटत नाही. तुम्हांला बाहेर जायचा रस्ता ठाऊक असेलच !"

हॉलच्या टोकाच्या कमानीच्या दाराकडे ती जाऊ लागली.

बॉश म्हणाला, "मॅडम वॉटर्स, जर आता तुम्ही आमच्याशी बोलणार नसाल, तर आम्हांला कोर्टाचा हुकूम आणावा लागेल."

मागे वळून न बघता ती म्हणाली, "ठीक आहे, घेऊन या. माझे एखादे वकील यापुढे हे प्रकरण बघतील अशी व्यवस्था करते."

"आणि मग गावातल्या कोर्टामध्ये ही सर्व माहिती सार्वजनिक स्वरूपात बाहेर येईल."

बॉशने खडा टाकून पाहिला. त्याला वाटलं की त्यामुळे ती असे करण्याचे थांबेल. त्याचा अंदाज होता की तिचा सर्व गुप्त इतिहास पुरून त्यावर पामस्प्रिंग्ज मधील तिचे नवीन जीवन उभे राहिले होते आणि कुणीही त्याच्या तळाशी जाऊन बघावे असे तिला अजिबात वाटत नसावे असा त्याने तर्क केला. ती ज्या विचाराने आणि उद्देशाने अशी वागली ते गावातील वायफळ चर्चा, गप्पा करणाऱ्यांना पटवून घेणे एडगरप्रमाणेच अवघड जाईल असे बॉशला वाटले.

इतकी वर्षं झाल्यावरही खोल कुठेतरी तिला अंतर्मनात सारे काही जड जात असावे. ती स्वतःला सावरीत कमानीच्या खाली थांबली आणि सोफ्यापर्यंत परत आली. बॉशकडे वळून ती म्हणाली, "मी फक्त तुझ्याशीच बोलीन. मला वाटतं की त्या दुसऱ्यानं आता जावं."

बॉशने मान हलवून म्हटले, "तो माझा सहकारी आहे आणि हे आमचं दोघांचं काम आहे. त्यामुळे तो इथेच थांबणार, मॅडम वॉटर्स."

"तरीही मी फक्त तुझ्याच प्रश्नांना उत्तर देईन."

"ठीक आहे, प्लीज बसा."

ती खाली बसली, पण मात्र या वेळी एडगरपासून जरा लांब आणि बॉशच्या जवळच्या जागेवर बसली.

"मला ठाऊक आहे की तुमच्या मुलाचा खुनी शोधून काढण्यासाठी तुम्ही आम्हांला मदत कराल. आम्हांला शक्य तितक्या लवकर ही मुलाखत आटपायची आहे."

तिने प्रथमच मान डोलावली.

"आम्हांला तुमच्या आधीच्या पतीबद्दल सांगा."

"ती सगळी भयंकर कहाणी सांगू?" ती जोर देत म्हणाली, "मी तुम्हांला थोडक्यात सांगते. तो मला ॲक्टिंगच्या क्लासमध्ये भेटला. मी अठरा वर्षांची होते. तो माझ्यापेक्षा सात वर्षांनी मोठा होता. त्याआधी थोडंफार त्याने चित्रपटात काम केलं होतं आणि सर्वांत महत्त्वाचं म्हणजे फार फार सुंदर होता तो. मी त्याच्यावर लगेचच भाळले असं म्हणायला हरकत नाही आणि एकोणिसावं वर्ष लागायच्या आतच मला दिवस गेले."

एडगर हे सगळं लिहून घेत आहे की नाही हे बॉशने वळून पाहिले. एडगरला त्याच्या डोळ्यांतील भावार्थ कळला आणि तो लिहून घेऊ लागला.

"आमचं लग्न झालं आणि शीलाचा जन्म झाला. मी कुठल्या करियरच्या मागे लागले नाही. मी एवढी काही कामावर फार निष्ठा वगैरे असलेली नव्हते. त्या वेळी काहीतरी करायचं म्हणून मी ॲक्टिंग करायचं ठरवलं. मी दिसायला चांगली होते, पण मला लवकरच कळलं की हॉलीवूडमधली प्रत्येक मुलगी सुंदरच असते. घरी बसण्यात मला आनंद मिळत असे."

"तुमच्या पतीचं व्यवसायात कसं चाललं होतं ?"

"सुरुवातीला फार चांगलं चाललं होतं 'फर्स्ट इन्फन्ट्री' या मालिकेत त्याला पुन्हा काम मिळालं. तुम्ही पाहिला आहे तो ?"

बॉशने होकार दिला. १९६० च्या दशकाच्या उत्तरार्धात दुसऱ्या महायुद्धावरची ती टी. व्ही मालिका होती आणि व्हिएटनाम आणि एकूणच युद्धातील लोकांतील

निरुत्साहामुळे त्या मालिकेची लोकप्रियता घटली आणि ती बंद करावी लागली. या मालिकेत दर आठवड्याला जर्मन सैन्याचा पाठलाग करणाऱ्या अमेरिकन सेनेच्या तुकडीचं चित्रण दाखवलं जाई. बॉशला लहान असताना ही मालिका आवडत असे. अन् मग अनाथालयात असो किंवा तरुणांच्या क्लबमध्ये असो, तो नेहमीच ही मालिका पाहायचा प्रयत्न करीत असे.

"सॅम जर्मन सैन्यातील एक दाखवला होता. त्याचा आर्यन पद्धतीचा चेहरा आणि पिंगट केस यामुळे हे काम मिळालं असावं. मालिकेच्या शेवटच्या दोन वर्षांत तो या मालिकेत दिसायचा, मी आर्थरच्या वेळी गरोदर राहीपर्यंत."

त्यानंतर थोडा वेळ ती शांत राहिली.

"मग मात्र व्हिएटनामच्या त्या निरर्थक युद्धानंतर ही मालिका बंद पडली. ही मालिका संपली आणि सॅमला काम मिळणं अवघड झालं. त्याची 'जर्मन' म्हणून अशी प्रतिमा तयार झाली होती. त्यानंतर खरोखर त्याने पिणं सुरू केलं आणि मला मारायला लागला. दिवसभर तो कामाच्या शोधात इकडं-तिकडं फिरायचा आणि काही मिळायचं नाही. मग रात्रभर दारू प्यायची आणि माझ्यावर राग काढायचा."

"तुझ्यावर का बरं?"

"कारण मला दिवस राहिले ना? प्रथम शीला आणि नंतर आर्थर! यातील कुठलीच संतती नियोजन करून झालेली नव्हती. आणि त्या सगळ्यांचा परिणाम त्याच्यावर फारच दडपण वाढलं. आणि जे काही जवळ दिसेल त्याच्यावर तो उट्टं काढायचा."

"तो तुम्हांला मारायचा?"

"मारायचा? हा फारच सौम्य शब्द झाला. हो, पण तो मला ठोकायचा– सतत, खूप वेळा."

"लहान मुलांना मारताना तुम्ही त्याला कधी पाहिलं होतं?" हा एकच सर्वांत महत्त्वाचा प्रश्न विचारायला ते तिथे आले होते. बाकीचे सर्व इतर प्रश्न म्हणजे वरवरचे होते.

ती म्हणाली, "मुद्दाम असं मारलेलं पाहिलं नाही. मी आर्थरच्या वेळी गरोदर होते तेव्हा मला त्याने एकदा पोटावर मारलं होतं आणि माझी पाणमोट तेव्हा फुटली होती. माझ्या दिलेल्या तारखेच्या आधीच सहा आठवडे मला कळा सुरू झाल्या. जन्म झाला तेव्हा आर्थरचं वजन पाच पौंडदेखील नव्हतं."

बॉश ऐकत होता. ती सतत बोलतच होती. त्याने मध्ये काही बोलण्यापेक्षा तिलाच बोलायला वेळ द्यावा असे तिच्या बोलण्यातून वाटत होते. तिच्या पाठीमागील सरकत्या दाराच्या काचेतून त्याने पलीकडच्या गोल्फ कोर्समध्ये

पाहिले. तिथे गोल करायच्या वर्तुळाभोवती वाळूचा एक खोल पट्टा त्याला दिसला. लाल शर्ट आणि लोकरीची पँट घातलेला एक माणूस वाळूत उभा राहून आपल्या गोल्फच्या बॅटनी बॉल मारण्याची हालचाल करीत होता. वाळूच्या खड्ड्यातून फक्त वाळूचे कणच हिरवळीवर उडून पडत होते, पण बॉल काही दिसला नाही.

दूर काही अंतरावर हिरवळीच्या दुसऱ्या बाजूला गोल्फच्या दोन गाड्यांतून तीन इतर गोल्फचे खेळाडू खाली उतरले. वाळूच्या खड्ड्याचे पलीकडचे टोक वाळूमुळे वर आल्यामुळे लाल शर्टाच्या माणसाला ते तिघे दिसत नसावेत. त्या माणसाने आजूबाजूला कुणी पाहत तर नाही ना हे बघून खाली वाकून बॉल उचलला आणि एखादा छानसा गोल्फचा फटका मारल्यासारखा त्याने तो बॉल हिरवळीवर फेकला– सुंदर कमानीसारखा जाऊन बॉल हिरवळीवर पडला. नंतर वाळूच्या खड्ड्यातून बाहेर पडून त्याने गोल्फची बॅट आताच मस्त फटका मारण्यासारखी दोन्ही हातांत घट्ट धरल्याचे दाखवले.

शांततेचा भंग करीत अखेर ख्रिस्तीन पुन्हा बोलू लागली आणि बॉशने तिच्याकडे वळून पाहिले.

"जन्म झाला तेव्हा आर्थर फक्त पाच पौंडांचा होता. पहिलं वर्षभर तो अगदी बारीकच होता आणि बराच आजारी असायचा. आम्ही त्याबद्दल काही कधी बोललो नाही, पण सॅम जसा वागायचा त्यामुळे त्याला दुःख व्हायचं हे आम्हांला दोघांनाही कळायचं. त्याचं चुकतच होतं."

"तुम्हांला तेव्हा त्यानं मारलं, याशिवाय आर्थर किंवा शीला यांना मारताना तुम्ही कधी पाहिलं ?"

"त्यांनी शीलाला कधीतरी मारलं असावं, मला आठवत नाही, पण सहसा तो मुलांना मारायचा नाही. म्हणजे मार खाऊन घ्यायला मी होते ना ?"

बॉशला ते पटले. काही न सांगता निष्कर्ष असा निघत होता की ती घरातून निघून गेल्यावर, त्याने मारण्यासाठी कुणाला लक्ष्य केलं असावं, गॉलिव्हरने ज्या सर्व जखमांची यादी केली होती ती यादी आणि शवविच्छेदनाच्या टेबलावर मांडलेली सर्व हाडे बॉशच्या डोळ्यांसमोर आली.

"माझा नवरा– म्हणजे सॅमला पकडलं आहे का?"

बॉश तिच्याकडे पाहात म्हणाला, "नाही. आता आम्ही फक्त सत्य परिस्थिती जाणून घेत आहोत. तुमच्या मुलांच्या अवशेषावरून दिसतं आहे की यामागे सतत शारीरिक छळ केल्याचा इतिहास आहे. आम्ही फक्त काय घडलं असेल त्याचा अंदाज करीत आहोत."

"आणि शीला ? तिलासुद्धा... ?"

"आणि तिला असं मुद्दाम काही विचारलं नाही, पण मॅडम वॉटर्स, आम्ही तिलापण विचारू. तुम्हांला जेव्हा तुमचा पती मारायचा तेव्हा फक्त हाताचाच वापर करायचा का ?"

"काही काही वेळा वस्तू घेऊन देखील मारायचा. एकदा मला आठवतं, त्याने बूट घेतला होता. मला जमिनीवर पाडलं आणि बुटानं मारलं. आणि एकदा त्याने त्याची बॅग मला फेकून मारली. मला ती बाजूला जोरात लागली."

तिने निराशेने मान हलवली.

"काय ?"

"काही नाही– ती बॅग आठवली. कामासाठी त्याची चाचणी व्हायची तिथे तो ही बॅग न्यायचा. म्हणजे असं दाखवायला की तो फार मोठा होता आणि खूप कामात होता म्हणून. आणि खरं तर त्याला फक्त थोडेफार चेहरा दिसण्याची दृश्यं मिळत."

इतक्या वर्षांनंतरही तिच्या आवाजातील कडवटपणाला धार होती. "तुम्ही कधी इस्पितळात किंवा तात्काळ सेवा विभागात दाखल झाला होता का ? या सगळ्या शारीरिक अत्याचाराचा इतिहास कुठे लिहून ठेवला आहे का ?"

तिने नकारार्थी मान हलवली.

"इतकं इस्पितळात जाण्याएवढं त्याने मला कधीच मारलं नव्हतं. फक्त आर्थर पोटात होता आणि तेव्हा मी खोटं सांगितलं. मी म्हणाले की खाली पडल्यामुळे माझी पाणमोट फुटली. डिटेक्टिव्ह, असं बघा की, सगळ्या जगाला हे मला कळू द्यायचं नव्हतं."

बॉशने मान हलवली.

"तुम्ही जेव्हा निघून गेला होता तेव्हा काही आधी ठरवलं होतं का ? की तुम्ही नुसत्या फक्त निघून गेलात ?"

तिच्या मनातल्या पडद्यावर त्या वेळची आठवण उमटत असल्यामुळे तिने बराच वेळ उत्तर दिले नाही.

"मी निघून जायच्या बरेच दिवस आधी मी मुलांसाठी पत्रं लिहून ठेवली होती. ती मी माझ्या पर्समध्ये ठेवली होती आणि योग्य वेळेची वाट पाहत होते. मी गेले त्या रात्री, मी ती पत्रं त्यांच्या उशीखाली ठेवली आणि नेसलेल्या कपड्यांनिशी फक्त आपली पर्स घेऊन बाहेर पडले. हो, आणि आमचं लग्न झालं त्या वेळी वडलांनी मला दिलेली गाडी घेऊन– बस, इतकंच. मला कंटाळा आला होता. मी त्याला म्हटलं, आर्थरसाठी औषधं आणायची आहेत. तो घरात दारू पीत होता. तो मला म्हणाला, जा आणि घेऊन ये."

"आणि तुम्ही परत कधीच फिरकला नाहीत."

"कधीच नाही. जवळजवळ एक वर्षानंतर. मी पाम स्प्रिंग्जला राहायला यायच्या आधी मी त्या घरासमोरून गाडी चालवत गेले होते. मला घरात दिवे चालू असलेले दिसले, पण मी थांबले नाही."

बॉशने मान डोलावली. आणखी काही विचारण्यासारखे आहे असे त्याला वाटले नाही. तिच्या आयुष्याच्या पूर्वार्धात घडलेल्या गोष्टींची तिची आठवण अजून शाबूत असली तरी आपल्या आधीच्या पतीने शेवटचे भेटल्यानंतर दहा वर्षांनी केलेल्या खुनाविषयी तक्रार उभी राहील असे तिच्या आठवणीत काहीच नव्हते. म्हणजे ती काही या प्रकरणातील महत्त्वाची व्यक्ती शाबीत होणार नाही, हे बॉशला मनातून पहिल्यापासूनच वाटत होते, ते बरोबर होते. कदाचित त्याला आपल्या मुलांना सोडून जाणारी आणि तिच्या समजुतीप्रमाणे राक्षस असणाऱ्या माणसाकडे मुलांना ठेवून जाणारी स्त्री कशी असते हे पाहायचे होते.

"ती आता कशी दिसते?"

तिच्या प्रश्नाने बॉश किंचित अवाक् झाला.

"माझी मुलगी."

"हां, तुमच्यासारखीच ती पिंगट केसांची आहे. थोडीशी उंच, जाड– मुलं नाहीत– लग्न केलं नाही."

"आर्थरचं तुम्ही केव्हा दफन करणार आहात?"

"मला ठाऊक नाही. वैद्यकीय तपासणी अधिकाऱ्यांच्या कार्यालयाला विचारावं लागेल किंवा तुम्ही शीलाशी संपर्क साधून तिला विचारू शकता की..."

तो बोलायचे थांबला. लोकांच्या आयुष्यातील तीस वर्षांचे अंतर कमी करण्यासाठी त्याला मध्ये पडायचे कारण नव्हते.

"मॅडम वॉटर्स, मला वाटतं आमचं इथलं काम संपलं आहे. तुमच्या सहकार्याबद्दल धन्यवाद."

आपल्या आवाजातील उपरोध न लपवता एडगर म्हणाला, "निश्चितच."

"नाही, तुम्ही एवढ्या लांबून येऊन फक्त थोडेसेच प्रश्न विचारले."

एडगर म्हणाला, "कारण, तुमच्याकडे फार थोडी उत्तरं आहेत."

ते दारापाशी चालत आले आणि ती त्यांच्यापाठोपाठ काही पावले टाकत आली. पोर्चमध्ये बाहेर आल्यावर बॉशने उघड्या असलेल्या घराच्या दारात उभ्या असलेल्या त्या बाईकडे पाहिले. दोघांनीही एकमेकांच्या डोळ्यांत पाहिले. त्याने काहीतरी बोलावे म्हणून विचार केला, पण तिला सांगावे असे त्याच्याकडे काहीही नव्हते. तिने दार बंद करून घेतले.

◆

२८.

अकरा वाजायला थोडाच वेळ उरला होता तेव्हा बॉश आणि एडगर आपल्या ठाण्यात परत आले. आजचा दिवस सोळा तास कामाचा गेला. पण या प्रकरणात फिर्याद नोंदवावी या दृष्टीने फारसा काही पुरावा हातात आला नव्हता. तरीही, बॉश समाधानी दिसत होता. त्यांना मृत व्यक्तीची ओळख पटली होती आणि तोच या सर्व प्रकरणाचा केंद्रबिंदू होता. बाकी सारे यातूनच पुढे जाणार होते.

एडगर शुभरात्री म्हणून ठाण्यात न शिरता सरळ आपल्या गाडीकडे गेला. पहाऱ्यावरील पोलिसाला विचारून जॉनी स्ट्रोक्सबद्दल कुठून काही माहिती आली आहे का हे बॉशला पाहायचे होते. ज्युलिया ब्रॅशरची दुपारपाळी संपल्यानंतर, जर तो अकरापर्यंत तिथे थांबला तर ती भेटण्याची शक्यतादेखील त्याला वाटली. त्याला तिच्याशी बोलायचे होते.

ठाण्यात सर्वत्र शांतता होती. रात्रपाळीचे पोलिस हजेरी लावत होते. आधीच्या पाळीतून परत जाणारे आणि नवीन येणारे पहारेकरीदेखील दिसत होते. बॉश पॅसेजमधून गुप्तहेर कक्षात गेला. तिथले दिवे बंद होते. पोलिसप्रमुखांच्या कार्यालयातून निघालेल्या हुकुमाचा हा सरासर भंग होता. पोलिसप्रमुखांनी आज्ञा दिली होती की पार्कर सेंटरमधले आणि इतर विभागातले दिवे कधीच बंद करायचे नाहीत. त्यांचा उद्देश असा होता की, गुन्हेगारीविरुद्ध लढाई करणारे कधी झोपत नाहीत हे जनतेला कळावे. त्याचा परिणाम म्हणून शहरातील सर्व रिकाम्या पोलिस ठाण्यांतदेखील रात्रभर दिवे झगमगत असत.

बॉशने मनुष्यवध खात्याच्या टेबलांवरचे सगळे दिवे चालू केले आणि स्वत:च्या जागेकडे गेला. तिथे गुलाबी रंगाच्या निरोपाच्या अनेक चिठ्ठ्या होत्या आणि त्या त्याने पाहून घेतल्या. बहुतेक निरोप वार्ताहरांचे किंवा त्याच्याकडे असलेल्या इतर अपूर्ण प्रकरणांबद्दल होते. वार्ताहरांचे निरोप त्याने कचऱ्याच्या पेटीत टाकले आणि इतर कागद दुसऱ्या दिवशी पाहावेत या उद्देशाने टेबलच्या वरच्या खणात ठेवले.

टेबलावर त्याच्यासाठी खात्याकडून आलेली दोन पाकिटे ठेवली होती. पहिल्या पाकिटात गॉलिव्हरचा अहवाल होता आणि नंतर वाचू म्हणून बॉशने तो बाजूला ठेवून दिला. दुसरे पाकीट त्याने उचलले तर ते शास्त्रीय संशोधन विभागातून आलेले दिसले. त्याच्या ध्यानात आले की स्केटिंगच्या फळीविषयी आंतुमान जेस्परला फोन करायचे राहून गेले होते.

बॉश ते पाकिट उघडणार एवढ्यात त्याच्या लक्षात आले की त्याच्या कॅलेंडरच्या ब्लॉटिंग पेपरवर घडी केलेल्या एका कागदावर ते पाकीट ठेवलेले होते. त्याने तो कागद उघडून त्यावरचा छोटासा निरोप वाचला. त्याला कळलं की सही केली नसली तरी ज्युलिया ब्रॅशरचाच तो निरोप होता.

कुठं आहेस माझ्या रांगड्या मित्रा ?

आपल्या कामाची पाळी सुरू करायच्या आधीच त्याच्या विभागाकडे चक्कर मार असं सांगितल्याचं तो विसरून गेला होता. ती चिठ्ठी बघून त्याला हसू आले, पण ही साधी गोष्ट विसरल्याबद्दल खंत वाटली. एडगरने या नाजूक संबंधाबाबत काळजीपूर्वक राहण्याचा दिलेला इशाराही त्याला पुन: एकदा आठवला.

बॉशने त्या कागदाची घडी करून खणात ठेवून दिला. त्याला जे काही सांगायचे होते, त्यावर ज्युलियाची प्रतिक्रिया काय असेल यावर तो विचार करू लागला. कामामुळे आजचा दिवस लांबल्यामुळे तो थकला होता, पण दुसऱ्या दिवशीपर्यंत तिला सांगण्याची वाट पाहायची त्याची तयारी नव्हती.

शास्त्रीय संशोधन विभागातील पाकिटामध्ये पुराव्याचे पृथक्करण करणारा जेस्परचा एकपानी अहवाल होता. बॉशने झरझर तो अहवाल वाचला. हनिंग्टन बीच येथील बोनीयार्ड बोर्डस् इन्कॉ. या कंपनीने ही फळी तयार केल्याची जेस्पर याने खात्री दिली होती. या प्रकारच्या फळीला 'बोनी बोर्ड' असे म्हणत. आता विचारात असलेली फळी फेब्रुवारी १९७८ ते जून १९८६ या काळात तयार झाली असावी कारण त्यानंतर डिझाइन बदलल्यामुळे फळीच्या पुढच्या भागाच्या आकारात बदल झाला होता.

ही फळी आणि प्रकरणातील संबंधित कालावधी एकमेकांशी जुळल्यामुळे बॉश उत्साहित होत असतानाच त्याचे लक्ष अहवालाच्या शेवटच्या परिच्छेदाकडे गेले– या मजकुराने कुठल्याही प्रकारे काही जुळणे शंकास्पद होते.

> "बोनीयार्ड कंपनीने मे १९८४ मध्ये तयार चाकांचे डिझाइन प्रत्यक्षात आणले. ग्राफाइटची चाके नंतरच्या काळातील उत्पादनाची निदर्शक आहेत. १९८० च्या दशकाच्या मध्यापर्यंत ग्राफाइटची चाके इतकी सर्वत्र वापरली जात नव्हती. परंतु हे दोन्ही भाग एकमेकांच्या ऐवजी वापरता येत असल्यामुळे बऱ्याच वेळा सर्फिंग करणारे अशी चाके बदलतात किंवा नवीन लावत असत. यामुळे पुराव्यातील स्केटिंगच्या फळीचे उत्पादन नक्की केव्हा झाले हे सांगणे अशक्य आहे. पण अधिक पुरावा मिळेपर्यंत, फेब्रुवारी १९७८ ते जून १९८६ हा उत्पादनाच्या कालावधीचा सर्वांत योग्य अंदाज आहे.

बॉशने तो अहवाल परत पाकिटात घालून पाकीट टेबलावर ठेवून दिले. तसा तो अहवाल पूर्ण निष्कर्षापर्यंत पोहचला नव्हता, परंतु बॉशच्या मते जेस्परने स्केटिंगच्या फळीविषयी जे लिहिले होते त्यावरून ती आर्थर डेलाक्रुवाची नसावी, असा अंदाज ध्वनित होत होता. त्याच्या विचाराप्रमाणे, त्या मुलाच्या खून प्रकरणात निकोल्स ट्रेंटला दोषी ठरवण्यापेक्षा हा अहवाल निर्दोषीच ठरवण्याकडे झुकला होता.

सकाळी बॉश त्याचे निष्कर्ष टाइप करून एक अहवाल तयार करणार होता आणि वर उपप्रमुख आयर्व्हिंगकडे पाठवण्यासाठी लेफ्टनंट बिलेट्स्‌ला देणार होता.

अशा प्रकारे शोधकार्याचा त्याचा विचार थांबवण्यासाठीच जणू ठाण्याच्या मागच्या दारांच्या उघडण्याचा आवाज हॉलमध्ये घुमू लागला. बऱ्याच पुरुष हवालदारांचे मोठमोठ्यांदा आवाज येऊ लागले आणि सगळे बाहेर रात्रीच्या वर्दीवर जाऊ लागले. हजेरी संपली आणि नवीन पाळीचे पोलिस आणि अधिकारी आपण आणि बॉस लोक यांविषयी फुशारक्या मारत बाहेर निघाले. पोलिसप्रमुखांचा हुकूम असूनही बॉशने दिवे विझवले आणि टेहळणी कार्यालयाच्या पॅसेजमध्ये तो आला.

तिथल्या लहान कार्यालयात दोन पोलिस होते. लेन्कॉव्ह काम संपवून घरी चालला होता आणि रेनशॉ आपली पाळी नुकतीच सुरू करीत होती. बॉशला इतक्या रात्री उशिरा तिथे पाहून त्यांना आश्चर्य वाटले, पण तो तिथे ठाण्यात आता काय करतो आहे हे त्यांनी विचारले नाही.

बॉश म्हणाला, ''मग काय, आमचा दोस्त जॉनी स्टोक्सबद्दल काही समजलं का ?''

लेन्कॉव्ह म्हणाला, ''अजून काही नाही, पण आम्ही तपास करीत आहोत. आम्ही सर्व ठाण्यांवर हजेरीच्या वेळी ही माहिती देत आहोत आणि गाड्यांवर त्याचा फोटो लागला आहे. तेव्हा...''

''मग मला कळवा.''

''ठीक आहे, आम्ही कळवू.''

रेनशॉने मान डोलावून संमती दर्शवली.

ज्युलीया ब्रशर आपले काम संपवून तिथे येऊन गेली का असे विचारावे असे बॉशला वाटत होते. पण त्याने आपला विचार बदलला. रेनशॉ आणि लेन्कॉव्ह यांचे धन्यवाद मानून तो पॅसेजमध्ये परत आला. ते दोघे तो तिथून जाण्याचीच वाट पाहत होते की काय असे त्यांच्या बोलण्यावरून वाटत होते. बॉशला हे समजलं कारण त्याच्याविषयी आणि ज्युलियाविषयी बरीच चर्चा

चालू झाली होती. ज्युलिया आपलं काम संपवून तिथे येणार आहे हे कदाचित त्यांना ठाऊक असावे आणि ती दोघे एकत्र असताना आपण तिथे थांबणं बरोबर नाही असा त्यांनी विचार केला असावा. पोलिस खात्याच्या नियमांचा भंग करणाऱ्या अशा घटनेला त्यांना वरचे अधिकारी म्हणून साक्ष द्यावी लागली असती. हा नियम अगदी गौण असला आणि त्याची अंमलबजावणी क्वचितच होत असली तरी त्यांनी हा नियमभंग दुर्लक्षणे आणि दुसरीकडे पहायला लागणे जास्त उचित ठरले असते.

बॉश मागच्या दरवाजातून गाडीतळाच्या ठिकाणी आला. ज्युलिया तिच्या चौकीच्या प्रसाधनगृहात होती, अजून कामावर होती की येऊन गेली होती याची त्याला काहीच कल्पना नव्हती. पाळी बदलायची वेळ मागेपुढे होऊ शकते. तुमच्या जागी दुसरे कुणी येईपर्यंत वरचा अधिकारी तुम्हांला सुटी देत नाही.

बॉशला ज्युलियाची गाडी तिथे दिसली आणि त्याला कळले की त्यांची चुकामूक झालेली नाही. तो परत ठाण्यापाशी जाऊन कोड ७ या आपल्या ठरलेल्या बाकड्याकडे निघाला. पण तो तिथे पोहचला तेव्हा ज्युलिया आधीच तिथे बसलेली होती. प्रसाधनगृहात शॉवर घेऊन आल्यामुळे तिचे केस ओले दिसत होते. तिने फिकट झालेली निळी जीन आणि उंच गळ्याचा लांब बाह्यांचा स्वेटर घातला होता.

ज्युलिया म्हणाली, "मला कळलं की तू इथंच आहेस. मी येऊन पाहिलं तर दिवा बंद झाला होता आणि मला वाटलं, आपली चुकामूक झाली की काय?

"विभागप्रमुखांना दिवा बंद असल्याचं सांगू नकोस."

ज्युलिया हसली आणि बॉश तिच्या शेजारी बसला. तिला स्पर्श करावा असे त्याला वाटले, पण त्यांने तसे केले नाही.

बॉश म्हणाला, "किंवा दिवा बंद झाल्याचं आपणही विसरू." ज्युलियाने होकार दिला. "बऱ्याच जणांना आता माहिती झालं आहे, हो ना ?"

"हो, मला त्याविषयी तुझ्याशी बोलायचंच होतं. एखादं पेय आणतोस का?"

"हो, नक्कीच."

"चला, 'कॅट अँड फिडल' उपाहारगृहात जाऊ– मला ड्रॉयव्हिंगचा कंटाळा आला आहे."

ठाण्यात जाऊन पुढच्या दाराने बाहेर पडण्यापेक्षा बॉश व ज्युलिया यांनी पार्किंगच्या मैदानातून ठाण्याच्या बाहेरून लांबून जाणे पसंत केले. सनसेट वुलेवार्डपर्यंत दोन चौक आणि नंतर पुढे दोन चौक असे ते चालत गेले. तिची दुपारची पाळी सुरू होण्याआधी त्याच्या कार्यालयाजवळ न भेटल्याबद्दल बॉशने माफी मागितली आणि पाम स्प्रिंग्जला गेल्याची हकिकत सांगितली. चालत

असताना त्याच्या बोलण्यावर मान डोलावत ती अगदी शांत होती. बारपर्यंत पोहोचेपर्यंत मुख्य विषयाबद्दल दोघेही काहीच बोलले नाहीत. एका खोलीमध्ये फायरप्लेसजवळ ते बसले.

दोघांनीही गिनेसच्या ग्लासची ऑर्डर दिली. ज्युलियाने आपल्या हातांची घडी टेबलावर टेकवून बॉशकडे बराच वेळ टक लावून पाहिले.

"ठीक आहे हॅरी, माझं पेय मी मागवलं आहे– तू मला ते देऊ शकतोस. पण मी तुला सांगून ठेवते, जर तू म्हणणार असशील की, आपण केवळ मित्र म्हणून राहणार आहोत, तर बघ! मला आधी तसे बरेच मित्र आहेत."

हे ऐकून बॉशला हसू आवरेना. तिचा धीटपणा, थेट विषयाला हात घालण्याचा स्वभाव त्याला आवडला. त्याने मान हलवत म्हटले, "नाही, नाही, ज्युलिया, मी तुझा मित्र नाही– अजिबात नाही."

हात लांब करून बॉशने ज्युलियाचा हात दाबला. नकळतच त्याने आपल्या ठाण्यातील कुणी दुपारचं पेय घेण्यासाठी तिथे आले तर नाही ना याची इकडे-तिकडे बघून खात्री करून घेतली. त्याला ओळखीचे कुणीच दिसले नाही आणि त्याने ज्युलियाकडे परत वळून पाहिले.

"मला फक्त तुझ्याबरोबर राहवंसं वाटतं. आत्तापर्यंत चाललं आहे तसं..."

"उत्तम, मलाही तसंच वाटतं."

"हो, पण आपण काळजी घ्यायला पाहिजे. तुला या खात्यात फारसे दिवस झाले नाहीत. मी बरेच दिवस काढले आहेत आणि इथे काय चालतं मला माहीत आहे. तेव्हा सगळा दोष माझाच आहे. त्या दिवशी पहिल्या रात्री आपण तुझी गाडी ठाण्याच्या आवारात राहू द्यायला नको होती."

"जर त्यांना एवढा पण विनोद कळत नसेल तर गेले खड्ड्यात !"

"नाही म्हणजे..."

बारमधील वेटरने गिनेसचे चित्र असलेल्या लहानशा कागदी तबकड्यांवर बियरचे ग्लास ठेवेपर्यंत बॉश थांबला.

पुन्हा ज्युलिया आणि बॉश दोघेच तिथे राहिल्यावर तो म्हणाला, "ज्युलिया, तसं नाही. जर आपण असंच चालू ठेवणार असू तर आपल्याला जास्त काळजीपूर्वक राहायला हवं. आपल्याला गुप्तपणे भेटायला पाहिजे म्हणजे या बाकावर भेटणं, चिठ्ठ्या पाठवणं असं काहीही यापुढे करता येणार नाही. इतर पोलिस कर्मचाऱ्यांची ये-जा असल्यामुळे आपल्याला इथेही भेटता येणार नाही. आपल्याला सर्व अगदीच गुप्त ठेवायला हवं. आपण विभागीय कार्यालयाच्या बाहेरच भेटायचं आणि बाहेरच बोलायचं."

"तू असं बोलतो आहेस की आपण जणू शत्रूचे गुप्तहेर आहोत की काय."

बॉशने त्याचा ग्लास उचलला. तिच्या ग्लासशी भिडवला आणि बियरचा एक मोठा घुटका घेतला. दिवसभर खूप काम पडल्यानंतर बियरचा घुटका खूप सुखद वाटला. त्याने जांभई रोखण्याचा प्रयत्न केला. ज्युलियाच्या ते लक्षात आले आणि तिनेही तेच केले.

"गुप्तहेर ? ते काही फार चुकीचं नाही, तू विसरते आहेस आहे की मी या खात्यात पंचवीस वर्षांपेक्षा जास्त दिवस आहे. तू तर एक नवीन रंगरूट आहेस. अजून बाळ आहेस. तू आत्तापर्यंत जितक्या जणांना पकडलं असशील त्यापेक्षा कितीतरी जास्त शत्रू मला आपल्याच खात्यात आहेत. या खात्यातल्या काही लोकांना मला खाली खेचण्याची कुठलीही संधी हवीच असते. मी माझीच स्वत:ची चिंता जास्त करतो, असं तुला वाटत असेल, पण गोष्ट अशी आहे की, मला पकडण्यासाठी त्यांना एखाद्या नवीन भरती झालेल्या तुझ्यासारख्या कर्मचाऱ्याच्या मागे पडावं लागलं तर ते हात धुऊन तुझ्या पाठी पडतील. मला खात्री आहे, अगदी हात धुऊन !"

ज्युलियाने मान खाली घालून दोन्हीकडे पाहिले.

"बरंय हॅरी, म्हणजे मला म्हणायचंय, 'सिक्रेट एजंट डबल झिरो पंचेचाळीस."

बॉशने हसून मान डोलावली.

"हो, तुला हा सगळा विनोद वाटतोय, नाही का ? अंतर्गत चौकशीविभागाकडून तुला पत्र येईपर्यंत थांब. मग तुझ्या डोक्यात प्रकाश पडेल."

"चल, चल, मला काही हा विनोद वाटत नाहीये. मला फक्त गंमत वाटतीयं."

दोघांनीही आपापली बियर संपवली. बॉश मागे रेलून आरामात बसायचा प्रयत्न करू लागला. शेकोटीची ऊब छान वाटत होती. ते आधी झपाझप चालत आले होते. त्याने ज्युलियाकडे पाहिले आणि त्याचे एखादे गुपित माहीत असल्यासारखी ती हसू लागली.

"काय झालं ?"

"काही नाही. तू लगेच किती अस्वस्थ होतोस ?"

"मी फक्त तुला संभाळून घ्यायचा प्रयत्न करत होतो इतकंच. मला नोकरीमध्ये पंचवीसपेक्षा जास्त वर्षं झाली आहेत. त्यामुळे मला काही फरक पडत नाही."

"याचा अर्थ काय ? मी लोकांना बोलताना ऐकलं आहे... पंचवीसपेक्षा जास्त वर्षं म्हणजे त्यांना कुणी धक्का लावू शकत नाही की काय ?"

बॉशने नकारार्थी मान हलविली.

"हात लावू शकत नाही असा कुणीच नसतो, पण तुमची पंचवीस वर्षं नोकरी झाली की पेन्शनच्या तक्त्यामध्ये तुमचा नंबर वरती लागतो. मग तुम्ही

पंचवीस वर्षांनी किंवा पस्तीस वर्षांनी नोकरी सोडली तरी काही फरक पडत नाही. तुम्हांला तेवढंच पेन्शन मिळतं. तेव्हा पंचवीस वर्षं याचा अर्थ तुम्हांला 'काय होणार आहे' म्हणायला जागा असते. तुम्हांला ते लोक कसे वागतात हे आवडत नसेल, तर केव्हाही तुम्ही राजीनामा देऊन बाय बाय करू शकता. कारण तुम्हांला पगार आणि इतर सवलती यांची एवढी पर्वा नसते."

ती वेटर टेबलाजवळ परत आली आणि पॉपकॉर्नची बशी तिने पुढे ठेवली. ज्युलियाने थोडा वेळ जाऊ दिला आणि नंतर खाली वाकून आपली हनुवटी बियरच्या ग्लासला जवळजवळ टेकवून ती म्हणाली, "मग तू आता नोकरी कशासाठी करतो आहेस ?"

बॉशने खांदे उडवून आपल्या ग्लासकडे पाहिले.

"मला असं वाटतं की या कामामुळे कदाचित... काही फार मोठं काम किंवा मर्दानगीची अपेक्षा नाही, पण या बिघडलेल्या जगात अधूनमधून चांगल्या गोष्टी करण्याची संधी मिळावी असं वाटतं."

बॉशने धूसर झालेल्या आपल्या ग्लासवर अंगठ्याने वेगवेगळे आकार काढले. ग्लासवरील नजर दूर न करता तो पुढे बोलू लागला,

"उदाहरणार्थ हे प्रकरण..."

'त्याचं काय ?"

"जर आम्ही शोध घेऊन हे प्रकरण धसास लावलं तर त्या मुलावर जो काही अन्याय झाला तो थोडाफार दूर करण्याचं श्रेय आम्हांला मिळू शकेल. मला आता माहीत नाही, पण जगाच्या दृष्टीने थोडी का होईना पण काहीतरी त्याला किंमत असेल."

गॉलिव्हरने सकाळी दाखवलेली कवटी त्याला आठवली. नऊ हजार वर्षांपूर्वी खून झालेल्या व्यक्तीला पुरून ठेवल्याची कहाणी. एक मोठी हाडांची नगरी आणि अजून ती सर्व जमिनीच्या बाहेर यायची आहेत– पण कशासाठी? कदाचित कुणालाच कशाची पर्वा नाही.

बॉश म्हणाला, "मला ठाऊक नाही, पण दूरवरचा विचार केला तर कदाचित याला काहीच अर्थ नाही. आत्मघातकी दहशतवादी न्यूयॉर्कवर हल्ला करतात आणि सकाळच्या कॉफीचा पहिला कप घेण्याआधी तीन हजार माणसं खलास होतात. तेव्हा इतक्या पूर्वी गाडल्या गेलेल्या एखाद्या सांगाड्याचा शोध लागल्याने काय फरक पडणार आहे ?"

ज्युलिया निर्मळपणे हसली व पटल्यासारखे तिने मान डोलावली.

"हॅरी, इतक्या अस्तित्ववादाने माझ्याशी बोलू नकोस. महत्त्वाची गोष्ट ही आहे की तुला त्यात काहीतरी विशेष वाटतं आहे. आणि तुला जर त्यात काही

विशेष वाटत असेल तर शक्य आहे ते करणं तुझ्या दृष्टीनं महत्त्वाचं आहे. जगात कुठे काहीही घडो, पण जगात मर्दानगी गाजवणाऱ्यांची सतत गरज असते. मला पण कधी अशी संधी मिळेल अशी मी आशा करतो.''

''कदाचित मिळेलही.''

बॉशने ज्युलियाशी नजर न भिडवता, मान डोलावली आणि आपल्या ग्लासबरोबर खेळत राहिला.

''तुला टीव्हीवर आलेली ती जाहिरात आठवते का ?'' एक म्हातारी बाई रस्त्यावर पडलेली दाखवली आहे आणि ती म्हणते, 'मी इथे पडले आहे आणि इथून उठू शकत नाही,' आणि सगळेजण तिच्याकडे पाहून हसतात.''

''मला आठवते, व्हेनिस समुद्रकिनाऱ्यावर अशा अर्थाचे शब्द लिहिलेले टी-शर्ट विकायला असतात.''

''हो, म्हणजे कधी कधी मला असंच वाटू लागतं म्हणजे 'पंचवीसपेक्षा जास्त' विषयी. कधीतरी कुठे पडल्याधडल्याशिवाय तुम्ही इतकं दूर जाऊ शकत नाही. ज्युलिया, तुम्ही खाली पडता, चुकता आणि काही वेळा असं वाटू लागतं की आता उठता येणार नाही.''

बॉशने स्वत:शीच मान डोलावली.

''पण मध्येच कधीतरी नशीब उघडतं आणि एखादं प्रकरण उभं राहतं. तुम्ही स्वत:शी म्हणता- 'बस, हीच एक संधी आहे.' तुम्हांला ते जाणवतं- याच संधीचा फायदा घेऊन तुम्हांला वर उठता येईल.''

''यालाच पापमुक्ती म्हणतात हॅरी, तुला ते गाणं ठाऊक आहे?

''Everybody wants a shot at it'?''

''हो, तसंच जवळपास, हो.''

''आणि कदाचित हे प्रकरण म्हणजे तुझी संधी आहे.''

''हो, मला वाटतं, माझी तशी आशा आहे.''

''मग तर आता पापमुक्तीसाठी शुभेच्छा.''

ज्युलियाने तिचा ग्लास भिडवण्यासाठी वर धरला.

बॉश म्हणाला, ''होल्ड फास्ट.''

ज्युलियाने त्याच्या ग्लासला आपला ग्लास भिडवला. तिच्या ग्लासमधली थोडी बिअर त्याच्या जवळजवळ रिकाम्या ग्लासमध्ये पडली.

''सॉरी, मला याचा नीट सराव करायला हवा.''

''ठीक आहे, मला आणखी थोडी बिअर हवीच होती.''

बॉशने ग्लास उचलून रिकामा केला. ग्लास ठेवून त्याने आपल्या हाताने तोंड पुसले.

बॉशने विचारले, ''मग तू माझ्याबरोबर घरी येणार आहेस?''

ज्युलियाने मान हलवली.

''नाही, तुझ्याबरोबर नाही.''

बॉश नाराज झाला. त्याने थेट विचारल्यामुळे ज्युलियाला राग आला की काय असे त्याला वाटू लागले.

ज्युलिया म्हणाली, ''मी तुझ्यापाठोपाठ तुझ्या घरी येणार आहे. आठवलं का? गाडी अशी ऑफिसच्या जवळ लावून चालणार नाही. सगळं काही गुप्त राहिलं पाहिजे– यापुढे फक्त आळीमिळी गुप चिळी!''

बॉश हसू लागला. ज्युलियाचे हसू आणि बिअर यांचा त्याच्यावर जादूसारखा परिणाम झाला.

''मला तू बरोबर पकडलंस.''

''म्हणजे तू हे दुहेरी अर्थानं बोलतो आहेस असं.''

''मी समजते.''

◆

२१.

लेफ्ट. बिलेट्सने भरवलेल्या बैठकीसाठी बॉश तिच्या कार्यालयात जरा उशिराच पोहोचला. कधी नव्हे तो एडगर तिथे आधीच आलेला होता. शिवाय प्रसिद्धी विभागातील मदिनापण तिथे होता. हातात धरलेल्या पेन्सिलच्या टोकाने दाखवून बिलेट्सने त्याला बसायला सांगितले. मग फोन उचलून तिने एक नंबर फिरवला.

पलीकडे फोन उचलल्यावर ती म्हणाली, ''मी लेफ्ट बिलेट्स बोलतेय. विभागप्रमुख आयर्व्हिंगना सांगा की आम्ही सगळे इथे आलो आहोत आणि बैठकीची तयारी झाली आहे.''

बॉशने एडगरकडे पाहिले आणि भुवया उंचावल्या म्हणजे अजून उपप्रमुखांचे या प्रकरणात थेट लक्ष होते तर.

बिलेट्सने फोन ठेवला आणि म्हणाली, ''तो आपल्याला परत फोन करणार आहे आणि मी स्पीकर लावला आहे.''

बॉशने विचारले, ''त्यांचं ऐकण्यासाठी की सांगण्यासाठी ?''

''कुणास ठाऊक ?''

मदिना म्हणाला, "आपण त्यांची वाट पाहत आहोत तोपर्यंत तुम्ही लोकांनी एका माणसाविषयी जी जहिरात केली होती त्याच्याबद्दल काही फोन आले होते त्यांची माहिती देते. म्हणजे जॉन स्टोक्स नावाच्या व्यक्तीबद्दल ? माहितीचं मी काय करावं असं तुम्हांला वाटतं ? तो एक नवीन संशयित आहे का ?"

बॉशला राग आला. 'यांना तुम्ही पाहिलंत का' अशी केलेली जाहिरात प्रसिद्धीमाध्यमांपर्यंत पोहोचणार हे त्याला माहीत होते, पण इतक्या लवकर हे घडेल अशी त्याची अपेक्षा नव्हती.

बॉश मदिनाला म्हणाला, "नाही, तो अजिबात संशयित नाही. आणि वार्ताहरांनी ट्रेंटची जशी वाट लावली तशीच याची पण लावली, तर आम्हांला तो कधीच सापडणार नाही. आम्हांला चौकशी करण्यासाठी तो हवा आहे इतकंच. बळी पडलेल्या व्यक्तीला तो ओळखत होता. खूप वर्षांपूर्वी."

"म्हणजे, तुम्हांला मृत व्यक्तीची ओळख पटलेली आहे ?"

बॉश काही बोलायच्या आत फोन वाजला. बिलेट्सने फोन घेतला आणि उपप्रमुखांच्या फोनसाठी स्पीकर चालू केला.

"साहेब, डिटेक्टिव्ह बॉश आणि एडगर प्रसिद्धीखात्याच्या अधिकारी मदिना यांच्याबरोबर इथे आले आहेत."

"उत्तम." फोनच्या पलीकडून आयर्व्हिंग यांचा आवाज गरजला, "कुठवर आलो आहोत आपण?"

बिलेट्सने आवाज कमी करण्याचे बटण दाबले. ती म्हणाली, "हॅरी, तू का नाही उत्तर देत?"

बॉशने कोटाच्या आतल्या खिशातून वही काढली, पण त्याला बराच वेळ लागला. पार्कर सेंटरवरील आपल्या एकदम स्वच्छ काचेच्या टेबलापलीकडे बसलेले आयर्व्हिंगसाहेब फोनवर एका कुणाच्या बोलण्याची वाट पहात आहे या कल्पनेने बॉशला बरे वाटले. ज्युलियाबरोबर सकाळी नाश्ता घेताना त्याने ज्या पानावर टिपणे काढली होती ते वहीचे पान बॉशने उघडले.

आयर्व्हिंग म्हणाले, "डिटेक्टिव्ह बॉश, तुम्ही ऐकता आहात ना ?"

"होय साहेब, मी इथंच आहे. मी माझी टिपणं जरा पहात होतो. हं. मुख्य महत्त्वाची गोष्ट म्हणजे बळी पडलेल्या व्यक्तीची आपल्याला निश्चितच ओळख पटली आहे. त्याचं नाव आर्थर डेलाक्रुवा आहे. तो चार मे एकोणीसशे ऐंशी रोजी मिरॅकल माइल भागातील आपल्या घरातून बेपत्ता झाला. त्या वेळी तो बारा वर्षांचा होता."

बॉश आणखी प्रश्नांची वाट पहात बोलायचे मध्येच थांबला. मदिनाने ते नाव लिहून घेतल्याचे त्याच्या लक्षात आले.

बॉश म्हणाला, ''अजून ते जाहीर करावं असं मला वाटत नाही.''

आयर्व्हिंगनी विचारले, ''असं का बरं ? म्हणजे ओळख अगदी खात्रीने पटली नाही असं म्हणायचं आहे का ?''

''नाही तसं नाही, साहेब, आम्हांला पूर्ण खात्री आहे. फक्त एवढंच की आताच जर नाव जाहीर केलं तर आपण कुठल्या दिशेने चाललो आहोत हे जगजाहीर होईल.''

''म्हणजे कुठली दिशा ?''

''म्हणजे असं की, आपल्याला खात्री आहे की निकोलस ट्रेंट या प्रकरणात निर्दोषी आहे– म्हणून आपण इतरत्र तपास करीत आहोत. शवविच्छेदन आणि हाडांना झालेली इजा यावरून लहान मुलाचा शारीरिक छळ लहानपणापासून झालेला स्पष्ट दिसतो आहे. त्याची आई त्या वेळी तिथं नव्हती म्हणून आपण वडिलांवर लक्ष केंद्रित करीत आहोत. आपण अजून त्यांना भेटलो नाही. आपण धागेदोरे गोळा करीत आहोत. जर आपण मुलाची ओळख पटल्याचं जाहीर केलं आणि त्याच्या वडिलांनी ते पाहिलं तर आधीच आपण त्यांना सावध केल्यासारखं होईल.''

''पण त्याने जर त्या मुलाला तिथे पुरलं असेल तर तो आधीच सावध झाला असणार !''

''हो, थोड्या प्रमाणात. पण त्याला ठाऊक आहे की आपल्याला जोपर्यंत खात्रीशीर पुरावा मिळून ओळख पटत नाही, तोपर्यंत त्याचे नाव या गुन्ह्याशी जोडणार नाही. ओळख पटण्याची अधिकृत खात्री होईपर्यंत त्याला सुरक्षित वाटत राहील आणि तोपर्यंत आपल्याला त्याची अधिक माहिती काढता येईल.''

आयर्व्हिंग म्हणाले, ''समजलं.''

ते सर्व काही क्षण शांत राहिले. बॉशला वाटले, आयर्व्हिंग दुसरे काहीतरी सांगू लागतील, पण ते बोललेच नाहीत. बॉशने बिलेट्सकडे पाहून आता पुढे काय ? अशा प्रश्नार्थी हातवारे केले. तिने फक्त खांदे उडवले.

बॉश म्हणाला, ''मग आपण हे आता जाहीर करीत नाही आहोत.''

आयर्व्हिंग म्हणाले, ''मला वाटतं तेच आता शहाणपणाचे ठरेल.''

मदिनाने नाव लिहिलेले त्याच्या वहीतले पान फाडून टाकले आणि त्याचा गोळा करून कोपऱ्यातल्या कचरापेटीत टाकला. त्याने विचारले, ''दुसरं आपण प्रसिद्धीला देऊ शकू असं काही आहे का ?''

बॉश पटकन म्हणाला, ''हो, आपण ट्रेंटला यातनं बाहेर काढू शकू.'' आयर्व्हिंग तितक्याच पटकन म्हणाले, ''नाही– आपण ते सगळ्यात शेवटी ठेवू. जेव्हा कदाचित तुझी फिर्याद उभी राहील तेव्हा आपण बाकीच्यांना सोडून देऊ.''

बॉशने एडगरकडे आणि नंतर बिलेट्सकडे पाहिले. तो म्हणाला, "साहेब, आपण तसं केलं तर आपल्या या प्रकरणात आपलंच नुकसान होईल."

"ते कसं ?"

"हे एक जुनं प्रकरण आहे. जेवढं प्रकरण जुनं तेवढा अंदाज पण दूरचाच असतो. आपण यात नशिबाची परीक्षा पाहू शकत नाही. जर आपण जाहीरपणे ट्रेंट निर्दोष आहे हे आताच सांगितलं नाही, तर शेवटी आपण ज्या व्यक्तीला पकडणार आहोत त्याला आपण युक्तिवादाची एक संधी देत आहोत. तो ट्रेंटकडे बोट दाखवून म्हणू शकेल की तो लहान मुलांचा छळ करणारा माणूस आहे आणि त्यानेच हे सर्व केलं."

"पण आपण ट्रेंटला आता किंवा नंतर केव्हाही निर्दोष ठरवलं तरी तो तसंच म्हणणार."

बॉशने होकार दिला.

"ते बरोबर आहे, पण खटल्याच्या वेळी साक्ष देण्याच्या दृष्टीने मी म्हणतो आहे. मला त्या वेळी असं सांगता आलं पाहिजे की आम्ही ट्रेंटची चौकशी केली आणि लगेचच त्याला दोषमुक्त केलं. प्रतिपक्षाच्या वकिलानं इतक्या पटकन त्याला दोषमुक्त ठरवल्यावर ते जाहीर करायला एक-दोन आठवडे का लागले असं मला विचारायला नको. साहेब, मला असं वाटतं की आपण काही लपवत असल्यासारखं ते दिसेल. अर्थात ही लहानशी गोष्ट आहे, पण तिचा परिणाम मोठा होऊ शकेल. ज्युरीमध्ये असलेल्या व्यक्ती साधारणपणे पोलिसांवर विशेषत: लॉस एंजलिसच्या पोलिस खात्यातील पोलिसांवर अविश्वास दाखविण्यासाठी कारणं शोधत असतात..."

"ठीक आहे, डिटेक्टिव्ह बॉश, तुम्ही तुमचा मुद्दा मांडलात, पण माझा निर्णय कायम आहे. ट्रेंटबद्दल आपण काहीही व्यक्तव्य देणार नाही आहोत. आता तर नाहीच, पण आपल्याला दाट संशय असलेली व्यक्ती सापडेपर्यंत नाही."

बॉशने मान हलवून तो खुर्चीत रेलला.

आयर्विंग म्हणाले, "आणखी काय ? मोठ्या साहेबांशी दोन मिनिटांनी माझी मिटिंग आहे."

बॉशने बिलेट्सकडे पाहून नकारार्थी मान हलवली. सांगण्यासारखं आणखी त्याच्याकडे काही नव्हते.

बिलेट्स म्हणाली, "साहेब, मला असं वाटतं की सर्वसाधारणपणे आत्ता सांगितलं तशीच परिस्थिती आहे."

"डिटेक्टिव्ह, त्याच्या वडिलांना भेटायचं तुम्ही केव्हा ठरवलं आहे ?" बॉशने एडगरकडे मान वळवली.

"साहेब, मी डिटेक्टिव्ह एडगर बोलतोय. त्याच्या वडिलांना भेटण्याआधी कुणा एका महत्त्वाच्या साक्षीदाराशी बोलता येईल का याचा आम्ही तपास करीत आहोत. त्या मुलाचा तो लहानपणचा मित्र असू शकेल. आम्हांला असं वाटतं, लहानपणी झालेल्या त्या छळाची माहिती अशा मित्राला असेल. त्यासाठी आजचा दिवस घालवायचा आम्ही ठरवलं आहे. आम्हांला वाटतं की तो इथं हॉलिवूडमध्येच आहे आणि त्याच्यावर बरेच जण नजर ठेवून आहेत..."

"हो, ते पण ठीक आहे डिटेक्टिव्ह, आपण हे बोलणं उद्या सकाळी पुढे चालू ठेवू."

बिलेट्स म्हणाली, "होय, साहेब, परत सकाळी साडेनऊ वाजता ?"

या प्रश्नाला उत्तर मिळाले नाही.

आयर्विंग आधीच निघून गेले होते.

◆

३०.

सगळे तपशील पूर्ण करण्यात आणि खून-प्रकरणाच्या वहीत अद्ययावत माहिती घालून ती पूर्ण करण्यात बॉश आणि एडगर यांनी सकाळचा वेळ घालवला. त्यांनी सोमवारी सकाळी आज्ञापत्रके पाठवून निरनिराळ्या इस्पितळांना जुनी माहिती काढण्याची विनंती केली होती. ती विनंती रद्द करण्यासाठी त्यांनी सर्व इस्पितळांना फोन केले. दुपार होईपर्यंत बॉशला ऑफिसमधल्या कामाचा कंटाळा आला आणि आपल्याला बाहेर पडायचे आहे असे त्याने जाहीर केले.

एडगरने विचारले, "तुला कुठं जायचं आहे ?"

बॉश म्हणाला, "मला वाट पाहायचा कंटाळा आला आहे. चल, आपण त्याला शोधू या."

बॉश व एडगर यांनी एडगरची स्वत:ची गाडी घेतली कारण तिच्यावर पोलिसांचे चिन्ह नव्हते आणि खात्याच्या गाड्यांपैकी गुप्तचर खात्याची एकही गाडी जागेवर नव्हती. त्यांनी खोऱ्यामधील १०१ अप हा रस्ता धरला आणि मग व्हॅन नुयमध्ये वळेपर्यंत ४०५ उत्तर हा महामार्ग पकडला. व्हिक्टरीच्या जवळ असलेल्या सेपुलवेडा या ठिकाणी मँचेस्टर ट्रेलर पार्क होता. ते एकदा त्याच्यावरून पुढे गेले, मग परत आले आणि आत शिरले.

तिथे गेटवर चौकी नव्हती, फक्त पिवळ्या रंगातला गतिविरोधक होता. इस्टेटभोवती गोलाकार असा ट्रेलर पार्कचा मुख्य रस्ता होता. सॅम डेलाक्रुवाचा ट्रेलर सगळ्यात शेवटी होता. महामार्गाला लागून २० फुटी ध्वनिसंरक्षक भिंतीला तो ट्रेलर लावला होता. महामार्गावर सतत चालणाऱ्या वाहनांचा आवाज रोखण्यासाठी ती भिंत होती. पण त्यामुळे तो आवाज दुसरीकडे वळायचा, पण पूर्ण बंद होत नव्हता.

तो ट्रेलर एकेरी पदराचा असून स्टीलच्या पत्र्यांवर लावलेल्या ॲल्युमिनियमच्या थरांवरून गंजाचे डाग मधूनमधून दिसत होते. जवळच एका लहानशा मांडवाखाली पिकनिकचे टेबल आणि कोळशावर चालणारी ग्रिल ठेवली होती. तंबूच्या एका खांबापासून जवळच्या ट्रेलरच्या कोपऱ्यापर्यंत कपडे वाळत घालायची दोरी टांगली होती. लहानशा अंगणाच्या मागच्या बाजूला ध्वनिरक्षक भिंतीला लागून एक सामान ठेवण्याची ॲल्युमिनियमची आऊटहाऊसएवढी खोली होती.

ट्रेलरचे दार आणि खिडक्या बंद होत्या. पार्किंगसाठी असलेल्या एका जागेत कुठलीही गाडी नव्हती. एडगरने ताशी ५ मैल या वेगाने स्वत:ची गाडी चालूच ठेवली.

''घरी कुणी आहे असं दिसत नाही.''

बॉश म्हणाला, ''ड्रायव्हिंग रेंजवर जाऊन बघू. म्हणजे तिथे तो असला तर तू बादलीभर गोल्फचे चेंडू मारू शकशील.''

''सराव करायला मला नेहमीच आवडतं.''

बॉश आणि एडगर तिथे पोचले तेव्हा गोल्फकोर्सवर थोडेच खेळाडू होते. पण सकाळी मात्र गजबज असावी असे वाटत होते. जवळजवळ ३०० यार्ड पसरलेल्या आणि ट्रेलरपार्कच्या त्याच ध्वनिरक्षक भिंतीपर्यंत गेलेल्या संपूर्ण कोर्सवर गोल्फचे चेंडू इतस्तत: पडले होते. मैदानाच्या दुसऱ्या टोकाला उंच खांबांवर महामार्गावरून जाणाऱ्या वाहनचालकांचे गोल्फच्या लांबच्या शॉटपासून संरक्षण व्हावे म्हणून एक जाळी लावली होती. गोल्फ कोर्सच्या पलीकडच्या टोकाला बॉल गोळा करणारा एक लहानसा ट्रॅक्टर हळूहळू चालला होता. त्याच्या ड्रायव्हरभोवती सुद्धा एक संरक्षक जाळी होती.

बॉश एकटाच हे दृश्य काही वेळ बघत राहिला. तेवढ्यात आपल्या गाडीच्या डिकीत असलेली गोल्फची बॅग आणि अर्धा भरलेला बॉलचा डबा घेऊन आला.

एडगर म्हणाला, ''मला वाटतं, तो हाच असावा.''

''हो, बरोबर आहे.''

बॉश थोडे दूर जाऊन एका बाकावर बसला आणि हिरवळीवरून खाली

चेंडू फटकावत असलेल्या आपल्या सहकाऱ्याकडे बघत बसला. एडगरने आपला टाय आणि कोट काढून ठेवला होता. तो तिथे चुकून आल्यासारखा दिसत नव्हता. थोड्या पलीकडच्या हिरवळीवर सूटपँट आणि बटणांचा शर्ट घातलेले दोघेजण ऑफिसमधल्या जेवणाच्या वेळात सराव करण्यासाठी बॉल फटकावत असताना त्याला दिसले.

एडगरने आपली बॅग लाकडी स्टँडवर अडकवली आणि त्याची एक बॅट घेतली. बॅगमधून एक मोजा चढवून त्याने काही वेळ फटका मारण्याची नुसतीच ॲक्शन केली आणि मग बॉल मारायला सुरुवात केली. काही फटके जमिनीवरच गेले. त्यामुळे त्याने स्वत:लाच नावे ठेवली. नंतर मात्र त्याचे बॉल उंच जाऊ लागले आणि तो स्वत:शीच खूष झाला.

बॉशला गंमत वाटली. तो आयुष्यात एकदाही गोल्फ खेळला नव्हता आणि बऱ्याच जणांना त्याचे एवढे आकर्षण का वाटते हे त्याला कळत नव्हते. खरे तर त्याच्या विभागातील बहुतेक डिटेक्टिव्ह गंभीरपणे गोल्फ खेळायचे आणि त्या प्रांतात नेहमीच पोलिसांच्या गोल्फच्या स्पर्धा व्हायच्या. बॉल किती उंच जातो आहे हे जरी महत्त्वाचं नसलं तरी खेळताना एडगर उत्साहित झाल्याचे पाहून त्याला मजा वाटली.

एडगर आता तयार होऊन नेम धरायला एकदम सज्ज झाला, असे वाटून बॉश म्हणाला, "त्याला एक फटका मार बघू."

एडगर म्हणाला, "हॅरी, तू गोल्फ खेळत नाहीस मला ठाऊक आहे, पण मी तुला काहीतरी नवीन सांगतो. गोल्फ खेळताना तुम्ही एखाद्या झेंड्याला किंवा दांडीला लक्ष्य करता. गोल्फमध्ये अशी हलणारी लक्ष्यं नसतात."

"मग आपल्या देशाचे माजी राष्ट्राध्यक्ष गोल्फ खेळताना लोकांनाच का बरं फटके मारतात ?"

"कारण त्यांना सगळं माफ असतं म्हणून."

"नाही, पण तू म्हणाला होतास की, प्रत्येकजण त्या ट्रॅक्टरमध्ये बसलेल्या माणसाकडे चेंडू मारण्याचा प्रयत्न करीत असतो म्हणून. एकदा तर शॉट मारून बघ."

"प्रत्येकजण म्हणजे त्यात पट्टीचे गोल्फखेळाडू येत नाहीत."

पण एडगरने आपल्या शरीराची दिशा बदलली आणि त्यावरून बॉशला समजले की कोर्सच्या टोकाशी आलेल्या आणि पूर्णपणे वळून दुसऱ्या टोकाला निघालेल्या ट्रॅक्टरच्या दिशेने त्याने नेम धरला आहे. निरनिराळ्या अंतरावर केलेल्या खुणांप्रमाणे ट्रॅक्टर जवळजवळ १४० यार्ड लांब असावा.

एडगरने बॅट फिरवली, पण चेंडू पुन्हा सरपटीच गेला.

"हत्तेरी! पाहिलंस हॅरी, अशामुळे माझा खेळ बिघडतो."
बॉश हसू लागला.
"तू का बरं हसतो आहेस ?"
"हा केवळ एक खेळ आहे, चल, परत नेम धर."
"जाऊ दे, हे फारच पोरकटपणाचं झालं."
"नेम घे म्हणतो ना."

एडगर काहीच बोलला नाही. त्याने पटकन शरीर वळवून कोर्सच्या मध्यभागी आलेल्या ट्रॅक्टरवर नेम धरला. त्याने बॅट फिरवून चेंडू जोरात मारला तो एकदम उंचावरून ट्रॅक्टरच्या पलीकडे वीस फुटांवर जाऊन पडला.

बॉश म्हणाला, "उत्तम शॉट. ट्रॅक्टरवर तू नेम धरला असता तर गोष्ट वेगळी."

एडगरने त्याच्याकडे पाहिले, पण तो काही बोलला नाही. पुढची पाच मिनिटे तो ट्रॅक्टरवर सटासट चेंडू मारत राहिला, पण एकही दहा यार्डांपेक्षा जवळ पडला नाही, बॉश काहीच बोलला नाही, पण एडगरची निराशा मात्र प्रत्येक शॉटबरोबर वाढत गेली आणि तो रागावून बॉशला म्हणाला, "तुला प्रयत्न करायचा आहे?"

बॉशने कळत नसल्यासारखे दाखवले.

"ओह, म्हणजे अजून तू त्यालाच नेम धरून मारण्याचा प्रयत्न करतोयस, मला कळलंच नाही."
"चला, जाऊ या."
"पण अजून तुझे बरेच चेंडू बाकी आहेत."
"मला फिकीर नाही. या सगळ्या प्रकारात माझा खेळ एक महिनातरी मागे पडला."
"बस ?"

एडगरने रागाने आपण वापरत असलेली बॅट बॅगमध्ये ठेवून दिली आणि बॉशकडे खुनशी नजरेने पाहिले. बॉशला खळखळून हसू आले.

"चला जेटी, मला या माणसाला पहायचं आहे. अजून थोडे चेंडू तुला मारता येणार नाहीत का ? असं दिसतं आहे की त्याचं काम आता लवकरच संपणार आहे."

एडगरने कोर्सवर नजर टाकली. ट्रॅक्टर आता पन्नास यार्डांच्या खुणेजवळ होता. त्याने मागच्या भिंतीपासून सुरुवात केली असती तर त्याचे काम जवळजवळ संपल्यातच जमा होते. तिथे काही नवीन बॉल येऊन पडले नव्हते. फक्त एडगरचे आणि त्या दुसऱ्या दोन माणसांचे. त्यासाठी काही संपूर्ण कोर्सला तो अजून एक फेरी घालणे शक्यच नव्हते.

एडगर शांतपणे कबूल झाला. त्याने त्याची एक बॅट काढून कृत्रिम गवताच्या एका चौकोनावर तो आला. त्याने एक सुंदर फटका मारला आणि तो जवळजवळ ध्वनिरक्षक भिंतीपाशी पोहोचला.

एडगर म्हणाला, "टायगर वुड, माझे पाय धर."

मात्र त्याने मारलेला दुसरा शॉट टीपासून दहा फुटांवरील खऱ्या हिरवळीत पडला.

"छे!"

"जेव्हा तुम्ही खरंखुरं खेळता तेव्हा त्या कृत्रिम गवतावरून चेंडू मारता का ?"

"नाही हॅरी. ते फक्त सरावासाठी."

"ओह, म्हणजे सराव करताना तुम्ही प्रत्यक्ष खेळासारखं मारत नाही."

"हो, असंच काहीतरी."

ट्रॅक्टर कोर्समधून बाहेर आला आणि एडगरने ज्या खिडकीमधून चेंडू घेण्यासाठी पैसे भरले होते त्यामागच्या एका खोलीमध्ये शिरला. ट्रॅक्टरवरील जाळीचे दार उघडले आणि साठीतला एक गृहस्थ खाली उतरला. ट्रॅक्टरमधून जाळीचे चेंडूनी भरलेले डबे काढून त्याने ते खोलीत ठेवायला सुरुवात केली.

ते त्याच्यावर लक्ष ठेवत आहेत हे त्याला कळू नये म्हणून बॉशने एडगरला चेंडू मारणे चालूच ठेवायला सांगितले. बॉश सहजच तिकिटाच्या खिडकीपाशी गेला आणि त्याने अर्ध्या खोकाभरून चेंडूचे पैसे भरले. ट्रॅक्टर चालवीत असलेल्या माणसाच्यापासून २० फुटापर्यंत त्यामुळे त्याला जाता आलं.

तो सॅम्युएल डेलाक्रुवाच होता. एडगरने माहिती काढून त्याला दाखवली होती, त्यातील ड्रायव्हिंग लायसेन्सच्या फोटोवरून बॉशने त्याला ओळखले. एके काळी पिंगट रंगाच्या केसांचा, निळ्या डोळ्यांचा, आर्यन चेहरा असलेला आणि अठरा वर्षांच्या एका मुलीला भारून टाकणारा हा माणूस आता एखाद्या हॅम सँडविचसारखा सर्वसाधारण दिसत होता. त्याचे केस अजूनही पिंगट होते, पण ते रंगवून तसेच राहिल्याचे दिसत होते. शिवाय त्याचे टक्कल डोक्याच्या माथ्यापर्यंत आले होते. एखादा दिवस वाढलेल्या त्याच्या मिशा सूर्यप्रकाशात चमकत होत्या. वयामुळे आणि दारूमुळे त्याचे नाक सुजल्यासारखे दिसत होते आणि अयोग्य आकाराचा चष्मा वापरल्यामुळे ते मध्ये चेंदले होते. बिअरमुळे वाढलेले पोट इतके दिसत होते की अशा माणसाला कुठल्याही सैन्यातून ताबडतोब काढून टाकले असते.

"अडीच डॉलर."

बॉशने खिडकीपलीकडे बसलेल्या महिला कर्मचाऱ्यांकडे पाहिले.

"चेंडूसाठी."

"ठीक आहे."

बॉशने तिला पैसे दिले आणि हँडलला धरून चेंडूचे खोके उचलले. त्याने डेलाक्रुवाकडे शेवटची नजर टाकली आणि त्याच वेळी त्याने पण बॉशकडे बघितले. क्षणभर त्यांची नजरानजर झाली आणि मग त्याने सहजच दुसरीकडे पाहिले. तो एडगरकडे परत येत असताना त्याचा मोबाईल वाजू लागला.

बॉशने पटकन चेंडूचे खोके एडगरकडे दिले आणि मागच्या खिशातून मोबाईल बाहेर काढला. टेहाळणी पथकाच्या दिवसपाळीचा प्रमुख मंकीविझ फोनवर होता.

"बॉश, काय करतो आहेस ?"

"काही नाही, काही चेंडू फटकावतो आहे."

"वाटलंच. आम्ही सगळे काम करीत असतो आणि तुम्ही मजा करा."

"तुम्हांला आमचा माणूस सापडला ?"

"असं वाटतंय."

"कुठे ?"

"तो इथे वॉश टेरियामध्ये काम करतो म्हणजे थोडं फार मिळवतो, थोडीफार बक्षिशी मिळते."

ला ब्रेया या भागातील गाड्या धुण्यासाठी बॉशटेरिया नामक एक दुकान होते. गाड्यांना व्हॅक्युमक्लिनरने साफ करून त्या पुसून काढण्यासाठी तिथे रोजी वेतनावर काम करणारे कामगार असत. पगारापेक्षा बक्षिशीवर आणि कुणीही न पकडता गाडीतनं काही मिळते का यावर त्यांचा भर असायचा.

"कुणाला तो प्रथम सापडला ?"

"गुन्हेगारी खात्यातल्या दोघांनी त्याला शोधलं. त्यांची ऐंशी टक्के खात्री आहे. ते विचारत आहेत की यापुढची कृती त्यांनी करायची आहे की तुम्ही तिथे येऊन करणार आहात."

"त्यांना तसंच थांबायला सांगा आणि सांगा की आम्ही येतच आहोत. आणि मँक, तुला सांगू, मला असं वाटतं की हा माणूस सशासारखा चपळ आहे– जर तो पळून गेला तर जादा कुमक म्हणून तुमच्याकडे पोलिसांचा एखादा गट उपलब्ध आहे का ?"

"अं..."

थोडा वेळ फोनवर शांतता होती. बॉशला कळलं की मंकीविझ आपल्या लोकांच्या कामाच्या वाटणीचा तक्ता तपासून बघत होता.

"तुमचं नशीब जोरावर आहे. तीन ते अकरा पाळीतील दोघेजण आज

लवकर कामावर येणार आहेत. हजेरी देऊन ते पंधरा मिनिटांत हजर होतील. चालेल तुम्हांला ?''

''उत्तम. ला ब्रेया आणि सनसेट बुलेवार्ड यांच्या चौकातील चेकर्स इथल्या पार्किंगच्या मैदानात त्यांना आम्हांला भेटायला सांग. शिवाय गुन्हेगारी विभागातल्या त्या दोघांनाही तिथेच भेटायला सांग.''

बॉशने एडगरला आता लगेच निघायचे आहे अशा खूण केली. मंकीविझ म्हणाला, ''उं– एक सांगायचं होतं...''

''काय ?''

''जादा कुमक गटातील एक म्हणजे ब्रॅशर आहे. त्यामुळे काही अडचण तर निर्माण होणार नाही ना ?''

बॉश क्षणभर शांत राहिला. तिच्याऐवजी दुसऱ्या कुणाला तरी ठेव असे मंकीविझल सांगावे असे त्याला वाटले, पण ते त्याचे काम नाही हेही त्याच्या लक्षात आले. त्याच्या आणि ब्रॅशरच्या जवळीकीमुळे तो आता कामाच्या वाटणीच्या संदर्भात काही हस्तक्षेप करत असल्याचे लक्षात आले तर लगेच त्याच्यावर टीका होऊन कदाचित अंतर्गत चौकशी देखील सुरू झाली असती.

''नाही, काहीच अडचण नाही.''

''हे बघ, खरं तर मी असं करणार नव्हतो, पण ती नवीन आहे. तिच्या हातून काही काही चुका अजून होतात आणि तिला अशा अनुभवाची गरज आहे.''

''मी म्हणालो ना, काही हरकत नाही.''

◆

३१.

एडगरच्या गाडीच्या छतावर कागद ठेवून त्यांनी जॉनी स्टोक्सच्या पाठलागाची योजना तयार केली. गुन्हा खात्यातील एमन आणि लायबी यांनी एका पॅडवर बॉशाटेरिया भागाचा नकाशा काढला आणि गाडीला पॉलिश करतात त्या हॉलमध्ये जिथे त्यांनी स्टोक्सला पाहिले होते त्या जागेवर खूण केली. गाड्या धुण्याच्या या जागेच्या तीन बाजूंना काँक्रीटच्या भिंती आणि इतर इमारती होत्या. ला ब्रेयाच्या बाजूला पन्नास यार्डांवर पाच फूट उंचीची संरक्षक भिंत होती आणि दोन्ही टोकाला आत यायचा आणि बाहेर जायचा रस्ता होता. स्टोक्सने

पळून जायचे ठरवले तर तो संरक्षक भिंत चढून जाऊ शकला असता, पण त्यापेक्षाही त्याने सरळ उघड्या रस्ताकडे जाणे जास्त पसंत केले असते.

तयार केलेली योजना अगदी सोपी होती. एमन आणि लायबी यांनी त्या जागेच्या प्रवेशाचा रस्ता रोखायचा आणि ज्युलिया ब्रॅशर व तिचा सहकारी एजवुड यांनी बाहेर जायचा रस्ता संभाळायचा. बॉश आणि एडगर एडगरची गाडी घेऊन ग्राहक म्हणून आत प्रवेश करतील आणि स्टोक्सच्या दिशेने हालचाल करतील. त्यांनी रेडिओवर सूचना करण्यासाठी संकेत तयार केले– लाल रंग म्हणजे स्टोक्स पळून गेला आणि हिरवा रंग म्हणजे त्याला विरोध न होता ताब्यात घेतले.

बॉश म्हणाला, ''लक्षात ठेवा. इथल्या प्रत्येक काचा साफ करणारा, गाडी घासणारा, साबण लावणारा, व्हॅक्यूम क्लीनरने साफ करणारा– प्रत्येक जण बहुधा कुठून ना कुठून तरी पळून आलेलाच असतो– अगदीच काही नाही, तर त्याने बेकायदा प्रवेश केलेला असतो– तेव्हा, समजा काही गोंधळ न होता आपण स्टोक्सला जरी पकडलं तरी इतर जण गोंधळ घालू शकतील. गाड्यांच्या अशा गॅरेजमध्ये पोलिस येणे म्हणजे थिएटरमध्ये 'आग आग' म्हणून ओरडा झाल्यासारखे आहे. नक्की कोण आहे याची खात्री होईपर्यंत सगळे जण धावत सुटतात.''

सगळ्यांनीच मान हलवली आणि बॉशने नवीन भरती झालेल्या ज्युलियाकडे बोट दाखवले. आदल्या दिवशी रात्री ठरवल्याप्रमाणे नेहमीचे एकमेकांचे सहकारी असल्याशिवाय दुसरे कुठलेही नाते आपल्यात नाही असे त्यांनी दाखवले. पण अशा प्रकारची चढाई किती संघर्षमय होऊ शकते हे तिला कळले की नाही याची त्याला खात्री करायची होती.

बॉशने विचारले, ''बूट, तुला समजलं ना ?''

ती हसली

''हो, मला समजलं.''

''ठीक आहे, तर मग कामाकडे लक्ष देऊ. चल, निघू या.''ज्युलिया आणि एजवूड आपल्या टेहाळणी विभागाच्या गाडीकडे निघाले तेव्हा तिच्या चेहऱ्यावरील हास्य कायमच होते असे बॉशला वाटले.

बॉश आणि एडगर त्याच्या लेक्सस गाडीकडे चालत गेले. बॉश गाडीपर्यंत आला आणि तिथेच थबकला. ती गाडी नुकतीच धुऊन पॉलिश केल्यासारखी दिसत होती.

''हत्तेरी!''

''मी काय बोलणार, हॅरी ? मी गाडीची नेहमीच अशी काळजी घेतो.''

बॉशने इकडे-तिकडे नजर टाकली. जवळच्या एका फास्टफूड टपरीमागे सिमेंट काँक्रीटच्या एका आडोशामध्ये नुकतीच धुऊन काढलेली उघडी डंपस्टर गाडी उभी होती. खाली जमिनीवर काळ्या झालेल्या साठलेल्या पाण्याचे थारोळे होते.

बॉश म्हणाला, ''या काळ्या पाण्यातून गाडी एकदोनदा फिरव आणि ते तुझ्या गाडीवर उडू दे.''

''हॅरी, मी माझ्या गाडीवर ही घाण उडू देणार नाही.''

''हे बघ, तुझी गाडी धुवायला झाली आहे असे दिसले पाहिजे नाहीतर हे नाटक आहे हे कळून जाईल. तूच म्हणाला होतास की हा माणूस म्हणजे सशासारखा आहे. त्याला संशय यायला आपण कारण द्यायला नको.''

''पण ती गाडी नंतर कधी धुऊन स्वच्छ होऊच शकणार नाही. ती घाण एकदा का गाडीवर आली की चिकटलीच !''

''हे बघ जेरी, जर आपण या माणसाला पकडू शकलो तर एमन आणि लायबी यांना सांगीन की त्याला घेऊन जा आणि मग तू तुझी गाडी धुऊन घे. वाटलं तर मी पैसे भरीन.''

''छे. छे !''

''चल, चल, त्या चिखलातून गाडी ने बघू. आपला वेळ वाया चाललाय.''

एडगरची गाडी चिखलाने माखल्यावर ते गाडी धुण्याच्या केंद्रावर फार न बोलता दाखल झाले. तिथे येताना, केंद्राच्या प्रवेशद्वारापासून काही अंतरावर बाजूला उभी असलेली गुन्हा पथकाची गाडी बॉशला दिसली. थोड्याशा पलीकडे काही अंतरावर, टेहाळणी पथकाची गाडी तिथे लावलेल्या गाड्यांमध्ये उभी केलेली दिसली. बॉशने त्याचा रेडिओ चालू केला.

''ठीक आहे, प्रत्येकजण तयार ?''

गुन्हापथकाच्या गाडीवरून उत्तरादाखल दोन टिचक्या मारल्याचा आवाज आला.

ज्युलिया म्हणाली, ''सर्व तयार !''

''ठीक आहे, आम्ही आत जात आहोत.''

एडगरने गाडी सफाई केंद्रात आपली गाडी घातली आणि ज्या ठिकाणी ग्राहक आपल्या गाड्या तिथे सोडून कशा प्रकारची सफाई किंवा पॉलिश हवे आहे याची ऑर्डर देतात त्या ठिकाणी रांगेत आपली गाडी नेली. लगेचच बॉशची नजर तिथे काम करणाऱ्या कामगारांवर फिरू लागली. सगळेच केशरी पायघोळ युनिफॉर्म आणि बेसबॉलची टोपी घालून काम करीत होते. त्यामुळे त्यांची ओळख पटायला वेळ लागत होता. पण लवकरच बॉशला निळ्या रंगाचे

पॉलिशच्या खोलीचे छत दिसले आणि त्याने जॉनी स्टोक्सला बरोबर ओळखले.

बॉश एडगरला म्हणाला, "तो तिथे त्या काळ्या बीमर गाडीजवळ आहे." बॉशला ठाऊक होते की एकदा ते गाडीच्या बाहेर आले की तिथल्या सर्व भुरट्या गुन्हेगारांना ते पोलिस आहेत हे लगेचच कळेल. बॉशला शंभरातील ९८ वेळा भुरटा गुन्हेगार लगेच ओळखू येत असे आणि त्याचप्रमाणे त्यांनाही पोलिस ओळखू येत. बॉशने स्टोक्सला धरण्यासाठी लगेच हालचाल करणे आवश्यक होते.

बॉशने एडगरकडे बघून म्हटले, "तयार ?"

"चल, निघू या."

बॉश व एडगर यांनी एकाच वेळी दार उघडले. बॉश बाहेर आला आणि २५ यार्डावर पाठ करत असलेल्या स्टोक्सकडे निघाला. तो खाली वाकून एका काळ्या बी एम डब्लू गाडीच्या चाकावर कुठला तरी स्प्रे मारत होता. बॉशने एडगरला कुणाशी तरी बोलताना ऐकले, 'व्हॅक्युम क्लिनिंग नाही केले तरी चालेल, मी आता परत येतोच' असे तो कुणाला तरी सांगत होता.

बॉश आणि एडगर आपल्या सावजाकडे जवळजवळ निम्मे अंतर काढून गेले आणि तिथल्या काही कामगारांनी पोलिस आल्याचे ओळखले. मागून कुठूनतरी बॉशने आवाज ऐकला. "पाच शून्य– पाच शून्य पाच शून्य."

लगेच सावध होऊन स्टोक्स ताडकन उभा राहिला आणि पळू लागला. बॉश पण धावू लागला.

स्टोक्सपासून बॉश पंधरा फुटांवर असताना आपण पोलिसांचे लक्ष्य आहोत हे स्टोक्सला जाणवले. साहजिकच त्याला डावीकडे जाऊन केंद्राच्या गेटपाशी जाणे हा पळण्याचा एकच मार्ग होता; पण ती बी एम डब्ल्यू गाडी मध्ये येत होती. तो उजवीकडे वळला पण तिथे पुढे मार्ग नाही हे कळल्यावर थांबू लागला.

बॉश ओरडून म्हणाला, "नाही, नाही, आम्हांला फक्त तुझ्याशी बोलायचं आहे, फक्त बोलायचं आहे."

स्टोक्स त्याच्या देखत खाली कोसळला. बॉश थेट त्याच्या दिशेने धावला, पण स्टोक्सने मोडतोड करून उडवीकडे जायचा प्रयत्न केला तर त्यासाठी एडगर उजवीकडे गेला.

बॉशने पळायचा वेग कमी केला आणि जवळ येताच त्याने हात आडवे धरले. एका हातात त्याचा रेडिओ होता. "आम्ही लॉस एंजेलिस पोलिस खात्यातील आहोत. आम्हांला तुला फक्त काही प्रश्न विचारायचे आहेत. बस, एवढंच!"

"का, का बरं ?"

"म्हणजे..."

स्टोक्सने अचानक हात वर करून टायर स्वच्छ करण्याच्या रसायनांचा बॉशच्या चेहऱ्यावर फवारा मारला. मग तो एकदम पुढे रस्ता बंद असतानाही जिथे शेजारच्या तीन मजली इमारतीला धुलाईकेंद्राची मागची उंच भिंत मिळत होती त्या दिशेने जोरात धावला.

नकळत बॉशचे हात त्याच्या डोळ्यांवर आले. एडगर स्टोक्सकडे पाहून ओरडल्याचे त्याने ऐकले आणि पाठलाग करत असताना काँक्रिटच्या जमिनीवर त्याच्या बुटांचा धाडधाड आवाजही त्याला ऐकू आला. बॉशला डोळे उघडता येईनात. रेडिओपुढे तोंड करून तो ओरडला "लाल, लाल, लाल! तो मागच्या बाजूच्या कोपऱ्यात पळाला आहे."

मग तेवढ्यात हातातला त्याचा रेडिओ खाली काँक्रिटवर पडू लागला, पण त्याने बुटाने तो अडवला. कोटाची बाही वापरून त्याने आपले आग आग होणारे डोळे पुसले. नंतर तो क्षणभर ते उघडू शकला. बी एम डब्ल्यूच्या पाठीमागे एका नळापाशी एक गुंडाळलेला होजपाईप त्याला दिसला– तो कसाबसा तिथे पोचला आणि नळ चालू करून त्याने चेहऱ्यावर आणि डोक्यावर पाण्याचा फवारा मारला. कपडे ओले झाल्याची त्याला पर्वा नव्हती. उकळत्या पाण्याने भाजून निघाल्यासारखे त्याचे डोळे दिसत होते.

काही मिनिटांतच पाण्यामुळे डोळ्याची आग कमी झाली आणि नळ न बंद करताच त्याने होजपाईप टाकून दिला. तो परत रेडिओ चालू करू लागला. त्याला कडेकडेला अंधुक दिसत होते, पण आता पुढे पाय टाकण्याइतके त्याला दिसू लागले होते. रेडिओ चालू करायला तो खाली वाकला तसे केशरी युनिफॉर्ममधील काही कामगार हसत असल्याचा आवाज त्याने ऐकला.

बॉशने त्याच्याकडे दुर्लक्ष केले. त्याने रेडिओ हॉलिवूडच्या टेहळणी चॅनेलशी जोडला आणि बोलू लागला, "हॉलिवूड विभागातील हल्लेखोर संशयितांच्या पाठलागासाठी ला ब्रेया आणि सँटा मोनिकातील अधिकाऱ्यांना सूचना– संशयित गोरा, वय साधारण पस्तीस वर्षे, काळे केस, केशरी युनिफॉर्म, संशयित हॉलिवूडच्या वॉशाटेरिया भागात आहे."

गाडी धुलाई केंद्राचा अचूक पत्ता बॉशला आठवला नाही, पण काळजीचे कारण नव्हते. टेहळणी पथकातील प्रत्येक पोलिसाला तो पत्ता माहीत होता. त्याने रेडिओचा चॅनल बदलून खात्याच्या मुख्य दळणवळण कार्यालयाशी संपर्क साधला आणि एका जखमी अधिकाऱ्यावर उपाय करण्यासाठी निमवैद्यकीय पथकाला पाठवण्याची देखील विनंती केली. त्याच्या डोळ्यांत कसला फवारा मारला होता याची त्याला अजिबात कल्पना नव्हती. आता त्याच्या डोळ्यांचे

जरा बरे होते, परंतु पुढे ही डोळ्याची जखम वाढू नये यासाठी दक्षता घेणे जरुरीचे होते.

शेवटी बॉशने चालू प्रकरणाचा चॅनल चालू केला आणि इतर सर्व कुठे आहेत हे विचारले. फक्त एडगरने रेडिओवर उत्तर दिले.

"मागच्या कोपऱ्यात भिंतीला एक भोक होते. त्यातून तो गल्लीत निसटला. धुलाई केंद्राच्या उत्तरेला असलेल्या निवासी इमारतीत तो कुठेतरी आहे."

"बाकीचे कुठे आहेत ?"

एडगरचा आवाज येईनासा झाला. रेडिओवर एकदम शांतता झाली.

"ते सगळे मागच्या बाजूला पसरले आहेत– मला वाटतं, गॅरेजजवळ. तू ठीक आहेस, हॅरी ?"

"मला यायला जमेल. जादा कुमक येत आहेच."

एडगरला हे ऐकू आले की नाही हे बॉशला कळले नाही. त्याने रेडिओ आपल्या खिशात ठेवला आणि धुलाई केंद्राच्या मागच्या कोपऱ्यापाशी धावत गेला. स्टोक्स निघून गेला ते भिंतीतले भोक त्याला दिसले. साबणाच्या पाण्याने भरलेली पंचावन्न गॅलनची पिंपे दुमजली पद्धतीने लावली होती. त्याच्यामागे काँक्रीटच्या भिंतीला एक भगदाड पडले होते. कधीतरी पलीकडच्या गल्लीतून एखाद्या गाडीने भिंतीला धडक दिल्यामुळे हे भगदाड पडल्यासारखे दिसत होते. मुद्दाम केले असो वा नसो, या भगदाडामुळे धुलाई केंद्रात संशयित असलेल्या प्रत्येक गुन्हेगाराला ही पळवाट माहीत झाली होती.

बॉश खाली वाकला आणि त्या भोकातून बाहेर पडला. तुटलेल्या भिंतीतून बाहेर आलेल्या गंजलेल्या लोखंडाच्या सळीला त्याचा कोट क्षणभर अडकला. पलीकडच्या बाजूला दोन्ही बाजूला असलेल्या इमारतींच्या मधून चौकापर्यंत जाणाऱ्या एका गल्लीत तो आला.

टेहाळणी पथकाची गाडी रस्त्यात कोन करून गल्लीपासून चाळीस यार्डांवर उभी होती. दोन्ही दारे उघडी होती आणि गाडीत कुणीच नव्हतं. गाडीतल्या रेडिओवर ठाण्यातील मुख्य केंद्राचा आवाज येत होता. थोडेसे पुढे रस्त्याच्या शेवटी गुन्हे पथकाची गाडी समोरच्या बाजूला उभी होती.

बॉश कुठे काही ऐकू येत आहे किंवा दिसतं का याचा शोध घेत गल्लीतून भराभर पुढे जाऊ लागला. गाडीजवळ आल्यावर त्याने आपला रेडिओ काढून चालू मोहिमेतील कुणाशी तरी संपर्क व्हावा म्हणून प्रयत्न केला आणि काहीच उत्तर मिळाले नाही.

त्या गल्लीतील राहत्या घराच्या सर्वांत मोठ्या इमारतीच्या तळघरात असणाऱ्या गॅरेजकडे जाणाऱ्या एका उतारासमोर टेहळणी पथकाची गाडी उभी केली होती.

एडगरच्या नोंदीमध्ये स्टोक्सच्या गुन्हेगारी इतिहासात गाड्यांची चोरी हा गुन्हादेखील समाविष्ट असल्याचे बॉशला आठवले आणि लगेच त्याला वाटले की स्टोक्स गॅरेजकडे गेला असणार. गाडीतून पळून जाणे हा एकच मार्ग त्याच्याकडे होता.

अंधारात बॉश गॅरेजच्या उतारावरून आत शिरला.

हे आतले गॅरेज खूपच मोठे होते आणि वरच्या इमारतीच्या आराखड्याप्रमाणेच त्याचा आकार होता. पार्किंगसाठी तीन रांगा होत्या आणि शिवाय त्याच्याही खाली असलेल्या मजल्यावर जाण्यासाठी एक उतार होता. बॉशला कुणीच दिसले नाही. वरून जाणाऱ्या पाइपमधून टपकणाऱ्या पाण्याचा फक्त आवाज येत होता. मधल्या रांगेतून तो झटपट पुढे झाला आणि आपले पिस्तूल बाहेर काढले. स्टोक्सने याआधीच फवारा मारणाऱ्या बाटलीचा शस्त्र म्हणून उपयोग केला होता. गॅरेजमध्ये शस्त्र म्हणून वापरायला त्याला आणखी काय वस्तू सापडतील त्याचा नेम नव्हता.

पुढे जाता जाता तिथे उभ्या असलेल्या गाड्यांमध्ये घुसखोरीचा प्रयत्न झाला आहे का हे बॉशने तपासले– सगळे जण गाडी ठेवून कामावर सुरक्षित असावेत. त्याला कुणीच दिसले नाही. त्याने रेडिओ तोंडाजवळ नेला तेवढ्यात गॅरेजच्या खालच्या मजल्यावरचा पळणाऱ्या पावलांचा आवाज त्याने उतारावर घुमताना ऐकला. तो पटकन् उतारापाशी गेला आणि आपल्या बुटांच्या रबरी तळाचा आवाज होऊ नये याची काळजी घेत हळूहळू खाली उतरू लागला.

खालच्या गॅरेजमध्ये तर जास्तच अंधार होता कारण नैसर्गिक उजेड जायला तेथे जागाच नव्हती. उताराहून सपाटीवर आल्यावर त्याचे डोळे अंधाराला सरावले. त्याला कुणीच दिसले नाही, पण उताराच्या जिन्यामुळे तिथला अर्धा भाग दृष्टिआड झाला होता. त्याला वळसा घालून पुढे जात असताना पलीकडच्या टोकाकडून उंच आणि ताणलेला ज्युलियाचा आवाज त्याला ऐकू आला.

''तिथेच थांब, तिथेच थांब– हलू नकोस !''

बॉश आवाजाच्या दिशेला जाऊ लागला. पिस्तूल हातात घेऊन उताराच्या उजव्या बाजूला जाता जाता त्याला वाटले की सुरुवातीला पोलिसांना शिकवतात त्याप्रमाणे लगेच रेडिओवरून संपर्क साधावा आणि आपल्या सहकाऱ्याला आपण कुठे आहोत त्याविषयी सावध करावे. पण त्याला ठाऊक होते की ब्रॅशर समजा एकटीच असली तर त्याच्या आवाजाने तिचे लक्ष विचलित होईल आणि स्टोक्सला तिच्यावर हल्ला करायची किंवा तेथून पळून जायची संधी मिळेल.

उताराच्या खालून जाता जाता बॉशला ते दोघे पलीकडच्या टोकाच्या भिंतीपाशी दिसले– जास्तीत जास्त पन्नास यार्डांवर !

ज्युलियाने स्टोक्सला भिंतीवर पकडले होते. त्याचे हात आणि पाय बाजूला

करून स्टोक्स भिंतीकडे तोंड करून उभा होता आणि तिने एका हाताने त्याच्या पाठीवर घट्ट दाबून धरले होते. तिच्या उजव्या पायापाशी तिची विजेरी पडली होती आणि स्टोक्स उभ्या असलेल्या भिंतीवर विजेरीचा उजेड पडला होता.

ज्युलियाची चाल अगदी सारखी होती. बॉशला एकदम सगळे शरीर हलके वाटू लागले आणि तिला या प्रकारात कुठे काही लागले नाही या कल्पनेने त्याला हलके वाटू लागले हे त्याला लगेच जाणवले. अर्धवट बसलेल्या स्थितीतून तो लगेच उभा राहिला आणि आपले पिस्तूल खाली आणत त्याच्या दिशेने जाऊ लागला.

बॉश ज्युलिया आणि स्टोक्स यांच्या बरोबर पाठीमागे होता. एक दोन पावले टाकल्यावर त्याला दिसले की ज्युलियाने स्टोक्सच्या पाठीवरील हात काढून ती थोडी मागे सरकली आहे. तिने दोन्ही बाजूला वळून पाहिले. हे असे करणे एकदम चुकीचे होते हे बॉशच्या ताबडतोब लक्षात आले. त्यांना शिकवतात त्याच्या अगदी विरुद्ध होते. असे केल्याने पळून जायचे असले तर स्टोक्सला अजून एक संधी मिळाली असती.

पण काही क्षण सर्व हालचाली मंदावल्या. बॉश तिला ओरडून काही सांगणार तेवढ्यात पिस्तुलाचा कानठळ्या बसवणारा आवाज आणि उजेड झाला आणि गॅरेजच्या अंधारात घुमला. ज्युलिया खाली पडली, स्टोक्स वरच होता. कॉंक्रीटच्या त्या बांधकामात आवाज घुमल्यामुळे तो कुठून आला हे कळलेच नाही.

बॉशच्या डोक्यात एकच विचार येऊ लागला– पिस्तूल कुठे असावे ? चढाई करण्याचा पवित्रा घेण्यासाठी खाली वाकला असताना त्याने आपले पिस्तूल बाहेर काढले. आवाज झालेले पिस्तूल शोधण्यासाठी त्याने मान वळवली. त्याला भिंतीपासून बाजूला वळणारा स्टोक्स दिसला, मग ज्युलियाच्या हात पडलेल्या अवस्थेतून वर येताना त्याला दिसला. तिच्या हातात वळू पाहणाऱ्या स्टोक्सच्या दिशेने रोखलेले पिस्तूल होते. बॉशने आपले ग्लॉक पिस्तूल स्टोक्सवर रोखले. तो ओरडला, ''थांब, स्तब्ध उभा रहा– थांब!''

एका सेकंदात तो त्यांच्यापाशी आला.

स्टोक्स ओरडू लागला, ''मारू नको, मारू नको.''

बॉशने आपली नजर स्टोक्सवर रोखून धरली. त्याच्या डोळ्यांची अजून आग होत होती आणि त्यांना आराम पडायला पाहिजे होता. पण त्याला माहिती होतं की आता डोळ्यांची पापणी देखील हलवणे म्हणजे एक प्राणघातक चूक होऊ शकते.

''खाली बस, जमिनीवर. ताबडतोब!''

स्टोक्स जमिनीवर उताणा पडला आणि शरीराशी काटकोन करून त्याने हात लांब केले. बॉश त्याला ओलांडून पलीकडे गेला आणि त्याआधी हजारो वेळा केले असेल त्याच सफाईने त्याने स्टोक्सचे हात पाठीवर बांधून त्याला बेडी ठोकली.

त्याने पिस्तूल आपल्या जागी ठेवले आणि ज्युलियाकडे बघितले. तिचे डोळे सताड उघडे होते आणि सारखे ती इकडे-तिकडे बघत होती. तिच्या मानेवर रक्त सांडले होते आणि तिच्या युनिफॉर्मच्या शर्टचा पुढचा भाग रक्ताने माखलेला होता. तो तिच्यावर वाकला आणि त्याने तिचा शर्ट ओढून काढला. अजूनही इतके रक्त वहात होते की जखम कुठे झाली ते लवकर कळू शकले नाही. गोळी तिच्या डाव्या खांद्यात शिरली होती. तिने घातलेल्या केल्व्हर कंपनीच्या अंतर्वस्त्राच्या खांद्यावरील पट्ट्याच्या साधारण एक इंच वर गोळी घुसली होती.

जखमेतून रक्त भळाभळा वहात होते आणि ज्युलियाच्या चेहऱ्यावरील रंग भराभर उतरत असल्याचे बॉशला दिसले. तिचे ओठ हलत होते, पण त्यातून आवाज येत नव्हता. त्याने इकडे-तिकडे पाहिले आणि स्टोक्सच्या मागच्या खिशातून गाडी साफ करायचे फडके ओढून बाहेर काढले व जखमेवर दाबून धरले. ब्रॅशर वेदनेने विव्हळली.

"ज्युलिया, यामुळे थोडे दुखेल, पण मला हे रक्त थांबवायलाच पाहिजे."

एका हाताने बॉशने आपला टाय ओढून काढला आणि तिच्या खांद्याखालून आणि वरून घेऊन ते फडके जखमेवर घट्ट दाबलेले राहील अशा पद्धतीने टायची गाठ बांधली.

"ठीक आहे, ज्युलिया, धीर धर."

जमिनीवर पडलेला आपला रेडिओ उचलून बॉशने बटणे फिरवून मुख्य केंद्राशी संपर्क साधला.

"ला ब्रेया आणि सॅंटा मोनिकामधील ल ब्रेया अपार्टमेंटच्या खालच्या तळघरातील गॅरेजमध्ये आपला अधिकारी जखमी झाला आहे. आम्हांला निमवैद्यकीय पथक ताबडतोब इथे हवे आहे. आता ! संशयिताला पकडलं आहे– लवकर कळवा."

परत उत्तर येईपर्यंत वाट पाहताना अनंत वेळ गेला. शेवटी मुख्य केंद्रावरील कर्मचारी रेडिओवर आला आणि बॉशचे बोलणे तुटक ऐकू येत असल्यामुळे पुन्हा संदेश पाठवायला सांगू लागला. बॉशने बटण फिरवले आणि किंचाळला, "वैद्यकीय पथक कुठे आहे ? अधिकारी इथे जखमी झाला आहे."

बॉशने मोहिमेच्या लोकांना फोन लावला.

"एडगर, एजवूड.. आम्ही खालच्या तळघरातील गॅरेजमध्ये आहोत. ज्युलिया जखमी झाली आहे. स्टोक्स माझ्या ताब्यात आहे– पुन्हा सांगतो, ज्युलिया

ब्रॅशर जखमी झाली आहे.'' त्याने रेडिओ ठेवून दिला आणि जेवढ्या जोरात शक्य आहे तेवढ्याने एडगरला हाक मारली त्याने आपला कोट काढून त्याचा बोळा केला.

स्टोक्स ओरडला, ''नाही, मी काही केलं नाही. मला माहीत नाही...''

''गप्प बस, अजिबात गप्प बस.''

बॉशने कोटाचा बोळा ज्युलियाच्या डोक्याखाली धरला. तिची हनुवटी वर आली होती आणि तिने दात घट्ट मिटून धरले होते. तिचे ओठ जवळजवळ पांढरे पडले होते.

''ज्युलिया, वैद्यकीय पथक येतच आहे. हे असं व्हायच्या आधीच मी त्यांना बोलावलं आहे. मला आधी भविष्य समजलं होतं की काय कोण जाणे! पण तू फक्त धीर धर. ज्युलिया, धीर धर.''

ज्युलियाने प्रयत्नाने तोंड उघडले, पण तिला खूप प्रयत्न करावा लागला. ती काही बोलायच्या आत स्टोक्स पुन: मोठ्यांदा ओरडला. त्याच्या आवाजात झटका आल्यासारखी भीती जाणवत होती.

''मी काही ते केलं नाही. ते मला मारून टाकतील. मी काही केलं नाही.''

बॉशने वाकून हाताने दाबून स्टोक्सच्या पाठीवर आपले वजन टाकले. खाली येऊन त्याच्या कानापाशी तो थेट ओरडला, ''एकदम गप्प बस, नाहीतर मीच तुला मारून टाकीन !''

बॉशने वळून परत ज्युलियाकडे पाहिले. तिचे डोळे अजून उघडे होते– डोळ्यांतून अश्रू ओघळून गालावर आले होते.

''ज्युलिया, फक्त काही मिनिटे. फक्त थोडा वेळ धीर धर.''

बॉशने ज्युलियाच्या उजव्या हातातले पिस्तूल काढून स्टोक्सपासून जरा लांब जमिनीवर ठेवले. आपल्या दोन्ही हातात तिचा हात धरून तो म्हणाला, ''काय झालं ? म्हणजे नक्की झालं काय ?''

ज्युलियाने बोलण्यासाठी तोंड उघडून परत बंद केले. बॉशला वरच्या उतारावर पावले ऐकू आली– एडगर त्याला हाका मारीत होता.

''इथे– इथे.''

एका मिनिटात एडगर आणि एजवूड दोघेही तिथे पोचले.

एजवूड किंचाळला, ''ज्युलिया ! ओह नो !''

क्षणाचाही विचार न करता एजवूड पुढे झाला आणि स्टोक्सला त्याने बाजूने सणसणीत लाथ हाणली.

'' ''

एजवूड पुन्हा स्टोक्सला लाथ मारणार एवढ्यात बॉश ओरडला, ''नको, मागे हो ! त्याच्यापासून दूर रहा.''

एडगरने एडवूडला धरून स्टोक्सपासून लांब ओढले. लाथेच्या झटक्यामुळे स्टोक्स एखाद्या प्राण्यासारखा ओरडू लागला आणि भीतीमुळे कण्हत कण्हत काही तरी पुटपुटू लागला.

बॉश एडगरला म्हणाला, ''एजवूडला वर घेऊन जा आणि वैद्यकीय पथकाला इथे घेऊन ये. हे रेडिओ इथे खाली तळघरात बिनकामाचे आहेत.''

दोघेही थिजून उभेच होते.

''जा ! ताबडतोब !''

त्याला प्रतिसाद म्हणूनच की काय दूरवरून सायरनचा आवाज येऊ लागला.

''तुम्हांला तिला मदत करायची आहे ना? जा, त्यांना घेऊन या.'' एडगरने एजवूडला मागे फिरवले आणि दोघेही वरच्या रस्त्याकडे धावू लागले.

बॉश परत ज्युलियाकडे वळला. तिच्या चेहऱ्यावर मृत्यूची छटा येऊ लागली होती. तिला जबरदस्त धक्का बसला होता. बॉशला कळेचना. खरे म्हणजे तिच्या खांद्याला जखम झाली होती. त्याला अचानक वाटू लागले की त्याने दोन गोळ्यांचे आवाज ऐकले. पहिल्या गोळीच्या आवाजात आणि प्रतिध्वनीमध्ये दुसरीचा आवाज विरून गेला होता की काय ? त्याने तिच्या शरीरावर बघितलं, पण काहीच दिसलं नाही. तिला मागे वळून पाहायचं तर आणखीच त्रास होईल या विचाराने त्याने तसे केले नाही, पण तिच्या अंगाखालून रक्त येत नव्हते.

''हे बघ, जरा धीर धर ज्युलिया. तू नक्की बरी होशील. ऐकलंस का ? वैद्यकीय पथकाचे लोक अगदी जवळच आहेत. जरा धीर धर.''

ज्युलियाने परत आपले तोंड उघडले, हनुवटी वर केली आणि बोलू लागली.

''तो... त्याने पकडले... त्याने...''

ज्युलियाने पुन्हा दात घट्ट मिटले. तिचे डोके त्याच्या कोटावर मागेपुढे घासले. तिने पुन्हा बोलायचा प्रयत्न केला.

''म्हणजे... मी नाही...''

बॉशने आपला चेहरा तिच्याजवळ आणला आणि अगदी खालच्या कुजबुजीच्या स्वरात म्हणाला, ''शू. शू. बोलू नकोस. फक्त श्वास घेत रहा. श्वासावर लक्ष केंद्रित कर ज्युलिया होल्ड फास्ट. –धीट धर– श्वास घेत रहा.''

गॅरेजमध्ये परत आवाज आणि गोंगाट घुमला. काही क्षणांतच भिंतींवरून लाल दिव्याचा उजेड फिरू लागला आणि वैद्यकीय पथकाची गाडी त्यांच्यापाशी येऊन उभी राहिली. टेहळणी पथकाची गाडी तिच्यामागे होती आणि एमन, लायनी व इतर युनिफॉर्ममधील अधिकारी धावत धावत तिथे आले आणि गॅरेज एकदम भरून गेले.

स्टोक्स विव्हळला, "अरे देवा, प्लीज, असं करू नका..."

वैद्यकीय पथकातल्या पहिल्या माणसाने प्रथम गोष्ट केली ती म्हणजे बॉशच्या खांद्यावर हात ठेवून त्याला बाजूला केले. बॉश आपणहून बाजूला झाला कारण त्याच्यामुळे आता अडचण होईल हे त्याच्या लक्षात आले. ज्युलियापासून तो दूर होत असताना अचानक तिने आपल्या उजव्या हाताने त्याच्या हात धरला आणि त्याला जवळ ओढले. –तिचा आवाज आणखीच क्षीण झाला होता. "हॅरी, त्यांना सांग..."

वैद्यकीय सहाय्यकाने ज्युलियाच्या चेहऱ्यावर श्वास घ्यायचा मुखवटा चढवला आणि तिचे शब्द तसेच राहिले. तो म्हणाला, "डिटेक्टिव्ह, प्लीज बाजूला व्हा."

बॉश हातावर आणि पायावर सरपटत मागे आला आणि त्याने ज्युलियाच्या पायाच्या घोट्याला क्षणभर स्पर्श करून तिथे हात दाबला.

"ज्युलिया, तू ठीक होशील"

वैद्यकीय उपकरणांची मोठी बॅग घेऊन दुसरा वैद्यकीय सहाय्यक ज्युलियाच्या शेजारी बसला आणि म्हणाला, "ज्युलिया ?"

"हे, ज्युलिया."

तो म्हणाला, "ठीक आहे ज्युलिया– माझं नाव एडी आणि याचं नाव चार्ली. आम्ही दोघे तुला आता ठीक करणार आहोत. तुझा मित्र आता म्हणाला ना तू नक्की बरी होणार. पण तुला त्यासाठी मन घट्ट करावं लागेल. ज्युलिया, तुला मनापासून तसं वाटायला पाहिजे. तू लढत रहा."

ज्युलिया काहीतरी म्हणाली, पण मुखवट्यामध्ये ते विरून गेलं. –एकच शब्द बोलली, पण बॉशला तो कळल्यासारखा वाटला– 'बधिर' असावा.

वैद्यकीय सहाय्यकांनी ज्युलियाची प्रकृती स्थिर ठेवण्यासाठी काम सुरू केले. एडी नावाच्या सहाय्यकाने सतत तिच्याशी बोलणे चालू ठेवले. बॉश उठून स्टोक्सजवळ गेला. त्याने त्याला उभे केले आणि त्या जागेपासून दूर ओढले.

स्टोक्स ओरडू लागला, "माझ्या बरगड्या मोडल्या आहेत– मला पण वैद्यकीय गरज आहे."

"स्टोक्स, खात्रीनं सांगतो की ते त्याबद्दल काही करू शकणार नाहीत. तेव्हा फक्त गप्प बस."

दोन गणवेषातील पोलिस तिथे आले. बॉशने त्यांना ओळखले. त्या दिवशी रात्री बोर्डनर उपाहारगृहात भेटू असे ज्युलियाला सांगणारे ते तिचे मित्र होते.

"आम्ही तुमच्याऐवजी त्याला चौकीत घेऊन जातो." पण त्यावर काही न बोलता बॉश स्टोक्सला धरून त्यांच्यासमोरून निघू लागला.

"नाही, मी त्याला पकडलं आहे."

''डिटेक्टिव्ह बॉश, पोलिसांवर हल्ला झाल्यामुळे तुम्हांला इथं थांबायला पाहिजे.'' त्यांचे बरोबर होतं. पोलिसांवर हल्ला झाल्यावर चौकशी करणारे खास पथक लगेचच घटनास्थळी दाखल झाले असते आणि बॉशला मुख्य साक्षीदार म्हणून उत्तरे द्यावी लागणार होती. पण त्याचा पूर्ण विश्वास नसलेल्या कुणा अधिकाऱ्यांच्या हातात स्टोक्सला सोपवण्याची त्याची तयारी नव्हती.

स्टोक्सला धरून तो उजेडाच्या दिशेने वर जाऊ लागला. ''हे बघ, स्टोक्स, तुला जिवंत राहायचं आहे ना ?''

तो तरुण काहीच बोलला नाही, बरगड्यांना इजा झाल्यामुळे शरीराचा वरचा भाग पुढे करून तो चालत होता. एजवूडने लाथ मारली त्या ठिकाणी बॉशने जरा चाचपून थापट्या मारल्या. स्टोक्स जोरात कण्हला. बॉशने विचारले, ''तुला ऐकू येतय ना– तुला जिवंत राहायचं आहे ना ?''

''हो, मला जगायचंय.''

''मग माझं ऐक, मी तुला एका खोलीत ठेवणार आहे आणि तू दुसऱ्या कोणाशी न बोलता फक्त माझ्याशीच बोलायचं. कळलं तुला?''

''कळलं, फक्त त्यांना सांगा मला मारू नका. मी काहीही केलेलं नाही. काय झालं मला कळलं नाही. ती म्हणाली, भिंतीशी जाऊन उभा रहा आणि मला सांगितलं ते मी केलं, मी फक्त...''

बॉश गुरगुरला, ''गप्प बस.''

उतारावरून आणखी पोलिस खाली येत होते आणि बॉशला स्टोक्सला घेऊन बाहेर निघायचे होते.

ते उजेडात आले तेव्हा रस्त्याच्या बाजूला मोबाइलवर फोन करत असलेला एडगर बॉशला दिसला. दुसऱ्या हाताने तो रुग्णवाहिकेला गॅरेजची दिशा दाखवत होता. बॉशने स्टोक्सला त्याच्या दिशेने ढकलले. ते जवळ आल्यावर एडगरने फोन बंद केला.

''मी आताच लेफ्टनंटशी बोललो– ती इकडे निघाली आहे.''

''उत्तम, तुझी गाडी कुठे आहे?''

''ती अजून त्या धुलाई केंद्रावरच आहे.''

''जा, घेऊन ये. आपण स्टोक्सला चौकीत घेऊन जाऊ.''

''हॅरी, अशी घटना झालेलं ठिकाण सोडून आपण जाऊ शकत नाही...''

''एजवूडनं काय केलं तू पाहिलंस. या हलकट माणसाला आपण एखाद्या सुरक्षित ठिकाणी आधी घेऊन जायला पाहिजे. जर त्याबद्दल कुणी काही बोललंच तर मी जबाबदार राहीन.''

''ठीक आहे, तुझी मर्जी.''

एडगरची गाडी धुलाई केंद्राच्या दिशेने धावू लागली.

त्या इमारतीच्या कोपऱ्याजवळ बॉशला एक खांब दिसला. स्टोक्सला त्या खांबापाशी नेऊन त्याने त्याचे हात खांबाभोवती घेऊन परत बेड्या ठोकल्या.

बॉश म्हणाला, ''इथंच थांब.''

मग बॉश बाजूला झाला आणि केसातून त्याने हात फिरवला.

''त्या तिथं नक्की काय झालं असावं.''

हे मनातले शब्द तो मोठ्यांदा बोलला हे त्याला कळलेच नाही– स्टोक्सने अडखळत आपण काहीच केले नाही असे उत्तर दिले, तेव्हा बॉशच्या लक्षात आले आपण मोठ्यांदा बोललो.

बॉश म्हणाला, ''गप्प बस. मी तुझ्याशी बोलत नव्हतो.''

◆

३२.

बॉश आणि एडगर स्टोक्सला घेऊन आपल्या विभागाच्या खोलीतून पॅसेजमध्ये आले आणि त्याला मुलाखतीच्या खोली नं.३ मध्ये घेऊन गेले. टेबलावर मध्येच लावलेल्या स्टीलच्या कडीला त्याच्या बेड्या अडकवून बॉश म्हणाला, ''आम्ही परत येतोच.''

स्टोक्स म्हणाला, ''मला इथं सोडून जाऊ नका– ते लोक इथं येतील आणि...''

बॉश म्हणाला, ''इथं दुसरं कुणीही येणार नाही, फक्त मीच असतो. फक्त गप्प बस !''

बॉश आणि एडगर खोलीतून बाहेर गेले आणि कुलूप लावून घेतले. बॉश आपल्या टेबलाजवळ गेला. त्यांचा विभाग पूर्ण रिकामा होता. जेव्हा एखाद्या खात्यातला पोलिस जखमी होतो, तेव्हा सर्वजण जागे होतात. निळ्या गणवेशातील पोलिसांची कामावर निष्ठा दाखवण्याची ती एक पद्धत होती. जर तुम्हांला लागले तर वाटते की सर्वांनी धावून यावे आणि मग कुणा दुसऱ्या कोणाला लागले तर तुम्ही त्याची परतफेड करायची.

बॉशला सिगरेट ओढायची होती, त्याला विचार करायला वेळ हवा होता आणि काही उत्तरे हवी होती. ज्युलिया आणि तिची प्रकृती यांच्या विचारांनी

त्याचे मन भरून गेले होते. पण त्याला ठाऊक होते की आता ते त्याच्या हाताबाहेर होते आणि आपल्या मनावर नियंत्रण आणण्याचा उत्तम मार्ग म्हणजे हातात जे काही आहे त्यावर लक्ष केंद्रित करणे हे होय.

हल्ला चौकशी पथकाला हल्ल्याचा सुगावा लागून ते आपला आणि स्टोक्सचा शोध घ्यायला निघणार याला फारसा वेळ लागणार नाही हे बॉशला ठाऊक होते. त्याने फोन उचलून टेहाळणी कार्यालयाला फोन लावला. मंकीविझने फोन घेतला. चौकीत अजून बसलेला तो शेवटचाच पोलिस असावा.

बॉशने विचारले, ''काय नवीन ? तिचं कसं काय आहे ?''

''मला माहीत नाही. मला वाटतं की इतकी ठीक नाही आहे ती– तू कुठे आहेस?''

''मी माझ्या विभागात आहे– त्या माणसाला मी इथं आणलंय.''

''हॅरी, तुझं काय चाललं आहे ? हल्ला चौकशी पथक या सगळ्या भानगडीवर पूर्ण लक्ष ठेवून आहे. तू आता घटनास्थळी असायला हवं होतंस– तुम्ही दोघेही !''

''परिस्थिती आणखी बिघडण्याची मला शंका वाटत होती असं म्हणूयात. हे बघ, तुला ज्युलियाबद्दल पुढे काहीही समजलं तर मला लगेच कळव, ठीक आहे?''

''ठीक आहे.''

बॉश फोन ठेवणार तेवढ्यात त्याला काहीतरी आठवलं.

''आणि मॅक, ऐकून घे. तुझा माणूस म्हणजे तो एजवूड, त्यानं त्या संशयितांचं कंबरडंच मोडायचा प्रयत्न केला– त्याला बेड्या घातल्या होत्या आणि तो जमिनीवर पडला होता. मला वाटतं, त्याच्या चार-पाच बरगड्या तुटल्या असतील.''

बॉशने उत्तराची वाट पाहिली. मंकीविझ काहीच बोलला नाही.

''तुझी मर्जी. मी याबद्दल कारवाई करू शकतो किंवा तुझ्या पद्धतीने तू केलीस तरी चालेल.''

''मी बघतो काय करायचं ते.''

''ठीक आहे. आणि तुला काही समजलं की मला कळव.''

बॉशने फोन ठेवून एडगरकडे पाहिले. बॉश ज्या पद्धतीने एजवूडचे प्रकरण हाताळत होता त्याला त्याने संमती दाखवली.

एडगर म्हणाला, ''स्टोक्सचं काय झालं ? हॅरी, त्या गॅरेजमध्ये नेमकं घडलं तरी काय ?''

''मला सांगता येत नाही. हे बघ, मी आत खोलीत जाऊन त्याच्याशी आर्थर डेलाक्रुवाबद्दल बोलणार आहे हल्ला चौकशी पथक इथे घुसून त्याला

घेऊन जाण्याआधी त्याच्याकडून काही कळतं का ते बघतो. ते समजा इथे आलेच तर त्यांना रोखता आलं तर बघ.''

''हो आणि या शनिवारी मात्र मी रिव्हिएरा क्लबवर टायगर वुड्सची सुट्टी करणार आहे.''

''हो, मला ठाऊक आहे.''

बॉश मागच्या पॅसेजमध्ये गेला आणि तीन नंबरच्या खोलीत शिरणार एवढ्यात त्याला आठवले की अंतर्गत चौकशी विभागाच्या डिटेक्टिव्ह ब्रॅडलीकडून त्याचा टेपरेकॉर्डर त्याने परत घेतला नव्हता. त्याला स्टोक्सबरोबरची मुलाखत ध्वनिमुद्रित करायची होती. तो तीन नंबरच्या खोलीवरून पुढे गेला आणि शेजारच्या छायाचित्रणाच्या खोलीत शिरला. त्याने तीन नंबरच्या खोलीचा कॅमेरा आणि टेपरेकॉर्डर चालू केला आणि मग तो तीन नंबरमध्ये आला.

बॉश स्टोक्सच्या समोर बसला. त्या तरुण माणसाच्या डोळ्यांतून प्राण बाहेर यायचेच राहिले होते. एक तासभर आधी तो एक बी एम डब्ल्यू गाडी पॉलिश करीत होता आणि थोडे पैसे मिळवत होता. आता म्हणजे– तर परत तुरुंगाच्या वाटेवर होता तेही नशीब चांगले असले तर. त्याला ठाऊक होते की निळ्या गणवेशातील पोलिसांचे रक्त सांडले की खात्यातले मोठे मासे धावून येतात. अशाच काही खोल्यांमध्ये बरेच संशयित पळून जायचा प्रयत्न करताना गोळ्या घालून मेले होते, तर काही जणांनी अकल्पितपणे इथेच गळफास लावून घेतला होता किंवा वार्ताहरांनातरी तसे सांगण्यात आले होते.

बॉश म्हणाला, ''एक मेहरबानी कर– कृपा करून गप्प बस आणि मूर्खासारखं काहीही करू नकोस. हे लोक आले असताना काहीतरी वेड्यासारखं वागू नकोस, नाहीतर ठार मरशील. तुला माझं बोलणं कळतंय ना ?''

स्टोक्सने होकारार्थी मान हलवली.

स्टोक्सच्या गणवेशाच्या वरच्या खिशात बॉशला मार्लबरो सिगरेटचे पाकिट दिसले. तो एकदम टेबलावर वाकला आणि स्टोक्स दचकला.

''शांत हो.''

बॉशने सिगरेटचे पाकीट काढून मोबाइलच्या मागे लावलेल्या आगपेटीतील काडीने ती शिलगावली. खोलीच्या कोपऱ्यामधून त्याने कचऱ्याचा डबा आणून त्याच्या खुर्चीजवळ ठेवला आणि काडी त्यात टाकली.

''जर मला तुला त्रासच द्यायचा असता तर त्या तळघरातच दिला असता. सिगरेटबद्दल धन्यवाद.''

बॉशला धूम्रपानाने मजा आली. जवळजवळ दोन महिने त्याने सिगरेट ओढली नव्हती.

स्टोक्सने विचारले, ''मी एक ओढू का?''

''नाही, तुझी तेवढी लायकी नाही. तुझी कशाचीच लायकी नाही. पण मी तुझ्याबरोबर एक सौदा करणार आहे इथं.''

स्टोक्सने बॉशला नजर दिली.

''त्या तिथे तुला बरगड्यात पडलेली लाथ आठवते ना ? आपण सौदा करू. तू ती लाथ विसरून जा आणि मर्दासारखी ती सहन कर आणि तू माझ्या डोळ्यात काय घाण फेकलीस ते मी विसरून जाईन.''

''माझ्या बरगड्या तुटल्या आहेत.''

''माझ्या डोळ्यांची अजून आग होतेय. ते एक गाडी साफ करायचं रसायन होतं. कॉर्कोरानमध्ये तू पाच ते दहा मोजायच्या आधीच तिथला जिल्हा न्यायाधीश तुझ्यावर पोलिसांवर हल्ला केल्याबद्दल पकड वॉरंट काढेल. कॉर्क भागात तू राहत होतास, आठवतं ना ?''

आपले बोलणे स्टोक्सच्या डोक्यात शिरेपर्यंत बॉश थांबला.

''मग, आपण सौदा करायचा ?''

स्टोक्सने होकार दिला आणि म्हणाला, ''त्याने काय फरक पडणार आहे ? ते म्हणणार की मीच तिला गोळी मारली. मी...''

''पण मला माहिती आहे की तू मारली नाहीस म्हणून.''

स्टोक्सच्या डोळ्यांत आशेचा किरण दिसू लागल्याचे बॉशला दिसले. ''आणि मी जे काय पाहिलं तेच मी सांगणार.''

''ठीक आहे.''

स्टोक्सचा आवाज एकदमच खाली आला.

''मग पहिल्यापासून सुरुवात करू. तू पळून का गेलास ?''

स्टोक्सने मान हलवली. ''कारण मी हेच करत आलो आहे. मी पळत सुटतो– मला शिक्षा झाली होती आणि तुम्ही लोक पोलिस आहात– पोलिस आले की मी पळतो.''

बॉशच्या लक्षात आलं की या सगळ्या घाईगर्दीत आणि गोंधळात स्टोक्सची झडती कुणीच घेतली नव्हती. त्याने स्टोक्सला उभे रहायला सांगितले. हात बेड्यांनी बांधले असल्यामुळे टेबलावर ओणवे होऊनच उभे राहणे स्टोक्सला शक्य होते. बॉश त्याच्या मागून आला आणि त्याचे खिसे तपासू लागला.

''तुझ्याकडे मादक द्रव्यांच्या सुया आहेत ?''

''नाही, माझ्याकडे सुया नाहीत.''

''ठीक, मला यात फसायचं नाही. मी समजा असा फसलो तर आपला सौदा रद्द !''

झडती घेता घेता बॉशने सिगरेट ओठातच ठेवली होती. धुराने त्याच्या डोळ्यांची आणखीच आग होत होती. बॉशने एक पाकीट, किल्ल्यांचा जुडगा आणि एक एक डॉलरच्या सत्तावीस नोटा बाहेर काढल्या. ती स्टोक्सच्या त्या दिवसाची बक्षिशी होती. खिशात आणखी काही नव्हते. स्टोक्सकडे विकण्यासाठी किंवा स्वत:साठी मादक द्रव्ये असतीच तर पळून जात असताना त्याने फेकून दिली असावीत.

बॉश म्हणाला, "ते लोक इथे वास घेणारे कुत्रे घेऊन येतील. जर तू असे पदार्थ वाटेत फेकले असशील तर त्यांना ते सापडतील आणि मग मी त्याबद्दल काही करू शकणार नाही."

"मी काही फेकलं नाही, त्यांना सापडलंच काही तर त्यांनीच ते मुद्दाम टाकलं असेल."

"हो, अगदी ओ. जे. सिम्पसनसारखं."

बॉश खाली बसला.

"मी अगदी पहिल्यांदा तुला काय म्हणालो? मी म्हणालो 'मला फक्त बोलायचं आहे हेच खरं आहे. हे सगळं..."

बॉश हातांनी 'हे' म्हणजे काय दाखवून म्हणाला, "तू जर नुसतं माझं ऐकलं असतंस तर हे सगळं टळलं असतं."

"पोलिसांना नुसतं बोलायला कधीच हवं नसतं. त्यांना आणखीही काही हवं असतं."

बॉशने होकार दाखवला. अशा माजी गुन्हेगारांचं व्यावहारिक ज्ञान किती उत्तम असते हे सवयीने माहीत झाल्यामुळे त्याच्या या बोलण्याचे बॉशला आश्चर्य वाटले नाही.

"मला आर्थर डेलाक्रुवाबद्दल माहिती सांग."

स्टोक्सच्या डोळ्यांत गोंधळल्याचा भाव आला.

"काय ? कोण ?"

"आर्थर डेलाक्रुवा. तुझा सर्फिंगचा दोस्त. मिरॅकल माइलमधला. आठवलं ?"

"अरे देवा, ते तर..."

"फार पूर्वी झालं मला ठाऊक आहे म्हणून तर मी विचारतो आहे."

"त्याचं काय ? खूप दिवस झाले, तो निघून गेला."

"मला त्याच्याबद्दल सांग. तो केव्हा निघून गेला ते सांग."

स्टोक्सने आपल्या बेड्यांकडे पहात हळूहळू मान हलवली.

"ही फार पूर्वीची गोष्ट आहे– मला आता आठवत नाही."

"प्रयत्न कर. तो का निघून गेला ?"

"मला माहीत नाही. त्याला हा सगळा त्रास काही सहन होईना आणि तो निघून गेला."

"तो जातोय असं त्याने तुला सांगितलं ?'

"नाही, तो असाच निघून गेला. एके दिवशी तो नाहीसाच झाला आणि मी त्याला परत कधी पाहिलंच नाही."

"त्रास कसला ?"

"म्हणजे काय ?"

"तू म्हणालास की त्याला त्रास सहन होईना म्हणून तो पळाला-- तो त्रास. कसल्या त्रासाबद्दल तू बोलत होतास ?"

"तुम्हांला ठाऊक आहेच– म्हणजे हा सगळा आयुष्यातला त्रास !"

"घरी काही भांडणेतंटे असायचे का त्याच्या ?"

स्टोक्स हसू लागला. बॉशचाच आवाज थट्टेने काढून तो म्हणाला, "घरी काही भांडणतंटे असायचे का ? म्हणजे, कुणाच्या घरी नसतात ?"

"त्याचा छळ– म्हणजे शारीरिक छळ व्हायचा का घरात ? मला हे म्हणायचं आहे."

पुन्हा स्टोक्स हसू लागला.

"कुणाचा होत नव्हता ? माझा बाप– माझ्याशी काही बोलण्यापेक्षा मला एक ठेवून देणंच त्याला जास्त आवडायचं. मी बारा वर्षांचा होतो तेव्हा त्याने खोलीच्या दुसऱ्या टोकावरून भरलेल्या बिअरचा मोठा डबा फेकून मला मारला होता. फक्त त्याला हवा असलेला टॅको मी खाल्ला म्हणून. त्याच्यासाठी मला पकडून नेलं होतं."

"नाही, ते फार वाईट झालं. पण आपण आता आर्थर डेलाक्रुवाबद्दल बोलत आहोत. आपले वडील मारतात असं त्यानं तुला कधी सांगितलं होतं का ?"

"त्यानं सांगायची गरज नव्हती. मला जखमा दिसायच्या. मला आठवतं, त्याचा चेहरा नेहमी काळानिळा पडलेला असायचा."

"ते स्केटिंगच्या अपघातामुळे व्हायचं ना ? म्हणजे तो सारखा पडायचा ?"

स्टोक्सने मान हलवली.

"कुणी सांगितलं ? आर्थर सगळ्यात उत्तम खेळाडू होता. तो फक्त तेच करायचा. इतका चांगला खेळायचा की त्याला असं लागणं शक्यच नव्हतं."

बॉशचे पाय जमिनीला पूर्ण टेकलेले होते. त्याच्या बुटाच्या तळांना जाणवणाऱ्या धक्क्यांमुळे त्याच्या विभागात आणखी काही माणसे आल्याचे त्याला कळले. त्याने पुढे जाऊन दारावरच्या कडीची खिट्टी लावली.

"तो इस्पितळात असल्याचं तुला आठवतं का ? त्याच्या डोक्याला लागलं होतं. स्केटिंगच्या अपघातामुळे लागलं असं त्यानं तुला कधी सांगितलं होतं का ?"

स्टोक्सने भुवया आकुंचित करून खाली पाहिले. बॉशने त्याची एक ठळक आठवण जागी केली होती. बॉशला ते जाणवले.

"मला आठवतंय की त्याच्या डोक्यावरचे सगळे केस काढले होते आणि शर्टाच्या झिपसारखे त्याच्या डोक्यावर टाके होते– पण ते कशासाठी– मला आठवत नाही आता..."

कुणीतरी बाहेरून दार उघडायचा प्रयत्न केला आणि मग दारावर जोरजोरात ठोठावल्याचा आवाज आला– दबलेला एक आवाज ऐकू आला.

"डिटेक्टिव्ह बॉश, मी हल्ला चौकशी पथकाचा लेफ्ट. गिल्मोर आहे. दार उघड."

डोळ्यांत भीती दाटून स्टोक्स एकदम मागे सरकला.

"नाही. त्यांना येऊ देऊ नकोस..."

"गप्प बस."

बॉशने टेबलावर वाकून स्टोक्सची कॉलर पकडली आणि त्याला गदागदा हलवले.

"माझं ऐकून घे. हे फार महत्त्वाचं आहे."

दारावर परत वाजवल्याचा आवाज आला.

"तुला म्हणायचं आहे की आपले वडील मारत होते असं आर्थर डेलाक्रुवानं तुला कधीच सांगितलं नाही ?"

"हे बघा, मला इथून सोडवा आणि तुम्हांला काय वाटेल ते मी म्हणायला हवं असेल तेच मी म्हणेन. ठीक आहे ? त्याचे वडील म्हणजे भयंकर होते. आर्थरचे वडील त्याला झाडूने मारत होते असं तो मला म्हणाल्याचं मी सांगावं असं तुम्हांला वाटत असेल तर मी तसं सांगीन. तुम्हांला वाटलं बेसबॉल बॅट म्हणावं, तर ठीक आहे, ते म्हणीन."

"हे बघ, तू खरं सोडून दुसरं काही बोलू नये असं मला वाटतं. त्यानं तुला असं सांगितलं की नाही ?"

दार एकदम उघडले. पुढच्या ऑफिसमधल्या टेबलाच्या खणातून त्यांना किल्ली मिळाली होती. सूट घातलेले दोघेजण आत आले. बॉशने त्यांतील एक म्हणजे गिल्मोर हे ओळखले. दुसऱ्या अधिकाऱ्याला तो ओळखत नव्हता.

गिल्मोर गरजला, "ठीक आहे, हे सगळं ताबडतोब बंद ! बॉश, तुझं काय चाललंय ?"

बॉश स्टोक्सला म्हणाला, ''त्यानं सांगितलं का नाही ?''

त्या दुसऱ्या अधिकाऱ्याने खिशातून चावी काढून स्टोक्सच्या हातातील बेड्या काढायला सुरुवात केली.

स्टोक्सने तक्रारवजा स्वरात म्हटले, ''मी काही केलं नाही, मी काही केलं...''

बॉश ओरडला, ''सांगितलं का नाही ?''

गिल्मोर त्या दुसऱ्या अधिकाऱ्याकडे बघून ओरडला, ''त्याला इथून घेऊन जा. दुसऱ्या खोलीत ठेव.''

त्या अधिकाऱ्याने स्टोक्सला बसल्या स्थितीतून जवळजवळ उचलले आणि अर्धवट ढकलत, अर्धवट ओढून नेत खोलीच्या बाहेर नेले. बॉशने घातलेल्या बेड्या आता टेबलावर पडल्या होत्या. बॉश त्यांच्याकडे शून्य डोळ्यांनी बघत राहिला. स्टोक्सने दिलेली उत्तरे आणि हा सगळा प्रयास फुकट गेल्याचे जाणवल्याने छातीवर आलेले प्रचंड दडपण यांचा त्याला बराच त्रास होऊ लागला. स्टोक्सने नवीन काहीच सांगितले नव्हते.

ज्युलियाला गोळी लागली होती आणि निष्कारणच तिला भोगावं लागलं.

शेवटी बॉशने गिल्मोरकडे पाहिले. दरवाजा बंद करून त्याने बॉशकडे चेहरा केला.

''मग बॉश, मी म्हणत होतो, काय चाललंय काय तुझं ?''

◆

३३.

टेबलावर पेन्सिलीच्या टोकाचे रबर आपटत गिल्मोर बोटांनीच पेन्सिलीशी चाळवाचाळव करत बसला होता. पेन्सिलीने टिपणे काढणाऱ्या कुठल्याही चौकशी अधिकाऱ्यावर बॉशचा अजिबात विश्वास नव्हता. पण हल्ला चौकशी पथकाचे तेच काम असायचे. पोलिस खात्याला हवे असेल त्याप्रमाणे जनतेला दाखवण्यासाठी प्रत्यक्ष घडले त्याची गोष्ट आणि चित्र उभे करायचे. ह्या गटाला पेन्सिल गटच म्हणायचे. कारण शेवटी हवे ते लिहिण्यासाठी पेन्सिल आणि रबरच उपयोगी पडत असे. शाई आणि टेपरेकॉर्डरचा उपयोग नव्हता.

गिल्मोरने विचारले, ''बरं, मला परत एकदा सगळं काही सांग. ब्रॅशरनं

नक्की काय केलं ?'' बॉशने त्याच्यापलीकडे नजर टाकली. मुलाखतीच्या खोलीत त्यालाच संशयिताच्या जागेवर बसवले होते. त्याच्या समोर आरसा होता, पण हा दुहेरी आरसा होता– त्याच्या पलीकडून त्याला खात्री होती की उपप्रमुख आयर्व्हिंगसह कदाचित पाच-सहा तरी अधिकारी काय चालले आहे ते बघत होते. व्हिडिओचित्रण चालू आहे हे त्यांपैकी कुणाच्या लक्षात आले की नाही असा विचार बॉशच्या डोक्यात आला. कुणाच्या लक्षात आले असते तर त्याने ते ताबडतोब बंद करून टाकले असते.

''काहीतरी होऊन तिनं स्वत:लाच गोळी मारली असावी.''

''आणि तू ते पाहिलंस.''

''तसंच काही नाही. मी मागच्या बाजूनं पाहिलं– माझ्याकडे तिची पाठ होती.''

''मग तिने स्वत:ला गोळी मारली हे तुला कसं कळलं ?''

''कारण तिथे स्टोक्स व तिच्याशिवाय दुसरं कुणीच नव्हतं. मी काही तिला गोळी मारली नाही आणि स्टोक्सनेपण मारली नाही. म्हणजे तिचीच गोळी तिला लागली.''

''स्टोक्सबरोबर झटापट करीत असताना.''

बॉशने मान हलवली.

''नाही,– गोळी मारण्याच्या वेळी तिथे कुठलीही झटापट झाली नाही. मी तिथे पोहोचण्यापूर्वी काय झालं मला माहीत नाही, पण गोळी लागण्याच्या क्षणी स्टोक्सचे दोन्ही हात भिंतीवर पसरलेले होते आणि त्याची पाठ तिच्याकडे होती– त्यानंतर पिस्तुलातनं गोळी सुटली. ज्युलियाने तिचा हात त्याच्या पाठीवर ठेवून त्याला दाबून धरले होते. ती एक पाऊल मागे झालेली आणि त्याच्यावरचा हात तिने उचलल्याचे मी पाहिलं. मला पिस्तूल दिसलं नाही, पण मी गोळीचा आवाज ऐकला आणि तिच्यासमोर गोळी उडाल्याचा उजेड पाहिला. नंतर ती खाली कोसळली.''

गिल्मोरने टेबलावर आपली पेन्सिल जोरात आपटली. बॉश म्हणाला, ''नाही, असं केल्यानं कदाचित रेकॉर्डिंग खराब होईल. अरे हो, बरोबर आहे, तुम्ही लोक कशाचंही ध्वनिमुद्रण करतच नाही.''

''ते जाऊ दे– पुढे काय झालं ?''

''मी भिंतीकडे त्यांच्या दिशेने सरकू लागलो. काय झालं बघण्यासाठी स्टोक्स मागे वळू लागला. जमिनीवर पडलेल्या ज्युलियानं आपला उजवा हात वर करून स्टोक्सवर पिस्तूल रोखलं.''

''पण तिने गोळी मारली नाही, हो ना ?''

''नाही, मी स्टोक्सला ओरडलो, 'थांब' तिने गोळी मारली नाही आणि

तोदेखील हलला नाही. मग मी तिथे पोहोचलो आणि स्टोक्सला जमिनीवर पाडलं. मी त्याला बेड्या घातल्या. नंतर रेडिओवर फोन करून मी मदत मागितली आणि शक्य होतं त्यापरीने ज्युलियाच्या जखमेवर इलाज करू लागलो.''

गिल्मोर आवाज करून च्युइंगम खात होता आणि बॉशला त्याचा त्रास होऊ लागला. च्युइंगम आणि थोडं चावून तो म्हणाला, ''हे बघ, मला हे कळत नाही की ती स्वत:ला गोळी कशाला मारून घेईल ?''

''ते तुम्ही तिलाच विचारायला हवं. मी फक्त काय पाहिलं हे मी तुम्हांला सांगतोय.''

''हो, पण मी तुला विचारतो आहे– तू तिथे होतास. तुला काय वाटतं ?''

बॉशने बराच वेळ उत्तर दिले नाही. सगळे काही इतके पटकन घडले होते. स्टोक्सवर लक्ष केंद्रित केल्यामुळे गॅरेजविषयी त्याच्या डोक्यात अजिबात विचार आला नव्हता. मनातल्या मनात काय काय पाहिले याची चित्रे त्याच्या डोळ्यापुढे येऊ लागली. शेवटी खांदे उडवून तो म्हणाला, ''मला ठाऊक नाही.''

''मग मी तुला सांगतो. समजा, आपण तुझ्या म्हणण्याप्रमाणे क्षणभर धरू या की, ती तिचं पिस्तूल परत पिशवीला अडकवीत होती– अर्थात हे नियमांना धरून नव्हतं, पण समजा तशी शक्यता असली तर धरून चालू. तिला त्याला बेड्या अडकवायच्या होत्या म्हणून ती पिस्तूल जागेवर ठेवत होती. तिच्या पिस्तुलाची पिशवी तिच्या मागच्या भागावर उजवीकडे आहे आणि गोळी घुसल्याची जखम डाव्या खांद्यावर आहे. हे असं काही होऊ शकेल ?''

काही दिवस आधी बॉशच्या डाव्या खांद्यावर झालेल्या जमखेबद्दल ज्युलिया विचारत होती हे बॉशला आठवले. ती गोळी कशी लागली आणि गोळी लागताना कसे वाटते याबद्दल ती विचारत होती. त्याला खोलीच्या भिंती आपल्या अंगावर येऊन त्याला घट्ट पकडत आहेत असे वाटू लागले. त्याला घाम फुटला. तो म्हणाला, ''मला माहीत नाही.''

''तुला फारसं काही ठाऊक नाही, हो ना बॉश ?''

''मी काय पाहिलं तेच मला माहिती आहे आणि मी काय पाहिलं ते तुम्हांला सांगितलं आहे.''

स्टोक्सचे सिगरेटचे पाकीट त्यांनी उचलून नेले नसते तर बरे झाले असते असे बॉशला वाटले.

''ज्युलियाबरोबर तुझे संबंध कुठल्या प्रकारचे होते ?''

बॉशने टेबलाकडे नजर टाकली.

''म्हणजे काय म्हणायचं आहे तुम्हांला ?''

"मला जे काही कळलं आहे त्याप्रमाणे तू तिची शय्यासोबत करीत होतास. हेच मला म्हणायचं आहे."

"त्याचा इथे कशाशी संबंध आहे का ?"

"मला ठाऊक नाही– कदाचित तूच मला सांगू शकशील."

बॉशने उत्तर दिले नाही. त्याच्या मनातला उफाळलेला संताप वर न दाखवण्याचा तो प्रयत्न करीत होता.

"म्हणजे, पहिली गोष्ट अशी की तुझे अशा प्रकारचे संबंध म्हणजे खात्याच्या नियमांच्या विरुद्ध आहे. तुला हे ठाऊक आहे– होय ना ?"

"ती टेहाळणी विभागात असते– मी गुप्तचर खात्यात आहे."

"तुला काय वाटतं, त्यानं काही बिघडणार आहे ? काही बिघडत नाही. तू डी तीन म्हणजे पर्यवेक्षक दर्जाचा अधिकारी आहेस– ती एक साधी पोलिस आहे आणि तीही नवीन भरती झालेली. जर आपण लष्करात असतो तर अगदीच काही नाही तर खात्याचा अपमान म्हणून सिद्ध झालं असतं– कदाचित काही काळ तुरुंगवासदेखील मिळाला असता."

"पण हे लॉस एंजेलिसचं पोलिस खातं आहे. इथे खरं म्हणजे मला याबद्दल पदोन्नती मिळायला हवी."

बॉशने प्रतिकारात्मक असा पहिलाच प्रश्न केला होता. गिल्मोरने प्रश्नांचा रोख दुसरीकडे वळवावा अशी ती सूचना होती. खात्यातील अनेक उच्चपदस्थ अधिकारी आणि खालच्या पदांवर काम करणारे स्त्री अधिकारी यांच्यात चालत असलेल्या बऱ्याच प्रसिद्ध आणि लपवूनछपवून चाललेल्या प्रकरणांचा तो छुपा उल्लेख होता. पोलिस खात्याच्या तथाकथित लैंगिक शोषणाच्या धोरणानुसार कुठली शिस्तभंगाची कारवाई होते आहे म्हटले की खालच्या स्तरावरील कर्मचाऱ्यांचे प्रतिनिधित्व करणारी पोलिस युनियन या बाबतीतला सर्व मालमसाला घेऊन तयारच असायची.

गिल्मोर म्हणाला, "मला तुझ्याकडून असल्या आगाऊ उत्तराची जरूर नाही. मी इथं एक चौकशी करायला आलो आहे." असे म्हणून त्याने पेन्सिलीचे रबर पुन्हा एकदा जोरजोरात टेबलावरून फिरवले आणि आपण काढलेल्या काही टिपणांकडे नजर टाकली. बॉशला कळत होते की गिल्मोर जे काही करत होता ते म्हणजे उलट्या दिशेने चौकशी करण्याचा प्रकार होता. एखाद्या निष्कर्षापासूनच आधी सुरुवात करायची आणि मग त्याला पूरक अशा गोष्टी शोधून काढायच्या.

वर न बघता शेवटी गिल्मोरने विचारले, "तुझे डोळे कसे आहेत?"

"एका डोळ्याची अजूनही कल्पनेबाहेर आग होत आहे– डोळे म्हणजे तळलेल्या अंड्यासारखे झाले आहेत."

"बरं, तू म्हणतोयस की सफाई करण्याच्या रसायनांच्या बाटलीतून स्टोक्सने तुझ्या चेहऱ्यावर फवारा मारला ?"

"बरोबर."

"आणि त्यामुळे क्षणभर तुझ्या डोळ्यापुढे अंधार झाला."

"बरोबर."

गिल्मोर उठून उभा राहिला आणि त्याच्या खुर्चीच्या मागे असलेल्या लहान जागेत येरझारा घालू लागला.

"डोळ्यांपुढे अंधेरी येऊन तू त्या अंधाऱ्या गॅरेजमध्ये खाली पडलास आणि तिने तुझ्या म्हणण्याप्रमाणे स्वत:ला गोळी झाडली हे तू पाहिलंस. यात साधारण किती वेळ गेला ?"

बॉशने क्षणभर विचार केला. "म्हणजे, मी पाण्याचा पाइप वापरून माझे डोळे धुतले. मग त्यांच्या मागे लागलो. मी म्हणेन की पाच मिनिटांपेक्षा जास्त वेळ लागला नसावा. पण त्यापेक्षा कमी नसावा बहुतेक."

"म्हणजे अगदी आंधळ्या माणसापासून ते घारीसारखं सगळं काही व्यवस्थित दिसायला लागायला फक्त पाच मिनिटं लागली ?"

"मी असं काही त्याचं वर्णन करणार नाही, पण हा एवढा वेळ साधारणपणे बरोबर अंदाज आहे."

"ठीक आहे, म्हणजे माझं काहीतरी बरोबर आहे तर, धन्यवाद !"

"ठीक आहे, लेफ्टनंट."

"म्हणजे तुला म्हणायचं आहे की गोळी उडायच्या आधी ज्युलियाच्या पिस्तुलासाठी झालेली झटापट तुला दिसली नाही– बरोबर ?"

हात पाठीमागे जुळवून दोन बोटांत सिगरेटसारखी पेन्सिल धरून बॉश टेबलावर पुढे वाकला. गिल्मोर करीत असलेला शब्दच्छल त्याच्या ध्यानात आला.

"शब्दात पकडू नका, लेफ्टनंट. कुठलीही झटापट झाली नव्हती. मी झटापट पाहिली नाही कारण झटापट नव्हतीच. जर असं काही झालं असतं तर मला दिसलं असतं. आता तरी तुम्हांला स्पष्ट झालं का ?"

गिल्मोरने उत्तर दिले नाही. तो येरझाऱ्या घालत राहिला.

बॉश म्हणाला, "हे बघा, तुम्ही स्टोक्सच्या शरीराची पूर्ण तपासणी का करत नाही ? त्याचे हात, त्याचा युनिफॉर्म– तुम्हांला काहीही आढळणार नाही. आणि हे सगळं लवकर आटपेल."

गिल्मोर खुर्चीपाशी येऊन तिच्यावर खाली वाकला, त्याने बॉशकडे बघून डोके हलवले व म्हणाला, "तुला सांगू डिटेक्टिव्ह बॉश, मला तसं करायला आवडेल. साधारणपणे अशा कुठल्याही घटनेत पहिली गोष्ट आम्ही पाहतो

म्हणजे पिस्तुलाने गोळी मारल्याच्या काही खुणा दिसत आहेत का ? इथे प्रश्न असा आहे की तू नियम तोडलास. गुन्हा घडलेल्या ठिकाणाहून स्टोक्सला बाहेर काढून तू इथे घेऊन आलास म्हणजे पुराव्याची साखळीच तुटली, आलं ना लक्षात ? म्हणजे तो त्यानंतर अंघोळ करू शकला असता, कपडे बदलले असते आणि मला ठाऊक नाही, पण आणखीही काही केले असते कारण गुन्ह्याच्या ठिकाणावरून त्याला हलवण्याची जबाबदारी तू स्वत:वर घेतलीस !''

बॉश हे ऐकायला तयारच होता.

''मला वाटलं की या ठिकाणी सुरक्षिततेचा प्रश्न मध्ये येत होता. माझा सहकारी पण माझ्या बोलण्याची ग्वाही देईल आणि स्टोक्ससुद्धा देईल आणि तुम्ही हे इथे असे धाडदिशी घुसेपर्यंत तो माझ्याच ताब्यात व नियंत्रणात होता.''

''पण म्हणून खात्यातील एखाद्या अधिकाऱ्यावर हल्ला झालेला असताना आम्हांला त्याविषयी माहिती देण्यापेक्षा तुझं स्वत:चं प्रकरण जास्त महत्त्वाचं होतं असं तुला वाटलं. ही वस्तुस्थिती बदलत नाही, हो ना ?''

यावर बॉशकडे उत्तर नव्हते. पण गिल्मोरला नेमके काय करायचे होते ते बॉशच्या पूर्ण लक्षात येऊ लागले होते. त्याच्यासाठी आणि पोलिस खात्यासाठी ज्युलिया पिस्तुलाचा ताबा मिळवण्यासाठी झालेल्या झटापटीत गोळी लागून जखमी झाली असा निष्कर्ष काढणे आणि तसे जाहीर करणे महत्त्वाचे होते. असे केल्याने ती शौर्यगाथा ठरत होती आणि पोलिस खात्याच्या जनसंपर्क यंत्रणेला या गोष्टीचा फायदा होऊन प्रसिद्धी मिळाली असती. कर्तव्य करीत असताना एखादा चांगला पोलिस अधिकारी त्यातल्या त्यात अगदी नवीन भरती झालेली स्त्री अधिकारी जखमी होणे यासारखी, खात्याच्या दृष्टीने लोकांना पोलिसांची चांगली आणि उजळ प्रतिमा दाखवून देणारी आणि पोलिसांच्या कर्तव्यातील धोके दाखवणारी दुसरी गोष्ट नव्हती.

उलटपक्षी, ज्युलियाने चुकून स्वत:वरच गोळी झाडली किंवा याहूनही एखादी खराब वस्तुस्थिती सांगितली तर खात्याच्या प्रतिमेला तडा बसला असता. म्हणजे खात्याच्या प्रसिद्धी खात्याने आधीच घातलेल्या गोंधळात आणखीच भर!

पण गिल्मोर आणि त्याच्याबरोबर आयर्व्हिंग व खात्यातील वरचे लोक यांना हव्या असलेल्या निष्कर्षाच्या मार्गात स्टोक्स आणि नंतर बॉश आडवे येत होते. स्टोक्सचा एवढा प्रश्न नव्हता. आधीचा शिक्षा झालेला, एखादा माजी गुन्हेगार पोलिसांवर हल्ला करण्यासाठी तुरुंगवासाच्या भीतीने स्वत:च्या संरक्षणार्थ काहीही बोलेल. त्याला काही फारसे महत्त्व नव्हते. पण बॉश बिल्ला लावलेला एक अधिकृत साक्षीदार होता. त्याची साक्ष गिल्मोरला बदलायला हवी होती किंवा तिला वेगळा रंग तरी द्यायला हवा होता. त्या दृष्टीने नाजूक जागेवर

पहिला वार करायचा म्हणजे बॉशच्या शारीरिक परिस्थितीवर भर द्यायचा. त्याच्या डोळ्यांत काहीतरी भयानक फेकलं असताना तो काय म्हणतो आहे तेवढं सर्व त्याने पहाणं शक्य होतं का ? दुसरी चाल म्हणजे बॉशच्या गुप्तहेर म्हणून केलेल्या कामावर झोड उठवायची. त्याच्या खून प्रकरणात स्टोक्स हा महत्त्वाचा साक्षीदार असल्यामुळे त्याला संरक्षण देण्यासाठी स्टोक्सने पोलिसावर हल्ला केला नाही, असे खोटे सांगण्याची मजल गाठेल का ?

बॉशच्या दृष्टीने हे इतके अगदी विचित्र वाटण्याइतके अशक्य होते. पण आपल्या अनेक वर्षांच्या अनुभवात त्याने पोलिसांना यापेक्षाही वाईट परिस्थितीत सापडलेले पाहिले होते. लोकांसमोर पोलिसांचे जे चित्र रहायला खात्याला हवे असायचे तसे चित्र जबरदस्तीने निर्माण करण्यासाठी त्यांना पोलिस यंत्रणेला सामोरे जावे लागत होते.

आपल्या वरच्या अधिकाऱ्याला उद्देशून अपशब्द वापरायची इच्छा आवरती घेऊन बॉश म्हणाला, "अरे, एक मिनिट थांब. जर तुला असं म्हणायचं असेल की स्टोक्स माझ्या प्रकरणामध्ये मला हवा असल्यामुळे त्याने ज्युलियाला म्हणजे ज्युलिया ब्रेशरला गोळी मारली नाही असं मी खोटं सांगतो आहे– तर मला तुझ्याविषयी आदर असूनही –तुझं डोकं फिरलं आहे असं वाटतं आहे."

"डिटेक्टिव्ह बॉश, मी इथे सगळ्या शक्यता चाचपून पहात आहे. असं करणं म्हणजे माझ्या कामाचा भागच आहे."

"मग तुम्ही त्या शक्यता माझ्याशिवायही तपासू शकता."

बॉश उठून दारापाशी गेला.

"कुठे निघाला आहेस तू ?"

"मला आता हे सगळं बस झालं !"

आरशाकडे पाहून तो दाराबाहेर पडला आणि परत गिल्मोरकडे वळून म्हणाला, "मी तुम्हांला एक गोष्ट सांगतो लेफ्टनंट. तुमचा तर्क अगदीच फालतू आहे. –स्टोक्सला माझ्या प्रकरणात बिलकूल किंमत नाही– अगदी शून्य ! ज्युलियाला गोळी लागली– अगदी निष्कारणच झाला हा प्रकार !"

"पण त्याला तू इथे आणेपर्यंत तुला ठाऊक नव्हतं, हो ना ?"

"गुड डे, लेफ्टनंट."

तो दरवाजातून बाहेर जाणार तेवढ्यात त्याला आयर्व्हिंग भेटले. विभागाचे उपप्रमुख आयर्व्हिंग खोलीबाहेरच्या पॅसेजमध्ये सरळ त्याच्या वाटेत उभे होते.

गिल्मोर शांतपणे म्हणाला, "डिटेक्टिव्ह बॉश, एक मिनिट जरा परत आत ये, प्लीज."

बॉश खोलीत परत आला आणि त्याच्यापाठोपाठ आयर्व्हिंगही आले.

ते म्हणाले, "इथे आम्हांला जरा एकांत हवा आहे, लेफ्टनंट" आणि आरशापलीकडे बोट दाखवून पुढे म्हणाले, "मला त्या काचेतल्या खोलीतही कुणी नको आहे आता."

जाताना दार बंद करीत गिल्मोर म्हणाला, "होय, साहेब."

आयर्व्हिंग म्हणाले, "परत जागेवर बस."

बॉश आरशासमोरच्या खुर्चीवर बसला. आयर्व्हिंग उभेच राहिले. थोड्या वेळाने त्यांनीसुद्धा आरशासमोर येरझाऱ्या घालायला सुरुवात केली. त्यामुळे बॉशला त्यांच्याबरोबर आरशातल्या प्रतिमेचा देखील मागोवा घ्यावा लागत होता. बॉशकडे वळून न पाहता आयर्व्हिंग म्हणाले, "आम्ही अपघाताने गोळी लागली असं म्हणणार आहोत. ज्युलियाने संशयिताला पकडलं आणि पिस्तूल परत म्यानात ठेवता ठेवता चुकून गोळी मारली गेली."

बॉशने विचारले, "ती असं म्हणाली का ?"

आयर्व्हिंग क्षणभर गोंधळले आणि मग त्यांनी मान हलवली.

"माझ्या माहितीप्रमाणे ती फक्त तुझ्याशीच बोलली आणि तू म्हणतोयस की गोळी मारण्याविषयी खास असं ती मुद्दाम काही बोलली नाही."

बॉशने होकार दिला.

"म्हणजे बस्. हे इथेच संपलं तर."

"हो, आणखी पुढे जायचं मला कारण दिसत नाही."

ज्युलियाच्या घरातील कपाटावरचा शार्क माशाचा फोटो बॉशला आठवला आणि तिच्याबरोबर इतक्या थोड्या वेळात तिच्याविषयी किती माहिती मिळाली हे आठवले. पुन्हा त्याच्या डोळ्यासमोरून तळघरातल्या घटना मंदगतीने पुढे पुढे सरकू लागल्या आणि त्या सगळ्यातून काही अर्थबोध होईना !

"जर आपण स्वत:शीच प्रामाणिक राहिलो नाही, तर लोकांना आपण सत्य कसं काय सांगू शकू ?"

आयर्व्हिंगनी घसा साफ केला.

"डिटेक्टिव्ह बॉश, मी तुझ्याबरोबर वाद घालणार नाही. याबाबत निर्णय झालेला आहे."

"तुम्ही केला निर्णय ?"

"हो, मीच केला."

"मग स्टोक्सचं काय ?"

"ते जिल्हा न्यायाधीश ठरवतील. त्याच्यावर गंभीर गुन्हा-खुनाचा आरोप होऊ शकेल. तो पळून गेल्यामुळे शेवटी पिस्तुलाची गोळी झाडली होती. ही गोष्ट शेवटी फार गुंतागुंतीची होणार आहे. जेव्हा पिस्तुलाची घातक गोळी

मारली गेली तेव्हा तो ताब्यात आला होता असं सिद्ध झालं तर तो.....''

खुर्चीतून उठून बॉश म्हणाला, ''एक मिनिट, एक मिनिट– गुन्हा-खून-कायदा ? तुम्ही 'घातक गोळी' म्हणालात ?''

आयर्व्हिंगनी वळून त्याच्याकडे पाहिले.

''लेफ्टनंट गिल्मोरनी तुला सांगितलं नाही ?''

बॉश खुर्चीत मटकन बसला आणि त्याने कोपरे टेबलावर ठेवून चेहरा हातांनी झाकून घेतला.

''गोळी ज्युलियाच्या खांद्याच्या हाडाला लागली आणि परतून तिच्या शरीरात शिरली. ती पार तिच्या छातीतून हृदयापर्यंत गेली. ती इस्पितळात येईपर्यंत गेलेली होती.''

बॉशने डोके आणखी खाली घातले. त्यामुळे त्याचे हात कपाळावर आले. त्याला चक्कर आल्यासारखे वाटू लागले आणि आपण खुर्चीतून पडू की काय असा भास झाला. चक्कर उतरेपर्यंत त्याने दीर्घ श्वास घ्यायचा प्रयत्न केला. काही वेळाने आयर्व्हिंग त्याच्या सुन्न झालेल्या मनाशी काहीतरी बोलले.

''डिटेक्टिव्ह बॉश, या खात्यामध्ये असे काही अधिकारी आहेत की त्यांना दुर्दैवाचे धनी असं म्हटलं जातं. मला खात्री आहे की तू पण हे शब्द ऐकले असशील. मला हा शब्दप्रयोग आवडत नाही, पण त्याचा अर्थ असा की अशाच अधिकाऱ्यांच्या बाबतीत नेहमी असं घडत असतं. फार वाईट गोष्टी त्यांचा सतत पाठलाग करतात– सतत !''

बॉश सुन्न मनाने पुढच्या बोलण्याची वाट पाहत होता. पण अशा अवस्थेतही काय वाढून ठेवले आहे हे त्याला कळले होते.

''डिटेक्टिव्ह बॉश, दुर्दैवाने तू अशाच काही कमनशिबी अधिकाऱ्यांपैकी एक आहेस.''

बॉशने नकळत मान डोलवली. त्या वैद्यकीय सहाय्यकाने ज्युलियाच्या चेहऱ्यावर श्वास घ्यायचा मुखवटा चढवला त्या वेळी ती काहीतरी बोलत होती तो क्षण बॉशला आठवला. ती म्हणाली,

''त्यांना हे करू देऊ नकोस....''

म्हणजे तिला काय म्हणायचे होते ? त्यांनी काय करायला नको होते. तो एक आणि एक जोडून तिला काय म्हणायचे होते याचा अंदाज करू लागला. त्याच्या विचारांना मध्येच खीळ घालत आयर्व्हिंग म्हणाले,

''डिटेक्टिव्ह बॉश, अनेक वर्षं आणि अनेक प्रकरणांत मी तुझ्याबद्दल खूप सहनशीलता दाखवली आहे –पण मला आता त्याचा कंटाळा आला आहे. मलाच काय साऱ्या पोलिस खात्याला देखील. मला वाटतं, तू आता लवकर

निवृत्तीचा विचार करावास हे बरं. डिटेक्टिव्ह बॉश, लवकर, अगदी लवकर.''

बॉशने मान खाली घातली आणि उत्तर दिले नाही. काही वेळातच त्याने दार उघडून बंद झाल्याचा आवाज ऐकला.

◆

३४.

ज्युलिया ब्रॅशरच्या कुटुंबियांची इच्छा होती की त्यांच्या धर्माप्रमाणे तिचे दफन व्हावे- म्हणून त्यानुसार हॉलिवूड मेमोरिअल पार्कमध्ये दुसऱ्या दिवशी सकाळी उशिराच दफन विधी करण्याचे ठरले. आपले कर्तव्य करीत असताना तिला अपघाती मृत्यू आल्याने, पूर्ण पोलिस इतमामात तिच्यावर अंत्यसंस्कार करण्यात आला. मोटर सायकलींचा ताफा, संचलन, एकवीस तोफांची सलामी आणि अंत्यविधीच्या वेळी खात्यातील बऱ्याच उच्चपदस्थांची हजेरी, शिवाय पाच हेलिकॉप्टर्सनी 'निखळलेला तारा' दाखवून सलामी दिली.

पण मृत्यूनंतर चोवीस तासांच्या आतच दफनविधी झाल्यामुळे एकूण उपस्थिती फार नव्हती. साधारणपणे कर्तव्यपूर्ती करत असताना झालेल्या मृत्यूच्या अंत्यसंस्कारासाठी दक्षिणपूर्व प्रांतातील तसेच त्या-त्या प्रांतातील सर्व खात्यांचे कुणी ना कुणी तरी प्रतिनिधी हजर राहतात. पण ज्युलिया ब्रॅशरच्या बाबतीत तसे घडले नाही. तिच्या मरणाच्या वेळची परिस्थिती आणि लगेचच झालेला अंत्यसंस्कार यामुळे पोलिस खात्यातील नेहमीच्या प्रथेपेक्षाही एकूण कार्यक्रम मर्यादित स्वरूपातच राहिला. बंदुकांच्या फैरीत मृत्यू झाला असता तर पोलिस खात्यातील अनेक कर्मचाऱ्यांनी त्या लहानशा दफनभूमीत एका टोकापासून दुसऱ्या टोकापर्यंत गर्दी केली असती. परंतु पिस्तूल परत म्यानात ठेवताना कुणी पोलिसाने गोळी झाडून घेतली तर त्यामध्ये पोलिसी धाडस किंवा शौर्यगाथा असे काहीच दिसत नव्हते. लोकांनी गर्दी करावी असे या दफनसंस्कारात काहीच नव्हते.

जमलेल्या लोकांच्या घोळक्याबाहेरूनच बॉश निरीक्षण करीत होता. रात्रभर दारू पीत राहिल्यामुळे आणि त्याला झालेले दुःख आणि आत्मदोषाची रुखरुख विसरून जाण्याची केलेली धडपड यामुळे त्याचे डोके दुखू लागले होते. जमिनीतून हाडे बाहेर आली काय आणि त्याला निरर्थक वाटणाऱ्या कारणांसाठी

त्यात दोघांचा जीव जातो काय ? त्याचे डोळे सुजून लालबुंद झाले होते, पण त्याला कुणी विचारलेच तर आदल्या दिवशी स्टोक्सने टायर साफ करण्याचे रसायन फेकल्यामुळे डोळे असे झाले आहेत असे त्याला सांगता आले असते.

जे थोडे काही उच्चपदस्थ अधिकारी तिथे आले होते त्यामध्ये पुढच्या ओळीतील महत्त्वाच्या आणि वरच्या दर्जाच्या गटात कधी नाही ती छायाचित्रकाराशिवाय बसलेली थेरेसा कोराझॉन त्याला दिसली. तिने गॉगल लावला होता, पण तिने त्याच्याकडे पाहिल्याचे बॉशच्या लक्षात आले. तिच्या तोंडावर अगदी अशा अंत्यसंस्काराचे वेळी असावे तसे हलके, पण करारी हसू उमटले.

पण बॉशने चेहरा प्रथम फिरवला.

अंत्यविधीसाठी तो दिवस एकदम चांगला होता. पॅसिफिक समुद्रावरून येणाऱ्या जोराच्या वाऱ्यांमुळे हवेतले धुके विरून गेले होते. त्या दिवशी सकाळी बॉशच्या घरातून तिथल्या दरीचा देखावादेखील स्पष्ट दिसत होता. उंचावरून उडणाऱ्या जेट विमानांच्या धुरांच्या रेषांबरोबर आकाशात वरच्या बाजूला तुरळक ढग दिसत होते. दफनस्थानाभोवती जी फुले व गुच्छ ठेवले होते त्या फुलांच्या वासामुळे दफनभूमीतील हवा सुगंधित झाली होती. तो उभा होता तिथून माऊंट ली वर 'हॉलिवूड' लिहिलेली तिरपी अक्षरे त्याला दिसत होती.

कर्तव्यपूर्ती करताना झालेल्या मृत्यूच्या प्रसंगात साधारणपणे पोलिस विभागप्रमुख भाषण करतात तसे त्यांनी आता भाषण केले नाही. त्यांच्याऐवजी प्रशिक्षण केंद्राचे प्रमुख यांचे भाषण झाले. पोलिसांच्या कामात धोका कसा आणि कुठून येईल ते सांगता येत नाही, तसेच ब्रेशरच्या निधनामुळे इतर पोलिसांनी कधीही सावधगिरी न सोडायचा कसा धडा मिळाला याविषयी ते दहा मिनिटे बोलले, पण त्या भाषणात दुर्दैवाने व्यक्तिगत काहीच उल्लेख नव्हता.

हे सगळे चालू असताना जबडा उघडलेल्या शार्क माशांचे आणि वितळलेला लाव्हा ओकणाऱ्या ज्वालामुखींचे फोटो बॉशच्या डोळ्यांपुढे तरळत होते. ज्युलियाला जे काही होऊन दाखवायचे होते तशी ती अखेर शूर बनली की नाही याबद्दल त्याच्या डोक्यात विचार घोळू लागले.

चंदेरी शवपेटिकेच्या आजूबाजूला निळ्या गणवेषातील अनेक लोक होते, तसेच काळ्या कोटातील लोकही होते– ते म्हणजे वकील लोक ! तिचे वडील आणि त्यांच्या कार्यालयातला एक मोठा गट आला होता. ब्रेशरच्या वडिलांच्या मागच्या बाजूला दुसऱ्या रांगेत व्हेनिसमधल्या बंगल्यात कपाटावर ठेवलेल्या फोटोतला माणूस उभा असलेला बॉशने पाहिला. काही क्षण बॉशला वाटून गेले की पुढे जाऊन त्याला एक ठेवून द्यावी किंवा त्याला भलतीकडे एक लाथ

मारावी. प्रार्थना चालू असताना अगदी सगळ्यांच्या मध्ये जाऊन सर्वांच्या देखत त्याला एक हाणावी आणि नंतर शवपेटिकेकडे निर्देश करत ओरडून सांगावे की त्यानेच तिला या मार्गाकडे जायला प्रवृत्त केले.

पण बॉशने तो विचार सोडून दिला. त्याला कळत होते की असे स्पष्टीकरण आणि दोषारोपण करणे फारच सोपे होते आणि चुकीचे पण होते. त्याला ठाऊक होते की अखेर माणसे आपला मार्ग स्वतःच निवडत असतात. त्यांना चुकीचा मार्ग दाखवला जातो किंवा तिकडे ढकलले जाते, परंतु अखेर निर्णय त्यांचाच असतो. प्रत्येकजण आपल्याभोवती एक पिंजरा बांधतो आणि शार्क माशांना दूर ठेवतो. जे पिंजऱ्याचे दार उघडून बाहेर यायला धजावतात, ते केवळ स्वतःच्या जबाबदारीवर.

ज्युलियाच्या प्रशिक्षणाच्या वर्गात तिच्याबरोबर असलेल्या सात जणींची सलामीसाठी निवड केली होती. त्यांनी निळ्या आकाशाकडे आपल्या बंदुका रोखल्या आणि गोळ्यांच्या तीन फैरी झाडल्या. बंदूक उडताना झालेल्या प्रकाशात गोळ्यांचे पिवळे कवच वर उंच उडून परत गवतावर अश्रूंसारखे पडायचे. या फैरींचा आवाज कबरस्तानात घुमत असतानाच हेलिकॉप्टर्सनी वरच्या आकाशात सलामी दिली आणि कार्यक्रम संपला.

बॉश हळूहळू कबरीच्या दिशेने जाऊ लागला. वाटेत त्याला परत निघालेले लोक भेटले. पाठीमागून त्याचे कोपर कुणीतरी ओढले आणि त्याने वळून पाहिले तर तो ज्युलियाचा सहकारी एजवूड होता.

एजवूड म्हणाला, ''काल मी काय केलं, त्याच्याबद्दल मला माफी मागायची होती. परत असं घडणार नाही.''

बॉश नजरानजर होईपर्यंत थांबला आणि नुसतीच मान डोलावली– त्याला एजवूडशी काही बोलायचे नव्हते.

''मला असं वाटतं की तू हल्ला चौकशी पथकाला काही सांगितलं नाहीस आणि म्हणून मला कृतज्ञता व्यक्त करावीशी वाटली.''

बॉशने फक्त एजवूडकडे पाहिले. एजवूड थोडासा अस्वस्थ झाला. त्याने मान हलवली आणि तो निघून गेला. नंतर त्याच्या मागे उभ्या असलेल्या एका महिलेकडे बॉशची नजर गेली. एक रुपेरी केसांची दक्षिण अमेरिकन बाई तिथे उभी होती आणि तिला ओळखायला बॉशला थोडा वेळ लागला.

''डॉ. हिनोजोस.''

''डिटेक्टिव्ह बॉश, कसं काय ?''

केसांमुळे फरक पडला. जवळजवळ सात वर्षांपूर्वी बॉश हिनोजोसच्या कार्यालयात वारंवार कामासाठी जायचा तेव्हा तिचे केस गडद तपकिरी रंगाचे

होते आणि त्यात रुपेरी छटा अजिबात नव्हती.

पण केस रुपेरी असोत की तपकिरी, ती दिसायला अजूनही आकर्षक होती. पण केसातील रंगाचा बदल एकदमच धक्कादायक होता.

''माझं ठीक चाललं आहे. तुमचं मानसशास्त्राचं काम कसं काय चाललंय ?'' डॉ. हिनोजोस हसून म्हणाली, ''ठीक चाललं आहे''

''मी ऐकलं की सगळं काम आता तुम्ही एकट्याच संभाळता म्हणून ?'' डॉ. हिनोजोसने मान डोलावली. बॉशलाच थोडं अस्वस्थ वाटू लागलं. आधी तो तिला जेव्हा भेटायचा तेव्हा तो सक्तीच्या तणावमुक्तीच्या रजेवर होता. आठवड्यातून दोनदा भेट व्हायची आणि त्याने तेव्हा आधी किंवा नंतर कुणालाही न सांगितलेल्या स्वत:बद्दलच्या गोष्टी सांगितल्या होत्या आणि नंतर पुन्हा कामावर आल्यानंतर, तो एकदाही तिच्याशी बोलला नव्हता. अगदी आतापर्यंत. बॉशने विचारले, ''तुम्ही ज्युलिया ब्रॅशरला ओळखत होता ?''

पोलिस खात्याचे मानसशास्त्रीय सल्लागार अशा दफनविधी प्रसंगी उपस्थित राहण्याची घटना नवीन नव्हती. गेलेल्या व्यक्तींच्या जवळच्या लोकांना धीर देण्याचे काम ते करत असत.

''नाही, तसं नाही– व्यक्तिश: ओळखत नव्हते. खात्याची प्रमुख या नात्याने तिचा प्रशिक्षण केंद्रातील प्रवेश अर्ज तपासणीसाठी आणि मुलाखत घेण्यासाठी माझ्याकडे आला होता. माझी त्याच्यावर सही आहे.''

बॉशच्या प्रतिक्रियेसाठी क्षणभर थांबून डॉ. हिनोजोस म्हणाली, ''मला असं कळलं की तुम्ही दोघे एकमेकांना जवळचे होतात. शिवाय घटनेच्या वेळी तू तिथे होतास. तू प्रत्यक्ष पाहिलंस.''

बॉशने होकार दिला. परत जाणारे लोक त्यांच्या दोन्ही बाजूंनी जात होते. त्यांचे बोलणे कुणाला ऐकू जाऊ नये या उद्देशाने डॉ. हिनोजोस त्याच्या थोडे जवळ सरकली.

''हॅरी, ही जागा आणि वेळ खरं तर बरोबर नाही, पण मला तिच्याबद्दल तुला काही विचारायचं आहे.''

''तिच्याबद्दल काय बोलण्यासारखं आहे ?''

''मला विचारायचं आहे, नेमकं काय घडलं आणि का ?''

''तो एक अपघात होता– प्रमुख आयर्व्हिंगना विचारा ना.''

''मी विचारलं आणि माझं समाधान झालं नाही. आणि तुझंही झालं नसावं अशी मला शंका आहे.''

''हे पहा डॉक्टर. ती आता गेली आहे– मी काही...''

''मी तिला पास केलं. माझ्या सहीमुळे तिला पोलिसांचा बिल्ला मिळाला.

त्या वेळी आपल्याला म्हणजे मला समजा काही कळलं नसलं तर आता कळायला हवं. जर यामागे काही कारणं असतील तर आपल्याला समजायला हवी होती.''

बॉशने मान हलवून दोघांमध्ये पसरलेल्या हिरवळीवर नजर लावली.

''वाईट वाटून घेऊ नका, खरोखरच काही पूर्वचिन्हं होती आणि आपल्याला कळायला हवी होती– पण मी सुद्धा त्यांचा नीट अन्वय लावू शकलो नाही.''

डॉ हिनोजोस एक पाऊल आणखी जवळ सरकली. आता दुसरीकडे कुठे न बघता बॉश सरळ तिच्याकडेच पाहू लागला.

''म्हणजे माझं बरोबर आहे. यामागे आणखीही काहीतरी आहे.'' बॉशने मान हलवली.

''काही विशेष नाही. फक्त एवढंच की ती एकदम कड्याच्या टोकालाच येऊन थांबायची. तिला धोक्याशी खेळायला आवडायचं– आणि एकदा तिने मर्यादा ओलांडली. तिला काहीतरी सिद्ध करून दाखवायचं होतं– तिला स्वत:ला पोलिस अधिकारी नक्की व्हायचं होतं की नाही याचीदेखील मला खात्री नाही.''

''सिद्ध करायचं होतं– पण काय आणि कुणाला ?''

''मला माहीत नाही– कदाचित स्वत:लाच किंवा दुसऱ्यालाही असेल.''

''हॅरी, मी तुला ओळखते ते तुझ्या अंतर्मनातल्या अनेक अचूक अंदाजांसाठी. आणखी काय वाटतं तुला ?''

बॉशने खांदे उडवले.

''म्हणजे ती काही गोष्टी अशा करायची किंवा अशी बोलायची... गोळी लागल्यामुळे माझ्या खांद्यावर जखमेचा एक व्रण आहे. –तिने मला त्याबद्दल एकदा विचारलं होतं. त्या दिवशी रात्री तिने मला ही खूण कशाची असं विचारलं. मी तिला सांगितलं आणि हे सुद्धा म्हणालो की गोळी मला ज्या ठिकाणी लागली तिथे केवळ हाड होतं म्हणून माझं नशीब बलवत्तर होतं असं म्हणायचं. आणि नंतर तिने स्वत:वर गोळी झाडली– खांद्यावर त्याच ठिकाणी. फक्त या वेळी गोळी हाडावरून परत फिरली. तिला असं होईल अशी अजिबात कल्पना नव्हती.''

हिनोजोसने मान हलवली आणि त्याच्या बोलण्यासाठी थांबली. ''मी सारखा विचार करतो आहे आणि माझ्या डोक्यातून निघत नाही– म्हणजे कळलं का तुला?''

''मला सांग, हॅरी.''

''माझ्या डोक्यात ती घटना सारखी फिरते आहे. –मी काय पाहिलं आणि मला काय कळलं ते. तिने पिस्तूल त्याच्यावर रोखलं होतं आणि मला

वाटतं, मी तिथं नसतो आणि जोरात ओरडले नसतो तर तिने जॉनीला गोळी मारलीच असती आणि तो खाली पडल्यावर त्याचे हात आपल्या पिस्तुलावर ठेवून कदाचित छपरावर किंवा कुठल्या गाडीला गोळी मारली असती किंवा त्यालाही परत मारली असती. –त्याच्या हातावर पिस्तुलाच्या दारूचे कण असल्यामुळे आणि तो मरून पडल्यामुळे नंतर गोळी कुठे लागली याला महत्त्व नव्हतं आणि तिला असं म्हणता आलं असतं की त्याने तिचं पिस्तूल हिसकण्याचा प्रयत्न केला.''

''म्हणजे तुला असं म्हणायचं आहे की, तिने त्याला नंतर मारण्यासाठी आधी स्वत:ला गोळी झाडून घेतली. आपली बहादुरी दाखवण्यासाठी ?''

''मला ठाऊक नाही. जगाला शूर आणि बहादूर लोकांची गरज आहे असं ज्युलिया म्हणायची– विशेषत: आताच्या काळात. ती म्हणत होती की आपण स्वत: एक शूरवीर आहोत याची संधी मिळायची ती वाट पाहात आहे. पण या सगळ्यापेक्षाही ह्यात आणखी काहीतरी वेगळं असावं असं मला वाटतं. म्हणजे तिला तो जखमेचा व्रण, त्याचा अनुभव हवा होता असं मला वाटतं.''

''आणि त्यासाठी ती त्याला ठार मारायला तयार होती ?''

''मला माहीत नाही. माझे हे सगळं बरोबर आहे की चूक हे पण मला ठाऊक नाही. मला फक्त एवढंच माहिती आहे की खात्यात जरी ती नवीन भरती झालेली असली तरी आयुष्यात ती अशा ठिकाणी पोहोचली होती की जिथे तुमच्या आमच्यात एक दरी असते, जिथे तुमच्याकडे एखादा बिल्ला नसेल तर तुम्ही निरर्थक ठरता– स्वत:च्या बाबतीत असं होताना तिनं पाहिलं आणि यातून काही तरी मार्ग काढायचा ती...'' बॉशने डोके हलवून आजूबाजूला बघितले. आता दफनभूमीमध्ये फारसे कुणी उरले नव्हते.

''मला ठाऊक नाही. हे असं मनातलं बाहेर मोठ्यांदा बोललं की वाटतं... मला माहीत नाही– हे सगळं जग म्हणजे चमत्कारिक आहे.'' बॉश हिनोजोसपासून थोडा दूर सरकला.

बॉशने विचारले, ''अखेर मला वाटतं– की, तुम्ही पूर्णपणे कधीच कुणाला ओळखत नाही, नाही का ? तुम्हांला असं भासतं की तुम्ही ओळखता. तुम्ही अगदी कुणाची शय्यासोबत करण्याइतके जवळ जाऊ शकता, पण त्या व्यक्तीच्या मनात काय चाललं आहे याचा तुम्हांला पत्ता लागत नाही.''

''नाही-ना, नाही लागत. प्रत्येकाची आपली स्वत:ची गुपितं असतात.'' बॉसने होकार दिला आणि जायला लागला.

''थांब जरा, हॅरी.''

हिनोजोसने आपली पर्स उचलून उघडली आणि काहीतरी शोधू लागली.

आपले कार्ड काढून तिने बॉशला दिले आणि म्हणाली, "मला अजूनही याविषयी तुझ्याशी बोलायचं आहे. तू मला फोन कर. अगदी अनधिकृतपणे. पूर्ण गुप्तपणे. कुणालाही न कळता. पण खात्याच्याच भल्याकरता."

बॉशला हसूच आले.

"खात्याला कसलीच पर्वा नसते. खात्याला फक्त प्रतिमा हवी असते, सत्य नको असते आणि जेव्हा सत्यामुळे प्रतिमेला धक्का पोहोचतो असे वाटते तेव्हा सत्य जाते चुलीत."

"पण हॅरी, मला खात्याची पर्वा आहे आणि तुलाही आहे." बॉशने कार्डाकडे पाहून मान डोलावली आणि ते खिशात ठेवले.

"ठीक आहे, मी तुला फोन करतो."

"माझा मोबाईल नंबर कार्डावर आहे. मी तो नेहमी माझ्याबरोबर ठेवते."

बॉशने मान हलवली. हिनोजोसने पुढे होऊन हात पुढे केला– तिने त्याचा हात धरून हलकेच दाबला.

"आणि हॅरी, तुझं कसं आहे आता ? ठीक आहेस ना ?"

"म्हणजे, फक्त ज्युलिया गेली आणि आयर्व्हिंगसाहेबांनी मला निवृत्तीचा विचार करायला लागा असं सांगितलं– या दोन गोष्टी सोडल्या तर मी ठीकच आहे."

हिनोजोस हिरमुसली.

"धीर धर, हॅरी."

बॉशने होकार दिला. अखेरच्या क्षणी त्यानेदेखील ज्युलियाला उद्देशून हेच शब्द वापरले होते असा विचार त्याच्या डोक्यात आला.

हिनोजोस निघून गेली आणि बॉश ज्युलियाच्या कबरीकडे परत जाऊ लागला. त्याला एकटे पडल्याचा भास झाला. कबरीभोवती पडलेल्या मातीच्या ढिगाऱ्यातून त्याने मूठभर धूळ उचलली आणि पुढे जाऊन खाली पाहिले. शवपेटिकेवर अनेक सुटी फुले आणि एक मोठा गुच्छ वाहिलेले होते. दोनच रात्री आधी, ज्युलियाला जवळ घेऊन आपण बसलो होतो याची त्याला आठवण झाली. काय होणार आहे हे आधीच त्याला समजले असते तर बरे झाले असते असे त्याला वाटले. तिच्या वागण्यावरून त्याने काही अंदाज आधीच करायला हवे होते आणि त्यातून ती नेमके काय करीत होती आणि कुठल्या दिशेने चालली होती याचे स्पष्ट चित्र आधीच तयार करायला हवे होते असे त्याला वाटू लागले.

अगदी हळूहळू बॉशने आपला हात उघडला आणि हातातली माती बोटातून खाली सोडली.

तो बारीक आवाजात म्हणाला, "हाडांची नगरी."

स्वप्ने हवेत विरल्यासारखी बॉशला हातातली माती कबरीमध्ये खाली पडताना दिसली.

''तुम्ही ज्युलियाला ओळखत होता असं दिसतं.'

बॉशने पटकन मागे वळून पाहिलं. दुःखी चेहऱ्यावर स्मितहास्य आणत ज्युलियाचे वडील उभे होते. आता दफनभूमीत ते दोघेच राहिले होते. बॉशने मान हलवली.

''आता नुकतंच ओळखायला लागलो होतो. तुमच्या झालेल्या हानीबद्दल मला फार वाईट वाटलं''

''मी फ्रेडरीक ब्रॅशर.'' त्यांनी हात पुढे केला– बॉश तो हातात घेणार एवढ्यात त्याने तो मागे घेतला. ''माझा हात खराब झाला आहे.''

''चिंता नको, माझाही हात तसाच आहे.''

त्यांनी हस्तांदोलन केले.

''मी हॅरी बॉश.''

नावाची ओळख पटेपर्यंत क्षणभर ज्युलियाच्या वडिलांचा हात स्थिर राहिला. मग ते म्हणाले, ''म्हणजे डिटेक्टिव्ह बॉश, काल तुम्ही तिथे होतात.''

''हो, मी प्रयत्न केला... तिला जेवढी मदत करणं शक्य होतं तेवढी मी केली– मी...''

बॉश थांबला. पुढे काय बोलावं हे त्याला कळेना.

''मला खात्री आहे, तुम्ही केली असेलच– तिथे त्या वेळी असणं म्हणजे एक भयंकर अनुभव असेल ना ?''

बॉशने मान डोलावली. क्ष-किरणांनी हाडे प्रकाशात यावीत तशी दोषी असल्याची एक लहर त्याच्या शरीरात चमकून गेली. ती ठीक होईल या आशेने त्याला तिथेच सोडले होते. ज्युलियाच्या मृत्यूने व्हावे तसेच दुःख त्याला या भावनेनेदेखील झाले.

ब्रॅशर म्हणाले, ''हे सगळं कसं झालं मला समजत नाही. अशी एखादी चूक घडते पण त्यामुळे ती अशी घातक कशी ठरू शकते आणि आज जिल्हा न्यायाधीशाच्या कार्यालयातून सांगण्यास आलं की या गोळीबार प्रकरणात स्टोक्सवर काहीच आरोप ठेवणार नाहीत. ते त्याला सोडून देणार आहेत.''

बॉशला त्या ज्येष्ठ व्यक्तीच्या डोळ्यांत साचलेले दुःख दिसले होते.

''सर, मला फारच वाईट वाटलं. तुम्हांला हे सांगता आलं असतं तर बरं झालं असतं कारण मलादेखील तुमच्यासारखेच प्रश्न पडले आहेत.''

ब्रॅशरने मान डोलावून कबरीकडे पाहिले.

बऱ्याच वेळाने ब्रॅशर म्हणाले, ''मी आता निघतो. इथे येण्याबद्दल धन्यवाद, डिटेक्टिव्ह बॉश.''

बॉशने मान हलवली, त्यांनी पुन्हा हस्तांदोलन केले आणि ब्रेशर जाऊ लागले.

बॉशने विचारले, "सर ?"

ब्रेशरने वळून पाहिले.

"तुमच्या कुटुंबातलं कुणी तिच्या घरी एवढ्यात कधी जाणार आहे ?"

"खरं म्हणजे, तिच्या घराच्या किल्ल्या आज मला मिळाल्या. मी आत्ताच जाणार होतो आणि तिथे कसं काय आहे ते बघणार होतो. तिच्या शेवटच्या भावनांना स्पर्श करता येतं का बघणार होतो– आम्ही गेल्या काही वर्षांत..."

त्यांनी वाक्य पूर्ण केले नाही– बॉश त्यांच्याजवळ आला.

"तिच्याकडे एक वस्तू होती– फ्रेममधला एक फोटो– जर तुमची –तुम्हांला काही वावगं वाटलं नाही– तर मला तो ठेवून घ्यायचा आहे."

ब्रेशरने मान डोलावली.

"मग आत्ताच का नाही येत तुम्ही ? आपण तिथेच भेटू. मला तो फोटो दाखवा."

बॉशने घड्याळाकडे पाहिले. लेफ्ट. बिलेट्सने या प्रकरणाच्या सद्य:स्थितीचा आढावा घेण्यासाठी दीड वाजता बैठक बोलावली होती. व्हेनिसला जाऊन परत ठाण्यापर्यंत येण्यासाठी तसा जवळजवळ पुरेसा वेळ होता. दुपारचे जेवण घ्यायला वेळ मिळाला नसता, पण या प्रसंगात काही खावे अशी त्याला इच्छाही नव्हती.

"बरंय, ठीक आहे, मी येतो.'

बॉश व ब्रेशर दोघे निघाले आणि आपल्या गाड्यांकडे गेले. वाटेवर ज्या ठिकाणी सलामी दिली होती, त्या हिरवळीवर बॉश थबकला. पायाने गवत बाजूला सारत तो खाली पाहू लागला– शेवटी त्याला पितळेची चमकत असलेली एक वस्तू दिसली आणि खाली वाकून मारलेल्या रिकाम्या गोळ्यांतील एक गोळी त्याने वर उचलली. त्याने ती हातात धरली आणि क्षणभर निरखून पाहिले आणि बोटात धरून ती खिशात टाकली. ज्या ज्या वेळी तो एखाद्या पोलिसाच्या अंत्ययात्रेला जात असे त्या-त्या वेळी अशी खाली पडलेली रिकामी गोळी उचलून आणत असे. त्याच्या घरी अशा गोळ्यांनी भरलेला एक पूर्ण डबा होता.

बॉश वळला आणि दफनभूमीतून बाहेर पडला.

◆

३५.

जेरी एडगर जेव्हा वॉरंट घेऊन कुणाच्या दारावर ठोठावत असे तेव्हा इतक्या जोराने धडका देत असे की असा आवाज बॉशने पूर्वी कधीच ऐकला नव्हता. बेसबॉल खेळताना एखादा एकदम कुशल खेळाडू आपल्या शरीरातील सर्व शक्ती एकवटून बॅट फिरवतो किंवा एखादा बास्केटबॉल खेळाडू चेंडू फेकतो त्याप्रमाणे एडगर आपलं सर्व वजन आणि सहा फुटी शरीर झोकून देऊन दारावर धडक मारीत असे. आपल्या रुंद हाताच्या डाव्या मुठीत जे काही सत्य असेल त्याची सर्व ताकद आणि जोश पणाला लावून तो प्रहार करीत असे. तो पाय घट्ट रोवून दाराच्या बाजूला उभा रहात असे. तो डावा हात वर करून, कोपर जास्तीत जास्त तीस अंशात वळवून मुठीच्या मांसल भागाने दारावर ठोठावत असे. खरं तर हा मागल्या हाताने मारलेला वार असायचा, पण त्याचे स्नायू तो असे काही फिरवायचा आणि इतका जोरात मारायचा की मशीनगनचा धाडधाड आवाज यायचा. प्रलयकाल जवळ आल्यासारखे वाटायचे.

त्या गुरुवारी दुपारी साडेतीन वाजता एडगरने आपली मूठ सॅम्युएल डेलाक्रुवाच्या ॲल्युमिनियमचा पत्रा लावलेल्या ट्रेलरवर धाडधाड मारली तेव्हा तो ट्रेलर इथून तिथपर्यंत थरथरला. एडगर काही सेकंद थांबला आणि मग त्याने पुन्हा मारायला सुरुवात केली आणि या वेळी 'पोलीस' असं मोठ्यांदा ओरडताना कॉंक्रिटच्या सुट्या विटांच्या एका ढिगावर तो चढला होता तो थोडासा एकदम मागे झाला.

एडगर जरा वेळ थांबले. कुणीच शस्त्र बाहेर काढले नव्हते, परंतु बॉशने कोटाच्या आत आपला हात घालून पिस्तुलावर पकड घट्ट केली. एखाद्या धोका नसलेल्या व्यक्तीवर वॉरंट बजावताना त्याची ही नेहमीची सवय होती.

बॉशने ट्रेलरच्या आतल्या हालचालीचा कानोसा घ्यायचा प्रयत्न केला, पण जवळपासच्या महामार्गावरून जाणाऱ्या वाहनांचा आवाज फारच मोठा होता. त्याने सर्व खिडक्या तपासल्या. कुठल्याच बंद खिडकीचे पडदे हलत नव्हते.

बॉश म्हणाला, "तुला सांगतो, तुझ्या त्या अशा धाडधाड दरवाजा ठोठावल्यानंतर तू 'पोलिस' म्हणून सांगितलं तरी निम्मी भीती कमी होते असं मला वाटू लागलं आहे. कमीतकमी त्यांना एवढं तर कळतं की, हा काही भूकंप वगैरे नव्हता."

एडगरने काहीच उत्तर दिले नाही. त्याला बहुधा ठाऊक असावे की बॉशने अस्वस्थ असताना केलेली ती पोकळ बडबड होती. दरवाजा ठोठावण्याबद्दल बॉश काळजीत नव्हता. त्याला पूर्णपणे माहिती होते की डेलाक्रुवा तसा शांत

असणार. त्याला धाकधुक वाटत होती कारण त्याला कळून चुकले होते की येत्या काही तासांत या नाटकाचा शेवटचा अंक सुरू होणार होता. ते ट्रेलरची झडती घेणार होते आणि मग त्यांना एकमेकांच्या सांकेतिक भाषेत डेलाक्रुवाला त्याच्या मुलाच्या खुनाबद्दल पकडायचे की नाही हे ठरवायचे होते. या सगळ्या भानगडीत त्यांना आतापर्यंत तर्कावर आधारित असलेले हे प्रकरण बदलून त्याचे बिनतोड पुराव्यावर आधारलेले प्रकरण करायचे होते आणि त्यासाठी हवा तो पुरावा गोळा करायचा होता किंवा गुन्ह्याची निर्विवाद कबुली घ्यायची होती.

म्हणून, बॉशच्या ध्यानात आले की ते सत्यशोधनाच्या अंतिम क्षणापर्यंत येऊन पोहोचले आहेत आणि त्याचीच त्याला धाकधुक वाटत होती.

त्याआधी लेफ्ट. बिलेट्सबरोबर प्रकरणाचा आढावा घेण्यासाठी झालेल्या बैठकीत असे ठरले होते की आता सॅम डेलाक्रुवाशी थेट बोलण्याची वेळ आली आहे. तो बळी गेलेल्या मुलाचा बाप होता आणि प्रमुख संशयित होता. जो काही थोडासा पुरावा त्यांना मिळाला होता तो त्याच्याकडेच बोट दाखवत होता. पुढचा एक तास त्यांनी डेलाक्रुवाच्या ट्रेलरच्या झडतीचे वॉरंट टाइप करण्यात आणि नंतर गावातल्या फौजदारी कोर्टातील एका सामान्यपणे मवाळ असणाऱ्या न्यायाधीशांची वॉरंटवर सही घेण्यात घालवला.

पण अशा मवाळ न्यायाधीशाला देखील पटवायला थोडा वेळ लागला. प्रश्न असा होता की हे प्रकरण इतके जुने होते, शिवाय संशयितांशी जोडलेला पुरावा तसा दुर्बळ होता आणि बॉश व एडगर ज्या ठिकाणाची झडती घेणार होते तिथे खून झाला नव्हता आणि खुनाच्या वेळी संशयित तिथे राहत असणे शक्य नव्हते.

त्या मुलाने आपल्या लहानशा आयुष्यात जे वार झेलले होते त्यामुळे हाडांना झालेल्या जखमांची विस्तृत यादी त्या वॉरंटमध्ये होती आणि या यादीचा काळजाला हात घालणारा परिणाम ही एकच जमेची गोष्ट त्या दोघांच्या बाजूने होती. सरते- शेवटी हाडांना झालेल्या त्या जखमांच्या वर्णनाने न्यायाधीशाचे हृदय ओलावले आणि त्याने वॉरंटवर सही केली.

बॉश आणि एडगर दोघे आधी गोल्फच्या कोर्सवर गेले; पण त्यांना कळले की डेलाक्रुवाची त्या दिवसाची ट्रॅक्टर चालविण्याची पाळी संपली होती.

बॉशने ट्रेलरच्या बाहेरच एडगरला सांगितले, ''अजून एकदा त्याच्या नावाने ओरड.''

''मला वाटतं की त्याची पावलं ऐकू येत आहेत.''

''मला काही पर्वा नाही. मला त्याला हिसका दाखवायचा आहे.''

एडगर परत त्या ढिगावर चढला आणि त्याने दारावर परत धाडधाड

ठोकले. त्याच्या पायाखालचा ढिगारा ढासळू लागला आणि त्याचे पाय त्यामुळे जमिनीवर घट्ट रोवले जात नव्हते. पहिल्यांदा मारलेल्या धडकेत जेवढी ताकद आणि दरारा होता तो आता नव्हता.

एडगर परत खाली उतरला.

बॉश म्हणाला, ''हे पोलिसांचं दार वाजवणं झालं नाही. म्हणजे शेजाऱ्याने कुत्र्याविषयी तक्रार करायला यावं तसं काही तरी दार वाजलं.''

''सॉरी, मी जरा—''

एकदम दार उघडले आणि एडगर गप्प बसला. बॉश एकदम सुसज्ज आणि सावध झाला. ट्रेलरच्या बाबतीत फसायला होतं. इतर कुठल्याही घराच्या रचनेच्या उलट, ट्रेलरचे दार बाहेरच्या बाजूला उघडले आणि त्यामुळे दार उघडल्यावर आतली जागा व्यापली जात नाही. बॉश उघडलेल्या दाराच्या मागे होता. त्यामुळे दार उघडणाऱ्याला एडगर दिसू शकत होता, पण बॉश दिसत नव्हता. पण अडचण अशी होती की त्यामुळे बॉशला सुद्धा दार कुणी उघडले ते दिसत नव्हते. जर काही गडबड-गोंधळ झालाच तर एडगरने ओरडून बॉशला सावध करणे आणि आपण ताबडतोब बाजूला होणे हे त्याचे कर्तव्य होते. बॉशने लगेच आपले पिस्तूल ट्रेलरच्या दारावर रिकामे केले असते आणि कागदातून जाव्यात तशा पिस्तुलांच्या गोळ्या ट्रेलरच्या पातळशा ॲल्युमिनियमच्या दारातून आणि पलीकडच्या व्यक्तीच्या शरीरातून आरपार गेल्या असत्या.

एका माणसाचा आवाज आला– ''कोण ?''

एडगरने आपला बिल्ला दाखवला. बॉशने काही गडबड तर नाही ना या दृष्टीने आपल्या सहकाऱ्याकडे पाहिले.

''श्री. डेलाक्रुवा, आम्ही पोलिस आहोत.''

कुठल्याही धोक्याची निशाणी न दिसल्याने बॉश पुढे झाला, आणि त्याने दाराची कडी धरून दरवाजा सताड उघडला. त्याने त्याचा कोट मागे सरकवला आणि हाताची पकड पिस्तुलावर ठेवली.

आदल्या दिवशी गोल्फ कोर्सवर त्यांनी पाहिलेला माणूस तिथे उभा होता. त्याने एक जुनी हाफ पँट आणि बराच वापरलेला केशरी टी शर्ट घातला होता. टी शर्टाच्या काखेत घामाचे पक्के डाग उमटले होते.

बॉश म्हणाला, ''ही वास्तू तपासण्याचं आमच्याकडे वॉरंट आहे. आम्ही आत येऊ ?''

डेलाक्रुवा म्हणाला, ''तुम्ही दोघे-काल तुम्ही गोल्फ कोर्सवर दिसला होतात.''

बॉश आवाजात जोर आणून म्हणाला, ''सर, मी म्हटलं की या ट्रेलरची झडती घेण्यासाठी आमच्याकडे वॉरंट आहे. आम्ही आत येऊन झडती घेऊ का?''

बॉशने खिशातून वॉरंट काढले आणि डेलाक्रुवाचा हात पोचणार नाही इतक्या अंतरावर वर धरले. हीच तर या खेळातली गोम होती. या प्रकरणाची इत्थंभूत माहिती न्यायाधीशांना सांगणे आवश्यक होते. कारण त्याच्याकडून वॉरंटवर सही हवी होती. पण डेलाक्रुवाला हे सर्व उघड करून सांगण्याची गरज नव्हती, सध्या तरी. त्या दोघा पोलिसांना आत येऊ द्यायच्या आधी वॉरंट वाचून त्याच्यावर विचार करण्याचा डेलाक्रुवाला अधिकार असला तरी, असं व्हायच्या आत ट्रेलरमध्ये शिरकाव करता येईल का हे बॉश पाहत होता. डेलाक्रुवाला या प्रकरणातली हकीकत कळणारच होती, पण बॉशला त्याच्या प्रतिक्रिया पाहून अनुमान आणि निष्कर्ष काढण्यासाठी ही हकीगत हळूहळू त्याच्या कानावर घालायची होती.,

बॉश कोटाच्या आतल्या खिशात ते वॉरंट ठेवू लागला. दबलेल्या आवाजात विरोध करत डेलाक्रुवा म्हणाला, "हा काय प्रकार आहे ? मला कमीतकमी ते वॉरंट बघता तर येईल ना ?"

बॉशने पटकन विचारले, "सॅम्युएल डेलाक्रुवा तुम्हीच ना ?"

"हो."

"हा ट्रेलर तुमचा आहे, बरोबर ?"

"हो, हा माझाच ट्रेलर आहे आणि मी ही जागा भाड्याने घेतली आहे. मला ते वॉरंट वाचायचं—"

एडगर म्हणाला, "श्री. डेलाक्रुवा, तुमचे शेजारी हे काय चाललंय बघत असताना आपण इथे उभे राहून चर्चा करावी असं आम्हांला वाटत नाही आणि आमची खात्री आहे की तुम्हांलाही ते नको असेल. तुम्ही आम्हांला कायदेशीरपणे झडती घेऊ देणार आहात की नाही ?"

डेलाक्रुवाने बॉशकडून एडगरकडे आणि परत बॉशकडे नजर फिरवली. त्याने मान डोलावली.

"मला असंच वाटतं."

बॉश विटांच्या ढिगाऱ्यावर प्रथम चढला. दारापाशी डेलाक्रुवाला लोटत तो आत शिरला आणि श्वासाची दुर्गंधी, मांजरीच्या मलमूत्रांचा वास आणि व्हिस्कीचा वास एकदम त्याच्या नाकात शिरला.

"सकाळी-सकाळीच घेतली वाटतं, डेलाक्रुवासाहेब ?"

तुम्हांला काय करायचं आहे असा भाव आणून स्वत:लाच नावे ठेवीत असल्यासारखा डेलाक्रुवा म्हणाला, "हो, मी थोडीशी घेतली आहे. माझं आजचं काम संपलं आहे. मला आता तेवढा अधिकार पोहोचतो."

एडगर डेलाक्रुवाला आणखीनच ढोसून आत शिरला. त्याने आणि बॉशने

त्या अंधाऱ्या ट्रेलरमध्ये जे काही दिसलं त्याची व्यवस्थित छाननी केली. दाराच्या उजव्या बाजूला बैठकीची खोली होती. तिला लाकडाच्या भिंती होत्या. नुगाहाइड कंपनीचा सोफा, कवचे निघालेले आणि आतील लाकूड दिसणारे एक टीपॉय मध्ये ठेवले होते. या सगळ्याशी मिळतीजुळती एक दिवा नसलेली लॅंपशेड होती आणि टीव्हीच्या स्टॅंडमध्ये व्हीसीआरच्या वरच्या बाजूला वेडावाकडा ठेवलेला टीव्ही होता.

टीपॉयच्या बाजूला एक जुनाट आरामखुर्ची होती. तिचे कापड बहुधा मांजरीने कुरतडलेले होते आणि कुशनच्या आतील कापूस बाहेर आला होता. टीपॉयच्या खालच्या बाजूला वर्तमानपत्रांचा गठ्ठा होता. त्यात भडक मथळे असलेली गावगप्पांचीच वर्तमानपत्रे अधिक होती.

डाव्या बाजूला एक बोटीवर असते तसे स्वयंपाकघर होते. एका बाजूला वॉशबेसिन, कपाट, गॅसची शेगडी, ओव्हन आणि फ्रीज तर दुसऱ्या बाजूला चार जणांचे जेवणाचे टेबल. टेबलावर 'एन्शंट एज' व्हिस्कीची एक बाटली होती. टेबलाखाली जमिनीवर एका बशीत मांजराच्या खाण्याचे काही तुकडे पडले होते आणि एक जुना मार्जरिनचा प्लॅस्टिकचा पाण्याने अर्धा भरलेला डबा होता. घाणीची दुर्गंधी सोडली तर मांजराचा पत्ता नव्हता.

स्वयंपाकघराच्या पलीकडे एक पॅसेज होता आणि पलीकडे त्याला लागून एक किंवा दोन झोपण्याच्या खोल्या आणि एक बाथरूम होती.

बॉश म्हणाला, ''दार उघडेच ठेवा आणि थोड्या खिडक्यापण उघडा. डेलाक्रुवासाहेब, तुम्ही त्या कोचावर का नाही बसत ?''

डेलाक्रुवा सोफ्याकडे जाताजाता म्हणाला, ''हे पहा, तुम्हांला इथली झडती घ्यायची आवश्यकता नाही. तुम्ही का इथं आला आहात मला ठाऊक आहे.''

बॉशने प्रथम एडगरकडे व मग डेलाक्रुवाकडे बघितले.

एडगर म्हणाला, ''हो ? कशाला आलो आहोत आम्ही?''

डेलाक्रुवा सोफ्यावर जरा जोरातच खाली बसला. सोफ्यातील स्प्रिंगना तो एकदम मध्यभागी जोरात बसल्याने धक्का बसला आणि दोन बुडणाऱ्या टायटॅनिक बोटींची सुकाणू वर यावीत तशी सोफ्यावरील दोन्ही बाजूच्या कुशनची टोके वर आली.

डेलाक्रुवाने विचारले, ''पेट्रोलसाठी ना ? पण मी फारसं त्यातलं पेट्रोल वापरतच नाही. मी दुसरीकडे कुठे जात नाही. फक्त गोल्फ कोर्सवर पुढे-मागे फिरत असतो. पिऊन गाडी चालवल्यामुळे माझ्या ड्रायव्हिंग लायसेन्सला मर्यादा घातलेल्या आहेत.''

एडगरने विचारले, ''पेट्रोल ? काय म्हणता—''

बॉश म्हणाला, "श्री. डेलाक्रुवा, तुम्ही पेट्रोल चोरलं म्हणून आम्ही इथे आलेलो नाही."

टीव्हीवर ठेवलेल्या चित्रफितींपैकी एक कॅसेट त्याने उचलून बघितली. त्या कॅसेटवर नावाची चिठी होती, 'फर्स्ट इन्फंट्री, भाग ४६.' त्याने ती खाली ठेवून इतर कॅसेटवरील नावे पाहिली. तीस वर्षांपूर्वी डेलाक्रुवाने नट म्हणून काम केलेल्या टीव्ही मालिकांच्या त्या कॅसेट्स होत्या.

डेलाक्रुवाकडे न बघता तो म्हणाला, "त्याच्याशी आम्हांला काही कर्तव्य नाही."

"मग काय ? तुम्हांला काय पाहिजे आहे ?"

आता बॉशने त्याच्याकडे पाहिलं.

"आम्ही तुम्हांला तुमच्या मुलाबद्दल विचारायला आलो आहोत."

डेलाक्रुवा बॉशकडे टक लावून बराच वेळ पाहत राहिला. त्याचे तोंड हळूहळू उघडले आणि पिवळे पडलेले दात दिसू लागले. अखेर तो म्हणाला,

"आर्थर."

"हो, तो आम्हांला सापडला."

डेलाक्रुवाची नजर बॉशकडून ट्रेलरच्या पलीकडे दूरवर गेली– जुन्या काळातली आठवण शोधण्यासाठी ! पण त्याच्या नजरेत पूर्वानुमान होते. बॉशला ते समजले. त्याच्या अंतर्मनाला वाटलं की ते जे काही आता सांगणार होते ते डेलाक्रुवाला आधीच समजलं आहे. एडगरला पण तसे वाटते की काय बघण्यासाठी त्याने एडगरकडे पाहिले. एडगरने किंचितशी मान हलवून होकार दाखवला.

सोफ्यावर बसलेल्या त्या माणसाकडे बॉशने पुन्हा नजर टाकली. तो म्हणाला, "वीस वर्षांहूनही जास्त काळ मुलाला न पाहिलेल्या बापाला जेवढी उत्सुकता असायला पाहिजे होती तेवढी तुमच्यात दिसत नाही."

डेलाक्रुवाने बॉशकडे पाहून म्हटले, "मला वाटतं की याचं कारण म्हणजे मला ठाऊक आहे की तो जिवंत नाही."

बॉशने बराच वेळ त्याचे निरीक्षण केले आणि छातीत श्वास कोंडून तो म्हणाला, "असं तुम्ही का म्हणता ? कशावरून तुम्ही असं म्हणू शकता ?"

"कारण मला ठाऊक आहे आणि इतके दिवस मला माहिती होतीच."

"कशाची माहिती होती ?"

"की तो आता परत येणार नाही म्हणून."

बॉशने कल्पना केली होती, तशा प्रसंग मालिकेतील कुठलीही घटना घडत नव्हती. त्याला असे वाटले की डेलाक्रुवा ते येणार, कधी ना कधी तरी येणार याची प्रतीक्षा करीत होता; कदाचित वर्षानुवर्षं वाट बघत होता. त्याने असा

विचार केला की, आपण पवित्रा बदलून डेलाक्रुवाला त्याचे हक्क सांगून मग अटक करावी.

जणू काही बॉशचे विचार ऐकल्यासारखे डेलाक्रुवा म्हणाला, ''मला तुम्ही अटकेत ठेवलं आहे का ?''

बॉशने एडगरकडे परत वळून बघितले. त्यांनी आधी ठरवलेली योजना बारगळते आहे हे त्याच्या लक्षात आले की नाही हे बॉश बघत होता.

''आम्ही विचार केला की आधी आम्ही तुमच्याशी बोलावं– म्हणजे अधिकृतपणे.''

डेलाक्रुवा शांतपणे म्हणाला, ''तुम्ही मला अटक केली तरी चालेल.''

''असं म्हणता ? म्हणजे तुम्हांला आमच्याशी आधी काही बोलायचं नाही ?''

डेलाक्रुवाने हळूहळू मान हलवली आणि पुनः दूर कुठेतरी नजर लावली. तो म्हणाला, ''नाही, मी तुमच्याशी बोलेन. मी तुम्हांला त्याबद्दल सर्व काही सांगेन.''

''कशाविषयी सांगणार ?''

''ते सगळं कसं झालं ?''

''ते सगळं म्हणजे काय ?''

''माझा मुलगा.''

''तुम्हांला ठाऊक आहे, ते कसं घडलं ?''

''हो, नक्कीच. मीच केलं ते !''

बॉशच्या मनातली चुकचुक एकदम तोंडावर आली. संशयिताला स्वतःचा गुन्हा नाकबूल करायचा हक्क असतो. शिवाय चौकशीच्या वेळी इतरही हक्क असतात. पण त्यांनी या संशयिताला त्याच्या हक्कांची माहिती देण्याआधीच त्याने अक्षरशः गुन्ह्याची कबुली देऊन टाकली होती.

''श्री. डेलाक्रुवा, आपण हे बोलणं इथंच थांबवणार आहोत. आता मी प्रथम तुम्हांला तुमचे हक्क वाचून दाखवतो.''

''पण, मला फक्त—''

''नाही, नाही. सर, प्लीज, दुसरं काही आता बोलू नका. इतक्यात तरी. हे हक्क वाचण्याचं नाटक संपवून टाकू आणि मग तुम्ही काय वाटेल ते सांगितलं तर आम्हांला चालेलच.''

डेलाक्रुवाने कशालाच काही अर्थ नसल्यासारखे हाताने त्याचे बोलणे झटकून टाकले.

''जेरी, तुझा टेपरेकॉर्डर कुठे आहे ? अंतर्गत चौकशी विभागाकडून मला माझा टेपरेकॉर्डर अजून मिळाला नाही.''

"गाडीत आहे. पण मला बॅटरीबद्दल खात्री नाही."

"जा, जाऊन बघ."

एडगर ट्रेलरपासून दूर गेला आणि बॉश शांतपणे वाट पहात बसला. डेलाक्रुवाने गुडघ्यांवर कोपरे टेकून चेहरा आपल्या हातात धरला. बॉश त्याच्या या आसनाकडे बघत बसला. असं फार वेळा घडत नाही की संशयिताच्या पहिल्या भेटीतच गुन्ह्याची कबुली मिळावी. कमीतकमी बॉशच्या बाबतीत तरी असं पहिल्यांदाच झालं नव्हतं.

एडगर टेपरेकॉर्डर घेऊन परत आला, पण मान हालवून म्हणाला, "बॅटरी संपली आहे. मला वाटलं, तुझा टेपरेकॉर्डर आहे म्हणून."

"छे, छे. बरं टिपणे लिही."

बॉशने त्याचे पाकीट काढून आपले कार्ड बाहेर काढले. त्याच्यावर 'मिरांडा' हक्क प्राधिकरणाने प्रमाणित केलेल्या संशयितांच्या हक्कांची यादी छापली होती आणि खाली सहीसाठी जागा होती. त्याने हक्कांची यादी वाचली आणि डेलाक्रुवाला हे हक्क मान्य आहेत की नाही ते विचारले. डेलाक्रुवाने मान डोलावली.

"म्हणजे, हा होकार समजायचा का?"

"हो, हा होकारच आहे."

"मला जे काही आता वाचून दाखवलं त्याच्या खालच्या ओळीवर सही करा."

बॉशने डेलाक्रुवाला तो कागद आणि पेन दिलं. सही झाल्यानंतर बॉशने तो कागद परत त्याच्या पाकिटात ठेवून दिला. तो पुढे झाला आणि आरामखुर्चीच्या दांडीवर बसला.

"श्री. डेलाक्रुवा, आता बोला. काही मिनिटांपूर्वी तुम्ही आम्हांला जे काही सांगितलंत ते परत सांगणार का ?"

डेलाक्रुवाने त्यात काही विशेष नसल्यासारखे खांदे उडवले.

"मी माझ्या मुलाला म्हणजे आर्थरला मारलं, ठार मारलं. तुम्ही लोक कधीतरी येणार हे मला ठाऊक होतं. पण बराच काळ लागला त्याला."

बॉशने एडगरकडे पाहिले. तो वहीमध्ये टिपणे घेत होता. डेलाक्रुवाच्या कबुलीजबाबाची काही तरी नोंद त्यामुळे होत होती. त्याने संशयिताकडे वळून पाहिले आणि थोडा वेळ वाट पाहिली. त्याला वाटलं की मधल्या शांततेमुळे कदाचित डेलाक्रुवाला पुढे आणखी बोलावेसे वाटेल. पण तो बोललाच नाही. त्याऐवजी, त्याने आपला चेहरा परत हातात लपवला. तो रडू लागला आणि तसे त्याचे खांदे थरथरू लागले.

"देवा, मला शक्ती दे, मीच केलं ते पाप !"

बॉशने एडगरकडे वळून पाहिले आणि भुवया उंचावल्या. त्याच्या सहकाऱ्याने पटकन अंगठा वर करून दाखवला. आता पुढच्या पायरीच्या दृष्टीने त्यांच्याकडे बरीच माहिती गोळा झाली होती. एखाद्या पोलिस ठाण्यातील मुलाखतीच्या खोलीत नियंत्रित वातावरणात ध्वनिमुद्रण करणे ही पुढची पायरी होती. बॉशने विचारले, "डेलाक्रुवा, तुमच्याकडे एखादी मांजर आहे का ? ती आता कुठे आहे ?"

डेलाक्रुवाने बोटांनी आपले ओले डोळे पुसले.

"माझा बोका जवळच आहे. बहुतेक अंथरुणावर लोळत असेल, का बरं?"

"म्हणजे, आम्ही आता प्राणिसंरक्षक दलाला फोन करणार आहोत आणि ते लोक येऊन त्याला बघून घेतील. तुम्हांला आमच्याबरोबर यावं लागेल. आता आम्ही तुम्हांला अटक करणार आहोत आणि पोलिस ठाण्यात मग पुढचं बोलू."

डेलाक्रुवाने हात खाली सोडले आणि चेहऱ्यावरून अस्वस्थ दिसू लागला.

"नाही, नाही. प्राणिसंरक्षक दल अजिबात त्याची काळजी घेणार नाही. मी इथे परत येणार नाही हे त्यांना कळलं की लगेच विषारी वायू देऊन ते माझ्या बोक्याला मारून टाकतील."

"पण आम्ही त्याला इथं तसंच सोडून जाऊ शकत नाही."

"बाजूला रहात असलेल्या सौ. क्रेस्की त्याची काळजी घेतील. त्या येतील आणि त्याला खाऊ घालतील."

बॉशने मान हलवली. केवळ एका मांजरामुळे सगळं ओंफस होणार होतं.

"आम्ही तसं करू शकत नाही. या जागेची झडती घेईपर्यंत आम्हांला इथे सील ठोकावं लागणार आहे."

डेलाक्रुवा थोड्या रागाने म्हणाला, "तुम्हांला कशासाठी झडती घ्यायची आहे ? तुम्हांला जे हवं आहे ते मी सांगतो आहे ना ! मी माझ्या मुलाला मारलं तो एक अपघात होता. मी त्याला खूप जोरात मारलं असं मला वाटतं...."

डेलाक्रुवाने पुन्हा चेहरा हातात लपवला आणि ओल्या डोळ्यांनी म्हणाला, "अरे देवा, मी हे काय केलं ?"

बॉशने एडगरकडे पाहिले. तो लिहून घेत होता. बॉश उठून उभा राहिला. त्याला डेलाक्रुवाला घेऊन पोलिस ठाण्यात आणि मुलाखतीच्या खोलीत पोहोचायचे होते. त्याच्या चेहऱ्यावरची काळजी जाऊन तातडीचा भाव डोळ्यांत आला होता. विवेकबुद्धी आणि पापबुद्धी दोन्ही तसं म्हटलं तर क्षणभंगुर आहेत. त्याने वकिलाशी बोलायच्या आधी आणि आयुष्यभर ९'x६' च्या कोठडीत आपण राहणार आहोत याची जाणीव होण्याआधी बॉशला डेलाक्रुवाला टेपवर म्हणजे ऑडिओ आणि व्हिडिओ दोन्हीवर कबुलीजबाबात अडकवायचे होते.

बॉश म्हणाला, "ठीक आहे, ही मांजराची भानगड आपण नंतर बघू. पण आता तरी त्याच्यासाठी पुरेसे खाद्यपदार्थ ठेवून जाऊ. डेलाक्रुवा, उभे रहा. आपण आता निघणार आहोत."

डेलाक्रुवा उभा राहिला.

"मी जरा बऱ्यापैकी कपडे घालू का ? मी आता इथे जुनेच कपडे घालून फिरत होतो."

बॉश म्हणाला, "नाही, नाही, त्याची काळजी करू नका. आम्ही तुमच्यासाठी कपडे नंतर घेऊन येऊ."

पण ते कपडे त्याचे असणार नाहीत हे काही बॉश सांगत बसला नाही. होणार असं होते की त्याला त्या भागातील तुरुंगाचा नंबर टाकलेला गणवेष मिळणार होता. सगळ्यात गंभीर गुन्हेगारांच्या कोठडीत म्हणजे खून करणाऱ्यांसाठी पिवळा गणवेष होता.

डेलाक्रुवाने विचारले, "तुम्ही मला बेड्या घालणार आहात ?"

बॉश म्हणाला, "काय करणार, खात्याचा नियमच आहे तसा. आम्हांला बेड्या घालाव्याच लागणार."

बॉश टीपॉयला वळसा घालून आला आणि त्याने डेलाक्रुवाला वळवून त्याच्या पाठीवर हात घेऊन बेड्या ठोकण्यासाठी उभे केले.

"तुम्हांला ठाऊक आहे की मी एक नट होतो. 'द फ्यूजिटिव्ह.' या मालिकेत मी एकदा कैद्याचे काम केलं होतं. डेव्हिड यानसेनबरोबर. ती माझी पहिली मालिका होती. मला थोडंसंच काम होतं. मी यानसेनबरोबर एका बाकावर बसलो होतो. त्या मालिकेत मी मादक द्रव्यांच्या आधीन झालेला दाखवलं होतं-असं मला आठवतं."

बॉश काहीच बोलला नाही. त्याने डेलाक्रुवाला हळूहळू दाराच्या दिशने लोटले.

डेलाक्रुवा म्हणाला, "हे सर्व मला का आठवलं ते कळत नाही."

एडगर म्हणाला, "ठीक आहे. अशा प्रसंगी लोकांना अजबअजब गोष्टी आठवतात."

बॉश म्हणाला, "त्या पायऱ्यांवरून जरा जपून."

एडगर पुढे आणि बॉश मागे असे त्याला मध्ये धरून ते निघाले.

बॉशने विचारले, "चावी कुठे आहे?"

डेलाक्रुवा म्हणाला, "तिथे स्वयंपाकघरातील कपाटावर."

बॉश परत आत गेला आणि त्याला चावी मिळाली. मग त्याने स्वयंपाकघरातील कपाटे धुंडाळून मांजराच्या खाद्याचा पुडा शोधून काढला. तो उघडून त्याने

टेबलाखालील बशीवर उपडा केला. त्यात फारसे काही उरले नव्हते. मांजरासाठी नंतर काही तरी करावंच लागणार हे बॉशच्या लक्षात आले.

बॉश ट्रेलरबाहेर आला तेव्हा एडगरने डेलाक्रुवाला आधीच गाडीच्या मागच्या सीटवर बसवले होते. जवळच्याच एका ट्रेलरच्या उघड्या दरवाजातून एक शेजारी डोकावताना त्याला दिसला. बॉशने वळून डेलाक्रुवाचा दरवाजा बंद केला व त्याला कुलूप लावले.

◆

३६.

बॉश लेफ्ट. बिलेट्सच्या ऑफिसमध्ये डोकावला. ती आपल्या खुर्चीवरच एका बाजूला वळून बाजूच्या टेबलावरील संगणकावर काम करीत होती. ती काम संपवून घरी जायच्या तयारीतच होती.

कोण आले आहे हे वर न बघताच ती म्हणाली, "काय आहे?"

बॉश म्हणाला, "आपलं नशीब जोरावर आहे असं दिसतंय."

बिलेट्स संगणकापासून बाजूला झाली आणि बॉश आल्याचं तिला दिसलं. "मी आपला एक अंदाज करते. डेलाक्रुवा तुम्हांला बोलावतो, खाली बसायला सांगतो आणि कबुलीजबाब देऊन टाकतो."

बॉशने मान हलवली. "जवळजवळ तसंच झालं."

बिलेट्सचे डोळे आश्चर्याने विस्तारले. "तू माझी चेष्टा करतो आहेस ?"

"आपण हे काम केलं असं तो म्हणाला. आम्हांला त्याला गप्प करावं लागलं. कारण त्याला इथं आणून टेपवर बोलायला लावायचं होतं. म्हणजे तो जणू काही आम्ही यायची वाटच पाहत होता."

बिलेट्सने आणखी काही प्रश्न विचारले आणि बॉशने ट्रेलरला दिलेली भेट, डेलाक्रुवाची कबुली नोंदवून घेण्यासाठी चालू असलेला टेपरेकॉर्डर नसल्याने झालेली पंचाईत ही सगळी हकीगत अथपासून इतिपर्यंत सांगितली. बिलेट्स पूर्ण तयारी करून न गेल्याबद्दल बॉश आणि एडगरवर चिडली आणि अंतर्गत चौकशी विभागाच्या ब्रॅडलीने बॉशचा टेपरेकॉर्डर परत न केल्याबद्दल रागावली.

बिलेट्स म्हणाली, "हॅरी, मी एवढंच म्हणू शकते की अजून काही आपण

उड्या मारायला नकोत.'' डेलाक्रुवाचं सुरुवातीचं बोलणं ध्वनिमुद्रित न झाल्यामुळे अशा कबुलीजबाबाला कोणीही कायदेशीर आव्हान देऊ शकतो हे विचारात घेऊन ती म्हणाली, ''जर आपल्या चुकीमुळे आपण हे प्रकरण गमावलं तर...''

बिलेट्सने वाक्य पूर्ण केले नाही. तिला तशी गरजच पडली नाही.

''हे बघ, मला वाटतं, आपण सुरक्षित आहोत. तो काय बोलला हे एडगरने शब्द न् शब्द लिहून घेतलं आहे. त्याला अडकवण्यापुरतं लिहून घेतल्यावर आम्ही तिथेच थांबलो आणि आता ध्वनिचित्रफितीवर सर्व नोंद करून घेऊ.''

बिलेट्सचे काही समाधान झाल्याचे दिसले नाही.

''आणि 'मिरांडा'चं काय ? तुला विश्वास वाटतो की 'मिरांडा' भानगडीतून आपण सुटू ?'' प्रश्नांचा शेवटचा भाग म्हणजे प्रश्नापेक्षा सूचनाच जास्त होती.

''मला तसं वाटत नाही. आम्ही त्याला सल्ला द्यायच्या आधीच तो बोलू लागला. आणि नंतरदेखील बोलतच राहिला. काही वेळा असं होतं. तुम्ही अगदी बैलासारखी धडक मारून दार उघडायला जाता आणि ते तुमच्यासाठी स्वत:च दार उघडतात. त्याला जो कोणी वकील भेटेल तो हे ऐकल्यावर किंचाळायला लागून त्याला हार्ट अटॅकच येईल. पण तरीही त्यातून पुढे काही निष्पन्न होणार नाही. मला खात्री आहे, लेफ्टनंट.''

बिलेट्सने मन डोलावली. म्हणजे बॉशचे म्हणणे तिला पटल्याची खूण होती. ती म्हणाली, ''बाकी सगळीच प्रकरणं इतकी सोपी असती तर किती बरं झालं असतं. बरं, जिल्हा न्यायाधीशांच्या कार्यालयात काय करायचं ?''

''आता मी त्यांना फोन करणार आहे.''

''ठीक आहे. बरं, मला वापरायची झाली तर मुलाखतीची कुठली खोली घेऊ ?''

''तीन नंबर.''

''ठीक आहे, हॅरी. जा, त्याचं सगळं नीट आटपून टाक.''

बिलेट्स परत आपल्या संगणकाकडे वळली. बॉशने तिला सॅल्यूट मारला आणि दरवाजातून बाहेर पडणार एवढ्यात तो थांबला. तो गेला नाही हे तिला कळले आणि तिने वळून पाहिले.

''काय झालं ?''

बॉशने खांदे उडवून म्हटलं,

''मला कळत नाही. म्हणजे त्याच्याभोवती असं पिंगा घालीत धागेदोरे जुळवण्यापेक्षा आपण सरळ त्याच्याकडे आधीच गेलो असतो तर हे सगळं टळलं असतं असं मला वाटतं.''

"हॅरी, तुला काय वाटतंय ते मला कळतंय आणि वीस एक वर्षांनंतर हा माणूस असा तुम्ही दार वाजवण्याची वाट बघत बसला आहे असं तुम्हांला आधीच कळणं या जगात तरी शक्य नव्हतं. तू केलंस ते सर्व बरोबर केलंस आणि पुन: असा प्रसंग आला तरी तू असंच करशील. ज्यूलिया ब्रॅशरचं जे काही झालं त्याचा तुझ्या या प्रकरणातील हालचालींशी काहीही संबंध नव्हता."

बॉशने तिच्याकडे क्षणभर बघून मान तुकवली. तिच्या अशा बोलण्याने त्याच्या अंतर्मनाला धीर आला.

बिलेट्स परत संगणकाकडे वळून म्हणाली,

"मी म्हटलं तसं, जा, सगळं लवकर आटपून टाक."

बॉश आपल्या टेबलावर गेला आणि एका खून प्रकरणात अटक झाली असून कबुलीजबाब घेण्यात येत आहे अशी माहिती देण्यासाठी त्याने जिल्हा न्यायाधीशांच्या कार्यालयात फोन केला. तिथे तो ओब्रायन नावाच्या अधिकारी स्त्रीशी बोलला आणि तिला त्याने सांगितले की दिवसअखेरीच्या सुमारास तो किंवा त्याचा सहकारी तक्रार नमूद करण्यासाठी येतील. फक्त प्रसिद्धी माध्यमातूनच ओब्रायनला या प्रकरणाची माहिती झाली होती. ती पुढे म्हणाली की, कबुलीजबाब घेताना हजर राहण्यासाठी आणि यापुढच्या कारवाईसाठी ती एखाद्या वकिलाला ठाण्यावर पाठवेल.

बॉशला ठाऊक होते की गावातून येताना आता गर्दीची वेळ होती आणि त्या वकिलाला ठाण्यापर्यंत येईपर्यंत कमीतकमी ४५ मिनिटे लागणार होती. त्याने ओब्रायनला सांगितले की वकील येणार ते ठीक होते, पण संशयित इसमाचा कबुलीजबाब घेण्यासाठी तो कुणाची वाट पहायला तयार नव्हता. ओब्रायनने त्याने वाट पाहावी असे सुचवले.

बॉश म्हणाला, "हे पहा, या माणसाला या क्षणी बोलायचं आहे. पण पंचेचाळीस मिनिटे ते एक तासात काहीही होऊ शकतं. आम्ही थांबू शकत नाही. तो इथं आला की तीन नंबरच्या खोलीवर दार वाजवायला तुमच्या वकिलाला सांगा. त्याला शक्य तेवढ्या लवकर आम्ही या प्रकरणामध्ये कामाला लावू."

सगळेच अगदी बरोबर करायचे म्हटले तर मुलाखतीच्या वेळी तिथे वकील हवा हे बॉशलादेखील मान्य होते. परंतु अनेक प्रकरणांवर इतकी वर्षे काम केल्यानंतर बॉशला ठाऊक होते की अपराधी मन नेहमीच तसे राहत नाही. तुम्हांला कुणी म्हटलं की, मला खुनाची कबुली द्यायची आहे, तर तुम्ही काही थांबणार नाही. लगेच टेपरेकॉर्डर चालू करून म्हणाल, "ताबडतोब, त्याबद्दल मला सगळं काही सांगा."

ओब्रायनने स्वत:चे आधीचे अनुभव सांगितले व काहीशा नाराजीनेच ती कबूल झाली आणि त्यांनी फोन ठेवला. बॉशने लगेच फोन परत उचलला आणि अंतर्गत चौकशी विभागाचा नंबर फिरवून कॅरोल ब्रॅडलीसाठी विचारणा केली. ती फोनवर आली "मी बॉश बोलतो आहे. हॉलिवूड विभागातून. माझा टेपरेकॉर्डर कुठे आहे ?"

उत्तरादाखल शांतता होती.

"ब्रॅडली ? हॅलो ? तू तिथे..."

"मी बोलते आहे. तुझा टेपरेकॉर्डर माझ्याकडे इथे आहे."

"तू तो का घेऊन गेलीस ? मी तुला फक्त सांगितलं की ती टेप तू ऐक. मी तुला मशीन घेऊन जायला नाही सांगितलं. आणि मला आता त्याची जरूर नाही असंही सांगितलं नव्हतं."

"मला ती टेप संपूर्ण आहे की नाही हे बघायचं होतं आणि ती टेप परत ऐकायची होती."

"मग टेपरेकॉर्डर उघडून टेपच फक्त न्यायची. सगळं मशीन कशाला न्यायचं ?"

"डिटेक्टिव्ह बॉश, काही काही वेळा टेप खरी आहे की नाही हे सिद्ध करायला ध्वनिमुद्रण केलेला टेपरेकॉर्डर आवश्यक असतो."

बॉशने निराशेने मान हलवली.

"देवा रे देवा ! हे असं तुम्ही का करता आहात ? तुम्हांला ठाऊक आहे की ती बातमी कुणी फोडली ? आता कशाला वेळ घालवताय ?"

पुन: एकदा उत्तर देण्यापूर्वी कॅरोल ब्रॅडली जरा थांबली.

"डिटेक्टिव्ह बॉश, मला सगळ्या शक्यता विचारात घ्याव्या लागतात. मी माझी चौकशी माझ्या पद्धतीने पूर्ण करते."

आता बॉश एक क्षणभर थांबला. दुसरेच काहीतरी चालू आहे किंवा त्याच्या लक्षातून काहीतरी सुटले असे त्याला वाटू लागले. शेवटी याबद्दल आता काळजी करण्यात अर्थ नाही असे त्याने ठरवले. त्याला या प्रकरणावर आणि त्याच्या फलनिष्पत्तीवर लक्ष केंद्रित करणे आवश्यक होते.

बॉश म्हणाला, "सगळ्या शक्यता पाहायच्या आहेत ! वा ! म्हणजे माझं मशीन माझ्याकडं नसल्यामुळं मला एक कबुलीजबाब आज जवळजवळ गमवावा लागला होता. पण तू तो मला परत पाठवलास तर उपकार होतील."

"माझं काम संपलं आहे आणि आजच लगेच खात्याच्या टपालामधून तो मी पाठवून देते."

"धन्यवाद. बाय बाय."

बॉशने फोन ठेवला तेवढ्यात एडगर कॉफीचे तीन कप घेऊन टेबलापाशी आला. त्यांना काहीतरी करायचे होते हे बॉशला आठवले.

बॉशने विचारले, "टेहळणी पथकावर आज कोण आहे ?"

एडगर म्हणाला, "मंकीविझ होता आणि यंगदेखील होता." ड्रॉवरमधून कप काढून बॉशने स्टायरोफोमच्या किटलीमधून कॉफी कपात ओतली. मग त्याने फोन उचलून टेहळणी कार्यालयाला फोन लावला. मंकीविझने उत्तर दिले, "हॅलो."

"आज तुमच्याकडे वटवाघुळाची गुहा रिकामी आहे का ?"

"बॉश ? मला वाटलं तू आज सुटी घेणार आहे म्हणून."

"तुला चुकीचं वाटलं. बरं, आहे का कुणी ?"

"नाही, जवळजवळ आठ वाजेपर्यंत कुणीच येणार नाही. तुला नेमकं काय करायचं आहे ?"

"मी एक कबुलीजबाब घेत आहे आणि मी एकदा घेऊन तो पक्का केला की कुणा वकिलानं येऊन त्याला परत फाटे फोडलेले मला आवडणार नाही. आमच्या संशयित इसमाला एन्शंट एजचा वास येत आहे. पण मला वाटतं, आता तो शुद्धीत आहे. तरीसुद्धा मला त्याचं ध्वनिमुद्रण करायचं आहे."

"म्हणजे हे हाडांचं प्रकरण का ?"

"हो."

"त्याला इथं घेऊन ये आणि मी ध्वनिमुद्रण करीन. माझ्याकडे या कामासाठी पात्रतेचं प्रमाणपत्र आहे."

"धन्यवाद, मॅंक."

बॉशने फोन ठेवून एडगरकडे पाहिलं.

"त्याला घेऊन त्या विभागात जाऊ आणि बघू या काय म्हणतोय हा. म्हणजे आपली बाजू सुरक्षित करण्यासाठी म्हणतो मी !"

"चांगली कल्पना आहे."

बॉश व एडगर यांनी डेलाक्रुवाला आधी ज्या ठिकाणी टेबलाच्या कडीला अडकवून ठेवले होते त्या ३ नंबरच्या मुलाखतीच्या खोलीत ते आपले कॉफीचे कप घेऊनच गेले. त्याच्या बेड्या त्यांनी सैल केल्या आणि त्याला कॉफीचे काही घोट घेऊ दिले. मागच्या पॅसेजमधून ते चौकीतल्या लहानशा तुरुंगवजा कोठडीकडे गेले.या तुरुंगात दारू पिऊन झिंगणाऱ्यांसाठी आणि वेश्यांसाठी दोन मोठ्या खोल्या होत्या. यापेक्षा जास्त मोठे गुन्हेगार शहरातल्या किंवा जिल्ह्याच्या मुख्य तुरुंगात ठेवले जात. तिथे एक तिसरी लहान खोली होती. तिला वटवाघळांची गुहा म्हणायचे. रक्तातील दारूच्या प्रमाणाची चाचणी करतात तेव्हादेखील हा शब्दप्रयोग करीत.

बॉश व एडगर मंकीविझला पॅसेजमध्येच भेटले आणि त्याच्यापाठोपाठ त्या गुहेत शिरले. तिथे गेल्यावर श्वासाची तपासणी करणारे यंत्र त्यांनी चालू केले आणि त्यांनी डेलाक्रुवाला एका स्वच्छ प्लॅस्टिकच्या नळीत श्वास सोडायला सांगितले. ती नळी एका मशीनला जोडलेली होती. ज्युलिया गेल्यामुळे मंकीविझने त्याच्या बिल्ल्यावर शोकनिदर्शक काळा पट्टा लावल्याचे बॉशच्या लक्षात आले.

काही मिनिटांतच चाचणीचा निकाल बाहेर आला. डेलाक्रुवाचे रीडिंग ०.००३ इतकं आलं होतं. म्हणजे गाडी चालवताना कमीत कमी जेवढं असायला पाहिजे त्यापेक्षाही खूप कमी. खुनाचा कबुलीजबाब घेण्यासाठी श्वासातील दारूच्या प्रमाणाबद्दल काही मान्य संकेत अर्थातच नव्हते.

डेलाक्रुवाला खोलीतून बाहेर काढल्यावर मंकीविझ आपल्या दंडावर मागून टोचत असल्याचे बॉशला जाणवले. त्याने वळून पाहिले तर एडगर पॅसेजमधून डेलाक्रुवाला घेऊन पुढे गेला होता.

मंकीविझने मान डोलावून म्हटले, ''हॅरी, मला फक्त म्हणायचं होतं की मला फार वाईट वाटलं. म्हणजे काल तिथं काय घडलं याबद्दल.''

बॉशला कळले की तो ज्युलियाबद्दल बोलत होता. त्यानेपण मान हलवून म्हटले, ''हो, धन्यवाद. हे जरा कठीणच गेलं.''

''तुला सांगतो, मला तिचं नाव त्या मोहिमेत घालायलाच पाहिजे होतं. म्हणजे मला ठाऊक होतं की तिला अनुभव नाही. पण...''

''मॅक,तू केलंस ते बरोबर होतं. उगीच त्यावर आणखी विचार करू नकोस.'' मंकीविझने मान हलवली.

बॉश म्हणाला, ''मला जायला हवं.''

एडगर डेलाक्रुवाला मुलाखतीच्या खोलीत परत त्याच जागी घेऊन गेला. बॉश व्ह्यूइंग खोलीत गेला. त्याने काचेतून छायाचित्रणाचा कॅमेरा त्याच्यावर रोखला आणि कपाटातून काढलेली कॅसेट कॅमेऱ्यात घातली. मग त्याने कॅमेरा आणि आवाजाच्या मुद्रणाची यंत्रणा चालू केली. सगळे काही तयार होते. मग तो हे काम आटोपून टाकण्यासाठी मुलाखतीच्या खोलीत शिरला.

◆

३७.

बॉशने मुलाखतीच्या खोलीत हजर असलेल्या तिघांची ओळख प्रथम ध्वनिमुद्रित केली. मुलाखतीची तारीख आणि वेळ सांगितली. खरे म्हणजे मुलखातीचे रेकॉर्डिंग होताना तारीख आणि वेळ दोन्ही टेपवर खाली आपोआपच छापले जाते. त्याने संशयितांच्या हक्कांच्या यादीचा कागद काढून टेबलावर ठेवला आणि त्याचे हक्क तो पुन: एकदा वाचून दाखवणार आहे हे डेलाक्रुवाला सांगितले. त्याचे वाचन संपल्यावर त्याने डेलाक्रुवाला कागदावर सही करायला सांगितले आणि मग तो टेबलवरून बाजूला झाला. त्याने कॉफीचा घोट घेतला आणि सुरुवात केली.

''श्री. डेलाक्रुवा, आज सकाळी तुम्ही एकोणीसशे ऐंशीमध्ये तुमचा मुलगा आर्थर याला नेमकं काय झालं हे सांगायची इच्छा माझ्याकडे प्रकट केली होती. तुम्हांला अजूनही या विषयावर बोलायची इच्छा आहे का ?''

''हो.''

''अगदी प्राथमिक प्रश्नांपासून सुरुवात करू. मग आपण मागे जाऊन सगळ्या गोष्टींची माहिती घेऊ. आर्थर डेलाक्रुवा म्हणजे तुमचा मुलगा- त्याच्या मृत्यूला तुम्ही कारणीभूत आहात का ?''

''हो, मीच आहे.'' डेलाक्रुवाने कुठलीही भावना न दाखवता लगेच सांगितले.

''तुम्ही त्याला मारलंत का ?''

''हो, मी मारलं. माझा तसा इरादा नव्हता, पण मीच मारलं. हो !''

''ही घटना कधी घडली ?''

''मला वाटतं मेमध्ये घडली असावी. म्हणजे एकोणीसशे ऐंशीच्या मेमध्ये असं मला आठवतं. तुम्हा लोकांना कदाचित त्याबद्दल जास्त माहिती असावी.''

''असं समजून चालू नका. तुमच्या आठवणीप्रमाणे आणि शक्य असेल त्याप्रमाणे प्रत्येक प्रश्नाचे उत्तर द्या.''

''मी प्रयत्न करीन.''

''तुमच्या मुलाला कोठे मारलं ?''

''त्या वेळी आम्ही रहात होतो त्या घरात-त्याच्या खोलीत.''

''तो कसा काय मरण पावला ? तुम्ही त्याला ठोकलं होतं का ?''

''हो. मी....''

आतापर्यंत मुलाखत देताना डेलाक्रुवा अगदी सराईतासारखा वागत होता. पण अचानक त्याच्या चेहऱ्यावरची रया गेली आणि चेहरा खोल गेला.

बॉशने आपल्या हाताच्या खालच्या भागाने डोळ्यांच्या कडा पुसल्या.

"तुम्ही त्याला ठोकत होता ?"

"हो."

"शरीराच्या कुठल्या भागावर ?"

"सगळीकडेच मारत होतो असं वाटतं."

"डोक्यावरसुद्धा."

"हो."

"हे त्याच्या खोलीत झालं असं तुम्ही म्हणालात ?"

"हो. त्याच्या खोलीत."

"तुम्ही कशानं त्याला मारत होता ?"

"म्हणजे काय म्हणायचं आहे ?"

"म्हणजे तुम्ही तुमची मूठ वापरली की कुठली वस्तू वापरली ?"

"दोन्ही-माझे हात आणि एक वस्तू."

"तुम्ही कुठली वस्तू घेऊन तुमच्या मुलाला मारत होता ?"

"मला नक्की आठवत नाही. मला... पाहिजे... म्हणजे त्याच्या खोलीतली काहीतरी एक वस्तू होती. मला आठवायला पाहिजे."

"आपण त्याच्याकडे नंतर वळू. श्री. डेलाक्रुवा, त्या दिवशी तुम्ही का बरं... पण प्रथम म्हणजे हे कधी झालं ? म्हणजे किती वाजता ?"

"ती सकाळची वेळ होती. शीला म्हणजे माझी मुलगी शाळेत गेल्यानंतर. बस एवढंच आठवतं. शीला तेव्हा नव्हती."

"तुमच्या पत्नीचं काय ? म्हणजे मुलाची आई कुठे होती ?"

"नाही, ती केव्हाच निघून गेली होती. खरंच हे सर्व व्हायला तीच कारण होती..."

डेलाक्रुवा बोलायचे थांबला. बॉशला वाटले की आपल्या दारूच्या व्यसनाचा दोष तो बायकोला देणार आणि पिण्यामुळे होणारे खुनासकटचे सर्व दुष्परिणाम बायकोमुळेच घडले असे सांगून मोकळा होणार.

"तुम्ही तुमच्या पत्नीशी अखेरचं केव्हा बोललात ?"

"माझी माजी पत्नी. ती घर सोडून गेल्यानंतर मी तिच्याशी कधीच बोललो नाही. हे फार पूर्वी..."

त्याचे वाक्य पूर्ण झाले नाही. किती वर्षांपूर्वी हे त्याला आठवेना.

"तुमच्या मुलीचं काय? तुम्ही अगदी शेवटी तिच्याशी केव्हा बोललात ?"

डेलाक्रुवाने बॉशपासून दूर कुठेतरी नजर लावली आणि नंतर टेबलावर ठेवलेल्या आपल्या हाताकडे पाहिले. तो म्हणाला, "खूप दिवस झाले."

"किती दिवस झाले ?"

"मला आठवत नाही. आम्ही एकमेकांशी बोलत नाही. तिने हे ट्रेलरचे घर विकत घ्यायला मला मदत केली होती. ही पाचसहा वर्षांपूर्वीची गोष्ट आहे."

"या आठवड्यात तुम्ही तिच्याशी बोलला होता ?"

डेलाक्रुवाने त्याच्याकडे प्रश्नार्थक मुद्रेने पाहिले.

"या आठवड्यात ? का बरं ? ती कशाला ?..."

"मला प्रश्न विचारू द्या. बातमीबद्दल काय सांगता येईल. गेल्या दोन आठवड्यांतली वर्तमानपत्रं तुम्ही वाचली का किंवा टीव्हीवरील बातम्या पाहिल्या का ?"

डेलाक्रुवाने मान हलवली.

"टीव्हीवरचे सध्याचे कार्यक्रम मला आवडत नाहीत. त्यापेक्षा कॅसेट पाहणं मी पसंत करतो."

बॉशच्या लक्षात आलं की डेलाक्रुवा मुद्द्यापासून दूर गेला आहे. त्याने परत मूळ विषयाकडे वळायचे ठरवले. त्याच्या दृष्टीने आर्थर डेलाक्रुवाच्या खुनाची सरळ आणि स्पष्ट कबुली मिळवणे सर्वांत महत्त्वाची गोष्ट होती. शिवाय कोर्टात शाबीत होण्याच्या दृष्टीने अगदी तपशीलवार आणि भक्कम कबुली मिळणे आवश्यक होते. डेलाक्रुवाला वकील मिळाल्यानंतर केव्हा ना केव्हा तरी त्याचा कबुलीजबाब तो नाकारणार याची बॉशला खात्री होती. कबुलीजबाबाचे नेहमी असेच होते– चौकशीच्या पद्धतीपासून संशयिताच्या मनःस्थितीपर्यंत सर्व प्रकारचे प्रश्न उभे केले जातात आणि बॉशचे कर्तव्य होते की कबुलीजबाब तर घ्यायचाच पण तो कायम रहावा म्हणून खात्री करून घ्यायची आणि अखेर बारा ज्युरीच्या पुढे तो सुरक्षितपणे दाखल करून घ्यायचा.

"आपण तुमच्या मुलाकडे-आर्थरकडे वळू. त्याच्या मृत्यूच्या दिवशी कुठली वस्तू घेऊन तुम्ही त्याला मारहाण केली हे आठवतं का ?"

"मला असं वाटतं की त्याची ती लहान बॅट असावी. 'डॉजर्स' च्या सामन्यांच्या वेळी स्मृतिचिन्ह म्हणून देतात तशी ती लहानशी बेसबॉलची बॅट असावी."

बॉशने मान डोलावली. तो काय म्हणत होता हे बॉशला कळले. पूर्वी पोलिसांच्या हातात लकडी दंडा असायचा. नंतर नंतर त्यांच्या हातात धातूचे दंडे दिसायला लागले. पण १९८० च्या काळात सामन्यांच्या वेळी स्मृतिचिन्ह म्हणून दुकानांतून ज्या बेसबॉलच्या लहान बॅटी विकायचे त्या बॅटी या पोलिसांच्या दंड्यासारख्याच असायच्या. त्यांचा फटका घातक ठरू शकला असता.

"तुम्ही त्याला का मारलंत ?"

डेलाक्रुवाने आपल्या हातांकडे पाहिलं. बॉशच्या लक्षात आले की त्याच्या हाताच्या बोटांची नखे गेली होती. ते फार केविलवाणे दिसत होते.

"अं... मला आठवत नाही, मी कदाचित खूप घेतली असेल त्या वेळी... मी..."

पुन्हा त्याच्या डोळ्यात अश्रूंचा लोट आला आणि आपल्या छिन्न हातांनी त्याने आपला चेहरा लपवला. हात परत खाली येईपर्यंत बॉश शांत राहिला.

मग डेलाक्रुवा पुढे म्हणाला, "तो... खरं म्हणजे त्या वेळी शाळेत असायला हवा होता– पण तो गेला नाही. मी खोलीत आलो आणि तो घरीच होता. माझं डोकं फिरलं– माझ्याकडे पैसे नसतानाही त्याच्या शाळेसाठी मी बराच खर्च केला. मी जोरात ओरडू लागलो. त्याला मारू लागलो. आणि नंतर– नंतर मी सरळ ती बेसबॉलची लहान बॅट उचलली आणि त्याला मारली. मला वाटतं की मी फार जोरात मारली बॅट– माझा तसा इरादा नव्हता..."

बॉश परत थांबला, पण डेलाक्रुवा पुढे बोलला नाही.

"तेव्हाच त्याने प्राण सोडला का ?"

डेलाक्रुवाने मान डोलावली.

"म्हणजे हो म्हणायचं आहे का ?"

"हो, हो."

दरवाजावर हलकेच थाप पडली. बॉशने एडगरला खूण केली आणि त्याने जाऊन दार उघडले. बॉश धरून चालला की तो वकील आला असावा पण त्याला आता मुलाखतीत मध्येच व्यत्यय नको होता. त्याने चालूच ठेवले.

"नंतर तुम्ही काय केलं ? म्हणजे आर्थरचा मृत्यू झाल्यावर ?"

"मी त्याला मागे नेऊन जिन्याने गॅरेजमध्ये नेलं. मला कुणीच पाहिलं नाही. मी त्याला माझ्या गाडीच्या डिकीत टाकलं आणि परत त्याच्या खोलीत गेलो. मी तिथे साफसूफ केलं आणि त्याचे थोडेसे कपडे पिशवीत भरले."

"कसली पिशवी ?"

"त्याच्या शाळेची पाठीवर अडकवायची पिशवी होती ती."

"कुठले कपडे भरले तुम्ही ?"

"मला आता आठवत नाही. खणातून माझ्या हाताला लागतील ते कपडे उचलले, म्हणजे कळलं ना."

"ठीक आहे. तुम्ही त्या पिशवीचं वर्णन करू शकाल ?"

डेलाक्रुवाने खांदे उडवले. "मला आठवत नाही. नेहमीची पाठीवर लावतात तशी पिशवी होती."

"ठीक आहे, मग कपडे तुम्ही पिशवीत भरल्यानंतर काय केलं ?"

"मी ते गाडीच्या डिकीत ठेवले आणि ती बंद केली."

"ती गाडी कुठली होती."

"ती एकोणीसशे बहात्तरची इंपाला गाडी होती."

"अजून तुमच्याकडे ही गाडी आहे का ?"

"असती तर बरं झालं असतं. ती एक दर्जेदार गाडी होती. पण मी तिची वाट लावली. दारूच्या नशेत गाडी चालवण्याने माझा पहिला अपघात या गाडीत असताना झाला."

"वाट लावली म्हणजे काय झालं ?"

"मी गाडीचं पूर्ण नुकसान केलं. बीव्हरली हिल्स भागात मी एका उंच नारळासारख्या झाडाला धडकलो. नंतर तिला कुठेतरी भंगार डेपोत नेलं असावं."

बॉशला ठाऊक होतं की तीस वर्षे जुन्या गाडीचा शोध घेणे अवघड होते, पण गाडीचं पूर्ण नुकसान झालं म्हटल्यावर तिचा शोध घ्यायची आणि प्रत्यक्ष पुराव्यासाठी डिकी उघडून बघण्याची आशाच नव्हती.

"तर आपण परत तुमच्या कहाणीकडे वळू. तुम्ही मृतदेह गाडीच्या डिकीत ठेवला. मग शेवटी काय केलं त्याचं ?

"त्या दिवशी रात्री खूप उशिरा जेव्हा तो शाळेतून परत आलाच नाही तेव्हा आम्ही त्याचा शोध घेऊ लागलो."

"आम्ही ?"

"मी आणि शीला. आम्ही गाडीतून हिंडलो आणि शोधत बसलो. आम्ही सर्व सर्फिंगच्या ठिकाणी जाऊन आलो."

"आणि हे सगळं करत असताना आर्थरचा मृतदेह तुम्ही बसलेल्या गाडीच्या डिकीतच होता ?"

"बरोबर. असं पहा, मी काय केलं हे मला तिला कळू द्यायचं नव्हतं. मी तिला संभाळून घेत होतो."

"समजलं, तुम्ही व्यक्ती हरवली आहे म्हणून पोलिसात तक्रार नोंदवली का ?"

डेलाक्रुवाने मान हलवली.

"नाही, मी विलशायर ठाण्यात गेलो आणि एका पोलिसाशी बोललो. मी आत गेलो आणि तो पुढेच टेबलावर बसला होता. आर्थर बहुतेक पळून गेला असावा आणि तो परत येईल. काही दिवस वाट पहा, असं तो मला म्हणाला. म्हणून मी काही तक्रार नोंदवली नाही."

जेवढे ठळक मुद्दे मुलाखतीत घेणे शक्य होते, तेवढे बॉश घेतच होता. कहाणीतल्या ज्या गोष्टी सिद्ध करता येतील आणि डेलाक्रुवा व त्याचे वकील

यांनी पुढेमागे नाकारलेच तर पुराव्याला आधार म्हणून सांगता येतील अशा गोष्टींची चर्चा त्याने मुद्दामच मुलाखतीत घेतली होती. अगदी बिनतोड पुरावा किंवा शास्त्रीय सत्य दाखवून देणे हा खरोखर उत्तम मार्ग होता. परंतु कहाणीतले प्रसंग एकमेकांशी जुळणेदेखील महत्त्वाचे होते. ज्या रात्री आर्थर परत घरी आला नाही तेव्हा आपण व वडील बरोबर पोलिस ठाण्यात गेलो होतो, असं शीलाने एडगर आणि बॉश यांना आधीच सांगितलेले होते. ती गाडीत होती आणि वडील पोलिस चौकीत गेले होते. हरवलेल्या व्यक्तीची त्या वेळची नोंद बॉशला सापडली नव्हती. या सगळ्या गोष्टी जुळत होत्या. कबुलीजबाब बळकट करायला हा आणखी एक मुद्दा बॉशला मिळाला होता.

"श्री. डेलाक्रुवा, माझ्याशी बोलताना आपल्याला कुठला त्रास तर होत नाही ना ?"

"नाही, नाही. मी ठीक आहे."

"तुम्हांला कुणी जबरदस्ती केली आहे किंवा धमकी दिली आहे असं वाटतं आहे का ?"

"नाही, ठीक आहे."

"म्हणजे तुम्ही माझ्याशी मोकळेपणाने बोलत आहात, बरोबर ?"

"बरोबर."

"ठीक आहे. तुम्ही गाडीच्या डिकीतून तुमच्या मुलाचा देह कधी बाहेर काढलात ?"

"मी ते नंतर केलं. शीला झोपल्यानंतर मी मागे गाडीकडे गेलो आणि पार्थिव लपवता येईल अशा ठिकाणी तो घेऊन गेलो."

"म्हणजे कुठे ?"

"तिकडे टेकडीवर– लॉरेल कॅनियनमध्ये."

"तुम्हांला जास्त अचूकपणे सांगता येईल का ?"

"इतकं काही आठवत नाही. मी शाळेवरून लुकआउट माउंटनवर गेले. तिथे वर कुठेतरी गेलो. तेव्हा अंधार होता. आणि मी– म्हणजे– दारू पीत होतो. कारण या सर्व अपघातामुळे मला अतिशय दुःख झालं होतं."

"अपघात ?"

"म्हणजे आर्थरला मी केली होती तशी मारहाण हा अपघात."

"ओह, मग तुम्हांला आठवतं की शाळेवरून पुढे तुम्ही कुठल्या रस्त्यावर गेला होतात ?"

"वंडरलँड."

"वंडरलँड ? नक्की खात्री आहे तुम्हांला ?"

“नाही, पण मला वाटतं, तोच रस्ता असावा. मी इतकी वर्षं या भागात राहिलो आहे– अर्थात या सगळ्या गोष्टी विसरण्याचा मी शक्यतो प्रयत्न करीत होतो.”

“म्हणजे तुम्ही पार्थिव लपवलंत तेव्हा दारूच्या नशेत होता असं तुम्हांला म्हणायचं आहे ?”

“मी प्यालो होतो. म्हणजे तुम्हांला वाटत नाही की अशा वेळी मी दारू प्यावी म्हणून ?”

“मला काय वाटतं याला काही अर्थ नाही.”

बॉशला एकदम या सगळ्यात धोक्याची पहिली सूचना मिळाल्यासारखे भासले. डेलाक्रुवा पूर्ण कबुलीजबाब देत होता खरा, पण एकूणच कहाणीला कमकुवत करणारी माहिती बॉशला मिळत होती. डेलाक्रुवा नशेत होता म्हणून टेकडीवरच्या झुडूपात पार्थिव कुणीतरी घाईगर्दीने टाकले आणि पाइनची पाने व माती वरवर टाकून झाकून टाकले इतपत स्पष्टीकरण बरोबर होते, पण आपल्याला टेकडीवर चढताना आलेली अडचण बॉशला आठवली आणि एखादा नशेतला माणूस आपल्या मुलाचा देह घेऊन वरती टेकडीवर आणतो किंवा ओढून नेतो अशी कल्पना करणे अवघड होते.

शिवाय पाठीवरच्या पिशवीचं राहिलंच होतं. म्हणजे पार्थिवबरोबरच ती पिशवी वर गेली होती की डेलाक्रुवा पिशवी घेऊन दुसऱ्यांदा टेकडी परत चढला आणि रात्रीच्या अंधारात देह लपवला ती जागा त्याला परत नेमकी सापडली का ?

बॉशने डेलाक्रुवाकडे पाहून आता पुढे कसे जावे यावर विचार केला. त्याला आता काळजीपूर्वक राहायला हवं होतं. पुढे कोर्टात प्रकरण गेल्यावर प्रतिपक्षाचा वकील खिंडार फोडू शकेल असं काही उत्तर मुद्दाम ओढवून घेण्यात अर्थ नव्हता.

डेलाक्रुवा अनाहूतपणे एकदम म्हणाला, “मला फक्त एवढंच आठवतं की मला खूप वेळ लागला. मी जवळजवळ रात्रभर बाहेर होतो. आणि मला आठवतं की मी त्याला त्या खड्ड्यात टाकेपर्यंत शक्य तेवढं घट्ट धरून ठेवलं होतं. म्हणजे मी काही जणू त्याचे दफन करीत होतो.”

डेलाक्रुवाने मान डोलावली आणि आपले बरोबर होते की नाही याची बॉशच्या डोळ्यांत काही पावती मिळते आहे का या दृष्टीने बॉशकडे पाहिले. पण बॉशच्या डोळ्यांत काहीच प्रतिक्रिया नव्हती.

बॉश म्हणाला, “आपण तिथंच परत सुरुवात करू. तुम्ही ज्या खड्ड्यात त्याला टाकलं तो किती खोल होता ?”

“तो फार काही खोल नव्हता– दोन फूट जास्तीत जास्त.”

“तुम्ही खड्डा कसा काय खणला ? तुमच्याकडे त्यासाठी हत्यारं होती का ?”

"नाही, मी तो विचारच केला नाही, म्हणून मला हातानेच खणायला लागलं. पण मी खूप खोल जाऊही शकलो नाही."

"आणि पाठीवरची पिशवी ?"

"अं, मी ती तिथेच खड्ड्यात टाकली, पण मला खात्रीनं आठवत नाही."

बॉशने मान हलवली.

"ठीक आहे तुम्हांला त्या जागेविषयी आणखी काही आठवतं ? म्हणजे ती जागा सपाट होती, उंचावर होती, चिखल होता वगैरे ?"

डेलाक्रुवाने नकारार्थी मान हलवली.

"मला आठवत नाही."

"तिथे काही घरं होती का ?"

"हो, जवळपास काही घरं होती– पण तुम्ही समजत असाल तर सांगतो की, मला कुणीच पाहिलं नसावं."

बॉशने मनात ठरवलं की कायदेशीर दृष्ट्या यापुढे आणखी प्रश्न या विषयावर विचारणे जरा धोकादायक ठरणार आहे. त्याला हा विषय थांबवून मागे जाऊन परत आणखी काही तपशील मिळवणे जरुरीचे होते.

"तुमच्या मुलाच्या स्केटिंगच्या फळीचं काय झालं ?"

"फळीचं काय ?"

"तुम्ही त्या फळीचं काय केलं ?"

डेलाक्रुवाने पुढे वाकून यावर जरा विचार केला.

"म्हणजे, मला आता आठवत नाही."

"तुम्ही ती फळी त्याच्याबरोबर पुरली का ?"

"मला.. मला आठवत नाही."

काही उत्तर मिळते आहे का याची वाट पहात बॉश जरा वेळ थांबला.. पण डेलाक्रुवा काहीच बोलला नाही.

"ओके, श्री. डेलाक्रुवा. आपण आता थोडा वेळ थांबणार आहोत. मी माझ्या सहकाऱ्यांशी बोलून घेतो. आपण आता ज्याबद्दल बोलत होतो त्याबद्दल तुम्ही विचार करून ठेवा असं मला वाटतं. म्हणजे तुम्ही तुमच्या मुलाला ज्या ठिकाणी नेलं त्या जागेविषयी. त्या जागेविषयी आणि स्केटिंगच्या फळीविषयी आठवून ठेवा."

"ठीक आहे, मी प्रयत्न करतो."

"मी तुमच्यासाठी थोडी कॉफी घेऊन येतो."

"ते फार चांगलं होईल."

बॉश उठला आणि त्याने रिकाम्या कॅसेट बरोबर घेतल्या. तो लगेच व्ह्यूईंग

रूममध्ये गेला आणि दार उघडले. तिथे एडगर आणि एक माणूस होता. त्या माणसाला बॉश ओळखत नव्हता, पण तो काचेतून डेलाक्रुवाकडे बघत होता. एडगर व्हीसीआरकडे जाऊन तो बंद करीत होता.

बॉश पटकन म्हणाला, ''ते बंद करू नकोस.''

एडगर थांबला.

''तो चालूच राहू दे. जर त्याला आणखी काही आठवलंच तर कुणी म्हणायला नको की आपण त्याला जबरदस्तीने बोलायला लावलं म्हणून.''

एडगरने मान डोलावली. तो दुसरा माणूस खिडकीपासून जवळ आला आणि त्याने हस्तांदोलनासाठी हात पुढे केला. तो तिशीच्या पुढचा दिसत नव्हता. त्याचे केस काळेभोर असून मागे सारले होते आणि त्वचा एकदम गोरी होती. त्याच्या चेहऱ्यावर एक रुंद हास्य होते, ''हॅलो, मी जॉर्ज पोर्तुगाल, जिल्हा उपन्यायाधीश.''

बॉशने रिकामे कप टेबलावर खाली ठेवले आणि त्याचा हात हातात घेतला.

पोर्तुगाल म्हणाला, ''तुमच्या हातात एक रंजक प्रकरण आहे असं दिसतंय.''

बॉश म्हणाला, ''हो, आता ते जास्तच रंगत चाललं आहे.''

''म्हणजे, गेल्या दहा मिनिटात मी जे काही पाहिलं त्यावरून तुम्हांला चिंता करायची अजिबात जरूर नाही असं वाटतंय, सर्व काही सूर्यप्रकाशाइतकं स्पष्ट आहे.''

बॉशने मान हलवली, पण हसला मात्र नाही. त्याला पोर्तुगालच्या म्हणण्यातील मूर्खपणा बघून खरे म्हणजे हसू येत होते. अशा तरुण वकिलांचे आडाखे किती बरोबर धरायचे हे त्याला चांगले ठाऊक होते. काचेच्या पलीकडे असलेल्या खोलीपर्यंत डेलाक्रुवाला आणण्याच्या आधी काय काय घडले हे सगळे त्याच्या डोळ्यापुढे आले आणि त्याला कळून चुकले की सूर्यप्रकाशाइतके स्पष्ट काहीच नसू शकते !

◆

३८.

संध्याकाळी सात वाजता, बॉश आणि एडगर, सॅम्युएल डेलाक्रुवाला आपल्या मुलाचा खून करण्याच्या आरोपावरून पार्कर सेंटरमधील पोलिस ठाण्यात अधिकृत गुन्हा नोंदवण्यासाठी घेऊन गेले. मुलाखतीच्या खोलीत पोर्तुगाल हजर असताना त्यांनी डेलाक्रुवाला जवळजवळ तासभर प्रश्न विचारले होते, पण प्रत्यक्ष खुनाविषयी थोडाच तपशील त्यांच्या हाती लागला होता. वीस वर्षे बाळगलेली अपराधी भावना आणि व्हिस्की पिणे यामुळे आपल्या मुलाचा मृत्यू आणि त्यातील स्वतःचा सहभाग यांची आठवण धूसर होऊ लागली होती.

हे प्रकरण सूर्यप्रकाशाइतके स्पष्ट आहे अशा समजुतीत पोर्तुगाल खोलीबाहेर पडला होता. उलटपक्षी बॉशला इतकी खात्री नव्हती. इतर गुप्तचर पोलिस आणि वकील यांच्याइतका तो स्वेच्छेने दिलेल्या कबुलीजबाबात उत्साही नसायचा. त्याच्या दृष्टीने जगात खराखुरा पश्चात्ताप अगदी क्वचितच पहायला मिळतो. नेहमीच तो अशा अनपेक्षित कबुलीकडे, त्या शब्दांच्या मागे काही लपले आहे का हे पहात सावधगिरीने बघायचा. प्रत्येक प्रकरण म्हणजे बांधकाम चाक असलेल्या घरासारखे त्याला वाटायचे. एखादा कबुलीजबाब प्रकरणात मिळाला तर घर ज्या कॉंक्रीटच्या स्लॅबवर बांधले आहे, त्याप्रमाणे तो असला पाहिजे. जर स्लॅबच्या कॉंक्रीटमधील मिश्रणात भेसळ असली किंवा ती चुकीची ओतली गेली तर पहिल्याच भूकंपाचा धक्का सुद्धा घराला सहन होणार नाही. डेलाक्रुवाला पार्कर सेंटरकडे घेऊन जाताना या घराच्या पायामध्ये सुद्धा आतापर्यंत न दिसलेल्या भेगा आहेत आणि भूकंप जवळच आहे, असे बॉशला राहून-राहून वाटत होते. मोबाइल वाजू लागल्यामुळे बॉशचे विचारचक्र मध्येच थांबले. लेफ्ट. बिलेट्स् फोनवर होती.

"आपलं काही बोलणं व्हायच्या आतच तुम्ही दोघं निघून गेलात ?"

"आम्ही गुन्हा दाखल करण्यासाठी त्याला घेऊन जात आहोत."

"आणि तुम्ही त्याबद्दल खूष दिसत आहात."

"म्हणजे असं की मी आता बोलू शकत नाही."

"गाडीमध्ये तुमच्याबरोबर तो आहे का ?"

"हो."

"म्हणजे तुम्ही खरोखरच या बाबतीत गंभीरपणे बघताय की आपला उंदीर-मांजराचा खेळ चालू आहे.

"मला अजून ठाऊक नाही."

“मला प्रसिद्धी विभाग आणि आयर्व्हिंग यांचे सारखे फोन येत आहेत. जिल्हा न्यायाधीशाच्या प्रसिद्धी कार्यालयातून आरोपपत्र दाखल होण्याची बातमी आधीच आली आहे असं मला वाटतंय्. मी या बाबतीत काय करावं असं तुम्हांला वाटतं ?”

बॉशने घड्याळाकडे पाहिले. डेलाक्रुवावर आरोप दाखल केल्यानंतर शीला डेलाक्रुवाच्या घरी ते आठपर्यंत पोचतील असा त्याने अंदाज केला. पण प्रश्न असा होता की प्रसिद्धीमाध्यमांना हे आधीच कळवले तर त्याच्या आधीच वार्ताहर तिच्यापर्यंत पोहोचले असते.

“मी तुला काय म्हणतो की, आपण त्याच्या मुलीकडे आधी पोहोचायला पाहिजे. तू जिल्हा न्यायाधीशांच्या कार्यालयात फोन करून त्यांना नऊ वाजेपर्यंत थांबायला सांगतोस का ? आणि प्रसिद्धी खात्यालाही तसंच सांग.”

“काहीच अडचण नाही. आणि हे बघ, त्याला तिथे सोडलं की मग तुला शक्य होईल तेव्हा मला फोन कर घरी ! जर काही अडचण आली, तर मला ते कळायला हवं.”

“ठीक आहे, करतो फोन.”

बॉशने फोन ठेवला आणि एडगरकडे पाहिले.

“पोर्तुगालने पहिले जर काही काम केले असेल तर ते म्हणजे त्याच्या प्रसिद्धी कार्यालयात फोन करून कळवणे.”

“असं वाटतं खरं. कदाचित त्याच्याकडे आलेलं हे पहिलं मोठं प्रकरण असावं. तो त्याचा शक्य तेवढा फायदा करून घ्यायचा प्रयत्न करणार.”

“हो ना !”

बॉश आणि एडगर यांनी काही न बोलता थोडा वेळ गाडी चालवली. त्याने अप्रत्यक्षपणे बिलेट्सूला काय सुचवलं त्याचा विचार बॉशच्या डोक्यात आला. इतके अस्वस्थ का वाटावे याचे कारण त्याला सापडेना. हे प्रकरण आता पोलिसांच्या शोधप्रक्रियेकडून न्यायप्रविष्ट होण्याच्या बेतात होते. अजूनही बरेच शोधकार्य बाकी होते, परंतु एकदा एखाद्या संशयितावर आरोप दाखल झाला आणि त्याला कोठडीत ठेवून खटला सुरू झाला की सगळी प्रकरणे एकदम फिरतात. बहुतेक वेळा खुनी व्यक्तीवर आरोपपत्र दाखल करतेवेळी बॉशला कार्यपूर्तीचे समाधान आणि सुटकेची भावना होत असे. आपण काही तरी कुठेतरी बदल घडवून आणला त्यामुळे त्याला एखाद्या गावाचा राजा झाल्याचा भास होई– पण या वेळी तसे वाटले नाही आणि असे का हे त्याला कळले नाही.

शेवटी या प्रकरणातल्या आपल्या हातात नसलेल्या गोष्टी आणि स्वत:च्या काही चुका यांची बॉशने मनात सांगड घातली. या सर्व प्रकरणात आधीच एवढे

नुकसान झालेले असताना त्याला त्यात आनंद होण्यासारखे किंवा राजपुत्र झाल्यासारखे वाटणे चुकीचे आहे अशी त्याची खात्री झाली. ठीक आहे की एका मुलाचा खून केल्याची कबुली देणारा संशयित आता त्यांच्या गाडीत होता आणि त्याला तुरुंगात नेले जात होते. पण या प्रकरणात निकोलस ट्रेंट आणि ज्युलिया ब्रॅशर हकनाक मारले गेले होते. या प्रकरणाभोवती जो कल्पनेचा इमला त्याने बांधला होता त्यात नेहमीच या दोघांची भुते असलेल्या खोल्या असणार आणि ही भुते नेहमीच त्याला त्रास देणार होती.

"तुम्ही माझ्या मुलीबद्दल बोलत होता का आता ? तुम्ही तिच्याशी बोलणार आहात ?"

बॉशने गाडीतल्या आरशात पाहिले. हातांना मागे बेड्या बांधल्यामुळे डेलाक्रुवा पुढे वाकून बसलेला होता. बॉशला वरचा दिवा लावून आरशाची दिशा बदलल्यावर त्याचा चेहरा पाहता आला.

"हो, आम्ही तिला ही बातमी देणार आहोत."

"तुम्हांला सांगायलाच पाहिजे का ? तिला यामध्ये ओढलंच पाहिजे का ?"

बॉशने त्याला गाडीच्या आरशात क्षणभर न्याहाळलं. डेलाक्रुवाची नजर सारखी पुढे-मागे होत होती.

बॉश म्हणाला, "काही इलाज नाही. तिचा भाऊ, तिचे वडील यात गुंतले आहेत."

बॉशने गाडी लॉस एंजेलिस स्ट्रीटकडे जाणाऱ्या वळणावर आणली. पाच मिनिटांतच ते पार्कर सेंटरच्या मागच्या बाजूला असलेल्या गुन्हा नोंदणी कार्यालयाजवळ पोहोचणार होते.

"तुम्ही तिला काय सांगणार आहात ?"

"जे तुम्ही आम्हांला सांगितलंत तेच. म्हणजे तुम्ही आर्थरचा खून केला. वार्ताहर तिच्याकडे पोहोचायच्या आधी किंवा बातम्यांमधून तिला कळायच्या आत, आम्हांला तिला हे सगळं सांगायचं आहे."

बॉशने परत आरशात पाहिले. डेलाक्रुवाने ठीक असल्यासारखी मान डोलावली. नंतर त्याने डोके वर करून आरशात बॉशच्या डोळ्यांत बघितले.

"तुम्ही तिला माझ्या वतीने एक सांगाल ?"

"तिला काय सांगायचं ?"

बॉशने टेपरेकॉर्डर काढण्यासाठी कोटाच्या आतल्या खिशात हात घातला पण त्याच्याकडे तो नसल्याचे त्याच्या लक्षात आले. त्याने मनातल्या मनात ब्रॅडलीला आणि अंतर्गत चौकशी विभागाला एवढे सहकार्य करण्याच्या स्वतःच्या निर्णयाला शिव्या घातल्या.

डेलाक्रुवा क्षणभर शांत होता. आपल्या मुलीला काय सांगायचे याचा विचार करीत त्याने आपली मान इकडून तिकडे हलवून दूरवर बघितले. नंतर आरशाकडे बघून तो म्हणाला, "तिला फक्त सांगा की या सगळ्याबद्दल मला फार दुःख झालं. बस एवढंच; सगळ्याबद्दल दुःख झालं. एवढंच सांगा तिला."

"तुम्हांला सगळ्याबद्दल दुःख झालं. ठीक आहे, समजलं. आणखी काही ?"

"नाही ! फक्त एवढंच."

एडगर जागेवरच थोडासा हलला. कारण त्यालाही आरशात डेलाक्रुवाला बघायचे होते.

एडगर म्हणाला, "हं, तुम्हांला दुःख झालं हं ? म्हणजे असं म्हणायला वीस वर्षे जरा उशीरच झाला, नाही का ?"

बॉश लॉस एंजेलिस स्ट्रीटवर वळला. त्याने यावर डेलाक्रुवाची प्रतिक्रिया आरशात पाहिली नाही.

डेलाक्रुवा रागाने उत्तरला, "तुम्हांला काहीच ठाऊक नाही. मी गेली वीस वर्षं इथे रडत बसलो आहे."

एडगरने प्रत्युत्तर दिले, "हो ना, व्हिस्कीमध्ये अश्रू ढाळीत ! पण आम्ही येईपर्यंत त्याबद्दल काहीसुद्धा केलं नाहीत. ना कधी तुमच्या बाटलीतून बाहेर आलात, कधी स्वतःला हवाली केलं नाहीत. स्वतःच्या मुलाला योग्य अंत्यसंस्कार करण्याच्या स्थितीत असेपर्यंत त्या खळग्यातून बाहेर काढलं नाहीत. आता उरलं काय, हाडं ! समजलं ना, हाडं फक्त !"

बॉशने आता परत आरशात पाहिले. डेलाक्रुवा मान हलवीत आपले डोके पुढच्या सीटच्या मागच्या बाजूला टेकेपर्यंत पुढे झुकला.

डेलाक्रुवा म्हणाला, "मी करू शकलो नाही– मी नाही..."

तो मध्येच थांबला आणि डेलाक्रुवाचे खांदे थरथरू लागल्याचे बॉशने आरशात पाहिले. तो रडत होता.

बॉशने विचारले, "तुम्ही काय केलं नाही ?"

डेलाक्रुवाचे उत्तर आले नाही. बॉशने पुनः जोरात विचारले, "तुम्ही काय केलं नाही ?"

नंतर गाडीत मागच्या बाजूला डेलाक्रुवा उलटी करत असल्याचा त्याला आवाज आला.

एडगर ओरडला, "शी. शी! मला माहिती होतं की असं काहीतरी होणार!"

गाडीत दारूड्याने केलेल्या उलटीचा अल्कोहोलमिश्रित उग्र वास पसरला. बॉशने जानेवारी महिन्यातली थंडगार हवा असतानाही खिडकीच्या सगळ्या

काचा खाली केल्या. एडगरने पण त्याच्या बाजूला तेच केले. बॉशने गाडी पार्कर सेंटरमध्ये घुसवली.

बॉश म्हणाला, "मला वाटतं, आता तुझी पाळी. मागच्या वेळी माझी फजिती झाली– म्हणजे मार माऊंट बारच्या वेळच्या प्रसंगी."

एडगर म्हणाला, "ठाऊक आहे, ठाऊक आहे. रात्रीच्या जेवणापूर्वी हे एवढंच करायचं राहिलं होतं."

बॉशने कैद्यांची ने-आण करणाऱ्या गाड्यांसाठी जी राखीव जागा असते त्याच्या जवळच एका रिकाम्या जागेत गाडी लावली. रोडपाशी उभ्या असलेल्या कार्यालयाचा एक कर्मचारी गाडीजवळ आला. टेहळणी पथकांच्या गाड्यातील मागच्या सीटवरील उलटीसारखी घाण साफ करायला लागायची ज्युलिया ब्रॅशरची तक्रार त्याला आठवली. त्याच्या दुखणाऱ्या बरगड्यांना ती परत ढोसत आहे असा भास होऊन, एवढे दुखत असूनही त्या आठवणीने त्याच्या चेहऱ्यावर हसू आले.

◆

३९.

शीला आणि तिचा भाऊ एकेकाळी त्या घरात रहात होते, पण दोघांपैकी एकच त्या घरात लहानाचे मोठे झाले. त्या घराचे दार शीला डेलाक्रुवाने उघडले तेव्हा तिने गुडघ्यापर्यंत पोहोचलेला टी शर्ट आणि काळे स्टॉकिंग्ज घातले होते. तिच्या चेहऱ्यावरील मेकअप पुसला गेला होता आणि मेकअप आणि पावडर नसताना तिचा चेहरा सुंदर दिसत होता हे बॉशच्या प्रथमच लक्षात झाले. बॉश आणि एडगर यांना ओळखल्यामुळे तिचे डोळे एकदम विस्तारले.

"डिटेक्टिव्ह– तुम्ही ? तुम्ही असाल असं वाटलं नव्हतं !"

बॉश आणि एडगर यांना आत बोलवण्यासाठी शीलाने काहीच खूण केली नाही. बॉश म्हणाला, "शीला, लॅरेल कॅनियन इथे सापडलेले अवशेष म्हणजे तुझा भाऊ आर्थर याचेच आहेत अशी आम्हांला ओळख पटली आहे. तुम्हांला हे सगळं सांगायचं म्हणजे मला फार वाईट वाटतं आहे. आम्ही काही वेळासाठी आत येऊ ?"

बॉशचे बोलणे समजल्यावर शीलाने मान हलवली आणि क्षणभर ती

दाराच्या चौकटीपाशी थांबली. आर्थर परत येणे शक्य नाही हे कळल्यावर ती आता हे घर सोडून जाण्याचा विचार करते आहे की काय असे बॉशला वाटले.

शीला दारातून बाजूला झाली आणि तिने त्यांना आत यायची खूण केली. ती म्हणाली, ''प्लीज या.'' दिवाणखान्यात येऊन त्यांना तिने बसायची खूण केली.

त्याआधी बसले होते त्याच जागांवर तिघेही बसले. त्या दिवशी काढून ठेवलेल्या फोटोंचे खोके अजूनही टेबलावर पडल्याचे बॉशच्या लक्षात आले. पण आता ते फोटो खोक्यात व्यवस्थित लावून ठेवलेले होते. शीलाने त्याची नजर पकडली.

''मी जरा ते फोटो नीट लावून ठेवत होते. बरेच दिवस मला हे काम करायचंच होतं.''

बॉशने मान डोलावली. शीला सगळ्यात शेवटी खाली बसली आणि ती बसेपर्यंत आणि पुन: बोलेपर्यंत बॉश शांत बसला. तिच्या घराच्या वाटेवर त्याने आणि एडगरने मिळून शीलाला भेटल्यावर काय करायचे हे ठरवले होते. या प्रकरणाचा शीला डेलाक्रुवा हा एक महत्त्वाचा दुवा होता. त्यांच्याकडे तिच्या वडिलांचा कबुलीजबाब होता आणि हाडांचा पुरावाही होता. पण तिच्या साक्षीमुळे या सर्व गोष्टींना पूर्णता मिळणार होती. डेलाक्रुवाच्या घरात मोठे होताना काय काय झाले हे तिने कथन करायला हवे होते.

''हं, शीला, आणखी सांगायचं राहिलं. तुम्ही बातम्या पहायच्या आत तुमच्या कानावर घालावं असं आम्हांला वाटलं. आज दुपारी, तुमच्या वडिलांवर आर्थरच्या खुनाचा आरोप दाखल करण्यात आला.''

''अरे देवा !''

शीलाने वाकून आपल्या हाताची कोपरे गुडघ्यांवर टेकली. तिने हाताची मूठ वळून तोंडावर घट्ट धरली, डोळे मिटले आणि तिचे केस पुढे आल्याने तिचा चेहरा झाकला गेला.

''त्यांच्यावरचा आरोप उद्या कोर्टात येईल आणि जामिनासाठी सुद्धा सुनावणी होईल. त्याआधी त्यांना पार्कर सेंटरमध्ये ठेवण्यात आलं आहे. सध्या जे चित्र दिसतं आहे –म्हणजे एकूण त्यांचं राहणीमान पाहता त्यांना जेवढा जामीन हवा आहे तेवढा ते देऊ शकतील असं मला वाटत नाही.''

शीलाने डोळे उघडले.

''यात काहीतरी नक्कीच गफलत होत आहे. म्हणजे रस्त्यापलीकडचा तो माणूस, त्याचं काय झालं ? त्याने आत्महत्या केली होती– तोच खरा खुनी असला पाहिजे.''

"शीला, आम्हांला तसं वाटत नाही."

"माझे वडील असं काही करणं शक्यच नाही."

एडगर सौम्यपणे म्हणाला, "खरं म्हणजे, त्यांनीच सगळं कबूल केलं."

शीला एकदम ताठ झाली आणि बॉशला तिच्या चेहऱ्यावर खरोखरच आश्चर्य दिसले आणि त्यामुळे तोही चकित झाला. त्याला असे वाटले होते की तिच्या मनात कायमच वडिलांबद्दलचा संशय घर करून राहत असावा.

बॉश म्हणाला, "त्यांनी आम्हांला सांगितलं की शाळा चुकवली म्हणून त्यांनी आर्थरला बेस बॉलच्या बॅटने मारलं. तुमचे वडील म्हणाले की ते त्या वेळी दारू पीत होते. त्यांचा तोल गेला आणि त्यांनी फारच जोरात मारहाण केली. त्यांच्या मते हा अपघात होता."

ही सगळी माहिती डोक्यात साठवता साठवता शीला त्यांच्याकडे बघत राहिली.

"नंतर त्यांनी तुमच्या भावाचा देह गाडीच्या डिकीत ठेवला. त्यांनी आम्हांला सांगितलं की नंतर तुम्ही दोघे रात्रभर त्याचा शोध घेत होतात आणि त्याचा देह त्या वेळी गाडीच्या डिकीतच होता."

शीलाने पुन: डोळे मिटून घेतले.

एडगरने पुढे चालू केले, "नंतर त्या दिवशी रात्री, तुम्ही झोपलेल्या असताना, ते बाहेर पडले आणि गाडी घेऊन टेकडीवर गेले व देह तिथेच टाकून दिला."

ओठावर आलेले शब्द दूर करीत शीला आपले डोके इकडेतिकडे हलवू लागली.

"नाही, नाही –त्याने..."

बॉशने विचारले, "तुम्ही तुमच्या वडलांनी आर्थरला मारहाण केल्याचं कधी पाहिलं होतं ?"

बसलेल्या झटक्यातून बाहेर येत शीलाने त्याच्याकडे बघून म्हटले, "नाही, कधीच नाही."

"तुमची खात्री आहे ?"

शीलाने मान हलवली

"तो लहान होता आणि कधी जास्त बडबड करायचा तेव्हा कधी कधी पाठीवर एखादा धपाटा मारायचे– एवढंच !"

बॉशने एडगरकडे आणि नंतर शीलाकडे परत पाहिले. जमिनीवर आपल्या पायांकडे ती वाकून बघत होती.

"शीला, आम्ही तुमच्या वडिलांबद्दल इथे बोलत आहोत याची आम्हांला

जाणीव आहे– पण आम्ही तुमच्या भावाबद्दलही बोलत आहोत. त्याला फारसं आयुष्य लाभलंच नाही, नाही का ?''

बॉश बोलायचे थांबला आणि बऱ्याच वेळाने काही न बोलता तिने मान हलवली.

''आमच्याकडे तुमच्या वडिलांचा कबुलीजबाब आहे आणि आमच्याकडे पुरावा आहे. आर्थरच्या हाडांतून आम्हांला एक वेगळी कहाणीच सांगितली आहे. शीला, त्याच्या हाडांवर जखमा आहेत. खूप जखमा आहेत. त्याला आयुष्यभर झालेल्या जखमा.''

शीलाने मान हलवली.

''आम्हांला आता एका वेगळ्या व्यक्तीची साक्ष हवी आहे. म्हणजे या घरात आर्थर मोठा होत असताना परिस्थिती कशी काय होती हे सांगणारं कुणीतरी आम्हांला हवं आहे.''

एडगर म्हणाला, ''म्हणजे मोठा होण्याचा प्रयत्न करत असताना.''

शीला सरळ बसली आणि आपल्या हातांनी तिने गालावरचे अश्रू पुसले. ''मी तुम्हांला फक्त एवढंच सांगू शकते की मी त्यांना माझ्या भावाला मारताना कधीच पाहिलं नाही, एकदाही नाही.''

शीलाने परत अश्रू पुसले. तिचा चेहरा फुलून वेडावाकडा झाला. ती म्हणाली, ''हे अगदीच अतर्क्य आहे. –म्हणजे मला फक्त ... मला फक्त एवढंच पहायचं होतं की तिथे त्या टेकडीवर सापडला तो आर्थरच होता की दुसरं कोण– आणि आता ... मी तुम्हांला फोन करायलाच नको होता. मी ...'' तिने वाक्य पूर्ण केले नाही. तिने अश्रू थांबवण्यासाठी नाकाचा वरचा भाग बोटाने दाबून धरला.

एडगर म्हणाला, ''शीला, जर तुझ्या वडिलांनी हे काम केलं नसेल तर त्यांनीं आम्हांला तसं का सांगितलं ?''

शीलाने जोरजोरात मान हलवली आणि जास्तच अस्वस्थ होऊ लागली.

''त्यांनी आम्हांला तुम्हांला निरोप द्यायला सांगितला की त्यांना फार वाईट वाटलं आणि दुःख झालं. –असं ते कशाला सांगतील मग ?''

''मला ठाऊक नाही– ते आजारी आहेत, सारखे दारू पितात. कदाचित त्यांना प्रसिद्धी हवी असेल. मला माहीत नाही. ते एक नट आहेत, तुम्हांला ठाऊक आहेच.''

बॉशने टेबलावरचे फोटोंचे खोके उचलले आणि त्या फोटोतून तो आपली बोटे फिरवू लागला. आर्थर पाच एक वर्षाचा असतानाचा एक फोटो त्याला दिसला. त्याने तो बाहेर काढून त्याचे निरीक्षण केले. फोटोतून त्या मुलापुढे

काय वाढून ठेवले आहे, याचा अजिबात अंदाज येत नव्हता किंवा त्याच्या शरीरातल्या हाडांना आधीच एवढी इजा झाली असेल असे कळत नव्हते.

बॉशने फोटो परत जागेवर ठेवून दिला आणि शीलाकडे पाहिले. त्यांची नजरानजर झाली.

"शीला, तुम्ही आम्हांला या सगळ्यात मदत करणार ना ?"

शीलाने त्याच्यापासून दूर बघत म्हटले, "मी नाही करू शकणार."

◆

४०.

बॉशने गाडी नाल्यावर पुलाच्या समोर उभी केली आणि लगेचच इंजिन बंद केले. वंडरलँड ॲव्हेन्यूवर राहणाऱ्या नागरिकांचे लक्ष वेधले जाईल असे त्याला काही करायचे नव्हते. पोलिसांच्या गाडीतून आल्यामुळे त्याचे येणे जाहीर होत होते– पण त्याला वाटले की रात्री बराच उशीर झाला असल्यामुळे जवळपासच्या सर्व घरांच्या खिडक्यांचे पडदे आता ओढून घेतलेले असतील आणि कुणी पाहिले नसेल.

बॉश गाडीत एकटाच होता. त्याचा जोडीदार काम संपवून घरी गेला होता. खाली वाकून त्याने डिकी उघडण्याचे बटण दाबले. बाजूच्या खिडकीतून वाकून त्याने टेकडीवरील अंधाराकडे नजर टाकली. त्याच्या लक्षात आले की विशेष सेवापथक त्याआधीच तिथे येऊन गेले होते आणि त्यांनी उभे केलेले गुन्ह्याच्या जागेपर्यंतचे तात्पुरते जिने आणि फळ्या काढून टाकल्या होत्या. बॉशलाही तसेच असायला हवे होते. सॅम्युएल डेलाक्रुवाने त्या रात्री आपल्या मुलाचे पार्थिव टेकडीवर ओढून नेले होते– जवळजवळ तशीच परिस्थिती त्याला हवी होती.

बॉशच्या विजेरीचा लखकन उजेड आला आणि बॉश दचकला. –त्याचे बोट विजेरीच्या बटणावर होते हे त्याच्या लक्षातच आले नाही. त्याने विजेरी बंद केली आणि वळणावरच्या निद्रिस्त घरांकडे नजर टाकली. बॉश त्याच्या अंतर्मनातल्या आडाख्यानुसार हे सगळे जिथे सुरू झाले त्या ठिकाणी परत जायचा प्रयत्न करत होता. वीस वर्षांपूर्वी झालेल्या खुनासाठी त्याने एका आरोपीला कोठडीत ठेवले होते खरे, पण त्याचे त्यालाच ठीक वाटत नव्हते. काहीतरी चुकत होते आणि तो ते शोधून काढायला इथे सुरुवात करणार होता. त्याने हात वर करून

गाडीतला दिवा बंद केला. शांतपणे दार उघडून विजेरी घेऊन तो बाहेर आला.

गाडीच्या मागे आल्यावर बॉशने पुन्हा इकडेतिकडे पाहिले आणि डिकीचे दार उघडले. डिकीमध्ये त्याने शास्त्रीय संशोधन विभागाच्या जेस्परकडून एक चाचणीसाठी केलेली मानवी देहाची प्रतिकृती म्हणजे डमी होती. आत्महत्येचे प्रयत्न किंवा अपघातानंतर पळून जाणे अशा प्रकारच्या गुन्ह्यांचा शोध घेताना त्या प्रसंगाची पुनरावृत्ती निर्माण करण्यासाठी कधी-कधी अशा डमी वापरीत. शास्त्रीय संशोधन विभागात निरनिराळ्या वयांच्या आणि आकारांच्या अर्भकापासून मोठ्या माणसांपर्यंत बऱ्याच वेगवेगळ्या डमी होत्या. डमीच्या पोटावर आणि हातापायावर चेनचे खिसे केले होते आणि त्यात पौंडापौंडाच्या वाळूच्या पिशव्या भरून डमीचे वजन कमीजास्त करणे शक्य व्हायचे.

बॉशच्या डिकीत असलेल्या डमीच्या छातीवर SID ही अक्षरे छापलेली होती. डमीला चेहरा नव्हताच. प्रयोगशाळेत, बॉश आणि जेस्पर यांनी वाळूच्या काही पिशव्या घालून डमीचे वजन सत्तर पौंडावर आणले होते. हाडांचा आकार आणि फोटो पाहून गॉलिव्हरने आर्थर डेलाक्रुवाच्या वजनाचा अंदाज एवढाच केला होता. उत्खननात सापडलेल्या पाठीवरच्या पिशवीसारखीच एक पिशवी दुकानातून आणून डमीच्या पाठीवर लावली होती. हाडांच्या आजूबाजूला पडलेल्या कपड्यांच्या साधारण अंदाजानुसार, गाडीच्या डिकीत पडलेल्या चिंध्या त्या पिशवीत भरल्या होत्या.

बॉशने विजेरी खाली ठेवली. डमीचे हात वरच्या बाजूला धरून त्याने ती डिकीबाहेर काढली. ती वर उचलली आणि डाव्या खांद्यावर टाकली. तोल सावरण्यासाठी तो थोडा मागे सरकला आणि परत डिकीकडे येऊन विजेरी हातात धरली. मुलाला जेव्हा त्याने तिथे टाकले तेव्हा डेलाक्रुवाने अशा प्रकारची साधी कुठल्याही दुकानात मिळणारी विजेरी वापरल्याचे सांगितले होते. बॉशने ती चालू केली. रस्त्याच्या कडेला तो आला आणि टेकडीच्या दिशेने चालू लागला.

बॉश वरती निघाला खरा पण त्याच्या लक्षात आले की वर जाण्यासाठी स्वत:चे वजन उचलायला त्याला झाडांच्या फांद्यांच्या आधार घेण्यासाठी दोन्ही हातांची जरूर पडत होती. त्याने विजेरी आपल्या पुढच्या खिशात खोचली. पण तिचा उजेड झाडांच्या वरच्या बाजूवरच जास्त पडत असल्यामुळे बॉशला त्याचा काहीच उपयोग नव्हता.

पहिल्या पाच मिनिटांतच तो दोनदा पडला आणि त्या उंच चढावर तीस फूट जाता-जाता एकदम दमून गेला. त्याच्या वाटेवर विजेरीचा उजेड पडत नसल्यामुळे, पाने नसलेली एक फांदी वाटेत आलेली त्याला दिसली नाही

आणि ती त्याच्या गालाला घासून गेली व त्याला खरचटले. बॉशने एकदम शिवी हासडली, पण तो चालतच राहिला.

पन्नास फूट वर गेल्यावर बॉश प्रथमच थांबला. त्याने मॉंटेरी पाइनच्या एका झाडाच्या बुंध्यापाशी डमी खाली टाकली आणि डमीच्याच छातीवर बसला. त्याने पँटमधून टी शर्ट बाहेर काढला आणि गालावर वाहणारे रक्त टी शर्टाच्या टोकाने थांबवले. त्याच्या चेहऱ्यावर आलेल्या घामामुळे जखम आणखीच दुखत होती.

त्याचा श्वास परत आल्यावर तो म्हणाला, ''ठीक आहे, सिड, चला आता.'' नंतरचे जवळजवळ वीस फूट अंतर त्याने डमीला चढावरून ओढत-ओढत कापले. जरा हळूहळू प्रगती होत होती, पण पूर्ण वजन उचलून नेण्यापेक्षा हे सोपे होते आणि त्याला आठवले की डेलाक्रुवाने देखील आपण अशाच प्रकारे देह वर नेला होता, असे तो म्हणाला होता.

पुन्हा एकदा थांबल्यानंतर बॉश सपाट जागेपासून तीस फुटांवर आला आणि ॲकेशिया झाडांच्या खाली साफ केलेल्या जमिनीवर त्याने डमी ओढून आणली. तो गुडघ्यावर वाकून टाचांवर खाली बसला.

श्वास घ्यायची धडपड करत तो म्हणाला, ''शी! हा सगळाच बेकार प्रकार आहे.''

डेलाक्रुवा एवढं करू शकेल असे बॉशला पटले नाही. हे काम करीत असताना डेलाक्रुवा ज्या वयाचा होता त्यापेक्षा बॉश कदाचित दहाएक वर्षांनी मोठा होता, पण त्याच्या वयाच्या मानाने बॉश चांगलाच धडधाकट होता. शिवाय तो शुद्धीवर होता आणि डेलाक्रुवा म्हणाला की तो शुद्धीवर नव्हता.

मृतदेह पुरलेल्या जागेपर्यंत बॉश डमीला ओढून आणू शकला होता तरीही त्याचे अंतर्मन सांगत होते की हे काम डेलाक्रुवाचे नाही. त्याने जसे सांगितले त्याप्रमाणे त्याने हे काम केले नव्हते. म्हणजे एकतर त्याने देह स्वतः वर नेलाच नसावा किंवा कुणाची मदत घेतली असावी आणि तिसरीही एक शक्यता होती, ती म्हणजे आर्थर डेलाक्रुवा तेव्हा जिवंत होता आणि टेकडीवर तो स्वतःच चढून आला असावा.

अखेर बॉशचा श्वास पूर्ववत झाला. त्याने मान वर केली आणि झाडांच्या वरच्या फांद्यांमधून आकाशाकडे पाहिले. रात्रीचे शांत आकाश आणि ढगाच्या आड थोडासा दडलेला चंद्र दिसत होता. खालच्या वळणावरच्या एका घरातील शेकोटीतील लाकडे जळत असल्याचा वास त्याला जाणवला.

बॉशने खिशातून विजेरी काढली आणि खाली वाकून डमीच्या पाठीवर शिवलेल्या पट्ट्याला हात घातला. टेकडीवरून खाली उतरताना डमी खाली नेणे म्हणजे काही चाचणीचा भाग नव्हता म्हणून त्याने पट्ट्याला धरून ती

ओढत न्यायचा विचार केला. तो वर उठणार एवढ्यात त्याच्या डाव्या बाजूला तीस फुटांवर जमिनीवर झुडुपात काही हालचाल झाल्याचा त्याला आवाज आला. लगेच बॉशने आवाजाच्या दिशेने विजेरी फिरवली आणि झुडुपात फिरत असलेला एक कोयोट त्याला ओझरता दिसला. तो प्राणी उजेडापासून एकदम बाजूला होऊन निघून गेला. –बॉशने विजेरी इकडे-तिकडे फिरवली, पण त्याला काही तो दिसला नाही. तो उठून उभा राहिला आणि डमीला ओढत-ओढत खाली उतरू लागला.

गुरुत्वाकर्षणाच्या नियमामुळे खाली जाणे जास्त सोपे होते पण तितकेच फसवे होते. काळजीपूर्वक आणि हळूहळू खाली पावले टाकत असताना बॉश कोयोटवर विचार करू लागला. हे कोयोट प्राणी किती दिवस जगत असावेत आणि आज त्याने जो कोयोट पाहिला त्याने वीस वर्षांपूर्वी एका माणसाला त्याच ठिकाणी मृतदेह पुरताना पाहिले असावे का असा विचार त्याच्या डोक्यात आला.

कुठेही खाली न पडता बॉशने सगळा उतार पार केला. त्याने डमी रस्त्याच्या कडेला आणली तेव्हा त्याच्या गाडीपाशी डॉ. गुयोट आणि त्यांचा कुत्रा उभे असलेले त्याला दिसले. कुत्र्याला पट्टा बांधलेला होता. बॉश पटकन डिकीपाशी गेला आणि त्याने डमी डिकीत टाकून जोरात बंद केली. गुयोट त्याच्याजवळ गाडीच्या पाठीमागच्या बाजूला आले.

''डिटेक्टिव्ह बॉश !''

बॉश काय करतो आहे हे विचारायची त्यांना जरूर नव्हती.

''डॉ. गुयोट, कसं काय चाललंय्.''

''मला वाटतं की तुमच्यापेक्षा बरं चाललंय. तुम्हांला परत कुठे तरी लागलेलं दिसतं आहे. जरा मोठीच जखम दिसते आहे.''

बॉशने गालाला हात लावला. तो अजून दुखतच होता.

''काही नाही, थोडंसं खरचटलं आहे. कलॅमिटीला जरा बांधूनच ठेवा. मी आत्ताच तिथे एक कोयोट पाहिला.''

''हो, मी रात्री तिचा पट्टा कधीच काढत नाही. या टेकड्यांवर इतस्तत: भटकणारे खूप कोयोट आहेत. आम्हांला रात्री त्यांचा आवाज ऐकू येतो. तुम्ही माझ्याबरोबर घरात आलात तर बरे होईल. मी जखमेला बँडेज बांधतो. आता जर ती नीट बांधली नाही तर जखमेचा व्रण राहील.''

त्याच्या शरीरावरील खुणांबद्दल ज्युलिया ब्रॅशरने विचारल्याचे त्याला अचानक आठवले. त्याने गुयोटकडे पाहिले, ''ठीक आहे.''

बॉश आणि गुयोट वळणावरच्या गाडीच्या बाजूने पुढे गेले आणि गुयोटच्या

घराकडे चालत निघाले. मागच्या ऑफिसमध्ये बॉश खुर्चीवर बसला आणि डॉक्टरांनी त्याच्या गालावरची जखम साफ केली आणि जखमेवर दोन बँडेजच्या पट्ट्या लावल्या.

आपली प्रथमोपचाराची पेटी बंद करीत गुयोट म्हणाले, "मला वाटतं, तुम्ही ठीक व्हाल. पण तुमचा शर्ट काही ठीक होईल असं वाटत नाही."

बॉशने त्याच्या टी-शर्टकडे पाहिले. खालच्या बाजूला त्याला रक्ताचे डाग पडले होते.

"माझ्यावर इलाज केल्याबद्दल धन्यवाद, डॉक्टर. हे बँडेज अजून किती दिवस मला ठेवावे लागणार आहे ?"

"थोडे दिवस. तुम्हांला त्याची अडचण झाली नाही, तर."

बॉशने आपल्या गालाला हळूच हात लावला. थोडीशी सूज अजून होती, पण आता दुखत मात्र नव्हते. गुयोटने प्रथमोपचार पेटी बाजूला ठेवून त्याच्याकडे पाहिले. त्यांना काहीतरी म्हणायचे आहे हे बॉशला कळले. ते त्या डमीविषयी विचारणार असा त्याने तर्क केला.

"काय झालं, डॉक्टर ?"

"ती स्त्री पोलिस, त्या दिवशी इथे आली होती ती, तीच गेली ना या प्रकरणात ?"

बॉशने होकार दिला, "हो, तीच होती."

खरोखर वाईट वाटल्यामुळे गुयोटने डोके हलवले. टेबलाभोवती हळूहळू पावले टाकीत ते खुर्चीवर बसले. ते म्हणाले, "काही काही वेळा अशा गोष्टी घडतात की गंमत वाटते. घटनांची मालिकाच म्हणायला पाहिजे. रस्त्याच्या पलीकडचे ट्रेंट जातात. त्यानंतर ती पोलिस आणि हे सगळं एका कुत्र्याने हाड बाहेर आणल्यामुळे ! कुत्र्याच्या दृष्टीने ती फार नैसर्गिक गोष्ट होती."

बॉश यावर फक्त मान डोलावू शकला. रक्ताचा डाग पडलेला भाग लपवता येईल का, असं बघण्यासाठी तो टीशर्ट पँटमध्ये खोचू लागला.

गुयोटने खुर्चीच्या शेजारी पडलेल्या आपल्या कुत्रीकडे पाहिले. ते म्हणाले, "तिचा पट्टा मी तेव्हा सोडला नसता तर बरं झालं असतं. खरंच मला असं वाटतं."

बॉश टेबलापासून बाजूला झाला आणि उभा राहिला. त्याने आपल्या छातीकडे पाहिले. रक्ताचा डाग दिसत नव्हता, पण शर्टाला घामाचे डाग पडल्यामुळे काही फरक पडत नव्हता.

बॉश म्हणाला, "डॉ. गुयोट, मला काही सांगता येत नाही, मला वाटतं, जर आपण असा विचार करायला लागलो, तर आपल्याला पुन्हा घराच्या बाहेरच पडता येणार नाही."

बॉश व डॉ. गुयोट यांनी एकमेकांकडे पाहिलं आणि अनुमती दर्शवली. बॉश आपल्या गालाकडे बोट दाखवून म्हणाला, "याच्यासाठी धन्यवाद. मला बाहेर जायचा रस्ता सापडेल."

बॉश दाराकडे जायला वळला, पण गुयोट यांनी त्याला थांबवले. "टी. व्ही वर एका बातमीची जाहिरात होती. पोलिसांनी या प्रकरणात एकाला अटक केल्याचं त्यात सांगितलं होतं. ती बातमी मी रात्री अकरा वाजता पाहणार आहे."

दरवाजातूनच त्याच्याकडे बघत बॉश म्हणाला, "टी. व्ही. वर जे पाहता त्या सर्वावरच विश्वास ठेवू नका."

◆

४१.

सॅम्युएल डेलाक्रुवाच्या कबुलीजबाबाचा पहिला भाग बॉशने पाहिला. एवढ्यात फोनची घंटा वाजली. त्याने रिमोट उचलून टी. व्ही. चा आवाज बंद केला आणि फोन हातात घेतला. लेफ्ट. बिलेट्सचा फोन होता.

"मला वाटलं, तू मला फोन करणार होतास."

हातात धरलेल्या बिअरच्या बाटलीतून एक घोट घेतला आणि टी. व्ही. शेजारील खुर्चीच्या जवळ टेबलावर बाटली ठेवली.

"सॉरी, मी विसरलो."

"अजूनही या प्रकरणाबद्दल तसंच वाटतं आहे का ?"

"हो, आणखीच तसं वाटतंय."

"हॅरी, म्हणजे हा काय प्रकार आहे ? याआधी एखाद्या कबुलीजबाबानंतर कुणी डिटेक्टिव्ह इतका अस्वस्थ झालेला पाहिल्याचं मला आठवत नाही."

"म्हणजे बऱ्याच गोष्टी आहेत त्यात. काहीतरी गोम आहे."

"म्हणजे तुला काय म्हणायचं आहे ?"

"म्हणजे मला म्हणायचंय की त्याने कदाचित खून केलाच नसावा असं मला वाटू लागलं आहे. म्हणजे असं असू शकेल की तो दुसरंच काहीतरी चित्र उभं करीत आहे आणि मला ते कळत नाही."

बिलेट्स बराच वेळ गप्प राहिली. याला उत्तर काय द्यावे हे तिला समजेना. शेवटी तिला विचारले,

"जेरीला काय वाटतं ?"

"त्याला काय वाटतं मला माहीत नाही. हे प्रकरण संपलं तर त्याला आनंदच होईल."

"आपल्या सगळ्यांनाच आनंद होईल हॅरी, पण तो जर खुनी निघाला नाही, तर गोष्ट वेगळी ! तुझ्याकडे काही निश्चित पुरावा आहे का ? तुला जी शंका येते, तिचं समर्थन करण्यासाठी तुझ्याकडे काही आहे का ?"

बॉशने हळूच गालाला हात लावला. सूज कमी झाली होती, पण जखम मात्र हळुवार झाली होती. तरीही तिथे स्पर्श केल्याशिवाय त्याला राहवेना.

"मी आज रात्री घटनास्थळी गेलो होतो. शास्त्रीय संशोधन विभागातून सत्तर पौंडांची डमी घेऊन मी तिथे वर पोचलो, पण त्यासाठी फार झगडावं लागलं मला."

"ठीक आहे, म्हणजे हे असं करता येतं हे तू दाखवून दिलंस, मग आता प्रश्न कुठे येतो ?"

"मी एक डमी घेऊन तिथे ओढून नेली. पण हा माणूस आपल्या मुलाचा मृतदेह ओढून नेत होता. मी शुद्धीवर होतो. डेलाक्रुवा म्हणतो, तो प्यायला होता. मी या ठिकाणी आधी गेलो होतो, पण तो गेला नव्हता. त्याला हे जमले असे मला वाटत नाही. कमीतकमी एकट्याला जमणं शक्यच नाही."

"त्याला कुणी मदत केली असावी असं तुला वाटत का? कदाचित त्याची मुलगी?"

"कदाचित त्याला मदत मिळाली असेल किंवा कदाचित तो तिथं गेलाही नसेल. मला कळत नाही. आज आम्ही त्याच्या मुलीशी बोललो; आणि ती वडिलांबद्दल बोलायला तयार नव्हती. एक शब्दही बोलली नाही. मग तुम्ही असा विचार करू लागता की तिथं ते दोघंही गेले असतील. पण कदाचित नसतीलही. जर ती या सगळ्या भानगडीत असती तर आपल्याला फोन करून हाडांची ओळख तिनं कशाला पटवून दिली असती ? या सगळ्यातून काही अर्थ निघत नाही."

बिलेट्सने उत्तर दिले नाही. बॉशने घड्याळाकडे पाहिले तर अकरा वाजले होते. त्याला बातम्या पाहायच्या होत्या. त्याने रिमोट उचलून व्ही.सी.आर बंद केला आणि टीव्हीवर चॅनल फोर लावला.

बॉशने बिलेट्सला विचारले, "तुझा टीव्ही चालू आहे ?"

"हो, चॅनल फोर."

आत्ताच्या बातम्यांत ही प्रमुख बातमी होती. वडील मुलाचा खून करून मृतदेह पुरून ठेवतात. त्यांना एका कुत्रीने हाड वर आणल्यामुळे वीस वर्षांनी अटक होते– लॉस एंजेलिस पोलिस खात्याला एकदम हवी तशी कहाणी! बॉश

शांतपणे बातम्या पहात होता आणि तिकडे बिलेट्ससुद्धा बघत होती. जुडी सर्टनने दिलेल्या बातमीच्या तपशिलात बॉशला कुठेही काही चुकीचे दिसले नाही. त्याला आश्चर्य वाटले.

बातम्या संपल्यावर बॉश म्हणाला, ''काही वाईट नाही– अखेर शेवटी त्यांना जमलं म्हणायचं.''

वृत्तनिवेदिकेने पुढची बातमी सांगायला सुरुवात केल्यावर बॉशने टीव्हीचा आवाज बंद केला. टीव्ही पहाता पहाता क्षणभर तो गप्प राहिला. ला ब्रेया टार पिट्स मध्ये सापडलेल्या माणसांच्या हाडांबद्दल पुढची बातमी होती. बऱ्याच मायक्रोफोनसमोर उभा राहून पत्रकार परिषदेत बोलत असलेला गॉलिव्हर त्याला बातम्यात दिसला.

बिलेट्स म्हणाली, ''चल चल हॅरी, आणखी काय चाललंय तुझ्या डोक्यात ? म्हणजे हे काम त्याचं नाही असं तुला वाटतं यापेक्षा नक्कीच काहीतरी वेगळं पाणी मुरतं आहे. आणि त्याच्या मुलीबद्दल म्हणालास तर तिनं हाडांची ओळख पटवून घेण्यासाठी फोन केला यात मला काही गैर वाटत नाही. तिने बातम्यांमध्ये ते पाहिलं होतं, हो ना ? म्हणजे ट्रेंटची गोष्ट म्हणते मी. तिला कदाचित वाटलं असेल की सगळा दोष ट्रेंटवर ढकलता येईल. वीस वर्षे जिवाला घोर लागल्यानंतर दोष द्यायला कुणीतरी मिळाला असं तिला वाटलं असेल.''

बॉशने मान हलवली, पण तिला या सगळ्यातला अर्थ नीट कळत नाही हे त्याला समजत होते. आपल्या भावाच्या खुनात स्वतःचा हात असताना शीला मुद्दाम फोन करून काही माहिती देईल अशी शक्यता त्याला वाटली नाही.

बॉश म्हणाला, ''मला समजत नाही– म्हणजे हे असं मला पटतच नाही.''

''मग तू काय करणार आहेस ?''

''मी आता सगळं परत पाहणार आहे. पहिल्यापासून सुरुवात करून.''

''खटला केव्हा उभा राहणार आहे, उद्या का ?''

''हो.''

''हॅरी, तुला फारसा वेळ उरला नाही.''

''मला माहीत आहे, पण तरी मी प्रयत्न करणार आहे. आधी माझ्या लक्षात न आलेली एक विसंगती आता माझ्या ध्यानात आली आहे.''

''कुठली ?''

''डेलाक्रुवा म्हणाला की आर्थर शाळेत गेला नाही हे समजल्यावर त्याने सकाळीच त्याचा खून केला. प्रथम आम्ही मुलाखत घेतली तेव्हा शीला म्हणाली की आर्थर शाळेतून परत आला नव्हता. म्हणजे या दोन गोष्टीत विसंगती आहे.''

बिलेट्सच्या हसण्याचा आवाज फोनवर आला. ''हॅरी, ही गोष्ट फार महत्त्वाची नाही. आता या घटनेला वीस वर्षं झाली आहेत आणि शिवाय तो प्यालेला होता. तू शाळेत जाऊन तिथल्या नोंदी बघणार असशील असं मला वाटतं.''

''हो. उद्या जाणार आहे.''

''मग, उद्या त्याची खात्री करून घे. पण तो शाळेत गेला होता की कुठे गेला होता हे त्याच्या बहिणीला कसं काय कळणार ?''

''तो नंतर परत घरी आला नाही एवढंच तिला माहिती होतं. तुझं म्हणणं मला काही पटू शकत नाही.''

''मला माहीत आहे. मी तुला पटवण्याचा प्रयत्नही करीत नाही आहे. मी फक्त मला काय काय वाटतं ते तुला सांगतोय.''

''तुम्ही त्या ट्रेलरची झडती घेतली तेव्हा तुम्हांला काही सापडलं ?''

''आम्ही अजून झडती घेतलीच नाही. आम्ही तिथे पोचलो ना पोचलो तोच तो कबुली देऊ लागला. उद्या खटला दाखल झाल्यावर आम्ही तिथं जाणार आहोत.''

''वॉरंटवर काय लिहिलं आहे ?''

''अठ्ठेचाळीस तासांची मुदत आहे त्यामुळे काही प्रश्न येणार नाही.''

ट्रेलरविषयी बोलता बोलता बॉशला मध्येच डेलाक्रुवाच्या बोक्याची आठवण झाली. संशयिताकडून कबुलीजबाब घेण्यामध्ये ते दोघे इतके मग्न झाले होते की त्या प्राण्याची काही व्यवस्था लावण्याचे बॉश पार विसरून गेला होता.

''छे, छे !''

''काय झालं ?''

''काही नाही. मी त्याच्या मांजरीचं पार विसरून गेलो. डेलाक्रुवाकडे एक बोका आहे आणि मी त्याला सांगितलं की शेजारी त्याची काळजी घेतील म्हणून.''

''प्राणिसंरक्षक पथकाला बोलवायला हवं होतं ?''

''तो आम्हांला त्याच्याबद्दल काही तरी सांगत होता. हो, तुझ्याकडेपण मांजरं आहेत ना ?''

''हो. आहे, पण या माणसाचा बोका काही मी नेणार नाही.''

''नाही, मला तसं म्हणायचं नाही. मला फक्त विचारायचं आहे की अन्नपाण्याशिवाय मांजरं किती वेळ राहू शकतात.''

''म्हणजे, तुम्ही मांजरासाठी काहीच खाद्य ठेवलं नाही तिथे ?''

''नाही, आम्ही ठेवलं होतं– पण ते आता संपलं असावं.''

"म्हणजे, तुम्ही त्याला काय खायला दिलं असेल तर उद्यापर्यंत ते पुरेलं. पण ते मांजर मग कुरबुर करायला लागेल. कदाचित काही उस्तरपास्तर करून ठेवील."

"बहुतेक त्याने आधीच असं काहीतरी केलं असेल. मला निघायला पाहिजे. हे बघ, मला बाकीची टेप बघून आपण आता बरोबर मार्गावर आहेत की नाही पहायचं आहे."

"ठीक आहे, मी तुला जायची परवानगी देते. पण हॅरी, हातात आलेलं सावज असं सोडू नकोस. मी काय म्हणते कळतंय ना तुला ?"

"हो, मला कळतंय."

दोघांनी फोन ठेवला आणि बॉशने कबुलीजबाबाची टेप परत चालू केली. पण अगदी लगेचच त्याने ती बंद केली. त्याच्या डोक्यात सारखं ते मांजर येत होतं. मांजराची व्यवस्था त्याने आधीच करून ठेवायला हवी होती. त्याने परत जायचे ठरवले.

◆

४२.

बॉश डेलाक्रुवाच्या ट्रेलरजवळ आला तसे त्याने प्रत्येक खिडकीच्या मागे उजेड असल्याचे पाहिले. बारा तास आधी, डेलाक्रुवाला घेऊन ते बाहेर पडले तेव्हा कुठलाही दिवा चालू नव्हता. तो तसाच पुढे गेला आणि आणखी काही ट्रेलरच्या नंतर मोकळी जागा सापडली तिथे त्याने गाडी लावली. मांजराच्या खाद्याचे खोके गाडीतच ठेवून तो डेलाक्रुवाच्या ट्रेलरपर्यंत गेला आणि एडगरने त्याच्या खास वॉरंट बजावण्याच्या पद्धतीने दारावर धडका मारताना तो जिथे उभा होता तिथूनच ट्रेलरकडे पाहू लागला. रात्री एवढा उशीर झाला असतानाही महामार्गावरील वाहनांचा आवाज येतच होता आणि ट्रेलरच्या आतील काही हालचाल किंवा आवाज त्यामुळे त्याला ऐकू येत नव्हता.

बॉशने म्यानातून पिस्तूल बाहेर काढले आणि तो दारापाशी गेला. तो काळजी घेत पण पटकन त्या विटांच्या ढिगाऱ्यावर चढला आणि त्याने दाराची खिट्टी फिरवली– दार उघडले. दाराशी त्याने वाकून कानोसा घेतला, पण आतून काहीच ऐकू आले नाही. तो क्षणभर परत थांबला आणि पिस्तूल वर

धरून त्याने शांतपणे हळूहळू दाराची कळ फिरवली आणि दरवाजा सताड उघडला.

बसायची खोली रिकामी होती. बॉश आत आला आणि त्याने संपूर्ण ट्रेलरवर नजर फिरवली– कुणीच नाही. त्याने आवाज न करता दार बंद करून घेतले.

बॉशने स्वयंपाकघरात, मग पॅसेजमध्ये जाऊन झोपण्याच्या खोलीत बघितले. दार अर्धवट बंद होते आणि कुणी दिसले नाही. पण त्याला कुणीतरी टेबलाचे खण बंद करत असल्याचा धाड धाड आवाज आला. तो स्वयंपाकघरात इकडेतिकडे बघत फिरू लागला. मांजरीच्या मलमूत्राचा वास असह्य होत होता. त्याने पाहिले तर टेबलाखालची बशी स्वच्छ होती आणि पाण्याचा डबा रिकामा झाला होता. तो पॅसेजमध्ये आला आणि झोपण्याच्या खोलीपासून सहा फुटांवर असताना त्या खोलीचे दार उघडले आणि मान खाली घातलेली एक व्यक्ती त्याच्याकडे येऊ लागली.

तिने वर बघून बॉशला पाहिल्यावर किंचाळी मारली. बॉशने पिस्तूल वर उचलले आणि ती व्यक्ती कोण आहे हे कळल्यावर लगेच खाली घेतले. शीलाने डोळे विस्फारले आणि तिचा हात छातीवर गेला.

शीला म्हणाली, ‘‘तुम्ही इथं काय करीत आहात ?’’

बॉशने पिस्तूल परत ठेवून दिले.

‘‘मी तुम्हांला तेच विचारणार होतो.’’

‘‘हे माझ्या वडिलांचं घर आहे आणि माझ्याकडे चावी आहे.’’

‘‘आणि ?’’

तिने मान हलवली आणि खांदे उडवले.

‘‘मला... मला मांजराची काळजी वाटत होती. मी त्यालाच शोधत होते– तुमच्या चेहऱ्याला काय झालं ?’’

बॉश तिच्या शेजारील अरुंद जागेतून पुढे जाऊन झोपण्याच्या खोलीत शिरला. ‘‘मला एक अपघात झाला.’’

त्याने खोलीत इकडे-तिकडे पाहिले, पण त्याला त्याचे लक्ष वेधणारी कुठली गोष्ट किंवा मांजर काहीच दिसले नाही.

‘‘मला असं वाटलं की बोका पलंगाखाली आहे.’’

बॉशने तिच्याकडे पाहिले.

‘‘बोका ? मला तो बाहेर काढता आला नाही.’’

बॉश परत दारापाशी आला आणि त्याने तिच्या खांद्याला स्पर्श करून खोलीत यायला सुचवले.

''आपण जरा बसू या का ?''

बैठकीच्या खोलीत बॉश उभाच राहिला पण ती आरामखुर्चीवर बसली.

''तुम्ही कशाचा शोध घेत होतात ?''

''मी सांगितलं ना मांजर शोधत होते.''

''मी तुम्हांला कपाटाचे खण उघडताना बंद करताना ऐकलं. मांजराला काय असं खणात लपायला आवडतं ?''

बॉश तिला उगीचच त्रास देत असल्यासारखं शीलानं डोकं हलवलं.

''मला माझ्या वडलांबद्दल जरा कुतूहल वाटायला लागलं– मी इथे आलेच होते तर इकडे-तिकडे बघत होते, एवढंच !''

''आणि तुमची गाडी कुठे आहे ?''

''मी पुढच्या ऑफिसच्या जवळ उभी केली. इथे गाडी उभी करायला जागा आहे की नाही मला ठाऊक नव्हतं म्हणून मी गाडी तिथे लावली आणि चालत आले.''

''आणि मग तुम्ही मांजरीला पट्टा लावून त्याला चालत घेऊन जाणार होता का?''

''नाही, मी त्याला उचलून नेणार होते. मला तुम्ही हे सर्व प्रश्न का बरं विचारता आहात ?''

बॉशने शीलाचे निरीक्षण केले. त्याला ती खोटे बोलत होती हे समजत होते, पण त्याच्यासाठी त्याने काय करावे हे त्याला सुचत नव्हते. त्याने अंदाजाने एक फसवा चेंडू टाकायचे ठरवले.

''शीला, माझं ऐकून घ्या. तुमच्या भावाच्या बाबतीत जे काही घडलं त्यात तुमचाही काही संबंध असला तर मला सांगून टाकायची आणि समझौता करायची हीच वेळ आहे.''

''काय, म्हणता काय तुम्ही ?''

''तुम्ही त्या दिवशी रात्री तुमच्या वडिलांना मदत केलीत का ? तुमच्या भावाचा देह वर नेऊन त्याला पुरायला तुम्ही मदत केली का ?''

बॉशने शीलाच्या डोळ्यांत ॲसिड फेकावे तितक्या झटकन तिने आपले हात चेहऱ्यावर आणले– तिच्या हातातूनच ती ओरडू लागली

''अरे देवा, अरे देवा– हे काय होतंय माझ्याभोवती. तुम्हांला काय...'' शीलाने अचानक हात खाली घेतले आणि भेदरलेल्या डोळ्यांनी त्याच्याकडे बघू लागली.

''तुम्हांला म्हणायचंय की यात माझा काही संबंध होता का, माझा ? असा विचारच तुम्ही कसा काय करू शकता ?''

उत्तर देण्याआधी शीला शांत होण्यासाठी बॉश क्षणभर थांबला.

''मला वाटतं की इथे नेमकं काय चाललं आहे याबाबत तुम्ही माझ्याशी खरं बोलत नाही आहात. त्यामुळे मला संशय येईल आणि त्याचा अर्थ असा की मला सर्व शक्यता पडताळून बघायला हव्यात.''

शीला अचानक उभी राहिली.

''मला तुम्ही अटक केली आहे का ?''

बॉशने मान हलवली.

''नाही, तुम्ही अटकेत नाही आहात, पण तुम्ही मला खरं सांगितलंत तर बरं होईल...''

''मग मी जातेच कशी.''

शीला टेबलाच्या बाजूने बाहेर आली आणि हेतुपूर्वक पावले टाकत दाराच्या दिशेने निघाली.

बॉशने विचारले, ''मग मांजराचं काय ?''

शीला थांबलीच नाही. ती दारातून बाहेर पडली आणि अंधारात दिसेनाशी झाली. बाहेरून तिचे उत्तर बॉशला ऐकू आले, ''तुम्हीच काळजी घ्या त्याची.''

बॉश दाराजवळ आला आणि ट्रेलरपार्कच्या रस्त्यावरून तिची गाडी उभी केली होती, तिथे, म्हणजे व्यवस्थापनाच्या इमारतीजवळ शीला चालत जाताना त्याने पाहिले.

बॉश स्वत:शी म्हणाला, ''हो ना.''

बॉश दाराच्या चौकटीला रेलला आणि बाहेरच्या मोकळ्या हवेत त्याने श्वास घेतला. शीलाचा आणि ती काय करत असावी याचा विचार त्याच्या डोक्यात घोळू लागला. थोड्या वेळाने त्याने घड्याळ पाहिले आणि खांद्यावरून मागे ट्रेलरच्या आत नजर टाकली. मध्यरात्र उलटून गेली होती आणि तो दमला होता. पण त्याने ठरवले की ती जे काही हुडकत होती ते शोधण्यासाठी थोडा वेळ थांबायचेच.

बॉशच्या पायाशी काहीतरी घोटाळल्याचा त्याला भास झाला आणि खाली पाहिले तर एक काळे मांजर त्याच्या पायाशी अंग घासत उभे होते. पायानेच त्याला बॉशने हळूच दूर लोटले. त्याला मांजराची एवढी आवड नव्हती.

पण ते मांजर परत जवळ आले आणि बॉशच्या पायाला डोके घासू लागले. बॉश ट्रेलरमध्ये परत आत शिरला आणि दचकून मांजर काही पावले मागे सरकले.

बॉश म्हणाला, ''इथंच थांब. मी तुझ्यासाठी गाडीत काही खायला आणलं आहे.''

◆

४३.

गावातले न्यायालय नेहमी प्राणिसंग्रहालयासारखे दिसत असे. शुक्रवारी सकाळी नऊला दहा कमी असताना बॉश कोर्टात शिरला तेव्हा कोणतेही न्यायाधीश अजून आल्याचे त्याला दिसले नाही, पण मुंग्यांचे वारूळ उधळावे तशी वकिलांची आतबाहेर वर्दळ आणि चर्चा चालली होती. या कोर्टामध्ये कुठल्याही वेळी नेमके काय चालले आहे हे कळायला अनुभवी नजरच हवी.

प्रेक्षकांनी बसायच्या पहिल्या रांगेचे बॉशने निरीक्षण केले पण त्याला शीला डेलाक्रुवा काही दिसली नाही. नंतर त्याने त्याचा जोडीदार आणि तो वकील म्हणजे पोर्तुगाल यांनाही बघितले, पण तेसुद्धा कोर्टात हजर नव्हते. बेलीफाच्या टेबलाजवळ दोन छायाचित्रकार आपले सामान लावत असताना त्याला दिसले. कोर्ट चालू झाल्यानंतर तिथे ठेवलेल्या कॅमेऱ्यामधून काचेच्या पिंजऱ्यातल्या संशयितांचा चेहरा स्वच्छ दिसू शकत होता.

बॉश पुढे आला आणि दारातून आत शिरला. त्याने आपला बिल्ला काढून हातात घेतला आणि दिवसभरातल्या खटल्यांच्या संगणकयादीकडे पाहत असलेल्या बेलीफला दाखवला. त्याने विचारले, "तुझ्या यादीवर सॅम्युएल डेलाक्रुवाचे नाव आहे का ?"

"त्याला बुधवारी अटक झाली की गुरुवारी ?"

"गुरुवारी म्हणजे काल."

बेलीफने वरचा कागद मागे केला आणि यादीमधून बोट फिरवू लागला. डेलाक्रुवाच्या नावापाशी तो थांबला.

"मिळाली."

"त्याची सुनावणी केव्हा होईल ?"

"अजून बुधवारचे काही खटले व्हायचे आहेत. गुरुवारचे खटले सुरू झाल्यावर वकील कोण आहेत त्यावर अवलंबून आहे. खाजगी आहे की सरकारी ?"

"सरकारी वकील आहे असं वाटतं."

"त्यानंतर नंबरप्रमाणे खटले चालतात. साधारणपणे एक तास तरी धरून चाला. तेही न्यायाधीशांनी बरोबर नऊला सुरुवात केली तर. आत्ताच मी ऐकलं की ते अजून आले नाहीत."

"धन्यवाद."

बचावपक्षाच्या वकिलांचे दोन गट न्यायाधीश यायची वाट पहात युद्धाबद्दल

गप्पा मारीत होते. त्यांना ओलांडून बॉश फिर्यादी पक्षाच्या टेबलाकडे गेला. त्या टेबलापाशी पहिल्या खुर्चीत बॉशला अनोळखी अशी एक महिला बसली होती. ती या न्यायालयासाठी नेमलेली सरकारी सहायक वकील असावी. बहुतेक प्रकरणे किरकोळ असल्यामुळे ८०% प्रकरणे तीच बघत असावी. तिच्यासमोर टेबलावर सकाळच्या प्रकरणांच्या फाईलींचा ६ इंच उंच ढीग पडला होता. बॉशने तिलासुद्धा आपला बिल्ला दाखवला.

"डेलाक्रुवाच्या खटल्यासाठी जॉर्ज पोर्तुगाल येणार आहे की नाही हे कळलं आहे का ? हे गुरुवारचं प्रकरण आहे."

वर न बघता ती म्हणाली, "हो. येणार आहे. मी आत्ताच त्याच्याशी बोलले." तिने वर पाहिले आणि तिची नजर त्याच्या गालावरील जखमेकडे गेल्याचे त्याच्या लक्षात आले. त्या दिवशी सकाळी आंघोळ करताना त्याने बँडेज काढून टाकले होते, पण तरीही जखम दिसतच होती.

"एक तासभर तरी काही होईल असं वाटत नाही. डेलाक्रुवाचा वकील सरकारी आहे. गालावरची जखम दुखत असेल नाही?"

"फक्त हसताना दुखते. मी तुमचा फोन वापरू का?"

"न्यायाधीश येईपर्यंत वापरायला हरकत नाही."

बॉशने फोन उचलला आणि तीन मजले वर असलेल्या जिल्हा न्यायाधीशांच्या कार्यालयाला फोन केला. त्याने पोर्तुगालविषयी विचारले आणि त्याचा फोन लागला.

"हो, मी बॉश बोलतो आहे. मी वर आलं तर चालेल का? आपल्याला थोडं बोलायचं आहे."

"खटल्यांसाठी मला खाली बोलवेपर्यंत मी इथंच आहे."

"पाच मिनिटांत भेटूच."

बाहेर जाताना बॉशने बेलिफला सांगितले की एडगर नावाचा कोणी डिटेक्टिव्ह आला तर त्याला जिल्हा ॲटर्नीच्या कार्यालयात पाठव. बेलीफ म्हणाला, "ठीक आहे."

कोर्टाबाहेर व्हरांड्यात नागरिकांची आणि वकिलांची गर्दी उसळली होती. प्रत्येकाला कोर्टात काही ना काही काम होते. जवळजवळ प्रत्येकाच्या हातात मोबाईल फोन होता. संगमरवरी फरशी आणि उंच छत यामुळे आवाज एकत्र होऊन घुमत होता आणि त्यामुळे प्रचंड गोंधळ वाटत होता. बॉश तिथल्या एका छोट्या उपाहारगृहात शिरला आणि केवळ कपभर कॉफीसाठी त्याला ५ मिनिटांपेक्षा जास्त रांगेत उभे राहावे लागले. तेथून बाहेर आल्यावर तो मागच्या जिन्यापर्यंत चालत गेला कारण तिथल्या अतिशय संथगतीने जाणाऱ्या लिफ्टसाठी आणखी पाच मिनिटे वाट पाहायची त्याची तयारी नव्हती.

तो पोर्तुगालच्या लहानशा ऑफिसमध्ये आला तेव्हा एडगर आधीच आलेला होता.

पोर्तुगाल म्हणाला, "तू कुठे हरवलास याचा आम्ही विचार करीत होतो."

बॉशच्या गालाकडे बघून एडगर म्हणाला, "काय झालं तरी काय तुला ?"

"ती फार मोठी कहाणी आहे आणि मी आताच तुम्हांला सांगणार आहे."

बॉशने पोर्तुगालच्या टेबलासमोरील दुसरी खुर्ची ओढली आणि कॉफीचा कप खुर्चीच्या शेजारी जमिनीवर ठेवला. पोर्तुगाल आणि एडगरसाठी देखील कॉफीचे कप आणायला पाहिजे होते हे त्याच्या लक्षात आले म्हणून त्याने त्यांच्यासमोर कॉफी न पिण्याचे मनाशी ठरवले.

बॉशने मांडीवरील बॅग उघडून लॉस एंजेलिस टाइम्सचा घडी केलेला अंक बाहेर काढला. त्याने बॅग बंद करून जमिनीवर ठेवली. पोर्तुगालला बॉशने अशी बैठक का बोलावली हे जाणून घ्यायची उत्सुकता होती. तो म्हणाला, "म्हणजे, काय चाललंय आता ?"

बॉशने पेपर उघडायला सुरुवात केली.

"म्हणजे चाललंय असं की आपण चुकीच्या व्यक्तीवर आरोप ठेवला आहे आणि त्याच्यावर खटला सुरू व्हायच्या आत आपण सगळं ठाकठीक करायला पाहिजे."

"छे, छे ! मला वाटलंच की तू असं काहीतरी सांगणार म्हणून."

पोर्तुगाल पुढे म्हणाला, "मला हे ऐकून घ्यावंसं वाटतच नाही. तू फार मस्त जमलेल्या गोष्टीत राडा करतो आहेस, बॉश."

"मी काय राडा करतो त्याची मला पर्वा नाही. एकदा त्या माणसानं खून केला नाही असं मी म्हटलं, म्हणजे त्याने खून केला नाहीच."

"पण त्यानं तसं आपल्याला सांगितलं किती तरी वेळा."

एडगर पोर्तुगालला म्हणाला, "हे बघ, हॅरीला जे काय सांगायचं आहे ते सांगू दे. आपल्याला या गोष्टीत नंतर घोटाळा नको आहे."

"पण, चांगली हातात आलेली गोष्ट सोडून न देणाऱ्या गोष्टीचा माझ्यासारख्यासाठी त्यामुळे फार उशीर होईल."

"हॅरी, काही नाही. तू पुढे सांग– काय बिनसलं ?"

वंडरलँड अॅव्हेन्यूवर डमी घेऊन गेल्याची आणि डेलाक्रुवाने टेकडीवर चढण्याच्या प्रसंगाची पुनरावृत्ती करण्याची सर्व हकीगत बॉशने सांगितली. तो म्हणाला, "मी वर पोहोचलो– पण कसाबसा." आपल्या गालाला हात लावत तो पुढे म्हणाला, "पण मुद्दा असा आहे की..."

पोर्तुगाल म्हणाला, "हो, म्हणजे तू पण पोहोचू शकलास. तू जर वर जाऊ

शकलास तसा डेलाक्रुवापण गेला होता. त्यात आणखी प्रश्न कुठे उद्भवतो ?''

''प्रश्न असा उद्भवतो की मी वर गेलो तेव्हा शुद्धीवर होतो आणि तो म्हणतो तो नव्हता. मी कुठे चाललो आहे हे मला कळत होते– मला माहीत होते की वर तिथे थोडी सपाट जमीन आहे. त्याला ते माहिती नव्हतं.''

''हे सगळे किरकोळ फालतू मुद्दे आहेत.''

''नाही, नाही. फालतू आहे ती डेलाक्रुवाची कहाणी. कुणीही त्या मुलाला तिथे वर ओढून नेलं नाही. तो वर गेला तेव्हा जिवंत होता. कुणीतरी त्याला वरच टेकडीवर ठार मारलं.''

पोर्तुगालने निराशेने मान हलवली.

''हा सगळा अगदी कल्पनेबाहेरचा तर्क आहे, डिटेक्टिव्ह बॉश. मी आता चाललेलं हे खटल्याचं काम केवळ याच कारणावरून...''

''हा तर्क आहे, पण कल्पनेबाहेरचा नाही.''

बॉशने एडगरकडे पाहिले, पण त्याच्या जोडीदाराने काही नजर दिली नाही. त्याच्या चेहऱ्यावर एक उदास छटा होती. बॉशने परत पोर्तुगालकडे पाहिले.

''आणखी असं की माझं बोलणं अजून संपलं नाही. यापुढेही काही वेगळं आहे. काल रात्री मी घरी परत गेलो तेव्हा मला डेलाक्रुवाचं मांजर आठवलं. आम्ही ते ट्रेलरमध्येच विसरलो होतो आणि आम्ही त्याला सांगून ठेवलं होतं की आम्ही मांजराची काळजी घेऊ. पण आमच्या लक्षात नाही राहिलं म्हणून मी परत गेलो.''

एडगरचा श्वास जोरात सुरू झाल्याचे बॉशच्या लक्षात आले आणि त्याचे कारणही त्याने ओळखले. या सगळ्या चक्रातून त्याच्याच जोडीदाराने एडगरला बाजूला ठेवले होते. सगळे काही चाकोरीप्रमाणे करायचे म्हटले तर वकिलाकडे जायच्या आधी जे काही घडले ते बॉशने एडगरला सांगायला हवे होते पण त्यासाठी बॉशकडे एवढा वेळच नव्हता.

''मी फक्त मांजराला काहीतरी खायला देणार होतो. पण मी तिथे पोचलो तेव्हा ट्रेलरमध्ये आधीच कुणीतरी होते– त्याची मुलगी तिथे आली होती.''

एडगर म्हणाला, ''शीला ? ती काय करीत होती तिथं ?''

एडगरला एवढीच बातमी आश्चर्याचा धक्का द्यायला पुरी होती. पोर्तुगालला शोधकार्यातल्या या अखेरच्या हालचालीचा पत्ताच नव्हता याचा त्याला विसर पडला होता.

''शीला तिथे काही तरी हुडकत होती. ती सुद्धा मांजरासाठीच आली होती म्हणून ती म्हणाली. पण मी तिथे पोचलो तेव्हा काही तरी धुंडाळत होती.''

एडगर म्हणाला, ''काय शोधत होती ?''

''शीला काही सांगायला तयार नव्हती. ती म्हणाली की ती काहीच शोधत नव्हती, पण ती गेल्यानंतर मी थांबलो होतो आणि मला काही गोष्टी सापडल्या.''

बॉशने ते वर्तमानपत्र हातात वर धरले.

''ही रविवारच्या अंकातली उपनगर पुरवणी आहे. त्यात या प्रकरणावर एक मोठीच कहाणी छापली आहे. अशा प्रकारणाविषयी सर्वसाधारण कायदेशीर बाबींचा ऊहापोह केलेला असतो. पण कुठल्या तरी अज्ञात सूत्रांकडून आपल्या प्रकरणावर बराच प्रकाश टाकला आहे. विशेषत: गुन्ह्याच्या ठिकाणासंबंधी.''

त्या लेखात हाडांच्या प्रकरणांविषयी कायदेशीर बाबींच्या संदर्भात थेरेसा कोराझॉनचा नावाने उल्लेख केला होता. त्यामुळे या बातमीचे सूत्र म्हणजे थेरेसाच असावी असे बॉशला आदल्या दिवशी रात्री डेलाक्रुवाच्या ट्रेलरमध्ये ते वर्तमानपत्र पाहिल्यांदा वाचल्यानंतर वाटले होते. वार्ताहर आणि त्यांची सूत्रे यात एक विशिष्ट देवाणदेवाण असते, हे बॉशला ठाऊक होते. काही माहिती देताना सूत्राचे नाव थेट लिहायचे तर काही वेळा सूत्राशिवाय बातमी द्यायची. पण आता जे बोलणे चालले होते त्यात सूत्राचे नाव कळणे महत्त्वाचे नव्हते. पण त्याने मुद्दामच तो विषय काढला नाही.

पोर्तुगालने विचारले, ''हो, म्हणजे, एक लेख आला होता छापून, पण त्याचा अर्थ काय होतो ?''

''म्हणजे असं की त्या लेखात स्पष्ट केलं आहे की हाडं एका उथळ खड्ड्यात सापडली. शिवाय कुठलंही हत्यार न वापरता खड्डा खणून देह पुरल्यासारखं दिसत होतं– आणि पार्थिवाबरोबर एक पाठीवरची पिशवी पुरल्याचंही लिहिलं आहे. आणि इतरही बरीच माहिती दिली आहे. शिवाय काही तपशील गाळला आहे. उदाहरणार्थ, त्या मुलाची स्केटिंगची फळी.''

कंटाळलेल्या स्वरामध्ये पोर्तुगाल म्हणाला, ''तुझा मुद्दा काय आहे ?''

''म्हणजे असं की जर कुणाला एखादा खोटा कबुलीजबाब द्यायचा असेल तर त्यासाठी लागणारी बहुतेक माहिती या लेखात आहे.''

''काहीतरीच काय, डिटेक्टिव्ह बॉश ! घटनास्थळाच्या तपशिलाबरोबर डेलाक्रुवाने आपल्याला इतरही कितीतरी माहिती दिली. त्याने प्रत्यक्ष खुनाचं वर्णन केलं– मृतदेह गाडीत घेऊन फिरणं वगैरे सगळी माहिती दिली.''

''ते सगळं सोपं होतं. ते सिद्धही करता येत नाही की खोडून काढता येत नाही. कारण साक्षीदार कुणीच नव्हते. आपल्याला ती गाडी कधीच सापडणार नाही कारण तिचा टपालपेटीच्या आकाराचा गोळा होऊन ती त्या भागातल्या कुठल्यातरी भंगार डेपोमध्ये पडली आहे. आपल्या हातात फक्त त्याने सांगितलेली

कहाणी आहे आणि प्रत्यक्ष पुरावा आणि त्याची कहाणी यांचा ताळमेळ फक्त घटना स्थळाच्या संदर्भातच होतो आणि त्याबाबतचा प्रत्येक ठळक मुद्दा आपल्याला या लेखात सापडतो.''

बॉशने तो पेपर पोर्तुगालच्या टेबलावर ठेवला पण पोर्तुगालने त्याच्याकडे पाहिले देखील नाही. टेबलावर कोपरे टेकून त्याने हाताचे तळवे एकमेकांशी जुळवले आणि बोटे लांब फाकवली. शर्टाच्या बाहीखाली त्याचे स्नायू वाकताना पाहून बॉशच्या लक्षात आले की तो टेबलावर बसून करण्याचा व्यायाम करीत आहे. आपल्या हातांची हालचाल तशीच चालू ठेवत पोर्तुगाल म्हणाला, ''असं करून मी तणाव कमी करायचा प्रयत्न करतो.''

अखेर पोर्तुगालने व्यायाम थांबवला, मोठ्याने श्वास सोडला आणि खुर्चीत परत रेलून तो म्हणाला, ''ठीक आहे, जर त्याला इच्छा असलीच तर असा कबुलीजबाब देण्याचं साधन त्याच्याकडे उपलब्ध होतं. पण तो असं कशाला करील ? आपण त्याच्या स्वत:च्या मुलाबद्दल बोलत आहोत. जर त्याने काही केलंच नसेल तर आपणच स्वत:च्या मुलाला मारलं असं तो कशाला सांगेल ?''

बॉश म्हणाला, ''या गोष्टीमुळे.''

बॉशने कोटाच्या आतल्या खिशात हात घातला आणि अर्ध्यावर घडी केलेले एक पाकीट काढले. खाली वाकून त्याने ते पाकीट पोर्तुगालच्या टेबलावरील वर्तमानपत्रावर हळूच ठेवले.

पोर्तुगालने पाकीट उचलले आणि उघडायला सुरुवात करणार तोच बॉश म्हणाला, ''शीला काल रात्री ट्रेलरमध्ये आली होती ते हेच धुंडाळायला आली असावी. तिच्या वडलांच्या झोपण्याच्या पलंगाच्या बाजूला असलेल्या कपाटात मला हे मिळालं. ते तळाच्या खणाच्या खालच्या बाजूला ठेवलं होतं –तिथे एक लपण्यासारखी जागा होती– ती पाहण्यासाठी तुम्हांला खण ओढून बाहेर काढावा लागतो. तिनं तसं केलं नाही.''

पोर्तुगालने पाकिटातून पोलरॉइड कॅमेऱ्याने काढलेल्या फोटोंचा एक गठ्ठा बाहेर काढला आणि तो ते फोटो पाहू लागला. तो लगेचच उद्गारला, ''अरे देवा– ही तीच आहे का ? त्याची मुलगी ? मला या फोटोंकडे बघावंसं देखील वाटत नाही.''

बाकीच्या फोटोंवर झरझर नजर टाकून पोर्तुगालने ते टेबलावर ठेवले. एडगर उभा राहिला आणि टेबलावर झुकून त्याने एका बोटाने ते फोटो आपल्याला दिसण्यासाठी टेबलावर पसरले. त्याचे ओठ आवळले गेले, पण तो काहीच बोलला नाही.

ते फोटो जुने होते. त्यांच्या पांढऱ्या कडा पिवळ्या पडल्या होत्या आणि

इतका काळ मध्ये गेल्याने फोटोतले रंग उडाले होते. आपल्या कामासाठी बॉश पोलरॉइड कॅमेराच नेहमी वापरत असे. रंग ज्या पद्धतीने फिकट झाले होते त्यावरून टेबलावरचे ते फोटो दहा वर्षांपेक्षाही जुने आहेत आणि त्यांतले काही आधी तर काही नंतर काढले असावेत. हे बॉशच्या लक्षात आले. एकंदर चौदा फोटो होते. प्रत्येक फोटोत एक विवस्त्र मुलगी होतीच. त्या मुलीच्या शरीराची ठेवण आणि केसांची लांबी यात प्रत्येक फोटोत थोडा-थोडा फरक होता– त्यावरून बॉशने अंदाज केला की साधारणपणे पाच वर्षांच्या कालावधीत हे फोटो घेतलेले असावेत. काही फोटोंमध्ये त्या मुलीच्या चेहऱ्यावर निरागस हसू होते. काही फोटोंमध्ये चेहऱ्यांवर दु:ख आणि कदाचित डोळ्यांतून दिसणारी चीडही व्यक्त होत होती. अगदी पहिल्यांदा फोटोंवर नजर टाकल्या क्षणापासूनच बॉशला स्पष्ट झाले होते की फोटोतली मुलगी म्हणजे शीला डेलाक्रुवाच होती.

एडगर सावकाशपणे खाली बसला. आपण या प्रकरणात अजून किती मागे आहोत हे वाटले म्हणून की काय पण त्या फोटोतील दृश्ये पाहून कशामुळे एडगर जास्त अस्वस्थ झाला हे बॉश सांगू शकत नव्हता.

पोर्तुगाल म्हणाला, "काल, हे अगदी सूर्यप्रकाशाइतकं स्पष्ट प्रकरण होतं. पण आज ही नवीनच भानगड उपटली. डिटेक्टिव्ह बॉश, तुझा या प्रकरणात काय अंदाज आहे, हे तू आता सांगणार असशील असं मला वाटतं"

बॉशने होकार दिला. तो म्हणाला, "आपण या कुटुंबापासून सुरुवात करू."

बोलता बोलता त्याने खाली वाकून फोटो गोळा केले, एकमेकांशी नीट जुळवले आणि पाकिटात परत ठेवले. त्यांचे असे प्रदर्शन त्याला नको होते. त्याने ते पाकीट आपल्या हातातच ठेवले.

बॉश म्हणाला, "काय कारण असेल ते असो, पण घरातली आई एकदम कमकुवत आहे. मुलं व्हायच्या दृष्टीनं किंवा लग्नाच्या दृष्टीनं अजून खूप लहान आहे. आपल्या बंडखोर लहान मुलाला संभाळणं तिला जड झालं आहे. तिचं आयुष्य कुठल्या दिशेने चाललं आहे हे तिला कळलं आहे आणि ती ठरवते की तिला त्या मार्गाने जायचं नाही. ती ताडकन उठते आणि निघून जाते –त्यामुळे त्या मुलाला वाढवणं आणि वडलांबरोबर पोटापाण्याची सोय करणं ही जबाबदारी शीलावर पडते."

आपल्या बोलण्याचा परिणाम पाहण्यासाठी बॉशने पोर्तुगालकडून एडगरकडे नजर टाकली. ते दोघेही या कहाणीत गुंग होऊन गेले होते. बॉशने फोटोंचे पाकीट वर उचलून धरले.

"अर्थातच, शीलाचं आयुष्य म्हणजे नरक झाला होता आणि ती त्याबद्दल जास्तीत जास्त काय करू शकणार होती. तिच्या आईला, वडलांना, भावाला या सगळ्यांचा दोष ती देऊ शकत होती. पण हा राग ती काढणार कुणावर ? तिची आई निघून गेली होती. वडील मोठे होते. हुकूमत गाजवणारे होते. त्यांच्या घरांवर ताबा होता. -म्हणजे राहिलं कोण ? ... आर्थर."

एडगरने मान किंचित् हलवल्याचे बॉशच्या लक्षात आले. "म्हणजे तुला काय म्हणायचं आहे ? तिने त्याला मारलं ? यात काही अर्थ वाटत नाही. तिने स्वत: फोन करून आपल्याला हाडांची ओळख पटवून दिली."

"मला ठाऊक आहे. पण तिच्या वडिलांना माहीत नाही की तिनेच आपल्याला कळवलं म्हणून."

एडगरच्या कपाळावर आठ्या उमटल्या. पोर्तुगाल टेबलावर वाकला आणि पुन्हा त्याने आपला व्यायाम सुरू केला.

तो म्हणाला, "डिटेक्टिव्ह बॉश, मला तुझं म्हणणं लक्षात येत नाही, म्हणजे त्याने खून केला की नाही याचा या सगळ्याशी काय संबंध आहे ?"

बॉशसुद्धा पुढे वाकला- तो आणखीच उत्तेजित दिसू लागला. जणू काही सगळ्या प्रश्नांचे उत्तर असल्यासारखे त्याने ते पाकीट हातात वर धरले.

"तुम्हांला कसं कळत नाही?" ही हाडे- या सगळ्या जखमा- आपला मुळातच अंदाज चुकला. त्याच्या वडलांनी त्याला मारहाण केली नाही. ती मारहाण करणारी शीला होती. तिच्यावर अत्याचार झाले आणि परत उलटून तीच अत्याचार करायला लागली. पण आर्थरवर."

पोर्तुगालने हात टेबलावर टेकून मान हलवली.

"म्हणजे तुला म्हणायचं आहे की तिने मुलाचा खून केला आणि वीस वर्षांनंतर फोन केला आणि या सगळ्या शोधकार्यातला महत्त्वाचा दुवा आपण होऊन सांगितला. आता मला सांगू नकोस की त्याचा खून केल्याचं ती पार विसरून गेली असं तुला म्हणायचं आहे. हो ना ?"

बॉशने त्याच्या बोलण्यातील उपरोधाकडे दुर्लक्ष केले.

"नाही, मला म्हणायचं आहे की तिनं त्याला मारलं नाही. पण ती भावावर अत्याचार करत असल्याचा इतिहास माहीत असल्यामुळे तिच्या वडिलांना शंका आली की तिनेच हे काम केलं असावं आणि आर्थरला जाऊन इतकी वर्षं झाल्यावरही त्यांना वाटत राहिलं की हे तिचंच काम आहे आणि असं तिनं का केलं हेही त्यांना समजत होतं."

पुन्हा एकदा बॉशने ते पाकीट पुढे धरले.

"आणि म्हणून आपण शीलाशी ज्या पद्धतीने वागलो त्यातून हे सारं

घडलं ही अपराधी भावना घेऊन ते इतकी वर्षं जगत होते. मग ती हाडं वर आली. त्यांनी पेपरमध्ये ते सर्व वाचलं आणि मनातल्या मनात साखळी जोडली. मग आपण तिथे गेलो आणि आपण दरवाजापासून तीन फुटांवर लांब असतानाच ह्या माणसाने कबुलीजबाब सुरू केला.''

पोर्तुगालने हात आडवे पसरून विचारले, ''का?''

ते फोटो सापडल्यापासून बॉशच्या मनातसुद्धा हाच विचार घोळत होता.

''पश्चात्ताप, पापमुक्ती!''

''नाही, नाही, प्लीज्.''

''नाही, मी गंभीरपणे बोलतो आहे. हा माणूस म्हातारा होत चालला आहे. –दिवसेंदिवस तुटत चालला आहे. आयुष्यात मागच्यापेक्षा पुढे थोडंच राहिलेलं असतं तेव्हा मनुष्य गतायुष्यातल्या पापांवर विचार करू लागतो. त्यांची भरपाई करण्याचा विचार करतो. आता त्यांच्या स्वतःच्या वागण्यामुळे आपल्या मुलीने त्यांच्याच मुलाला ठार मारलं असा ते सारखा विचार करीत होते. त्यामुळे तिच्याऐवजी शिक्षा भोगायला ते स्वतः तयार झाले. शेवटी, आता त्यांच्या आयुष्यात काय राहिलं आहे ? महामार्गाला लागून एका ट्रेलरमध्ये ते राहातात आणि गोल्फ कोर्सवर किरकोळ काम करतात. एके काळी हा माणूस प्रसिद्धी आणि समृद्धीत वावरत होता. आता त्याच्याकडे पहा. आयुष्यातल्या सगळ्या दुष्कृत्यांची भरपाई करण्यासाठी हीच एक संधी आहे असं त्याला वाटत असणार.''

''आणि त्याची तिच्याविषयी चुकीची समजूत झाली आहे, पण त्याला ते अजून कळलेलं नाही.''

''बरोबर.''

पोर्तुगालने आपली खुर्ची मागे ढकलली. तिला चाके होती आणि त्याने टेबलाच्या मागे असलेल्या भिंतीवर खुर्ची आदळू दिली.

''म्हणजे जवळजवळ बेड्या अडकलेला एक संशयित माझ्या हातात असताना, तू असा इथं येतोस आणि त्याला सोडून घ्यावं म्हणतोस ?''

बॉशने मान डोलावली.

''माझं आता समजा चुकलं असेल, तर तुम्ही पुन्हा त्याच्यावर कधीही आरोप ठेवू शकता. पण माझं बरोबर असेल, तर त्याचा अर्थ तो तिथे कोर्टात अपराधाची कबुली द्यायचा प्रयत्न करेल. मग खटलाही उभा राहणार नाही, वकील नाही की काही नाही. तो वकील नको असं सांगणार आणि न्यायाधीशाने ते मान्य केलं की आपलं संपलं सगळं. ज्या कुणी आर्थरचा खरोखरच खून केला असेल तो एकदम नामानिराळा सुरक्षित राहील.''

बॉशने एडगरकडे पाहिले. "तुला काय वाटतं ?"

"मला वाटतं की तुझी तर्कबुद्धी शाबूत आहे."

पोर्तुगालच्या चेहऱ्यावर हसू आले, पण या सगळ्या गोष्टीत काही गंमत आढळल्यामुळे नाही.

"दोन विरुद्ध एक हा सामना बरोबर नाही."

बॉश म्हणाला, "आता आपण दोन गोष्टी करू शकू. म्हणजे खात्री व्हायला मदत होईल. तो आता बहुतेक आरोपीच्या पिंजऱ्यामध्ये आला असेल. आपण तिथे खाली कोर्टात जाऊ. त्याला सांगू की शीलानेच हाडांच्या ओळखीविषयी फोन केला होता आणि त्याला सरळ विचारू की तू तिला वाचवायचा प्रयत्न करतोयस का ?"

"आणि ?"

"आणि मग त्याला पॉलीग्राफ चाचणी म्हणजे खोटं बोलणं ओळखण्याची चाचणी घ्यायला सांगू."

"या चाचण्या निरर्थक असतात. जर कोर्टानं त्या ग्राह्य धरल्या तर..."

"मी कोर्टाविषयी बोलत नाही आहे. मी त्याला खोटंच सांगायचं असं म्हणतो आहे. जर तो खोटं बोलत असेल तर अशी चाचणी तो स्वीकारणार नाही."

पोर्तुगालने पुन्हा खुर्ची टेबलापाशी ओढली. त्याने वर्तमानपत्र उचलले आणि पुन्हा त्या लेखावर नजर टाकली. मग टेबलावर पडलेल्या वस्तूवर एक धावती नजर टाकून त्याने थोडा विचार केला आणि स्वत:शीच एक निर्णय घेतला.

तो अखेर म्हणाला, "ठीक आहे, तुला करायचं ते कर. मी आरोप मागे घेत आहे, सध्या तरी !"

◆

४४.

बॉश आणि एडगर लिफ्टच्या कोपऱ्यापर्यंत चालत गेले आणि एडगरने खाली जायचे बटण दाबल्यावर लिफ्टची वाट पहात शांतपणे उभे राहिले.

बॉशने लिफ्टच्या स्टेनलेस स्टीलच्या दारात पडलेले आपले विस्कळीत

प्रतिबिंब पाहिले. मग एडगरच्या प्रतिबिंबाकडे नजर टाकून तो थेट एडगरकडे पाहून म्हणाला, ''मग, किती वैतागला आहेस तू ?''

''म्हणजे अगदी 'खूप आणि बराच' यामध्ये कुठेतरी.''

बॉशने मान डोलावली.

''हॅरी, म्हणजे तू आम्हांला असं मध्येच अर्धवट धारेत सोडलंस.''

''मला ठाऊक आहे, सॉरी. आपण पायऱ्यांवरूनच जायचं का ?''

''वाट पहा जरा हॅरी. काल रात्री तुझ्या मोबाइल फोनला काय झालं ? म्हणजे तो फुटला वगैरे ?''

बॉशने डोके हलवले. ''नाही– मला फक्त– म्हणजे माझ्या विचारांची दिशा मलाच कळत नव्हती आणि मला माझंच नक्की काही तरी अनुमान काढायचं होतं. शिवाय, मला ठाऊक होतं की तुझी मुलं गुरुवारी रात्री तुझ्याकडे असतात. त्यातून ट्रेलरमध्ये शीला अशी अचानक भेटणं म्हणजे सगळं अचानकच घडलं.''

''पण जेव्हा तू ट्रेलरची झडती घेत होतास तेव्हा काय झालं? तू मला फोन करू शकला असतास. त्या वेळी माझा मुलगा घरी येऊन आरामशीर झोपला होता.''

''हो, मला कळतं आहे. मी फोन करायला हवा होता, जेरी !''

एडगरने मान डोलावली आणि हा विषय तिथेच संपला.

तो म्हणाला, ''तुला ठाऊक आहे की तुझ्या या तर्कवादामुळे आपली प्रगती शून्यावर आली आहे.''

''हो, अगदी पायापाशी. आपल्याला परत सगळं काही तपासायला पाहिजे– अगदी सुरुवातीपासून.''

''तू या शनिवार-रविवारी काम करणार आहेस ?''

''हो, बहुतेक करून.''

''मग मला पण बोलाव.''

''मी बोलावीन.''

लिफ्टची वाट पाहता पाहता शेवटी, बॉशच्या सहनशीलतेचा अंत झाला. ''जाऊ दे. मी जिन्यानं खाली जातो. आपण खाली भेटूच.''

तो लिफ्टच्या कोपऱ्यातून बाहेर आला आणि मागच्या जिन्याकडे निघाला.

◆

४५.

शीला डेलाक्रुवाच्या कार्यालयातील एका सहाय्यकाकडून बॉश आणि एडगर यांना कळले की ती 'द क्लोजर्स' या नावाच्या मालिकेसाठी वेस्टसाइड येथील एका तात्पुरत्या चित्रनिर्मिती कार्यालयात पात्रांची निवड करण्यात मग्न आहे.

बॉश आणि एडगर यांनी जाग्वार आणि बी एम डब्ल्यू यांसारख्या गाड्यांनी भरलेल्या गाडीतळावर गाडी लावली आणि विटांपासून तयार केलेल्या एका गोडाऊनवजा इमारतीत गेले. त्या इमारतीचे वेगवेगळ्या मजल्यांवर दोन भाग केले होते. भिंतीवर 'पात्रयोजना' असे लिहिलेले कागद चिकटवले होते आणि त्या दिशेने बाण काढले होते. ते एका लांबच लांब पॅसेजमध्ये गेले आणि तिथून मागच्या जिन्यावर गेले.

बॉश आणि एडगर दुसऱ्या मजल्यावर पोहोचले तेव्हा एक मोठा पॅसेज लागला आणि तिथे जुन्या फॅशनच्या चुरगाळलेल्या गडद सुटांमध्ये बरेच जण हिंडत होते. काही जणांनी रेनकोट घातले होते. काही इतर येरझारा घालत होते आणि हातवारे करत स्वत:शीच बडबडत होते.

बॉश आणि एडगर बाणाच्या दिशेने पुढे गेले आणि अव्यवस्थित सुटात खुर्च्यांवर बसलेली आणखीच काही माणसे होती अशा एका मोठ्या खोलीत शिरले. फलकावरील नावांची यादी वाचत एक तरुण मुलगी खोलीच्या पलीकडच्या टोकाला एका टेबलावर बसली होती. तिच्या टेबलाकडे जाणाऱ्या या जोडीकडे खोलीत बसलेली माणसे टक लावून पाहू लागली. टेबलावर बरेच ८x१० आकाराचे फोटो आणि पटकथेची काही पाने पडली होती. त्या मुलीमागील एका बंद दाराच्या आतून बॉशला दबलेले उत्सुक आवाज येत होते.

त्या मुलीने फलकावरून नजर काढून त्यांच्याकडे पाहीपर्यंत ते थांबले. बॉश म्हणाला, "आम्हांला शीला डेलाक्रुवा यांना भेटायचं आहे."

"तुमची नावं ?"

"डिटेक्टिव्ह बॉश आणि एडगर."

ती हसू लागली. बॉशने आपला बिल्ला बाहेर काढला आणि तिला दाखवला.

ती म्हणाली, "तुम्ही दोघे चांगले तयार दिसता. बाजूने काढलेले फोटो आणले आहेत का ?"

"काय ?"

"बाजूचे फोटो आणि तुमच्या चेहऱ्याचे फोटो कुठे आहेत ?"

बॉशला आता त्याचा अर्थ समजला.

"आम्ही नट नाही. आम्ही खरंच पोलिस आहोत. तुम्ही त्यांना सांगाल का की आम्हांला त्यांची ताबडतोब भेट हवी आहे ?"

ती मुलगी हसतच बसली.

ती म्हणाली, "गालावरची ती जखम, खरी आहे ? अगदी खरीच वाटते."

बॉशने एडगरकडे पाहिले आणि दाराकडे बोट दाखवले. दोघेही एकदमच तिच्या टेबलाच्या दोन्ही बाजूंनी मागच्या दरवाजापाशी आले.

"अरे, अरे ! ती कुणाकडून तरी वाचून घेत आहे– तुम्ही मध्येच..."

बॉशने दार उघडले आणि एका लहानशा खोलीत घुसला. तिथे खोलीच्या मध्यभागी घडीच्या खुर्चीवर बसलेल्या एका नटाकडे पहात शीला डेलाक्रुवा टेबलापलीकडे बसली होती. तो पटकथेतील एक पान वाचत होता. कोपऱ्यात स्टँडवर लावलेल्या एका व्हिडिओ कॅमेऱ्यातून एक तरुण मुलगी बघत होती. दुसऱ्या कोपऱ्यात खुर्चीवर बसून दोघेजण त्याचे वाचन ऐकत होते.

बॉश आणि एडगर आत शिरले तेव्हा त्या नटाचे वाचन चालूच होते.

तो म्हणत होता, "मठ्ठ माणसा, तुझ्या कामातच तुझे गुण दिसून येतील की ! तू स्वतःच्या रक्तामांसाच्या खुणा सर्वत्र पेरून ठेवल्या आहेत– तेव्हा ऊठ आणि..."

डेलाक्रुवा म्हणाली, "बस, बस. तेवढच पुरे, फ्रँक." तिने बॉश आणि एडगरकडे पाहिले

"हा काय प्रकार आहे ?"

टेबलावरची तरुण मुलगी बॉशला घसटून रागाने आत आली.

"सॉरी शीला, ही माणसे खरेखुरे पोलिस असल्यासारखी आत घुसली."

बॉश म्हणाला "शीला, आम्हांला तुमच्याशी बोलायचं आहे. ताबडतोब."

"मी इथे तालीम घेत आहे. तुम्हांला कळत नाही की मी कामात आहे?"

"आम्ही पण एका खुनाच्या प्रकरणाच्या कामातच आहोत. आठवतं ना ?"

शीलाने आपले पेन टेबलावर फेकले आणि डोक्यावरून आपले हात फिरवले. व्हिडिओ कॅमेरा आता बॉश आणि एडगर यांच्यावर रोखलेला होता. तिने त्या मुलीला म्हटले, "ठीक आहे, जेनिफर, कॅमेरा बंद कर. सगळ्यांनी लक्ष द्या. मला काही मिनिटं काम आहे. फ्रँक, मला जरा वाईट वाटतं. खरं म्हणजे तुझं वाचणं उत्तम चाललं होतं. तू जरा वेळ थांबतोस का ? माझं हे काम संपलं की अगदी पहिल्यांदा मी तुलाच बोलावते."

फ्रँक उभा राहिला आणि खुशीनं हसून म्हणाला,

"काहीच अडचण नाही, शीला. मी बाहेरच थांबलो आहे."

सगळेजण गडबडीने खोलीच्या बाहेर गेले. खोलीत शीलाबरोबर एडगर आणि बॉश फक्त उरले.

दार बंद झाल्यावर शीला म्हणाली, "हं, अशा प्रकारे तुम्ही प्रवेश केलात की खरं म्हणजे तुम्ही नटच असायला हवं होतं."

शीलाने हसायचा प्रयत्न केला, पण त्याचा उपयोग झाला नाही. बॉश टेबलापाशी येऊन उभाच राहिला. एडगरने दाराकडे पाठ केली. तिथे येत असताना तिच्याशी बॉशनेच बोलणे करायचे असे त्यांनी आपसात ठरवले होते.

शीला म्हणाली, "मी आता ज्या मालिकेची पात्रं निवडते आहे त्या मालिकेचं नाव आहे 'द क्लोजर्स'. कारण ही मालिका अशा दोन गुप्तहेरांबद्दल आहे की ते इतर कुणालाही सोडवता येणार नाहीत अशी प्रकरणं संपवतात किंवा क्लोज करतात. मला वाटतं, प्रत्यक्षात अशी कुठली प्रकरणं नसतातच, नाही का ?"

बॉश म्हणाला, "कोणीच परिपूर्ण असू शकत नाही– अगदी जवळपास देखील नाही."

"नाही, म्हणजे इतकं असं काय महत्त्वाचं होतं की तुम्ही असं मला शरमिंदं करायला लावून जबरदस्तीनं आत घुसलात ते ?"

"एक दोन गोष्टी होत्या. मला वाटतं की तुम्हांला सांगावं की तुम्ही जे काल रात्री शोधत होता ते मला सापडलं..."

"मी तुम्हांला सांगितलं की मी काहीही ..."

"... दुसरं असं की तुमच्या वडलांना एक तासाभरापूर्वी कोठडीतून मुक्त करण्यात आलं."

"मुक्त करण्यात आलं चा अर्थ काय ? कालच तुम्ही म्हणाला होतात की त्यांना जामीन मिळणं कठीण आहे म्हणून."

"त्यांना जामीन मिळणं अवघडच होतं, पण आता म्हणजे त्यांच्यावरचा आरोपच काढून घेण्यात आला आहे."

"पण त्यांनी कबूल केलं ना– तुम्ही म्हणालात ते ..."

"हो, पण आज त्यांनी गुन्हा नाकबूल केला. आम्ही त्यांना सांगितलं की खोटं उघडकीला आणणाऱ्या यंत्रावर त्यांची चाचणी घेणार आहोत आणि हाडांची ओळख पटवून देण्यासाठी तुम्हीच आम्हांला फोन करून योग्य ती माहिती दिली होती– त्यानंतर ते नाकबूल झाले."

शीलाने थोडीशी मान हलवली.

"मला समजत नाही."

"शीला, मला वाटतं की तुम्हांला समजतंय. तुमच्या वडलांना वाटलं की

आर्थरचा खून तुम्ही केला. कारण तुम्हीच त्याला सतत मारहाण करत होतात, जखमी करत होतात. बॅटने मारल्यानंतर इस्पितळात ठेवलं होतं. जेव्हा तो बेपत्ता झाला तेव्हा तुमच्या वडलांना वाटलं की शेवटी तुमच्या सहनशीलतेचा अंत होऊन तुम्ही त्याला मारून टाकलंत आणि पार्थिव लपवून ठेवलं. ते आर्थरच्या खोलीत सुद्धा जाऊन आले आणि परत तुम्ही बॅटीने मारू नये म्हणून ती बॅट त्यांनी फेकून दिली.''

शीलाने कोपरे टेबलावर टेकून हातात चेहरा लपवला.

''आणि म्हणून आम्ही त्यांच्याकडे गेलो तेव्हा त्यांनी कबुली द्यायला सुरुवात केली. त्यांनी तुम्हांला जो आयुष्यभर त्रास दिला त्याची भरपाई करण्यासाठी तुमच्याऐवजी शिक्षा भोगायला ते तयार झाले. हे याच्यासाठी.''

बॉशने खिशात हात घातला आणि फोटोंचे पाकीट बाहेर काढले. शीलाच्या टेबलावर टेकलेल्या कोपरांच्या मध्येच त्याने ते पाकीट टाकले. तिने हळूच हात खाली करत ते पाकीट उचलले. तिने पाकीट उघडले नाही. –तिला उघडायची आवश्यकता नव्हती.

''शीला, पटकथा म्हणून ही गोष्ट कशी वाटली?''

''तुम्ही लोक म्हणजे... ? ही असलीच कामं तुम्ही करत असता का? लोकांच्या खाजगी आयुष्यात अशी लुडबूड करायची? –म्हणजे त्यांच्या आयुष्यातल्या गुप्त खाजगी गोष्टी... सगळं काही ?''

''आम्ही 'क्लोजर्स' आहोत शीला. कधीकधी आम्हांला असं करावं लागतं.''

शीलाच्या टेबलाजवळ जमिनीवर पिण्याच्या पाण्याच्या बाटल्यांची एक पेटी बॉशला दिसली. खाली वाकून त्याने एक बाटली काढून तिच्यापुढे धरली. त्याने एडगरकडे पाहिले आणि एडगरने संमती दाखवली. बॉशने स्वत:साठी रेखीव एक बाटली उघडली. तिच्या टेबलाजवळ ज्या खुर्चीत फ्रॅंक बसला होता ती खुर्ची जवळ ओढली आणि खाली बसला.

''शीला, मी काय म्हणतो ते ऐका. तुम्ही लहान होता. तुम्ही त्यांच्या छळाचे बळी होता. ते तुमचे वडील होते, जास्त ताकदवान होते आणि त्यांचा वचक होता. आता अशा वेळी तुम्ही बळी पडलात तर तुमचा ह्यात काही दोष नाही.''

शीलाने उत्तर दिले नाही.

''जे काही आतापर्यंत तुम्ही मनावर दडपण बाळगलं आहे, त्यातून सुटका करून घ्यायची हीच वेळ आहे. –आम्हांला सर्व सांगून टाकून सुटका करून घ्यायची. अगदी सर्व काही. आम्ही परत होतो त्या ठिकाणीच आलो आहोत. आणि आम्हांला तुमची मदत हवी आहे. आपण तुमच्या भावाबद्दल बोलत आहोत हे लक्षात घ्या.''

बॉशने बाटली उघडून पाण्याचा एक मोठा घोट घेतला. त्या खोलीत किती गरम होत होते याची त्याला प्रथमच जाणीव झाली. बाटलीतून तो पाण्याचा दुसरा घोट घेत असताना शीला म्हणाली, "आता मला समजू लागलं आहे की..."

"काय ?"

शीला आपल्या हातांकडे बघत राहिली– स्वत:शीच किंवा हवेतच बोलत असल्यासारखी ती म्हणाली, "आर्थर गेल्यानंतर वडिलांनी मला परत कधीच स्पर्श केला नाही. मला कधीच वाटलं... मला वाटलं की मी काहीतरी कारणामुळे अनाकर्षक होत चालली आहे म्हणूनच असं झालं असेल– मी जाड, कुरूप होत चालली असेन कदाचित. मला आता असं वाटतं की कदाचित ... त्यांना मी काय केलं असावं किंवा काय करू शकेन याची भीती वाटत असल्यामुळे त्यांनी मला परत हात लावला नसावा."

शीलाने ते पाकीट परत टेबलावर ठेवून दिलं. बॉशने पुन्हा खाली झुकून विचारले, "शीला, त्या वेळी म्हणजे अखेरच्या दिवशी तुम्ही आम्हांला सांगितलं नाही असं आणखी काही झालं होतं का ? म्हणजे असं काही की ज्याची आम्हांला मदत होऊ शकेल."

शीलाने किंचित मान हलवली आणि हात वर करून आपल्या मुठींनी चेहरा झाकत डोके खाली घालून ती हळूहळू म्हणाली, "तो निघून चालला आहे हे मला ठाऊक होतं आणि तरीही त्याला थांबवण्यासाठी मी काही केलं नाही."

बॉश पुढे वाकून खुर्चीच्या कडेशी आला. सौम्यपणे त्याने विचारले, "म्हणजे कसं, शीला?"

उत्तर द्यायच्या आधी शीला बराच वेळ थांबली.

"मी त्या दिवशी शाळेतून आले तेव्हा तो घरीच होता –त्याच्या खोलीत."

"म्हणजे तो घरी आला होता ?"

"हो, थोड्या वेळासाठी. त्याच्या दाराची फट उघडी होती आणि मी आत पाहिलं. त्याला मी दिसत नव्हते. तो त्याच्या दप्तरात काही काही भरत होता. कपडे आणि इतर काही गोष्टी. त्याचं काय चाललं आहे मला समजलं. तो सामान भरत होता आणि पळून जाणार होता. मी फक्त... मी माझ्या खोलीत गेले आणि दार लावून घेतलं. त्यानं निघून जायलाच मला हवं होतं. मला वाटतं की मला तो अजिबात आवडायचा नाही. – का मला माहीत नाही –पण त्यानं तिथून निघून जायलाच मला हवं होतं. माझ्या मते या सगळ्याला तोच कारणीभूत होता –सारखं वाटायचं की हा निघून गेला तर बरं होईल. पुढचं दार बंद

व्हायचा आवाज येईपर्यंत मी माझ्या खोलीतच होते.''

शीलाने मान वर केली आणि बॉशकडे पाहिले. तिचे डोळे ओले झाले होते. पण पापापासून मुक्ती मिळवताना आणि सत्याचा शोध घेताना माणसाच्या अंगात एक प्रकारचे बळ येते हे बॉशने पूर्वीदेखील पाहिलेले होते. त्याला तिच्या डोळ्यांत आता हे बळ दिसले.

''मला त्याला थांबवता आलं असतं, पण मी तसं केलं नाही आणि हे सगळं दडपण घेऊन मी जगते आहे. त्याचं काय झालं हे कळल्यानंतर आता मला...''

बॉशच्या खांद्यापलीकडे दूरवरून अपराधी भावनेची लाट चालून येत असल्यासारखी ती बघत राहिली.

बॉश सौम्यपणे म्हणाला, ''धन्यवाद, शीला. आम्हांला मदत होईल असं दुसरं काही सांगण्यासारखं तुझ्याकडे आहे का ?''

शीलाने मान हलवली.

''ठीक आहे, आम्ही आता तुमची रजा घेतो.''

बॉशने उठून ती खुर्ची खोलीच्या मध्यभागी जिथे होती तिथे ठेवली. परत टेबलापाशी येऊन त्याने पोलरॉइड फोटो असलेले पाकीट उचलले. त्याने दाराच्या दिशेने पाऊल टाकले आणि एडगरने दार उघडले.

शीलाने विचारले, ''त्यांचं पुढे काय होणार आहे ?'

दोघांनीही वळून मागे बघितले. एडगरने दार लावून घेतले. –बॉशला कळलं की ती वडिलांविषयी बोलत आहे. बॉश म्हणाला, ''काही नाही. ते तुमच्याशी पूर्वी कसे वागले हे आता कायद्याच्या दृष्टीने कालबाह्य झालं आहे. ते परत आपल्या ट्रेलरच्या घरी जातील.''

बॉशकडे न बघताच शीलाने मान हलवली.

''शीला, एके काळी ते सैतानासारखे वागले असतील. पण काळ सगळं काही बदलू शकतो. हे एक चक्र आहे. तो काळ कधी कुणाची शक्ती काढून घेतो आणि ज्यांच्याकडे ताकद नाही त्यांना बहाल करतो. आता या क्षणी, तुमचे वडील पार खलास झाले आहेत. खरं सांगतोय मी. –ते तुम्हांला काहीही करू शकणार नाहीत– ते संपले आहेत.''

''त्या फोटोंचं तुम्ही काय करणार ?''

बॉशने हातातल्या पाकिटावर नजर टाकली व तिच्याकडे पाहिले.

''हे फोटो आता फाइलमध्ये जातील. कुणीच ते बघणार नाहीत.''

''मला ते जाळून टाकायचे आहेत.''

''आठवणी जाळून टाका.''

शीलाने मान हलवली. बॉश वळून जायला निघणार तेवढ्यात त्याला तिचे हसणे ऐकू आले आणि तो तिच्याकडे पाहू लागला. ती जोरात मान हलवत हसत होती.

"काय झालं ?"

"काही नाही. म्हणजे आज मला इथं दिवसभर भावी नट तुमच्यासारखंच कसं बोलतात आणि वागतात हे बघण्यासाठी आणि ऐकण्यासाठी थांबावं लागणार आहे याची मला गंमत वाटली आणि मला आताच कळून चुकलं आहे की यातलं कुणीच जवळपासदेखील पोहोचू शकणार नाही. कुणाचंच अगदी अचूक नसणार आहे."

बॉश म्हणाला, "हे करमणूक क्षेत्र असंच आहे."

पॅसेजमधून जिन्यापर्यंत येताना बॉश आणि एडगर यांना वाटेत परत सगळे भावी नट दिसले. जिन्याच्या कोपऱ्यात फ्रँक नावाचा तो नट आपल्या ओळी मोठमोठ्याने म्हणत होता. हे खरेखुरे डिटेक्टिव्ह दिसल्यावर तो त्यांच्याकडे पाहून हसला.

"काय साहेब, तुम्ही दोघे खरेखुरे पोलिस आहात, हो ना ? माझं वाचन कसं काय वाटलं तुम्हांला ?"

बॉशने उत्तर दिले नाही.

एडगर म्हणाला, "फ्रँक, तुझं काम छानच झालं. तू म्हणजे खराखुरा क्लोजर आहेस, गड्या. आणि कामातूनच खरी परीक्षा होते हेच खरं."

◆

४६.

शुक्रवारी दुपारी दोन वाजता बॉश आणि एडगर आपल्या विभागाच्या खोलीत आपापल्या टेबलावर येऊन बसले. वेस्टसाइडपासून हॉलिवूडपर्यंत गाडीतून येत असताना जवळजवळ पूर्ण शांतता होती. या प्रकरणाचा आज दहावा दिवस होता. वंडरलँड अ‍ॅव्हेन्यूच्या पुढे टेकडीवर आर्थर डेलाक्रुवाची हाडे इतकी वर्षे शांतपणे पडली होती. तेव्हा काय आणि आता काय त्याचा खुनी शोधण्याच्या प्रगतीत काहीच अंतर नव्हते. गेल्या दहा दिवसांत त्यांच्या कामातून काय निघाले असेल तर एक पोलिस अधिकारी जिथे गेला होता आणि

पश्चात्ताप झालेल्या लहान मुलांचे शोषण करणाऱ्या विकृत माणसाची आत्महत्या !

बॉशच्या टेबलावर नेहमीप्रमाणे निरोपाच्या गुलाबी गठ्ठ्यांचा ढीग पडला होता. कार्यालयातील अंतर्गत पत्रव्यवहाराचे एक पाकीट टेबलावर पडले होते. बॉशने ते पाकीट प्रथम उचलले आणि त्यात काय असेल हे आधीच माहीत आहे असे त्याला वाटू लागले.

बॉश म्हणाला, ''याची वेळ येणारच होती.''

बॉशने पाकीट उघडले आणि त्याचा मिनी कॅसेट रेकॉर्डर बाहेर आला. त्याने बॅटरी ठीक आहे बघण्यासाठी चालू करण्याचे बटण दाबले. त्यात लगेच स्वत:चाच आवाज ऐकू आला. त्याने आवाज कमी करून टेपरेकॉर्डर बंद केला. त्याने तो कोटाच्या खिशात टाकला आणि पायाशी असलेल्या कचरा पेटीत रिकामे पाकीट टाकून दिले.

फोनच्या चिठ्ठ्या बॉशने झरझर पाहिल्या. बहुतेक सगळे वार्ताहरांचे निरोप होते. त्याच्या डोक्यात विचार आला– प्रसिद्धीतच जगायचे आणि प्रसिद्धीतच मरायचे. एक माणूस खुनाचा कबुलीजबाब देतो, त्याच्यावर खुनाचा खटला भरला जातो आणि दुसऱ्या दिवशी त्याला निर्दोष म्हणून सोडून देण्यात येते हे काय गौडबंगाल आहे हे जनतेला समजावून सांगण्याची जबाबदारी प्रसिद्धी खात्यावर टाकून तो मोकळा होणार होता.

बॉश एडगरला म्हणाला, ''तुला ठाऊक आहे की कॅनडामध्ये एखादं प्रकरण पूर्ण निकालात जायच्या आधी पोलिसांनी प्रसिद्धीमाध्यमांना अवाक्षरही सांगितलं नाही तरी चालतं. प्रत्येक प्रकरण प्रसिद्धीमाध्यमांपासून अंधारात असतं.''

एडगरने उत्तर दिले, ''शिवाय, तिथे पोलिसांना कितीतरी जास्त मिळतं. आपण इथे उगीचच बसलो आहोत, हॅरी ?''

वैद्यकीय तपासणी कार्यालयाच्या कौटुंबिक सल्लागाराकडून बॉशला निरोप होता की आर्थर डेलाक्रुवाचे अवशेष रविवारी दफनविधी करण्यासठी त्याच्या कुटुंबाकडे सोपवण्यात आले आहेत. बॉशने ते पाकीट बाजूला ठेवले. दफनविधीची काय व्यवस्था केली आहे आणि कुटुंबातल्या कुठल्या व्यक्तीने ते अवशेष स्वीकारले याबद्दल बॉशला नंतर फोन करायचा होता.

बॉशने निरोपाच्या चिठ्ठ्या परत तपासल्या आणि एका गुलाबी चिठ्ठीवर तो लगेच थांबला. खुर्चीत मागे रेलून त्याने ती चिठ्ठी परत पाहिली. त्याच्या मेंदूत एक लहर येऊन पार मानेपर्यंत गेली. दहा वाजून पस्तीस मिनिटांनी तो फोन आला होता आणि कार्यवाही खात्यातील लेफ्टनंट बोलेनबाख यांचा तो निरोप होता. या खात्याला सर्वसाधारणपणे पोलिस 'ओ-३' या नावाने ओळखत.

'ओ-३' विभागातून खातेवाटप आणि बदल्या निश्चित होत असत. दहा वर्षांपूर्वी बॉशची हॉलिवूडला बदली झाली होती तेव्हा असाच 'ओ-३' मधून निरोप आला होता. त्याच्याआधी एक वर्ष, किझ रायडरची दरोडे-खून खात्यात बदली झाली होती. तेव्हाही असेच झाले होते.

तीन दिवस आधी मुलाखतीच्या खोलीत आयर्व्हिंग त्याला काय म्हणाले होते हे बॉशला आठवले. त्याने अंदाज केला की बॉशच्या निवृत्तीबाबत उपप्रमुख आयर्व्हिंगची इच्छा पूर्ण करण्याच्या दृष्टीने ०-३ ने प्रयत्न सुरू केला असावा. हॉलिवूडमधून त्याची बदली झाली असावी असा तो निरोप असेल असेच त्याला वाटले. त्याच्या नवीन नेमणुकीच्या ठिकाणी महामार्गावर सतत प्रवास करणे येणारच– म्हणजे कामावर जाताना आणि येताना खूप लांबचा प्रवास करावा लागणार असे त्याला निश्चित वाटले. बऱ्याच वेळा पोलिस अधिकाऱ्यांनी आता आपण बिल्ला परत करून दुसरे काही तरी काम बघावे असे सुचवण्यासाठी व्यवस्थापन अशी क्लृप्ती करत असते.

बॉशने एडगरकडे पाहिले. त्याचा जोडीदारपण त्याला आलेले निरोप तपासून पाहत होता. पण बॉशच्या हातात होता तसा त्याला मध्येच थांबणारा कुठलाही निरोप त्यात नव्हता. त्याने या निरोपाला इतक्यात उत्तर न देण्याचे आणि एडगरालाही न सांगण्याचे ठरवले. त्याने निरोपाचा कागद घडी करून खिशात ठेवला. त्याने आपल्या विभागावर नजर टाकली. सगळे डिटेक्टिव्ह आपल्या कामात मग्न होते. त्याच्या नवीन कामामध्ये असेच रक्त उसळवणारी भरती आणि ओहोटीची लाट नसली तर त्याला चुकल्यासारखे होणार होते. रोज लांबवर प्रवास करायची त्याला एवढी फिकीर नव्हती. अशा प्रकारचा कुठलाही जोराचा धक्का त्याला दिला तर तो ते सहन करू शकत होता. त्याला फिकीर वाटत होती. ती प्रत्यक्ष कामाची, नव्या कामगिरीची.

त्याला ठाऊक होते की अशा आव्हानाशिवाय त्याला करमणे शक्यच नव्हते.

बॉश परत आपले निरोप पाहू लागला. ढिगाच्या सगळ्यात खालचा म्हणजे अगदी पहिला निरोप शास्त्रीय संशोधन विभागातील आंतुआन जेस्परचा होता. त्याने सकाळी दहा वाजताच फोन केला होता.

बॉश म्हणाला, "छे !"

एडगर म्हणाला, "काय झालं ?"

"मला परत गावात जायला पाहिजे. काल मी उसनी घेतलेली डमी अजून माझ्या डिकीत पडलेली आहे. मला वाटतं, जेस्परला ती परत हवी आहे."

बॉशने फोन उचलला आणि शास्त्रीय संशोधन विभागाला फोन लावणार

एवढ्यात विभागाच्या खोलीच्या पलीकडच्या टोकाकडून त्याच्या आणि एडगरच्या नावाने मारलेली हाक त्याला ऐकू आली. लेफ्टनंट बिलेट्स बोलावत होती. खूण करून तिने त्यांना आपल्या ऑफिसमध्ये बोलावले.

वर उठता उठता एडगर म्हणाला, ''झालं, निमंत्रण आलंच. हॅरी, तू पुढे हो. तिला सांग की या प्रकरणावर अजून काम चालूच आहे. खरं तर, काहीच चालू नाही आहे.''

बॉशने सगळे सांगितले. पाच मिनिटांतच त्याने बिलेट्सला प्रकरणाची अद्ययावत माहिती दिली आणि शेवटच्या काही काळात झालेला उलटा प्रवास आणि प्रगतीला बसलेली खीळ समजावून सांगितली.

बॉशचे बोलणे संपल्यावर तिने विचारले, ''मग आता इथून पुढे आपण काय करायचं आहे ?''

''पुन्हा सुरुवात करायची. आपल्याकडे काय माहिती आहे, काय नाही हे तपासून पहायचं. आम्ही त्या मुलाच्या शाळेत जाऊन तिथे कुठल्या जुन्या नोंदी आहेत ते बघू, मुलांची प्रगतिपुस्तकं पाहू, वर्गमित्रांना भेटू– अशा सगळ्या गोष्टी करू.''

बिलेट्सने संमती दाखवली. तिला ०-३ कडून आलेल्या निरोपाबद्दल काही समजले असले तरी तिने ते दाखवले नाही.

बॉशने म्हटले, ''मला असं वाटतं की टेकडीवरची ती जागा परत शोधणं महत्त्वाचं आहे.''

''ते कसं काय ?''

''मला वाटतं की तो मुलगा वर टेकडीवर जिवंतच असताना गेला आणि तिथेच त्याचा खून झाला. त्याला तिथे कुणी आणि कसं आणलं हे आपल्याला शोधायचे आहे. त्या रस्त्यावर त्या काळाचं चित्र उभं करून आपल्याला बघायला पाहिजे. सर्व आजूबाजूचा परिसर बघायला पाहिजे. या सगळ्याला वेळ लागणार.''

बिलेट्सने मान हलवली.

बिलेट्स म्हणाली, ''म्हणजे, पूर्ण वेळ याच्यावरच काम करायला पाहिजे असं नाही, तुम्ही दोघे नेहमीचं काम सोडून दहा दिवस फक्त हेच करीत होतात. हे काही दरोडे-खून खातं नाही. मी इथं आल्यापासून कुठल्या गटानं एकाच कामावर इतके दिवस घालवायची ही पहिलीच वेळ आहे.''

''म्हणजे अजून आम्ही या प्रकरणावर आहोत तर ?''

बिलेट्सने पुन्हा मान हलवली.

''आणि आता तुमचं काम. पुढचं प्रकरण तुमच्याकडेच येणार आहे.''

बॉशने मान हलवली. काय वाढून ठेवले आहे हे त्याला कळले होते. या प्रकरणावर ते दोघे गेले दहा दिवस काम करीत होते तेवढ्या वेळात हॉलिवूडच्या

दोन इतर गटांनी दोषी व्यक्तींना त्यांच्या प्रकरणात पकडले देखील होते. आता त्यांची पाळी होती. त्यांच्या विभागात कुठल्याही एकाच प्रकरणात इतके दिवस मिळणे म्हणजे दुर्मिळ गोष्ट होती. एका दृष्टीने ही एक चैनच होती. त्याला वाटले की त्यांना हे प्रकरण संपवता आले नाही ही फार दुर्दैवाची गोष्ट झाली.

बॉशला कळत होते की त्यांना असे नेहमीच्या कामाला लावणे म्हणजे हे प्रकरण काही त्याच्या शेवटापर्यंत येत नसल्याची बिलेट्सची अप्रत्यक्ष कबुलीच होती. एकेक दिवस जात होता तसतशी हे प्रकरण लवकर संपण्याची शक्यता मावळत होती. मनुष्यवध खात्यामध्ये हे गृहीत धरले जात होते आणि सगळ्यांच्याच बाबतीत असेच घडत होते. 'क्लोजर्स' म्हणण्यासारखे कुणीच नव्हते.

बिलेट्स म्हणाली, "ठीक आहे, तुम्हांला आणखी काही सांगायचं आहे?"

बिलेट्सने बॉशकडे पाहिले आणि भुवया वर केल्या. त्याला अचानक वाटले की, ०-३ मधून आलेल्या निरोपाबद्दल तिला काहीतरी समजले असावे. तो बोलण्यासाठी थांबला– पण मग एडगरबरोबरच त्याने नकारार्थी मान हलवली.

"ठीक आहे मग, धन्यवाद." ते टेबलावर परत गेले आणि बॉशने जेस्परला फोन केला. पलीकडून उत्तर आल्यावर बॉश म्हणाला, "तुझी डमी सुरक्षित आहे. मी आज नंतर कधीतरी घेऊन येतो."

"ठीक आहे, पण मी त्याच्यासाठी फोन केला नव्हता. मला फक्त तुला एवढंच सांगायचं होतं की त्या स्केटिंगच्या फळीविषयी मी जो तपशील पाठवला होता त्यात मला थोडी सुधारणा करायची होती. म्हणजे अजूनही काही तिचा उपयोग असेल तर."

बॉश क्षणभर थांबला. "नाही, काही सांगता येत नाही, पण आंतुआन, तुला काय सुधारणा करायची होती ?"

बॉशने त्याच्या समोरच असलेली खुनाच्या प्रकरणाची वही उचलली आणि शास्त्रीय संशोधन विभागाचा अहवाल मिळेपर्यंत पानांची चाळवाचाळव केली. जेस्पर फोनवर बोलत असताना तो त्या अहवालावर नजर फिरवीत होता.

"म्हणजे, मी त्यात म्हटलं होतं की ही फळी फेब्रुवारी एकोणीसशे अठ्ठ्याहत्तर ते जून एकोणीसशे शहाऐंशी या काळात तयार झाली असावी, हो ना ?"

"हो, तो अहवाल माझ्यापुढेच आहे."

"ठीक आहे– आता मी हा कालावधी निम्म्यापेक्षा कमी करू शकतो. ही फळी तरी एकोणीसशे अठ्ठ्याहत्तर ते एकोणीसशे ऐंशी या काळातच तयार झाली आहे. दोन वर्षांचा काळ. आता तुला याचा काही उपयोग होतो की नाही मला ठाऊक नाही."

बॉशने तो अहवाल परत वाचला. अर्थात जेस्परच्या या सुधारणेचा तसा

काहीच उपयोग नव्हता कारण त्यांनी ट्रेंटला संशयितांच्या यादीतून काढून टाकले होते आणि त्याच्याकडच्या स्केटिंगच्या फळीचा आर्थर डेलाक्रुवाशी संबंधही लागत नव्हता. पण तरीही बॉशला जाणून घ्यायची उत्सुकता होती.

"तू हा कालावधी कमी कसा केलास ? यात म्हटलं आहे की फळीचं हेच डिझाइन एकोणीसशे शहाऐंशीपर्यंत चालू होतं म्हणून."

"ते बरोबर आहे. पण या विशिष्ट फळीवर एक तारीख आहे– एकोणीसशे ऐंशी."

बॉशला कोडे पडले.

"एक मिनिट थांब, कुठे तारीख आहे ? मी कधी पाहिली नाही..."

"मी त्या फळीची चाके बाहेर काढली. मला माझ्या कामात मध्ये कधीतरी थोडा वेळ रिकामा होता आणि मला त्या फळीवर कुठे उत्पादकाचे नाव, शिक्का वगैरे आहे का बघायचे होते. तसे काही दिसले नाही– म्हणजे पेटंट किंवा ट्रेडमार्कचा शिक्का वगैरे– पण मग मला दिसलं की कुणीतरी लाकडावर एक तारीख कोरली आहे म्हणजे फळीच्या खालच्या भागावर खरवडून काढल्यासारखी आणि त्याच्यावर ती चाकं बसली होती."

"म्हणजे ती फळी केव्हा तयार झाली याची तारीख ?"

"नाही, तसं मला वाटत नाही. हे काम असं कुणा कारागिराचं वाटत नव्हतं. खरं म्हणजे ते वाचायला खूप त्रास झाला. मला ती फळी भिंगाखाली घालून वर उजेड टाकून पाहावी लागली. मला असं वाटतं की फळीच्या मूळ मालकाने गुप्त पद्धतीने आपल्या वस्तूवर काहीतरी खूण करायचा प्रयत्न वाटत होता. म्हणजे समजा फळीच्या मालकीवरून कुणाशी भांडण झालं तर कळावं म्हणून. समजा कोणी ती चोरली तर आपली खूण असावी. मी अहवालात म्हटलं त्याप्रमाणे त्या काळात बोनींचं स्केटिंग बोर्ड म्हणजे गाजलेलं नाव होतं. ते इतक्या सहजासहजी मिळत नसत. दुकानात विकत घेण्यापेक्षा असा बोर्ड चोरून मिळवणं जास्त सोपं होतं. तर ज्या मुलाकडे ही फळी होती त्यानं खालची चाकं काढली. तेव्हा कदाचित मूळची चाकं असतील, आताची नसतील आणि फळीच्या लाकडावर कोरून तारीख लिहिली– एकोणीसशे ऐंशी A.D."

बॉशने एडगरकडे पाहिले. हात रिसीव्हरवर धरून तो फोनवर बोलत होता. व्यक्तिगत फोन असल्यासारखा.

"तू म्हणालास A.D. ?"

"हो, म्हणजे ॲनो डॉमिनी की काहीतरी लॅटीनमध्ये म्हणतात ते. त्याचा अर्थ आपल्या परमेश्वराचे वर्ष. ख्रिस्तजन्मानंतर. मी डिक्शनरीत पाहिलं."

"नाही. त्याचा अर्थ आर्थर डेलाक्रुवा."

"काय ? हा कोण ?"

"आंतुआन हे बळी पडलेल्या व्यक्तीचं नाव आहे. A.D. म्हणजे आर्थर डेलाक्रुवा मधला."

"कमाल आहे. बॉश, माझ्याकडे बळी पडलेल्या व्यक्तीचं नावच नव्हतं. तुम्ही लोकांनी हा सगळा पुरावा गोळा केला आणि त्याला काल्पनिक तात्पुरतं जॉन डो असं नाव दिलं आणि नंतर त्यात दुरुस्ती केलीच नाही. तुम्हांला बळीची ओळख पटली आहे, हे मला माहीत देखील नव्हतं."

बॉशचे त्याच्या बोलण्याकडे लक्ष नव्हते. त्याच्या शरीरातून एक शिरशिरी उठली होती. त्याला नाडी वेगाने चालू झाल्याचे जाणवले.

"आंतुआन, जागेवरून हलू नकोस. मी तिकडे येत आहे."

"मी इथेच आहे."

◆

४७.

शुक्रवार असल्यामुळे काम संपवून आठवड्याच्या सुट्टीवर जाणाऱ्या लोकांची महामार्गावर गर्दी उसळली होती. गावाकडे येताना बॉशला आपला वेग कायम ठेवता येत नव्हता. त्याला खूप घाई झाली होती. ०.३ कडून आलेला निरोप आणि जेस्परने लावलेला शोध यामुळे त्याला झालेली घाई स्वत:ला समजत होती. घड्याळाकडे पाहून तारीख बघण्यासाठी त्याने स्टिअरिंगवरील आपले मनगट फिरवले. त्याला ठाऊक होते की साधारणपणे पगाराच्या दिवशी बदल्या होत असत. प्रत्येक महिन्यात पगाराचे दोन दिवस असत. एक तारीख आणि १५ तारीख– त्याची बदली जर लगेचच होणार असली तर हे प्रकरण संपवण्यासाठी फक्त तीन ते चार दिवस राहिल्याची जाणीव त्याला झाली. त्याला हे प्रकरण दुसऱ्याकडे जायला नको होते. एडगर किंवा इतर कोणाच्याही हातात न जाऊ देता त्याला स्वत:लाच ते संपवायचे होते.

बॉशने खिशात घालून फोनच्या निरोपाची चिठ्ठी बाहेर काढली. हाताच्या तळव्यांनी स्टिअरिंग धरून त्याने चिठ्ठी उलगडली. एक क्षणभर चिठ्ठीवर नजर टाकून त्याने आपला मोबाईल बाहेर काढला. कागदावरील नंबर फिरवून त्याने उत्तराची वाट पाहिली.

''कार्यवाही विभाग, लेफ्टनंट बोलेनबाख बोलतोय.''

बॉशने फोन बंद केला. आपला चेहरा फुलत असल्याचे त्याच्या लक्षात आले. बोलेनबाखच्या फोनवर पलीकडचा नंबर नोंद करण्याची सोय असेल की काय असा तो विचार करू लागला. त्याला कळत होते की फोनला उत्तर देण्यामध्ये उशीर करण्यात काही अर्थ नव्हता. कारण त्याने ती बातमी मिळवण्यासाठी फोन केला काय आणि नाही केला काय– व्हायचे ते झालेच होते.

बॉशने फोन आणि निरोपाची चिठ्ठी बाजूला ठेवून प्रकरणावर लक्ष केंद्रित करायचा प्रयत्न केला. विशेषत: निकोलस ट्रेंटच्या घरात सापडलेल्या स्केटिंगच्या फळीविषयी आंतुआन जेस्परने जी ताजी माहिती सांगितली त्याविषयी बॉशच्या लक्षात आले की दहा दिवस उलटून गेल्यानंतर हे प्रकरण त्याच्या आवाक्याच्या बाहेर गेले होते. ज्या माणसाबद्दल तो निर्दोषी आहे म्हणून बॉश खात्यातील इतरांशी भांडला होता, तोच फक्त आता संशयित वाटत होता. बळी पडलेल्या व्यक्तीशी नाते सांगणारा प्रत्यक्ष पुरावा मिळाला होता. या सगळ्यातून निष्कर्ष असा निघत होता की कदाचित आयर्विंग साहेबांचे बरोबर असावे. बॉशने निवृत्त व्हायची वेळ आली होती.

बॉशचा फोन वाजला आणि प्रथम त्याला तो बोलनेबाखचा असावा असे वाटले. तो उत्तर देणार नव्हता. पण नंतर त्याने ठरवले की नशीब काही टाळता येणार नाही. त्याने फोन उचलला. तो एडगरचा होता.

''हॅरी, तू आता काय करतो आहेस ?''

''मी तुला सांगितलं ना, मला शास्त्रीय संशोधन विभागात जायचं होतं.''

स्वत: पाहण्याआधीच जेस्परच्या या ताज्या शोधाबद्दल बॉशला एडगरला काही सांगायचे नव्हते.

''पण मी तुझ्याबरोबर येऊ शकलो असतो.''

''निष्कारण तुझा वेळ वाया गेला असता.''

''हो. बरं, ठीक आहे. पण हॅरी, ऐकून घे. विलेट्स तुला शोधते आहे. आणि हो, इथे एक अफवा पसरली आहे की तुझी बदली झाली आहे म्हणून.''

''मला त्याबद्दल अजून काही ठाऊक नाही.''

''बरं, जर काही भानगड असेल तर मला कळव. हो ना ? आपण इतकी वर्षे बरोबर आहोत.''

''जेरी, मी तुलाच पहिल्यांदा कळवीन.''

पार्कर सेंटरला पोहोचल्यावर व्हरांड्यातील एका पहारेकऱ्याची मदत घेऊन बॉशने डमी शास्त्रीय संशोधन विभागापर्यंत ओढत नेली. जेस्परला त्याने डमी परत केली आणि जेस्परने ती तिच्या नेहमीच्या जागी कपाटात सहजच नेऊन ठेवली.

जेस्पर बॉशला घेऊन प्रयोगशाळेत गेला. तिथे तपासणीच्या टेबलावर ती स्केटिंगची फळी ठेवली होती. बाजूलाच असलेल्या स्टँडवरचा दिवा त्याने चालू केला आणि वरचा दिवा बंद केला. स्टँडला लावलेले भिंग त्याने स्केटिंगच्या फळीवर आणले आणि त्यातून बॉशला पहायला सांगितले. भिंगातून आलेल्या उजेडामुळे लाकडातील रेषा न् रेषा स्पष्ट दिसत होत्या आणि त्यावरची अक्षरेही स्वच्छ दिसत होती.

1980 A. D

जेस्परने त्या अक्षरांबद्दल असा निष्कर्ष का काढला, विशेषतः त्याला या प्रकरणातल्या मृत व्यक्तीचे नाव माहीत नसल्यामुळे त्याची बॉशला निश्चित कल्पना आली.

बॉश निरीक्षण करत असतानाच जेस्पर म्हणाला,

''त्यानंतर त्यावर कुणीतरी घासल्यासारखं दिसत आहे. ही आख्खी फळी परत नवीन करतेवेळी असं झालं असावं अशी माझी खात्री आहे. म्हणजे नवीन चाकं आणि नवीन पॉलीश लावताना.''

बॉशने होकार दर्शवला.

भिंगामधून नजर काढून वर पाहिल्यावर बॉश म्हणाला, ''ठीक आहे, मला ही फळी बरोबर न्यायला हवी आहे. कदाचित दुसऱ्या काही लोकांना ती दाखवावी लागेल.''

जेस्पर म्हणाला, ''माझं काम संपलं आहे. खुशाल घेऊन जा !'' त्याने वरचा दिवा परत चालू केला

''तू बाकीच्या चाकाखाली पाहिलंस का ?''

''अर्थात. पण तिथे काही सापडलं नाही, म्हणून मी ती चाकं परत लावून टाकली.''

''तुझ्याकडे एखादं खोकं आहे का ?''

''ओह, मला वाटलं तू इथून स्केटिंग करत परत जाशील म्हणून, हॅरी!''

बॉश हसला नाही.

''हा एक विनोद होता.''

''हो, मला ठाऊक आहे.''

जेस्पर खोलीतून बाहेर गेला आणि स्केटिंगची ती फळी मावेल एवढे लांब पठ्ठ्याचे खोके घेऊन परत आला. बाहेर काढलेली चाके आणि प्लॅस्टिकच्या पिशवीतील स्क्रूसकट त्याने ती फळी खोक्यात ठेवली. बॉशने त्याचे धन्यवाद मानले.

''मी हे चांगलं काम केलं ना, हॅरी !''

बॉश थोडा वेळा थांबून म्हणाला, “हो, मला असंच वाटतं, आंतुआन.” जेस्परने बॉशच्या गालाकडे बोट दाखवले.

“दाढी करताना झालं का ?”

“हो, असंच काहीतरी.”

हॉलिवूडला परत येताना महामार्गावरची रहदारी आणखीच संथ गतीने चालू होती. अखेर बॉश अल्वाराडोच्या वळणावर बाहेर पडला आणि सनसेट बुलेवार्डच्या दिशेने जाऊ लागला. बाकीचा बहुतेक रस्ता त्याने सनसेटवरूनच काढला. पण म्हणून काही कमी वेळ लागला नाही आणि त्याला ते कळलेही नाही.

गाडी चालवता चालवता तो निकोलस ट्रेंट आणि स्केटिंगची फळी यांच्याबद्दलच विचार करत होता. त्यांच्याकडे असलेला पुरावा आणि घटनेचा काळ यांची सांगड कुठे बसते का याचे स्पष्टीकरण त्याला काही जमेना. या सगळ्या समीकरणात एक उणीव होती. पण कुठे तरी आणि कुठल्या तरी विशिष्ट स्तरावर या सगळ्यातून काही अर्थ निघत होता. तो शोधून काढण्यासाठी पुरेसा वेळ मिळाला तर त्याला पूर्ण आत्मविश्वास होता.

साडेचार वाजता बॉश कार्यालयाच्या मागच्या दारातून स्केटिंगच्या फळीचे खोके हातात घेऊन आत घुसला. पॅसेजमधून तो आपल्या विभागात घाईघाईने चालला होता. तेवढ्यात टेहाळणी कार्यालयातून मंकीविझने त्याला हाक मारली.

“हॅरी !”

बॉशने त्याच्याकडे पाहिले पण चालणे चालूच ठेवले.

“काय चाललंय ?”

“मी बातमी ऐकली. तुझ्याशिवाय आम्हांला इथं करमणार नाही.”

अशा बातम्या फार लवकर पसरत. बॉशने उजव्या हातात खोके धरले आणि एका काल्पनिक समुद्राच्या पृष्ठभागावरून हात फिरवावा तसा आपल्या डाव्या हाताचा पंजा तळवा खाली करून फिरवला. रस्त्यावरून जाणाऱ्या टेहाळणी पथकांचे ड्रायव्हर अशा पद्धतीची खूण करीत असत. म्हणजे व्यवस्थित रहदारी चालू द्या. लोकांनो ! बॉश पुढे जातच राहिला.

एडगरच्या टेबलावर एक अगदी बॉशच्या टेबलापर्यंत पोहोचलेला मोठाच्या मोठा पांढरा बोर्ड होता. त्याच्यावर तापमापकासारखा त्याने एक आकार काढला होता. तापमापकाच्या टोकाशी असलेला पाऱ्याचा गोळा म्हणजे टोकावरचे गोल वळण आणि तापमापकाची दांडी म्हणजे वंडरलँड ॲव्हेन्यू असे ते चित्र होते. रस्त्यावरून दोन्ही दिशांना जागोजागी रेषा काढल्या होत्या. त्या निरनिराळी घरे दाखवीत होत्या. याच रेषांवर पुढे हिरव्या, निळ्या, आणि काळ्या या रंगांत

नावे लिहिली होती. एके ठिकाणी लाल रंगाची फुली मारली होती. तिथे हाडे सापडली होती.

बॉश तिथे उभा राहिला आणि रस्त्याच्या या चित्राकडे काहीही न विचारता बघत राहिला.

एडगर म्हणला, "आपण हे आधीच करायला हवं होतं."

"याचा उपयोग कसा करायचा?"

"हिरव्या रंगाची नावं म्हणजे एकोणीसशे ऐंशी मध्ये तिथे त्या घरात असलेले लोक. पण नंतर ते दुसरीकडे गेले. निळ्या रंगातली नावं म्हणजे एकोणीसशे ऐंशी नंतर आलेले लोक, पण आता नाहीत. काळ्या रंगातली नावं म्हणजे अजूनही तिथेच असलेले लोक. कुठेही तुम्हांला काळी रेघ दिसली म्हणजे ही गुयोटची रेघ बघ. की समजायचं की, हे लोक तिथे पहिल्यापासून राहत आहेत."

बॉशने मान डोलावली. काळ्या रंगात फक्त दोनच नावे होती. डॉ. गुयोट आणि अलहंटर नावाचा आणखी कुणीतरी. तो घटनास्थळापासून सर्वांत दूर असलेल्या रस्त्यावर अगदी शेवटी राहत होता.

बॉश म्हणाला, "उत्तम !" पण आता या तक्त्याचा काय उपयोग होऊ शकेल हे त्याला समजेना.

एडगरने विचारले, "त्या खोक्यात काय आहे ?"

"स्केटिंगची फळी. जेस्परला काहीतरी नवीन सापडलं."

बॉशने खोके टेबलावर ठेवले आणि त्याचे झाकण काढले. त्याने एडगरला ती खरवडलेली तारीख आणि आद्याक्षरे दाखवली आणि सगळे सांगितले.

"आपल्याला पुन्हा ट्रेंटबद्दल विचार सुरू करायला लागेल. त्याने आर्थरला तिथे पुरले म्हणून तो त्या परिसरात राहायला आला अशा तुझ्या तर्कांचादेखील कदाचित विचार करावा लागेल."

"अरे देवा, हॅरी, मी आपली गंमत म्हणून तसं बोललो होतो."

"हो, पण आता तो विनोद नाही. आपल्याला परत जाऊन परत कमीत कमी एकोणीसशे ऐंशीपर्यंत मागे जाऊन ट्रेंटबद्दल सगळी माहिती उकरून काढावी लागेल."

"आणि मध्येच आपल्याकडे आता नवीन प्रकरणदेखील सोपवतील. आनंद आहे."

"मी रेडिओवर ऐकलं की या आठवड्यात या शनिवार-रविवारी पाऊस पडणार आहे. जर आपलं नशीब जोरावर असेल तर सगळे जण घरी थांबतील आणि आपल्याला शांतता लाभेल."

"हॅरी, बहुतेक सगळी कत्तल आतमध्येच होत असते."

बॉशने विभागाच्या टोकाशी लेफ्ट. बिलेट्सला तिच्या ऑफिसपाशी उभे राहिलेले पाहिले. ती त्यांना आत बोलवत होती.

एडगर म्हणाला होता की ती त्याला शोधत होती. तो विसरलाच होता. त्याने एडगरकडे आणि नंतर स्वत:कडे बोट दाखवले आणि तिला कोण हवे आहे ते विचारले. बिलेट्सने मान हलवून फक्त बॉशला बोलवण्याची खूण केली. कशासाठी ती बोलावते आहे हे त्याला कळून चुकले.

''मला बुलेट्सला भेटायलाच पाहिजे.''

एडगरने त्याच्याकडे वर पाहिले. त्याला पण कशासाठी बोलावले हे माहीत होते.

''पार्टनर, गुड लक !''

''हो, ना, पार्टनर– म्हणजे तेच कारण असलं तर !''

त्यांच्या विभागातून बॉश लेफ्टनंटच्या ऑफिसमध्ये आला. ती तिच्या टेबलापलीकडे बसली होती. बोलताना तिने बॉशकडे पाहिले नाही.

''हॅरी, तुला झिरो तीन कडून तातडीचा निरोप आला आहे. दुसरं काही करायच्या आधी लेफ्ट बोलेनवाखला फोन कर. हा माझा हुकूम आहे.''

बॉशने मान डोलावली.

''तू तिला विचारलंस का माझी बदली कुठे होत आहे ?''

''नाही, हॅरी, मला या गोष्टीचा वैताग आला आहे. मी त्याला विचारलं असतं तर उगीच त्याच्यावर राग काढला असता आणि त्याची बिचाऱ्याची यात काही चूक नाही आहे. तो फक्त निरोप द्यायचं काम करतो आहे.''

बॉश फक्त हसला.

''तुला वैताग आला ?''

''बरोबर ! तुला गमावून मला चालणार नाही. विशेषत: वरच्या कुणाला तरी तुझ्याबद्दल काहीतरी फालतू तक्रार आहे म्हणून अशी बदली करायची !''

त्याने मान हलवून खांदे उडवले.

''धन्यवाद, लेफ्टनंट– तू त्याला स्पीकरफोनवर विचारत का नाहीस ? आपण हे आता आटपून टाकू.''

आता बिलेट्सने त्याच्याकडे वर पाहिले.

''नक्की ? मी तुझ्यासाठी कॉफी आणायला जाते म्हणजे फोन करण्यासाठी तुला हवं असेल तर ऑफिस रिकामं करून देते.''

''नाही, नाही, ठीक आहे. खुशाल फोन लाव.''

बिलेट्सने फोन स्पीकर चालू केला आणि बोलेनवाखच्या कार्यालयात फोन लावला. त्याने लगेच उत्तर दिले.

"लेफ्टनंट, मी लेफ्ट. बिलेट्स बोलते आहे. डिटेक्टिव्ह बॉश माझ्या ऑफिसमध्ये बसला आहे."

"उत्तम, लेफ्टनंट. एक मिनिट मला जरा तो कागद बघू दे."

कागद इकडेतिकडे सरकवल्याचा आवाज आला. मग बोलेनवाख घसा खाकरून म्हणाला,

"डिटेक्टिव्ह हाय- हिरोनाय. काय उच्चार..."

बॉश म्हणाला, "हीरोनिमस म्हणजे ॲनॉनिमससारखं."

"ठीक आहे, हीरोनिमस. डिटेक्टिव्ह हिरोनिमस बॉश, तुम्हांला पंधरा जानेवारी रोजी सकाळी आठ वाजता दरोडे-खून विभागात कामावर हजर होण्यासाठी हा आदेश आहे. एवढंच फक्त. तुला स्पष्टपणे कळलं आहे ना ?"

बॉशला धक्काच बसला. दरोडे-खून विभाग म्हणजे प्रमोशन होते. दहा एक वर्षांपूर्वी त्याच खात्यातून त्याला हॉलिवूडमध्ये खालच्या पदावर पाठवले होते. त्याने बिलेट्सकडे पाहिले. तिच्याही चेहऱ्यावर संशय आणि आश्चर्य दोन्ही उमटले होते.

"तू दरोडे-खून खातं म्हणालास ?"

"हो, डिटेक्टिव्ह बॉश, दरोडे-खून विभाग. हा आदेश स्पष्ट आहे ना ?"

"हो, पण माझं काम काय असणार आहे?"

"मी आताच सांगितलं आहे. तू तिथे हजर होणार..."

"नाही म्हणजे, दरोडे-खून विभागात माझ्याकडे काय काम असणार आहे ? तिथे मी नक्की काय करायचं ?"

"ते तुला पंधरा तारखेला सकाळी तुझ्या नव्या उच्च अधिकाऱ्यांकडून कळेल. माझ्याकडे तुला संगण्यासारखं एवढंच आहे, डिटेक्टिव्ह बॉश. तुला तुझा हुकूम मी दिला. शनिवार-रविवार मजा कर."

त्याने फोन ठेवला आणि फोनवर नेहमीचा डायलटोन आला.

बॉशने बिलेट्सकडे पाहिले.

"तुला काय वाटतं ? म्हणजे हा एक विनोद केला आहे का ?"

"जर असलाच तर तो चांगला आहे. अभिनंदन."

"पण तीनच दिवसांपूर्वी आयर्व्हिंगनी मी आता सोडून जावं म्हणून सुचवलं. आणि आता परत पगडी फिरवून ते मला परत गावात पाठवत आहेत."

"म्हणजे कदाचित असं असेल की त्यांना तुझ्या कामाचं जवळून निरीक्षण करायचं असेल. उगीच का पार्कर सेंटरला काचेचं घर म्हणतात ? हॅरी, तू जास्त काळजीपूर्वक राहायला हवंस."

बॉशने मान डोलावली.

बिलेट्स म्हणाली, ''दुसऱ्या बाजूनं असं वाटतं की आपल्या दोघांनाही असं वाटतं की तू खरं म्हणजे तिथंच असायला पाहिजेस. म्हणजे हॉलिवूडमधून प्रथम तुला काढायलाच नको होतं. कदाचित एक चक्र आता पूर्ण होत असेल. काही का असेना, आम्ही तुला मुकणार-मी तुला मुकणार-तुझं काम खरोखरच चांगलं असतं.''

बॉशने मान हलवून त्याची कृतज्ञता दाखवली. तो जायला निघाला, पण मध्येच थांबून तिच्याकडे बघून हसला.

''आता जे काही इतक्यात घडलं त्याच्या संदर्भात पाहिलं तर तुझा विश्वास बसणार नाही, पण आम्ही परत ट्रेंटकडे मोर्चा वळवला आहे. शास्त्रीय संशोधन विभागाला त्या स्केटिंगच्या फळीचा त्या मुलाशी जुळणारा एक दुवा मिळाला आहे.''

बिलेट्सने मान वर केली आणि ती जोरजोरात हसायला लागली. इतक्या जोरात की त्या विभागातल्या प्रत्येकाचं लक्ष तिच्याकडे वेधलं गेलं. बिलेट्स म्हणाली, ''आयर्व्हिंगनी हे ऐकलं तर तुझी बदली दरोडा-खून विभागामधून परत ते साउथईस्ट विभागात करतील, नक्की !''

शहाराच्या दुसऱ्या टोकाला म्हणजे साउथईस्ट भागात गुंडांचे साम्राज्य होते आणि त्याला उद्देशूनच ती म्हणत होती. तिथे बदली होणं म्हणजे महामार्गावरील रोजच्या लांबलचक प्रवासाला आमंत्रणच होतं.

बॉश म्हणाला, ''शंकाच नाही.''

बिलेट्सने हसू आवरले आणि एकदम गंभीर झाली. तिने या प्रकरणाला मिळालेल्या नव्या वळणाबाबत बॉशला विचारले आणि आधीच प्राण सोडलेल्या त्या सेट डेकोरेटरच्या संपूर्ण आयुष्याची पटकथा कशी पुराव्याच्या आधारे उभी करायची याची योजना बॉशने सांगितल्यावर ती लक्षपूर्वक ऐकून घेतली.

बॉशचे बोलणे संपल्यावर ती बिलेट्सला म्हणाली, ''मी तुला एक सांगते– मी तुम्हा दोघांना नेहमीच्या कामातून बाहेरच ठेवले. जर तू दरोडे-खून विभागात लगेच बदली होऊन जाणार असलास तर तुझ्याकडे दुसरी केस देण्यात काही अर्थ नाही. शिवाय शनिवार-रविवारचा तुमच्या ओव्हरटाइमला देखील मंजुरी देते म्हणजे तुम्ही ट्रेंटवर आणखी काम करा आणि जोरदार प्रयत्न करून मला कळवा. हॅरी, तुझ्याकडे चार दिवस आहेत. तुझी बदली होईल तेव्हा हे काम असं टेबलावर अर्धवट सोडून जाऊ नकोस.''

बॉशने संमती दाखवली आणि तिच्या ऑफिसमधून बाहेर आला. परत जागेवर येत असताना त्याच्या विभागातील सर्वांचे डोळे त्याच्याकडे लागल्याचे त्याच्या लक्षात आले पण त्याने काहीच दाखवले नाही. तो आपल्या जागेवर जाऊन बसला आणि खाली टेबलावरच नजर टाकली.

अखेर एडगरने खाजगी सुरात विचारले, "मग ? कुठलं खातं मिळालं ?"

"खून-दरोडे खातं !"

"खून दरोडे खातं ?"

एडगर जवळजवळ ओरडलाच– विभागातल्या प्रत्येकाला ऐकू गेलं असतं इतक्या मोठ्याने ! बॉशला आपला चेहरा लाल लाल होत आहे हे कळले. जवळजवळ प्रत्येकजण त्याच्याकडेच बघत आहे हे त्याच्या लक्षात आले.

एडगर म्हणाला, "अरे, देवा ! पहिल्यांदा किझ आणि आता तू ! मग मी काय आहे, किस झाडकी पत्ती ?"

◆

४८.

स्टीरिओवर 'काइंड ऑफ ब्लू' हे गाणे चालू होते. बॉश हातात बिअरची बाटली घेऊन डोळे मिटून आरामखुर्चीत रेलून बसला होता. गोंधळून टाकणाऱ्या आठवड्याचा आणखीच गोंधळात पाडणारा तो शेवटचा दिवस होता. त्याला हे संगीत आपल्या रोमारोमात शिरावे आणि त्याने आपले अंतरंग स्वच्छ होऊन निघावे असे वाटत होते. तो जी गोष्ट शोधत होता, ती त्याच्या ताब्यात जवळजवळ आली आहे अशी त्याची खात्री होती. बस, दृष्टीसमोर असलेल्या बिनमहत्त्वाच्या गोष्टीचा फापटपसारा दूर करून आहे त्या गोष्टीचा योग्य अन्वय लावणे जरुरीचे होते.

सात वाजेपर्यंत काम केल्यानंतर बॉशने आणि एडगरने आजचा दिवस लवकर संपवायचा विचार केला. एडगरचे लक्ष लागत नव्हते. बॉशच्या बदलीच्या बातमीचा खुद्द बॉशपेक्षा त्याच्यावरच जास्त परिणाम झाला होता. दरोडे-खून विभागात त्याला न पाठवता बॉशला पाठवल्यामुळे, एडगरला ही स्वत:ची उपेक्षा वाटली. बॉशने आपण जात आहोत ती म्हणजे सर्पगुहा आहे असे सांगून शांत करायचा प्रयत्न केला, पण काही उपयोग झाला नाही. शेवटी बॉशनेच सोडून दिले. आपल्या जोडीदाराला त्याने घरी जाऊन एखादी बिअर घेऊन रात्रभर स्वस्थ झोपायचा सल्ला दिला. ट्रेंटविषयी माहिती काढण्यासाठी त्यांना पूर्ण शनिवार-रविवार काम करायचे होते.

पण आता या क्षणी बॉश बिअरचे घुटके घेत आरामखुर्चीवर ताणून देत

होता. तो कुठल्यातरी स्थित्यंतराच्या उंबरठ्यावर आहे हे त्याला जाणवत होते. त्याच्या आयुष्यातील एक नवीन आणि निश्चित दिशा असणारे पर्व सुरू होणार होते. या काळात काम अधिक असणार होते. धोकाही जास्त आणि कामाचे फळही जास्तच मिळणार होते. आता कुणी त्याच्याकडे बघत नव्हते म्हणून तो प्रसन्नपणे हसला.

फोन वाजला आणि बॉश खुर्चीतून ताडकन उभा राहिला. स्टीरिओ बंद करून तो स्वयंपाकघरात गेला. फोन उचलला तर एका स्त्रीने उपप्रमुख आयर्व्हिंग फोनवर येत असल्याचे सांगितले. बऱ्याच वेळाने आयर्व्हिंग यांचा आवाज आला.

"डिटेक्टिव्ह बॉश ?"

"हो."

"तुझ्या बदलीचा हुकूम तुला आता मिळाला ?"

"हो, मिळाला."

"उत्तम. मला तुला सांगायचं होतं की तुला परत खून-दरोडे विभागात आणण्याचा निर्णय मी घेतला होता."

"ते का, साहेब ?"

"कारण, आपलं शेवटचं बोलणं झाल्यावर तुला आणखी एक संधी द्यायचं मी ठरवलं. ही नेमणूक म्हणजेच ती संधी आहे. तू आता अशा ठिकाणी असणार आहेस की मला तुझ्या सर्व हालचालींवर लक्ष ठेवता येईल."

"म्हणजे कुठली जागा ?"

"तुला सांगितलं नाही ?"

"मला फक्त सांगितलं की पुढच्या पगाराच्या तारखेपासून दरोडे-खून विभागात हजर व्हायचं एवढंच."

फोनवर शांतता होती आणि बॉशला वाटले की आता या सगळ्यातली गोम बाहेर येणार. तो खून-दरोडे विभागात चालला होता– पण कोण म्हणून ? या सगळ्यात उत्तम वाटणाऱ्या विभागात सगळ्यात वाईट काम कुठलं असू शकेल त्याचा तो विचार करू लागला.

शेवटी आयर्व्हिंग म्हणाले, "तुला तुझी मागचीच जागा परत मिळाली आहे. होमीसाइड स्पेशल ? डिटेक्टिव्ह थॉर्नटनने आज राजीनामा दिल्यावर एक जागा रिकामी झाली."

"थॉर्नटन ?"

"बरोबर."

"म्हणजे मी किझ रायडरबरोबर काम करणार ?"

"ते लेफ्टनंट हेनरिक्सवर अवलंबून राहील. पण सध्या डिटेक्टिव्ह किझ रायडरला कुणी जोडीदार नाही आहे आणि तुझा तिच्याशी कामानिमित्त बराच संबंध आलेला आहे."

बॉशने मान डोलावली. स्वयंपाकघरात अंधार होता. त्याला खूप आनंद झाला होता, पण फोनवरून आयर्व्हिंगना आपला आनंद त्याला कळू द्यायचा नव्हता.

त्याच्या डोक्यातले विचार कळल्यासारखेच की काय, आयर्व्हिंग म्हणाले, "डिटेक्टिव्ह बॉश, तुला आपण गटारात फेकले गेलो आहोत असं वाटत असताना एकदम स्वत:ला गुलाबाचा सुगंध आल्यासारखं भासत असेल. पण असं समजू नकोस. काहीही गृहीत धरू नकोस आणि कुठल्याही चुका करू नकोस. जर तू असं काही केलंस तर मी इथं आहे लक्षात ठेव. माझं बोलणं पूर्णपणे कळलं ना ?"

"अगदी पूर्णपणे कळलं."

आणखी एकही शब्द न बोलता आयर्व्हिंगनी फोन ठेवून दिला. फोन बंद झाला तरी त्याचा तो कर्कश मोठा आवाज ऐकत बॉश तिथेच फोनला कान लावून अंधारात उभा राहिला. त्याने फोन ठेवला आणि तो परत हॉलमध्ये आला. त्याला वाटले की किझला फोन करून तिला कितपत कळले आहे ते विचारावे. पण मग त्याने थांबायचे ठरवले. तो परत आरामखुर्चीवर बसला तेव्हा मागच्या बाजूला काहीतरी कठीण लागल्याचे त्याला जाणवले. त्याला ठाऊक होते की ते पिस्तूल नव्हते, कारण त्याने ते आधीच बाहेर काढून ठेवले होते. त्याने खिशात हात घालून तो मिनि रेकॉर्डर बाहेर काढला.

बॉशने तो रेकॉर्डर चालू केला आणि ज्या रात्री ट्रेंटने आत्महत्या केली त्या दिवशी ट्रेंटच्या घराबाहेर 'सर्टन' म्हणजे त्या टीव्ही वार्ताहर महिलेबरोबर झालेली त्याची बाचाबाची त्याने परत ऐकली. त्यानंतर पुढे काय झाले याचा विचार डोक्यात आल्यावर बॉशला अपराधी वाटू लागले आणि त्या वार्ताहर स्त्रीला तिथेच थांबवण्यासाठी काय बोलायला हवे होते किंवा काय करायला हवे होते याचा तो विचार करू लागला.

टेपवर गाडीचे दार बंद झाल्याचा आवाज ऐकल्यावर त्याने टेप थांबवला आणि परत रिवाईंडचे बटण दाबले. त्याच्या ध्यानात होते की ट्रेंटबरोबरची सगळी मुलाखत त्याने नीट ऐकली नव्हती, कारण त्याच्या घराच्या काही भागाची झडती घेताना त्याला नीट ऐकू येत नव्हते. त्याने आता ती मुलाखत पूर्णपणे नीट ऐकायचा विचार केला. शनिवार-रविवारी करायच्या कामाची ती सुरुवात होती.

टेप ऐकता ऐकता त्यातील शब्द आणि वाक्ये यातून काही नवीन अर्थ कळतो का, त्यातून कुठे खुनी माणसाचा पत्ता लागतो का हे बॉश बघत होता. ट्रेंटला इतक्या निर्वाणीच्या सुरात बोलताना ऐकून अजूनही त्याला खात्री वाटत होती की खरा खुनी तो नव्हताच. त्याने आपला काही दोष नसल्याचा केलेला आरडाओरडा खरा होता. आणि आता जे नवीन कळले त्यामुळे एकदम उलटा अर्थ निघत होता. ट्रेंटच्या घरात सापडलेल्या स्केटिंगच्या फळीवर त्या मुलाला ती फळी केव्हा मिळाली त्याची आद्याक्षरे आणि त्याच्या मृत्यूची तारीख होती. ती स्केटिंगची फळी म्हणजे जणू त्याच्या कबरीवर लावलेल्या नावाची फरशी होती आणि बॉशच्या दृष्टीने एक पुरावा.

बॉशने ट्रेंटची मुलाखत पूर्ण ऐकली, पण त्याने आधी न ऐकलेला भाग ऐकूनही त्यात नवीन काही सुचावे असे काहीच आढळले नाही. त्याने टेप परत फिरवली आणि पुन्हा ऐकायचे ठरवले आणि दुसऱ्यांदा टेप ऐकताना त्याला एकदम काहीतरी वेगळे जाणवले आणि त्याचा चेहरा ताप आल्यासारखा फुलून आला. त्याने परत टेप फिरवून त्याचे लक्ष वेधून घेणारा एडगर आणि ट्रेंट यांच्यामधला संवाद परत ऐकला. ट्रेंटच्या घरात पॅसेजमध्ये उभे राहून मुलाखतीचा हा भाग ऐकल्याचे त्याला आठवत होते. पण आता या क्षणापर्यंत त्याचे महत्त्व त्याच्या ध्यानात आले नव्हते.

एडगरने विचारले होते, "ट्रेंटसाहेब, मुलं तिथे जंगलात खेळायची हे तुम्हांला आवडायचं का ?"

"नाही, ती जंगलात वर असायची तेव्हा मला दिसत नव्हती. पण कधी कधी मी गाडी घेऊन वर जायचो किंवा माझ्या कुत्र्याला फिरायला घेऊन जायचो म्हणजे– माझा कुत्रा जिवंत असताना– तेव्हा मला मुलं तिथे वर जाताना दिसायची. रस्त्याच्या पलीकडे राहणारी मुलगी, शेजारची फॉस्टर मुलं, आजूबाजूची सगळी मुलं. हा भाग नगरपालिकेच्या ताब्यात आहे. आजूबाजूच्या परिसरात एवढाच फक्त अविकसित भाग म्हणून ती मुलं वर खेळायला जायची. काही बाजूच्या लोकांना वाटायचं की ही मुलं वर सिगरेट ओढायला जातात आणि वर सगळ्या टेकडीवर वणवा लागला की काय म्हणून त्यांना काळजी वाटायची."

बॉशने टेप बंद केला आणि परत स्वयंपाकघरात जाऊन फोन लावला. एकदा घंटी वाजल्यावर एडगरने फोन घेतला. तो झोपला होता हे आवाजावरून बॉशला कळलं. आता फक्त नऊ वाजले होते.

"तू काही वस्तू घरी परत आणल्या होत्यास का ?"

"म्हणजे कशा वस्तू ?"

"म्हणजे पत्त्यावरून नावं शोधायची उलटी डिरेक्टरी वगैरे ?"

''नाही हॅरी, त्या सगळ्या वस्तू ऑफीसमध्येच आहेत. का बरं, काय झालं ?''

''मला अजून माहीत नाही, तुला आठवतं की तू आज त्या पुठ्ठ्यावर एक तक्ता करीत होतास. तेव्हा फॉस्टर नावाचं कुणी त्यात होतं का ?''

''फॉस्टर म्हणजे आडनाव फॉस्टर ?''

''हो, आडनाव फॉस्टर.''

बॉश थांबला, एडगर काहीच बोलला नाही.

''जेरी, तुला आठवतं ?''

''हॅरी, जरा धीर धर. मला आठवू दे.''

पुन्हा शांतता पसरली.

शेवटी एडगर म्हणाला, ''अं... नाही फॉस्टर नाव नव्हतं– मला तरी काही आठवत नाही.''

''तुला कितपत खात्री आहे ?''

''हॅरी, हे बघ, आता माझ्याकडे ती यादी नाही की तक्ता नाही. पण मला वाटतं की, ते नाव असतं तर मला आठवलं असतं. पण ते एवढं महत्त्वाचं आहे का ? म्हणजे काय चाललंय काय ?''

''मी तुला परत फोन करतो.''

बॉश फोन घेऊन परत जेवण्याच्या खोलीत गेला. त्याची बॅग तिथे पडली होती. त्याने ती उघडली आणि आपली प्रकरणाची वही काढली.

वंडरलँड ॲव्हेन्यूवर सध्या राहत असलेल्या लोकांचे पत्ते आणि फोन नंबर लिहिले होते ते पान त्याने काढले. त्या यादीत फॉस्टर हे नाव नव्हते. त्याने फोन उचलून एक नंबर फिरवला. चारदा वाजल्यावर फोन कुणीतरी उचलला आणि बॉशने आवाज ओळखला.

''डॉ. गुयोटा, मी बॉश बोलतोय– मी फार उशिरा फोन केला का ?''

''हॅलो, डिटेक्टिव्ह बॉश, नाही– माझ्यासाठी हा काही फार उशीर नाही. मी रात्रभर केव्हाही फोन घेत मी चाळीस वर्षं काढली– त्यामुळे नऊ वाजणे– नऊ वाजता फोन म्हणजे हौशी डॉक्टरांसारखं झालं. कशा काय आहेत तुमच्या निरनिराळ्या जखमा ? बऱ्या आहेत का ?''

''डॉक्टर, त्या ठीक आहेत, मी जरा घाईत आहे आणि मला तुमच्या परिसराबद्दल एक दोन प्रश्न विचारायचे आहेत.''

''ठीक आहे, विचारा ना.''

''मागे वळून पाहिलं तर एकोणीसशे ऐंशीच्या सुमारास या रस्त्यावर कधी फॉस्टर नावाचं कुटुंब किंवा जोडपं राहत होतं कां ?''

गुयोट या प्रश्नावर विचार करत असताना फोनवर जरा शांतता होती. शेवटी ते म्हणाले, ''नाही, मला वाटत नाही. फॉस्टर नावाचं कुणीच मला आठवत नाही.''

''ठीक आहे– मग तुम्ही सांगू शकाल की त्या रस्त्यावर कुणी 'फॉस्टर' करणारी म्हणजे पाळण्यासाठी घेतलेली मुलं असलेली कुटुंबं होती का ?

या प्रश्नाला गुयोटने न थांबता उत्तर दिले.

''हो, होते, 'ब्लेलॉक' म्हणून जोडपं होतं– फार चांगले लोक. त्यांनी अनेक वर्षं खूप मुलांना मदत केली आणि काही पाळलीसुद्धा होती. मला त्यांचा नेहमीच आदर वाटायचा.''

त्या खूनप्रकरणवहीच्या पुढच्या पानातील एका कोऱ्या पानावर बॉशने त्यांचे नाव लिहून घेतले. नंतर त्या वहीतल्या आजूबाजूच्या लोकांची माहिती असलेल्या पानांवर नजर टाकली. सध्या तिथे ब्लेलॉक नावाचे कुणीच राहत नसल्याचे त्याला समजले.

''तुम्हांला त्यांची पहिली नावं आठवतात ?''

''डॉन आणि ऑड्री.''

''आणि केव्हा ते या भागातून दुसरीकडे गेले ते आठवतं का ?''

''हो. त्याला कमीतकमी दहा वर्षं झाली असतील. त्यांच्याकडे असलेला शेवटचा मुलगा मोठा झाल्यानंतर त्यांना एवढ्या मोठ्या घराची जरूर नव्हती. त्यांनी ते घर विकलं आणि दुसरीकडे गेले.''

''ते कुठे गेले ते माहिती आहे का ? म्हणजे याच शहरात आहेत का अजून ?'' गुयोट काही बोलले नाहीत. बॉश थांबला होता. ते म्हणाले,

''मी आठवण्याचा प्रयत्न करतो आहे– मला वाटतं की, मला ठाऊक आहे ते.''

बॉश म्हणाला, ''डॉक्टर, ठीक आहे. सावकाश आठवून सांगा.'' अर्थात त्याला असं म्हणायचं नव्हतं.

गुयोट म्हणाले, ''तुम्हांला सांगतो डिटेक्टिव्ह बॉश, नाताळ ! मी सर्व नाताळच्या शुभेच्छांची कार्डं एका खोक्यात ठेवतो. म्हणजे पुढच्या वर्षी कुणाला कार्ड पाठवायचं मला कळलं. माझी पत्नी नेहमीच असं करायची. मी फोन ठेवतो आणि ते खोकं घेऊन येतो. ऑड्री मला अजूनही दरवर्षी कार्ड पाठवतेच.''

''डॉक्टर, ते खोकं घेऊन या मी थांबतो.''

बॉशने फोन खाली ठेवल्याचा आवाज ऐकला. त्याने स्वत:शीच मान डोलावली. त्याला नक्की ही माहिती मिळणार होती. अर्थात या नवीन माहितीचा काय उपयोग होईल हे त्याला समजेना, पण त्याने त्यासाठी थांबायचे ठरवले.

माहिती मिळाल्यावर तिचा अभ्यास करून नंतर ठरवता येईल.

गुयोटला फोनवर यायला थोडासा वेळ लागला. इतका वेळ बॉश वहीच्या पानावर पत्ता लिहिण्यासाठी पेन उघडून सज्ज होता.

"ठीक आहे डिटेक्टिव्ह बॉश. मला पत्ता मिळाला आहे. हा पहा," गुयोटने त्याला पत्ता दिला आणि बॉशने जवळजवळ मोठा आवाज करून निःश्वास टाकला. डॉन आणि ऑड्री, कुठे अलास्का किंवा जगाच्या दुसऱ्या टोकाला गेले नव्हते– ते गाडीने जाण्याच्या अंतरावरच होते. बॉशने गुयोटचे धन्यवाद मानले आणि फोन ठेवला.

◆

४९.

शनिवारी सकाळी ८ वाजता आपल्या सरकारी गाडीत बसून बॉश सिएरा नेवाडाच्या पायथ्याशी, लॉस एंजेलिसपासून ३ तास उत्तरेला असलेल्या लेन पाइन शहरातील मुख्य रस्त्यापासून एका चौकाच्या अंतरावर असलेल्या लहान लाकडी चौकटीच्या घराकडे पाहत होता. तो प्लॅस्टिकच्या कपातून कॉफी पीत होता आणि तो संपल्यावर तसाच दुसरा कप त्याने तयार ठेवला होता. थंडीमुळे आणि रात्रभर गाडी चालवून तसेच नंतर गाडीत झोपायचा प्रयत्न केल्यामुळे त्याची हाडे दुखत होती. त्या टेकडीवरच्या लहान गावात तो रात्री पोहोचला तेव्हा कुठलेही हॉटेल उशीर झाल्यामुळे त्याला उघडे सापडले नाही. शिवाय शनिवार-रविवारी आधी जागा राखून ठेवल्याशिवाय लेन पाइनला येणे शहाणपणाचे नाही हे त्याला अनुभवामुळे ठाऊक झाले होते.

पहाटेचा उजेड पडायला लागला तेव्हा धुक्यात वेढलेल्या शहारामागे निळसर करड्या रंगाचा मोठा पर्वत त्याला दिसला. निसर्गाची गती आणि काळाची व्याप्ती यापुढे सगळंच काही नगण्य भासत होतं. बॉशने कॅलिफोर्नियातील सर्वांत उंच सुळक्याकडे म्हणजे माऊंट व्हिटनेकडे वर नजर करून पाहिले आणि कुठल्याही माणसाची नजर पडायच्या कितीतरी आधीपासून तो पर्वत तिथेच होता आणि मनुष्यप्राणी भूतलावरून अदृश्य झाल्यावरही तो राहणारच होता असे बॉशला एकदम जाणवले.

बॉशला भूक लागली होती आणि गावातल्या कुठल्यातरी उपाहारगृहात

जाऊन त्याला बीफ आणि अंडी खायची होती. पण त्याला त्या जागेवरून हलायचे नव्हते. केवळ तुम्हांला गर्दी, धूर आणि मोठ्या शहरातला वेग आवडत नाही म्हणून तुम्ही लॉस एंजलिसहून लेन पाइनसारख्या ठिकाणी येत नाही, तर तुम्हांला ही पर्वतराजी आवडते म्हणून येता. पण तरीही अशी सुंदर पर्वतराजी बघता बघता नाश्ता घेण्याची मजा लुटण्यासाठी डॉन आणि ऑड्री ब्लेलॉक यांना गाठायची संधी दवडण्याचा धोका बॉशला पत्करायचा नव्हता.

बॉशने शेवटी गाडी चालू केली आणि गाडीचा हीटर पाच मिनिटे चालू केला. रात्रभर अशाच पद्धतीने त्याने गाडीतले बरेच पेट्रोल वापरले होते.

बॉशने त्या घराकडे नजर ठेवली आणि तिथले दिवे चालू व्हायची तो वाट पहात बसला. दोन तास आधी घरावरून जाणाऱ्या छोट्या गाडीतून कुणीतरी सकाळचं वर्तमानपत्र घरात यायच्या रस्त्यावर टाकलं होतं, ते उचलायला कुणीतरी येईलच असं त्याला वाटलं. ती वर्तमानपत्राची लहानशी गुंडाळी होती. तो पेपर म्हणजे लॉसएंजेलिस टाइम्स नव्हता हे बॉशला अर्थातच माहीत होतं. लोन पाइन मधील लोकांना लॉस एंजेलिस तिथले खून किंवा गुप्तहेर यांच्याशी काहीच सोयरसुतक नव्हतं.

नऊ वाजता, घराच्या धुराड्यातून धुराची वलये बाहेर पडत असताना बॉशला दिसली. काही मिनिटांनंतर, खालपर्यंत आलेला बनियन घातलेला एक साठीचा माणूस बाहेर आला आणि त्याने पेपर उचलला आणि रस्त्यावर थोड्या अंतरावर उभ्या असलेल्या बॉशच्या गाडीवर नजर टाकून तो घरात परत गेला.

बॉशला माहिती होते की रस्त्यावर त्याची गाडी उठून दिसते आहे. तो काही लपून राहण्याचा प्रयत्न करत नव्हताच. तो फक्त वाट पाहत होता. गाडी सुरू करून त्याने ब्लेलॉक यांच्या घरात जायच्या रस्त्यावर आणली.

बॉश दाराशी पोचला तेव्हा त्याला थोडा वेळ आधी दिसलेल्या माणसाने त्याने दार वाजवायच्या आधीच ते उघडले.

"श्री ब्लेलॉक?"

"हो, मीच तो."

बॉशने आपला बिल्ला आणि ओळखपत्र दाखवले.

"मला तुमच्याशी आणि तुमच्या पत्नीशी काही मिनिटं बोलायचं होतं. मी आता एका प्रकरणावर काम करतो आहे, त्यासंबंधी थोडंसं बोलायचं आहे."

तुम्ही एकटेच आहात कां ?"

"हो."

"किती वेळापासून तुम्ही तिथे थांबला आहात ?"

बॉश हसून म्हणाला, "चार वाजल्यापासून. इथे आलो तेव्हा कुठेही खोली मिळण्यासाठी फार उशीर झाला होता."

"आत या. कॉफी ठेवली आहे."

"जर कॉफी गरम असेल तर जरूर घेईन."

त्याने बॉशला आत बोलावले आणि शेकोटीजवळ मांडून ठेवलेल्या सोफासेट आणि खुर्च्यांकडे बोट दाखवले.

"मी जरा माझ्या पत्नीला बोलावतो आणि कॉफीपण आणतो."

बॉश शेकोटीला लागून असलेल्या खुर्चीकडे जाऊ लागला. तो बसणार एवढ्यात सोफ्याच्या मागच्या भिंतीवर लावलेल्या बऱ्याच फोटोफ्रेम्स त्याला दिसल्या. त्या पाहण्यासाठी तो जरा जवळ आला. त्या फोटोत फक्त लहान मुले आणि तरुणच होते आणि अनेक वंशांतील दिसत होते. त्यांतल्या दोघांना शारीरिक किंवा मानसिक अपंगत्व असल्याचे स्पष्ट दिसत होते. ही अनाथ मुले होती. वळून शेकोटीशेजारच्या खुर्चीवर तो बसला आणि वाट पाहत होता.

थोड्याच वेळात गरमागरम कॉफीचे कप घेऊन ब्लेलॉक परत आले. त्यांच्यापाठोपाठ एक स्त्रीसुद्धा खोलीत आली. ती आपल्या पतीपेक्षा वयाने किंचित मोठी वाटत होती. तिच्या डोळ्यावर अजूनही झोपेच्या खुणा होत्या, पण तिचा चेहरा प्रसन्न दिसत होता.

ब्लेलॉक म्हणाले, "ही माझी पत्नी ऑड्री. तुम्ही कॉफी दुधाशिवायच घेता का ? मला भेटलेले सर्व पोलिस लोक कोरी कॉफीच पीत असत."

ते नवराबायको सोफ्यावर शेजारीशेजारी बसले.

"कोरी कॉफी चालेल. तुम्ही बऱ्याच पोलिसांना ओळखत होता का ?"

"हो, मी लॉस एंजेलिसला होतो, तेव्हा ओळखायचो. मी तीस वर्षं शहराच्या अग्निशमन खात्यात काम केलं. एकोणीसशे ब्याऐंशीच्या दंगलीनंतर मी केंद्राचा प्रमुख असताना नोकरी सोडली. मला कंटाळा आला होता. वॉट्सच्या आधी मी नोकरीला लागलो आणि एकोणीसशे ब्याऐंशी नंतर सोडली."

नवऱ्याच्या अवांतर बडबडीमुळे अस्वस्थ झालेल्या ऑड्रीने विचारले, "तुम्हांला आमच्याशी काय बोलायचं होतं?"

बॉशने मान हलवली. त्याची कॉफी घेऊन झाली होती आणि ओळखीचा कार्यक्रम पार पडला होता.

"मी मनुष्यवध खात्यात काम करतो. हॉलीवूड विभागात मी इथे... "

ब्लेलॉक म्हणाले, "मी तिथे अठ्ठावन्न पासून सहा वर्षे होतो." हॉलिवूड पोलिस ठाण्याच्या मागच्या बाजूला असलेल्या अग्निशमन केंद्राचा तो उल्लेख होता.

बॉशने पुन: मान डोलावली.

''डॉन, ते इथे इतक्या लांबवर कशासाठी आले आहेत, हे त्यांच्याकडून ऐकूयात का ?''

''सॉरी. हं, सांगा बरं.''

''मी एका प्रकरणावर सध्या काम करतो आहे. लॉरेल कॅनियनमधील म्हणजे तुमच्या जुन्या जागेच्या अगदी जवळ एक खून झाला होता आणि एकोणीसशे ऐंशीमध्ये त्या रस्त्यावर राहत असलेल्या सर्व लोकांना आम्ही भेटून विचारत आहोत.''

''तेव्हाचे लोक का बरं?''

''कारण, त्याच वर्षी खून झाला होता.''

गोंधळलेल्या चेहऱ्याने ते दोघे बॉशकडे पाहू लागले.

ब्लेलॉक म्हणाले, ''म्हणजे ही एक खूप जुनी गोष्ट आहे का ? कारण त्या काळात आमच्या जवळपास असं काही घडल्याचं माझ्या ऐकिवात नाही.''

''एका दृष्टीनं हा थंड पडलेला मामला आहे. पण मृतदेह आता दोन एक आठवड्यापूर्वीच सापडला. तो टेकडीवव जंगलात पुरलेला होता.''

बॉशने त्यांच्या चेहऱ्याचे निरीक्षण केले. कुठलाही धक्का बसल्याचे किंवा माहिती असल्याचे चिन्ह त्याला दिसले नाही.

ऑड्री म्हणाली, ''अरे देवा, म्हणजे आम्ही इतकी वर्षं तिथे राहिलो त्या काळात जवळच असं कुणीतरी मरून पडलं होतं? आमची मुलं तिथे खेळत असायची ? कुणाचा खून झाला होता ?''

''तो एक लहान मुलगा होता, बारा वर्षांचा. त्याचं नाव नाव आर्थर डेलाक्रुवा होतं. हे नाव तुमच्यापैकी कुणाला आठवतं ?''

त्या पतिपत्नींनी जुन्या आठवणी जाग्या करायचा प्रयत्न केला आणि नंतर एकमेकांकडे पाहून ठरवलं आणि दोघांनीही नकारार्थी मान हलविली.

डॉन ब्लेलॉक म्हणाले, ''नाही, हे नाव आठवत नाही.''

ऑड्री ब्लेलॉकने विचारले, ''तो कुठे राहत होता- त्या परिसरात तर नव्हता रहात-मला तसं आठवत नाही.''

''नाही, तो मिरॅकल माइल भागात राहत होता.''

ऑड्री म्हणाली, ''किती भयंकर वाटतं हे ! त्याचा खून कसा झाला ?''

''त्याला मरेस्तोवर कुणीतरी मारलं. तुमची हरकत नसेल तर-म्हणजे मला माहिती आहे की तुम्हांलाच हे जाणून घ्यायची उत्सुकता आहे. पण खरं म्हणजे प्रश्न विचारायला मी सुरुवात करायला पाहिजे.

ऑड्री म्हणाली, ''सॉरी, नाही तुम्ही बोला. आणखी काय सांगू शकतो ?''

"नाही म्हणजे आम्ही त्या वेळचं त्या रस्त्याचं म्हणजे वंडरलँड अॅव्हेन्यू-मकं तिथं कोण राहत होतं आणि कुठं राहत होतं याची आपली नेहमीचीच चौकशी करायची होती."

बॉश हसला आणि त्याला कळलं की त्याचं हसू कृत्रिम होतं.

"आणि आतापर्यंत तरी हे काम जरा अवघडच वाटतंय. त्या परिसरात त्यानंतर खूप बदल झाला आहे. खरं म्हणजे, डॉ. गुयोट आणि मागच्या रस्त्यावरील हटर हे दोघेच फक्त तिथे एकोणीसशे ऐंशीपासून अजूनही राहत आहेत."

ऑड्री ओळख असल्यासारखी हसली.

"ओह, पॉल खरंच चांगला माणूस आहे. त्याची पत्नी गेल्यानंतर, तो आम्हांला दर वर्षी नाताळच्या शुभेच्छांचं कार्ड पाठवत असतो."

बॉशने मान हलवली.

"अर्थातच. पण आम्हांला तो फार महाग वाटायचा. आम्ही आमची मुलं नेहमी सरकारी दवाखान्यात पाठवायचो. पण कधीही शनिवार-रविवारी कुठे तातडीची वेळ आली आणि पॉल घरी असला तर तो हमखास मदतीला धावून यायचा. आताच्या काळात डॉक्टरांना असं कुठं बोलावलं तर ते यायला घाबरतात. कारण त्यांना भीती वाटते की.. सॉरी हं. मीपण माझ्या पतीसारखंच विषयाला सोडून बोलायला लागले. आणि तुम्ही काही हे ऐकायला आला नाही आहात."

"ठीक आहे, मिसेस ब्लेलॉक. हं-तुम्ही मघाशी तुमची मुलं असं म्हणालात. मी तुमच्या काही शेजाऱ्यांकडून ऐकलं की, तुम्ही दोघं एक अनाथाश्रम चालवत होतात. बरोबर आहे का?"

मिसेस ब्लेलॉक म्हणाली, "हो, डॉन आणि मी दोघं मिळून पंचवीस वर्षं अनाथ मुलं पाळत होतो."

"वा! केवढं मोठं काम तुम्ही करत होतात. मला खूप कौतुक वाटतं. किती मुलं असायची तुमच्याकडं ?"

"त्यांचा हिशेब ठेवणं जरी कठीण होतं. काही जण आमच्याकडे वर्षानुवर्षे असायची. काहीजण एकदोन आठवडेच असायची. म्हणजे लहान मुलांच्या कोर्टाच्या लहरीवर अवलंबून असायचं. त्या वेळी एकादा मुलगा आमच्याकडे यायचा. आम्ही त्याला घरच्यासारखं वाढवायचं, प्रेम द्यायचं आणि मग कोर्टानं परत हुकूम द्यायचा की त्याला परत घरी किंवा दुसऱ्या कुणातरी आईबाबांकडे पाठवा. नाहीतर आणखी काही... असं झालं की माझं हृदय अगदी तुटायचं. मी नेहमीच म्हणते की असा अनाथाश्रम चालवायचा म्हणजे तुमचं हृदय विशाल

असावं लागतं आणि त्याच्यावर घट्टे पडले तर ते सहन करता यायला हवेत.''

मिसेस ब्लेलॉकने नवऱ्याकडे बघून मान हलवली. त्याने संमतिदर्शक मान डोलावली आणि पुढे वाकून तिचा हात हातात घेतला. त्याने बॉशकडे परत वळून पाहिले. ते म्हणाले, ''एकदा आम्ही मोजणी केली होती. आमच्याकडे सर्व मिळून एकूण कधी ना कधी तरी राहून गेलेली अडतीस मुलं होती. पण तसं पाहिलं तर त्यातल्या सतरा जणांना आम्ही पूर्णपणे वाढवलं असं म्हणता येईल. आमच्याकडे खूप काळ आठवण राहील इतकी वर्षं काही काही मुलं राहून गेली. म्हणजे दोन वर्षांपासून ते अगदी— एक मूल तर आमच्याकडे चौदा वर्षं होतं.''

वळून त्यांनी भिंतीकडे पाहिले आणि अपंगांच्या खुर्चीवर बसलेल्या एका मुलाच्या फोटोकडे वर बोट दाखवले. तो बारीक अंगकाठीचा होता आणि जाड चष्मा लावला होता. त्याची मनगटं अगदी वेडीवाकडी झाली होती. त्याचे हसूपण विचित्र वाटत होते.

ते म्हणाले, ''हा बेनी.''

बॉश म्हणाला, ''कमाल आहे.''

त्याने खिशातून एक वही बाहेर काढली आणि एक कोरे पान उघडले. त्याने पेन काढले एवढ्यात त्याचा मोबाइल वाजू लागला.

बॉश म्हणाला, ''माझा फोन आहे. काळजी करू नका.''

ब्लेलॉक म्हणाले, ''तुम्हांला फोन घ्यायचा नाही का ?''

''नाही, ते निरोप ठेवतील. एवढ्या मोठ्या डोंगराजवळ असताना मोबाइल फोन चालेल असं मला वाटलं नव्हतं.''

''हो, आमच्याकडे टीव्हीसुद्धा चालतो.''

बॉशने त्यांच्याकडे पाहिले आणि त्याच्या लक्षात आले की त्याला लागेल असे तो चुकून बोलून गेला.

''सॉरी, मला तसं म्हणायचं नव्हतं. मला विचारायचं होतं की एकोणीसशे ऐंशीच्या सुमाराला कुठली कुठली मुलं तुमच्याकडे होती?''

क्षणभर सगळ्यांनीच एकमेकांकडे पाहिले, पण कुणीच बोलले नाही. ऑड्रीने विचारले, ''या भानगडीत आमचा कुठला मुलगा अडकला आहे का ?''

''मॅडम, मला अजून ठाऊक नाही. तुमच्याकडे कोण कोण रहात होतं, मला माहिती नाही. मी म्हणालो त्याप्रमाणे त्या परिसराचं चित्र उभं करायचा आम्ही प्रयत्न करीत आहोत. तिथे नेमकं कोण राहत होतं हे आम्हांला हवं आहे आणि मग तिथून पुढचं काम.''

''मला वाटतं की या बाबतीत 'यूथ सर्व्हिसेस' विभाग तुम्हांला मदत करू शकेल.'' बॉशने मान डोलावली.

''खरं म्हणजे, त्याचं नाव आता बदललं आहे. त्याला आता 'चिल्ड्रेन्स सर्व्हिसेस' विभाग म्हणतात आणि मॅडम ब्लेलॉकला लवकरात लवकर म्हणजे सोमवारीच ते आम्हांला मदत करू शकतील. पण हे खुनाचं प्रकरण आहे– आम्हांला सगळी माहिती ताबडतोब हवी आहे.''

पुन्हा सगळ्यांनी एकमेकांकडे पाहिले आणि थोडा वेळ कुणीच काही बोलले नाही.

शेवटी डॉन ब्लेलॉक म्हणाले, ''म्हणजे, कुठल्या वेळी आमच्याकडे कोण राहायला होतं हे नेमकं आठवणं कठीणच आहे. अर्थात काही काही मुलं सहज आठवतात. उदाहरणार्थ बेनी, जोडी आणि फ्रान्सिस. पण प्रत्येक वर्षी ऑड्री म्हणाली तसं काही मुलं यायची आणि त्यांना परत काढून टाकायचे– तरी जरा अवघड मुलं होती– आता तुम्ही म्हणता एकोणीसशे ऐंशी ...''

ते उभे राहिले आणि सगळ्या फोटोंकडे नजर टाकता येईल अशा ठिकाणी वळून उभे राहिले. त्यांनी आठ वर्षांच्या एका कृष्णवर्णीय मुलाच्या फोटोकडे बोट दाखवले.

''हा विल्यम. तो एकोणीसशे ऐंशी मध्ये होता...''

ऑड्री म्हणाली, ''नाही– तेव्हा नव्हता. तो एकोणीसशे चौऱ्यांशी मध्ये आला. –तुम्हांला आठवतं, ऑलीम्पिक्सचं वर्ष होतं? तुम्ही त्याच्यासाठी चांदीची मशाल तयार केली होती?''

''हो, हो. एकोणीसशे चौऱ्यांशी.''

बॉश खुर्चीतच पुढे सरकला; शेकोटीजवळच्या खुर्चीवर आता त्याला गरम होऊ लागलं होतं.

''तुम्ही आता जी तीन नावं घेतलीत, त्यांच्यापासून सुरुवात करू. बेनी आणि आणखी दोघं. त्यांची पूर्ण नावं काय होती?''

त्याला त्यांनी पूर्ण नावे सांगितली आणि त्यांना आता गाठायचे कुठे विचारल्यावर त्यांपैकी दोघांचे फोन नंबर दिले, पण बेनीचा दिला नाही. ऑड्री म्हणाली, ''बेनी सहा वर्षांपूर्वी वारला, त्याच्या शिरा आखडल्या होत्या.''

''फार वाईट झालं.''

''तो आमचा फार लाडका होता.''

बॉशने मान हलवली आणि त्या क्षणाचं गांभीर्य ओळखून थोडा वेळ थांबला.

''बरं, आणखी कोण ? कोण केव्हा आलं होतं आणि किती दिवस राहिलं

होतं, याची तुम्ही नोंद ठेवता का?''

ब्लेलॉक म्हणाले, ''आम्ही ठेवत होतो, पण आता ते कागदपत्र आमच्याकडे नाहीत. ते तिकडे लॉस एंजेलिसला कपाटात आहेत.''

त्यांनी एकदम चुटकी वाजवली.

''तुम्हांला सांगतो, ज्या प्रत्येक मुलाला आम्ही मदत केली किंवा तसा प्रयत्न केला, त्या सर्वांची यादी आमच्याकडे आहे– पण ती वर्षांच्या क्रमाने नाही आहे. आम्ही तरी त्यात वर्गीकरण करून ती यादी जरा लहान करू शकू– पण तुम्हांला त्यातनं काही मदत होईल का?''

बॉशच्या लक्षात आले की, ऑड्रीने नवऱ्याकडे रागावून क्षणभर पाहिले. तिच्या पतीने ते पाहिले नाही, पण बॉशला समजले.

बॉशकडून तिच्या मुलांना खरा, काल्पनिक कुठलाही धोका होणार असेल तर त्यापासून आपल्या मुलांना दूर ठेवायचा तिचा प्रयत्न बॉशच्या लक्षात आला.

''हो, अशा यादीचा खूपच उपयोग होईल.''

ब्लेलॉक खोलीतून निघून गेले आणि बॉशने ऑड्रीकडे बघितले.

''त्यांनी ती यादी मला द्यावी असं तुम्हांला वाटत नाही– असं का बरं, मॅडम ब्लेलॉक?''

''कारण, तुम्ही आमच्याशी खरं बोलताय असं मला वाटत नाही. तुम्ही काहीतरी नक्कीच शोधाताय्. तुमच्या सोईनुसार काही विशिष्ट माहिती. तुम्ही म्हणता त्याप्रमाणे 'नेहमीचीच' चौकशी करायला लॉस एंजेलिसपासून रात्रीच्या वेळी तीन तास गाडी चालवत काही तुम्ही येणार नाही. तुम्हांला माहिती आहे ही मुलं फार वाईट परिस्थितीतून आली असायची. आमच्याकडे यायची तेव्हा काही ती देवदूतासारखी सरळ नसायची– पण म्हणून ती जी कुणी होती किंवा जिथून आली होती त्यासाठी कुणी आता त्यांना दोष द्यावा असं मला अजिबात वाटत नाही.''

ऑड्रीचे बोलणे संपण्याची वाट पाहून बॉश म्हणाला, ''मॅडम ब्लेलॉक, तुम्ही कधी मॅकलॉरेन युथ हॉलमध्ये गेला होतात?''

''अर्थात, आमच्याकडची बरीच मुलं तिथूनच आली होती.''

''मीसुद्धा तिथूनच आलो. आणि मी इतर अनेक सुधारगृहांमध्ये होतो. पण कधीच कुठे टिकलो नाही. तेव्हा ही मुलं कशी होती, ते मला चांगलंच ठाऊक आहे, कारण मीही त्यांतलाच होतो, ठीक आहे? आणि मला माहीत आहे की काही सुधारगृहांमध्ये खूप प्रेम मिळतं, तर काही सुधारगृहांमध्ये तुमच्या घरी आधी जी परिस्थिती होती तशीच किंवा त्यापेक्षाही वाईट स्थिती असायची. मला

ठाऊक आहे की, काही दत्तक आईवडील मुलांची खूप काळजी घेतात, तर काहींना 'चिल्ड्रेन्स सर्व्हिसेस' कडून मिळणाऱ्या अनुदानामध्येच रस असतो.''

उत्तर देण्याआधी ऑड्री बराच वेळ थांबली.

ती म्हणाली, ''यातून काहीच होत नाही. तुम्ही त्या प्रकरणात कुठं काही जुळतं आहे का याचाच अजून शोध घेत आहात.''

''मॅडम ब्लेलॉक, एकदम चूक– तुम्ही ते समजण्यात चुकता आहात, मला समजण्यात चुकता आहात.''

शाळेत असते तसे एक हिरवे हजेरीपत्रक घेऊन ब्लेलॉक खोलीत परत आले. त्यांनी ते समोरच्या चौकोनी टेबलावर ठेवले आणि उघडले. त्यामधील कप्प्यात बरेच फोटो व चिठ्ठ्या होत्या. ते परत आले तरी ऑड्री बोलतच राहिली.

''माझा नवराही तुमच्यासारखंच शहराचं सरकारी काम करीत होता, म्हणून मी तुम्हांला काय बोलते आहे हे त्याला आवडणार नाही. पण, डिटेक्टिव्हसाहेब, माझा तुमच्यावर किंवा तुम्ही सांगता आहात त्या कारणावर विश्वास नाही. तुम्ही आमच्याशी खरं बोलत नाही आहात.''

ब्लेलॉक ओरडले, ''ऑड्री! ते फक्त आपलं काम करीत आहेत.''

''आणि त्याच्यासाठी, काय वाटेल ते आपल्याला सांगतील आणि त्यामुळे आपल्या कुठल्या मुलाला काही त्रास झाला तरी त्यांना चालेल.''

''ऑड्री, प्लीज...''

ब्लेलॉक यांनी परत बॉशकडे लक्ष वळवले आणि त्याला एक कागद दिला– त्याच्यावर हाताने लिहिलेल्या नावांची एक यादी होती. बॉशने ती वाचायच्या आत ब्लेलॉकने तो कागद परत घेऊन टेबलावर ठेवला. पेन्सिलीने त्याच्यावर काहीतरी लिहीत, त्यांनी त्यातल्या काही नावांपुढे खुणा केल्या. खुणा करता करता ते म्हणाले, ''आम्ही ही यादी केली कारण प्रत्येकाचं पुढे काय झालं हे कळण्यासाठी. तुम्हांला आश्चर्य वाटेल की तुम्ही कुणावर किती जिवापाड प्रेम केलं तरी असे वीस-तीस जन्मदिवस लक्षात ठेवायचे म्हटलं तर जमत नाही– कुणाचं तरी नाव विसरतंच. आता मी खुणा करतो आहे ती मुलं एकोणीसशे ऐंशीनंतर आमच्याकडे आली होती. मी खुणा केल्या की ऑड्री परत एकदा पाहून तपासून बघेल.''

''नाही, मी बघणार नाही.''

त्या दोघांनी तिच्याकडे लक्षच दिले नाही. बॉशची यादीवरची नजर ब्लेलॉकच्या पेन्सिलीवरून पुढे खाली गेली. दोन तृतीयांश यादी वाचून व्हायच्या आधीच, खाली वाकून त्याने एका नावावर बोट ठेवले.

"या मुलाबद्दल मला सांगा."

ब्लेलॉकनी बॉशकडे पाहून नंतर पत्नीकडे नजर टाकली. तिने विचारले, "कोण आहे तो?"

बॉश म्हणाला, "जॉनी स्टोक्स. तो तुमच्या एकोणीसशे ऐंशीमध्ये तुमच्या सुधारगृहात होता, नाही का ?"

ऑड्रीने त्याच्याकडे क्षणभर रोखून पाहिले.

फक्त बॉशकडे रागाने बघत ती नवऱ्याला म्हणाली, "पाहिलंत? ते इथे आले तेव्हा त्यांना जॉनीबद्दल आधीच माहिती होती. हा माणूस अजिबात प्रामाणिक नाही."

◆

५०.

डॉन ब्लेलॉक स्वयंपाकघरात कॉफीचा दुसरा हप्ता गरम करण्यासाठी गेले. तेवढ्या वेळात, बॉशने जॉनी स्टोक्सवर दोन पानांची टिपणे काढली. तो बालकल्याण खात्याच्या सांगण्यावरून जानेवारी एकोणीसशे ऐंशीमध्ये ब्लेलॉक सुधारगृहात आला होता आणि जुलैमध्ये गाडी चोरून हॉलिवूडमध्ये फिरायला गेल्याच्या आरोपावरून त्याला पकडले तेव्हा त्यांच्याकडून दुसरीकडे गेला. त्याला सिलमार या लहान मुलांच्या तुरुंगात सहा महिने ठेवलं होतं. त्याचा सुधार कार्यक्रम पूर्ण झाल्यावर न्यायाधीशांनी त्याला आईवडलांकडे परत पाठवले. त्यानंतर ब्लेलॉक दांपत्याला त्याच्याबद्दल मधून मधून काही बातम्या मिळत असत आणि क्वचित कधी तो त्या परिसरात आला तर दिसायचादेखील. पण त्यांच्याकडे त्या वेळी इतरही मुले होती. जॉनीशी मग त्यांचा फारसा संबंध उरला नाही.

ब्लेलॉक कॉफी करायला गेले त्या वेळात बॉश ऑड्रीबरोबर एका अस्वस्थ शांततेत बसला होता. पण नंतर तीच त्याला म्हणाली, "आमच्या मुलांपैकी बाराजण कॉलेजमधून पदवीधर झाले. दोघेजण मिलिटरीत गेले. एक डॉनसारखाच अग्निशामक खात्यात गेला. तो इथेच या खोऱ्यात काम करतो."

ऑड्रीने बॉशकडे बघून मान डोलावली आणि त्याने पण तसेच केले. ती पुढे म्हणाली, "आमच्या मुलांबाबत आम्हांला शंभर टक्के यश मिळतंच असा

काही आमचा दावा नाही. पण आम्ही प्रत्येकासाठी प्रयत्नांची शर्थ करतो. कधीकधी परिस्थितीच अशी असायची किंवा कोर्टाकडून अथवा बालकेंद्राकडून आमच्या कामावर बंधनं यायची. जॉनच्या बाबतीत असंच झालं. त्यानं एकदा परत गुन्हा केला आणि दोष आम्हांला लागला– आम्ही त्याला काही मदत करायच्या आधीच त्याला आमच्याकडून ते घेऊन गेले.''

यावर बॉशने फक्त मान डोलावली.

ती म्हणाली, ''त्याच्याविषयी तुम्हांला आधीच काही माहिती होती असं वाटतं. तुम्ही त्याच्याशी कधी बोलला होता?''

''हो, फार थोडं.''

''तो आता तुरुंगात आहे का?''

''नाही, तुरुंगात नाही.''

''आम्ही त्याला ओळखत होतो, त्यानंतर त्याच्या आयुष्यात काय काय झालं?''

बॉशने हात पसरले.

''नाही, ठीक नव्हतं चाललं– मादक द्रव्ये, तुरुंग, बऱ्याच वेळा अटक.''

तिने वाईट वाटून मान डोलावली.

''आमच्या पूर्वीच्या परिसरात त्यानंच त्या मुलाचा खून केला असं तुम्हांला वाटतं का? म्हणजे तो आमच्याकडे असताना?'

त्यांनी आतापर्यंत जे चांगले काम केले त्याविषयी तिच्या स्वत:च्या कल्पनांना, तो जर आता खरे बोलला तर धक्काच बसेल आणि तिच्या कल्पनेचा बंगला कोसळून पडेल हे बॉशला तिच्या चेहऱ्यावर स्पष्ट दिसले. सगळी भिंतभरून लावलेली चित्रं, फोटो, पदवी घेतल्याचे गाऊनमधले फोटो आणि सर्व काही सत्कृत्ये या कामगिरीमुळे शून्यवत झाली असती.

''मला नक्की सांगता येत नाही. पण ज्या मुलाचा खून झाला त्याचा जॉनी जवळचा मित्र होता, एवढं आम्हांला नक्की ठाऊक आहे.''

ऑड्रीने डोळे बंद करून घेतले. घट्ट मिटले नाहीत, पण डोळ्यांना विश्रांती दिल्यासारखे मिटले. ब्लेलॉक खोलीत परत येईपर्यंत ती काहीच बोलली नाही. ते बॉशला ओलांडून पुढे गेले आणि त्यांनी शेकोटीत आणखी एक लाकूड घातले.

''कॉफी एका मिनिटात तयार होईल.''

बॉश म्हणाला, ''धन्यवाद.''

ब्लेलॉक परत सोफ्याकडे गेल्यावर बॉश उठून उभा राहिला.

''तुम्हांला दाखवण्यासाठी तुमची हरकत नसेल तर, मी काही वस्तू आणल्या आहेत– त्या माझ्या गाडीत आहेत.''

असे सांगून तो बाहेर आपल्या गाडीपाशी आला. पुढच्या सीटवरून त्याने आपली बॅग उचलली आणि मग डिकीमधून स्केटिंगची फळी असलेले खोके आणण्यासाठी मागे गेला. त्याला वाटले की ब्लेलॉकना ती फळी दाखवली तर काही उपयोग होऊ शकेल. गाडीची डिकी त्याने बंद केली आणि फोन वाजला. पण आता मात्र त्याने तो फोन घेतला. एडगर बोलत होता.

"हॅरी, कुठे आहेस तू?"

"मी इथे वर लेन पाइनमध्ये."

"लेन पाइन! तिथे भलतीकडे तू काय करतो आहेस ?"

"मला बोलायला वेळ नाही– तू कुठे आहेस ?"

"मी माझ्या टेबलावर आहे– म्हणजे आपण ठरवल्याप्रमाणे. मला वाटलं तू ...."

"हे बघ. मी तुला तासाभरात परत फोन करतो. पण मधल्या काळात, स्टोक्सवर पुन्हा नवीन फर्मान काढ."

"काय?"

बॉशने वळून घराकडे पाहिले आणि ब्लेलॉक दांपत्य त्याचे बोलणे ऐकत नाहीत किंवा त्याच्याकडे पहात नाही आहेत याची खात्री करून घेतली.

"मी म्हटलं– स्टोक्सवर नवीन फर्मान जारी कर. आपल्याला त्याला पकडायचं आहे."

"का?"

"कारण त्यानेच खून केला. त्यानंच त्या मुलाला मारलं."

"काय म्हणतोस काय, हॅरी?"

"मी तुला तासाभरात फोन करतो– लगेच फर्मान काढ."

घरात गेल्यावर बॉशने ते खोके जमिनीवर ठेवले आणि मांडीवरची बॅग उघडली. शीला डेलाक्रुवाकडून घेतलेले कौटुंबिक फोटो असलेले पाकीट त्याने बाहेर काढले. पाकीट उघडून त्यातील अर्धे-अर्धे फोटो त्याने ब्लेलॉक पति-पत्नींना दिले.

"या फोटोतल्या मुलाकडे पहा आणि तुम्ही त्याला ओळखता का ते सांगा, म्हणजे तो कधी जॉनी किंवा दुसऱ्या कोणाबरोबर तुमच्या घरी आला होता का?"

त्या दोघांनी आपल्याकडचे फोटो पाहून परस्परात देवाणघेवाण केली व उरलेले सर्व फोटो पाहिले. त्याचे पाहून झाल्यावर, दोघांनीही नकारार्थी मान डोलावली आणि फोटो परत केले.

डॉन ब्लेलॉक म्हणाले, "आम्हांला काही ओळखू येत नाही."

फोटो परत पाकिटात ठेवता-ठेवता बॉश म्हणाला, "ठीक आहे."

त्याने बॅग बंद केली आणि जमिनीवर ठेवली. मग त्याने ते खोके उचलले आणि स्केटिंगची फळी बाहेर काढली.

"तुमच्यापैकी कोणी..."

ऑड्री म्हणाली, "ही तर जॉनची फळी आहे."

"नक्की खात्री आहे?"

"हो, मी ही फळी ओळखते- तो जेव्हा- म्हणजे त्याला आमच्याकडून घेऊन गेले तेव्हा ती इथंच राहिली- मी त्याला सांगितलं की ती फळी आमच्याकडे आहे म्हणून... मी त्याच्या घरीही फोन केला- पण तो ती घ्यायला कधी आलाच नाही."

"ही त्याचीच फळी आहे असं तुम्ही कशावरून म्हणता?"

"मला नक्की आठवतं- त्या फळीवरचं ती कवटी आणि हाडं यांचं चित्र मला अजिबात आवडायचं नाही- मला आठवतंय ते चित्र."

बॉशने फळी परत खोक्यात ठेवून दिली.

"जर तिच्यासाठी तो परत कधी आलाच नाही तर मग त्या फळीचं पुढे काय झालं?"

"आम्ही ती विकून टाकली." ऑड्री म्हणाली, "जेव्हा तीस वर्षांनंतर डॉन निवृत्त झाला आणि आम्ही इकडे राहायला यायचं ठरवलं, तेव्हा आम्ही सर्व जुनं सामान विकायचं ठरवलं. आम्ही एक प्रचंड घरगुती सेल लावला होता."

तिचे पती म्हणाले, "म्हणजे जवळजवळ सगळं घरच विकायला काढलं होतं. आम्ही सर्व काही विकून टाकलं."

"सगळं नाही काही. मागच्या अंगणात पडलेली ती फालतू आगीची घंटा तुम्ही मला कुठे विकू दिली? काही का असेना, तेव्हांच आम्ही ती फळीही विकली."

"तुम्ही ती कुणाला विकली हे लक्षात आहे का?"

"हो, आमच्या शेजारी एक माणूस राहत होता. ट्रेंट. त्याला विकली."

"ही कधीची गोष्ट आहे?"

"एकोणीसशे ब्याण्णवच्या उन्हाळ्यात, आम्ही घर विकल्यानंतर लगेच. आम्ही तेव्हा इथेच होतो. मला आठवतंय."

"स्केटिंगची एक फळी ट्रेंट यांनाच विकल्याचं कसं काय आठवतं तुम्हांला? एकोणीशे ब्याण्णव म्हणजे खूप जुनी गोष्ट झाली."

"मला आठवतं कारण त्या माणसानं आमच्या अर्ध्या वस्तू विकत घेतल्या. सगळ भंगार माल. त्याने सर्व जुन्या-पुराण्या वस्तू एकत्र केल्या आणि सगळं मिळून त्याची एकदम एकत्र किंमत सांगितली. त्याच्या कामासाठी त्याला अशा वस्तू लागत- तो एक सेट डिझायनर होता."

तिच्या पतीने दुरुस्ती केली, ''सेट डेकोरेटर. त्या दोन्हीत फरक आहे.''

''काही असो, आमच्याकडून घेतलेल्या सर्व वस्तू तो सिनेमाच्या सेटसाठी वापरायचा. आमच्या घरातली कुठली तरी वस्तू मला कुठल्यातरी सिनेमात दिसेल अशी मला सारखी आशा वाटायची. पण मग अशी ती कधी दिसलीच नाही.''

बॉशने त्याच्या वहीत काही टिपणे काढली. ब्लेलॉक्सकडून जे मिळायला हवे होते ते आता जवळजवळ सर्व मिळाले होते. आता परत दक्षिणेला म्हणजे गावात जाऊन सगळ्या प्रकरणाची मोट बांधायची वेळ आली होती.

ऑड्रीने त्याला विचारलं, ''ती स्केटिंगची फळी तुम्हांला कुठे मिळाली?''

बॉशने वहीतून डोके काढून वर पाहिले.

''अं, ती ट्रेंटच्या वस्तूंमध्ये मिळाली.''

डॉन ब्लेलॉकनी विचारलं, ''तो अजून तिथेच त्या रस्त्यावर राहतो? तो फारच चांगला शेजारी होता. कधीही त्याच्याबरोबर काहीच अडचण आली नाही.''

बॉश म्हणाला, ''आता आतापर्यंत ते होते– पण नुकतेच ते वारले.''

ऑड्री उद्गारली, ''अरे देवा, किती वाईट झालं नाही. आणि ते वयानेदेखील फार नव्हते.''

बॉश म्हणाला, ''मला अजून एकदोन प्रश्न आहेत. जॉन स्टोक्सने तुम्हांला ती फळी त्याच्याकडे कशी आली हे कधी सांगितलं होतं का?''

''तो मला म्हणत होता की, शाळेत काही मुलांशी एक स्पर्धा झाली. त्यात तो ती फळी जिंकला.''

''शाळा म्हणजे ब्रेट्रेन स्कूल?''

''हो, त्याच शाळेत तो जात होता. तो आमच्याकडे आला तेव्हा त्या शाळेत जात होता आणि म्हणून आम्हीही त्याची तीच शाळा चालू ठेवली.''

बॉशने मान हलवून आपल्या वहीकडे पाहिले. त्याला हवे ते सर्व मिळाले होते. त्याने वही मिटली, कोटाच्या खिशात ठेवली आणि उठून जायला निघाला.

◆

५१.

बॉशने 'लोन पाइन डाइनर' उपाहारगृहासमोर एका रिकाम्या जागेत आपली गाडी उभी केली. खिडकीजवळची सर्व टेबले भरली होती आणि त्या टेबलांवरचे जवळजवळ सगळे लोक २०० मैलांवरून आलेल्या लॉस एंजेलिस पोलीस खात्याच्या गाडीकडे पाहत होते.

बॉशला भूक लागली होती, पण फार उशीर व्हायच्या आधी एडगरला फोन करणे आवश्यक आहे असे त्याला वाटले. त्याने मोबाइल फोन बाहेर काढून नंबर फिरवला, अर्धाच आवाज आल्यावर एडगरने फोन उचलला.

''मी बोललो आहे– तू फर्मान काढलंस का?''

''हो, काढलं– पण माझ्या जोडीदारा, काय चाललंय काय हे समजत नसताना असं काही करणं जरा अवघडच जातंय्.''

एडगरने शिवी उच्चारावी तसा 'जोडीदार' हा शब्द उच्चारला. खरं म्हणजे त्या दोघांची एकत्र काम करण्याची ही शेवटची वेळ होती आणि बॉशला त्यांच्या सहवासाचा शेवट असा व्हावा याबद्दल वाईट वाटत होते. त्याला यात स्वत:चाच दोष आहे हे माहीत होते. या प्रकरणातून त्याने एडगरला का असे बाजूला ठेवले हे त्यालाच कळत नव्हते.

बॉश म्हणाला, ''जेरी, तुझं बरोबर आहे. माझंच चुकलं. मला या प्रकरणात जरा घाईच झाली होती आणि त्याचा अर्थ रात्रभर गाडी चालवणं भाग होतं.''

''पण मी आलो असतो तुझ्याबरोबर.''

बॉश खोटेच बोलला, ''हो, ना, पण मी तसा विचारच केला नाही. मी आपली गाडी चालवतच सुटलो. मी हा आता परत येतोय्.''

''ठीक आहे, आता मला पहिल्यापासून सगळं सांग. आपल्या प्रकरणात हे नक्की काय चाललं आहे? मला इथे स्वत: फर्मान काढायचं आणि कशाकरता ते माहीत नाही म्हणजे अगदी मूर्खासारखं वाटतं आहे.''

''मी तुला सांगितलं, स्टोक्सच खुनी आहे.''

''हो, तू तेवढं मला सांगितलंस. पण बाकी काहीच सांगितलं नाहीस.''

बॉशने नंतरची दहा मिनिटे हॉटेलमध्ये जेवणाऱ्या लोकांकडे बघत काय काय केले ते एडगरला सांगितले आणि त्याला आतापर्यंतची सर्व हकीगत सांगितली.

बॉशचे बोलणे संपल्यावर एडगर म्हणाला, ''अरे देवा, आणि आपण त्याला हे इथंच पकडलं होतं.''

"हो ना, पण आता त्याच्याविषयी विचार करण्यात काही अर्थ नाही. आपल्याला त्याला परत पकडायला पाहिजे."

"म्हणजे तुला म्हणायचं आहे की त्या मुलानं सामान बांधून तो पळून गेल्यावर स्टोक्सकडे गेला– तिथून स्टोक्सने त्याला वर जंगलात नेलं आणि नुसतंच मारून टाकलं?"

"जवळजवळ असंच."

"पण का?"

"आपण ते त्यालाच विचारू यात– पण माझा एक तर्क आहे."

"काय, ती स्केटिंगची फळी?"

"हो, त्याला ती स्केटिंगची फळी हवी होती."

"आणि स्केटिंगच्या फळीसाठी तो कुणाचा खून करील?"

"आपण दोघांनीही यापेक्षाही क्षुल्लक कारणावरून खून पडताना पाहिले आहेत आणि आपल्याला अजून त्याचा त्याला ठार मारण्याचा इरादा होता की नाही ठाऊक नाही. ती जागा पाहिली तर अगदी उथळ हाताने खणलेला खड्डा होता– आधी ठरवून केल्यासारखे ते काम दिसत नव्हते. कदाचित असं झालं असेल की त्याने त्याला ढकललं असेल आणि खाली पाडलं असेल... कदाचित त्याला मोठ्या दगडानं मारलं असेल किंवा त्या दोघात आणखी काही कुरबूर झटापट होत असेल आणि आपल्याला त्याचा अंदाज येत नसेल."

एडगर बराच वेळ काहीच बोलला नाही. बॉशला वाटलं की, फोनवरचे बोलणे संपले आणि आता खाण्याची ऑर्डर द्यायला हरकत नाही.

"पण त्या दत्तक आईबापांना तुझ्या या तर्काबद्दल काय वाटलं?"

बॉशने निःश्वास टाकला.

"मी काही त्यांना सगळं सांगत बसलो नाही– पण असं म्हणूयात की मी त्यांना स्टोक्सविषयी प्रश्न विचारायला लागलो तेव्हा त्यांना फारसं आश्चर्य वाटण्यासारखं दिसलं नाही."

"तुला सांगू हॅरी, आपण रिकामं रहाटगाडगे फिरवीत आहोत– बास् एवढंच!"

"म्हणजे, तुला काय म्हणायचं आहे?"

"म्हणजे हे सगळं प्रकरण– याचा शेवट काय होणार आहे?– एक तेरा वर्षांचा मुलगा एका फालतू खेळण्यासाठी एका बारा वर्षांच्या मुलाचा खून करतो. हे सगळं झालं तेव्हा स्टोक्स वयानं लहान होता– आता त्याला कुणीही काही शिक्षा देणार नाही."

बॉशने यावर एक मिनिट विचार केला.

"कदाचित देतीलही. आपण त्याला पकडल्यावर तो काय काय सांगतो यावर अवलंबून आहे."

"तू आताच म्हणालास की खुनामागे पूर्वहेतू असल्याची काही खूण दिसली नाही. त्याच्यावर खटला भरणारच नाहीत. पार्टनर– मी तुला सांगतो, आपण आपल्याच शेपटीचा पाठलाग करीत होतो. आपण हे प्रकरण संपवू निश्चित, पण त्यामध्ये कुणीच दोषी मिळणार नाही की सुळावर जाणार नाही."

बॉशला कळत होते की एडगरचे कदाचित बरोबरच होते. कायद्याप्रमाणे बारा-तेरा इतके कमी वय असताना केलेल्या गुन्ह्यांसाठी मोठे झाल्यावर खटला होऊन शिक्षा होण्याची प्रकरणे दुर्मिळच होती. स्टोक्सकडून त्यांना पूर्ण कबुलीजबाब जरी मिळाला असता तरी तो सहीसलामत सुटण्याची शक्यता जास्त होती.

तो म्हणाला, "मी तिला पिस्तुलाने गोळी मारू द्यायला हवी होती."

"हॅरी, काय म्हणालास?"

"काही नाही. मी आता काहीतरी थोडं खाणार आहे आणि मग बाहेर पडीन. तू ऑफिसमध्येच आहेस ना?"

"हो, मी इथंच आहे. जर दुसरं काही घडलं, तर मी तुला कळवीनच."

"ठीक आहे."

बॉशने फोन ठेवला आणि तो गाडीतून बाहेर आला. स्टोक्स गुन्हा करूनही सुटेल की काय याचा विचार त्याच्या डोक्यात आला. उपाहारगृहातल्या उबदार वातावरणात, गरम नाश्ता आणि खाद्यपदार्थ यांचा वास आल्यावरही, त्याला अचानक आपली भूक नाहीशी झाल्यासारखे वाटू लागले.

◆

५२.

'ग्रेपव्हाइन' नावाच्या त्या किचकट महामार्गाच्या चक्रव्यूहातून बॉश बाहेर पडत होता, तेवढ्यात त्याचा फोन वाजला. एडगर बोलत होता.

"हॅरी, मी केव्हाच तुला फोन करायचा प्रयत्न करतो आहे. तू कुठे आहेस?"

"मी तिकडे वरती डोंगरावर होतो. मला तासभर उशीर झाला– पण काय चाललं आहे तिकडे?"

"त्यांना स्टोक्सचा पत्ता मिळाला आहे. तो 'अशर' हॉटेलमध्ये लपून बसला आहे."

बॉशने यावर थोडासा विचार केला. अशर म्हणजे हॉलिवूड बुलेवॉर्डपासून एका चौकाच्या अंतरावरील १९३० चे हॉटेल होते. वर्षानुवर्षे ते आठवड्याच्या शेवटी जुगाराचा आणि वेश्या व्यवसायाचा अड्डा म्हणून कुप्रसिद्ध होते– पण हॉलिवुड बुलेवार्डचा अचानक जीर्णोद्धार होऊन नवनवीन बांधकामे उभी राहिली आणि त्यामुळे ह्या हॉटेलची पण मालमत्ता म्हणून किंमत खूप वर गेली. ते विकले गेले, बंद करून परत नूतनीकरण आणि दुरुस्तीसाठी सज्ज झाले होते आणि नंतर हॉलिवूडमधील एक सुप्रसिद्ध स्थळ म्हणून नावारूपाला येण्याच्या मार्गावर होते– परंतु शहराच्या नियोजन खात्याने मंजुरी रोखून धरल्याने हे काम मध्येच थांबले होते आणि असा उशीर झाल्यामुळे ते अर्धवट बांधलेले हॉटेल शहरातील रात्रीचे काम करणाऱ्या गुंडांना आणि गुन्हेगारांना आयतेच आश्रयस्थान बनले होते.

'अशर' हॉटेलचा पुनर्जन्म तसा अजून दूर असताना त्याच्या तेराव्या मजल्यावरच्या खोल्या म्हणजे घूसखोरांचा अड्डा झाल्या होत्या. तात्पुरत्या भिंती आणि कठडे यातून मार्ग काढून बरेच गुंड अनधिकृतपणे या खोल्यांत घुसत. गेल्या दोन महिन्यांत संशयितांना शोधण्यासाठी बॉश अशर हॉटेलमध्ये दोनदा गेला होता. आतासुद्धा तिथे वीज नव्हती की पाणी नव्हते, पण घुसखोर तिथली स्वच्छतागृहे तशीच वापरायचे आणि त्यामुळे या मजल्याला तेराव्या मजल्यावर गटार असल्यासारखा वास यायचा. कुठल्याच खोलीला दार नव्हते आणि काहीच फर्निचर नव्हते. खोल्यांमध्ये गुंडाळून ठेवलेल्या गालिचांचा लोक बिछाना म्हणून उपयोग करीत. सुरक्षितपणे इथे कुणाचा शोध घ्यायचा म्हणजे दिव्यच होते. खाली हॉलमध्ये पाहिले तर प्रत्येक बाजूची दारं उघडीच होती आणि पिस्तूलधारी गुंडांना लपून हल्ला करण्यासाठी भरपूर वाटा होत्या. तुम्ही उघड्या दारांकडे कोण आहे म्हणून बघायला धावाल– तर तुमच्या पायाखाली आणखीच कुठलं संकट उभं असेल ते सांगता येत नाही.

बॉशने आपल्या गाडीचे लाल दिवे चालू केले आणि गाडीचा वेग एकदम वाढवला.

बॉशने विचारले, "तो तिथेंच आहे हे कसं काय कळलं?"

"गेल्या आठवड्यात आपण त्याला पहिल्यांदा शोधत होतो, तेव्हा मादक पदार्थ विरोधी पथकातली आपली काही माणसं तिथं काम करीत होती आणि तो तिथं तेराव्या मजल्यावर आहे असा त्यांना सुगावा लागला होता. लिफ्ट बंद असताना अशा ठिकाणी तेरा मजले अजून वर गेल म्हणजे त्यामागचं कारण

आणि भीती पण तेवढीच जबरदस्त असणार.''

''ठीक आहे, काय कारवाई करायचं ठरलं आहे?''

''आपण सर्व शक्तिनिशी हल्ला करणार आहोत. टेहळणी पथकाचे चार गट, मी आणि अमली पदार्थ विरोधी पथक सगळे इथे आहोत. आपण खालपासून सुरुवात करायची आणि वर जायचं.''

''तुम्ही कधी निघणार आहात?''

''आता आम्ही हजेरी लावायला चाललो आहोत. तिथे सर्व भेटतील. सगळ्यांना योजना समजावून सांगू आणि निघू. हॅरी, आम्हांला तुझ्यासाठी थांबता येणार नाही. हा प्राणी बाहेर पडून इकडे-तिकडे सटकायच्या आत त्याला पकडायला हवं.''

एडगरची घाई खरीच होती की बॉशने या शोधकार्यात बऱ्याच वेळा त्याला बाजूला ठेवले त्याची बरोबरी करण्यसाठी तो घाई करत होता, असे बॉशला क्षणभर वाटून गेले.

शेवटी तो म्हणाला, ''मला कळतंय. तुमचा रेडिओ बरोबर घेतला ना?''

''हो, आम्ही त्यावरचा दोन नंबर चॅनल वापरणार आहोत.''

''ठीक आहे. मी तुम्हांला तिथे भेटतो. तुझं चिलखत अंगावर घाल.''

स्टोक्सकडे शस्त्र असण्याचा धोका होताच, पण एखाद्या हॉटेलच्या अंधाऱ्या पॅसेजमध्ये बंदिस्त जागेत सर्व शस्त्रांनी सज्ज असलेले पोलिस शोध घेत असताना कुठलाही धोका किंवा अपघात होऊ शकतो हे बॉशला माहीत होते म्हणून तो चिलखताविषयी एडगरला बोलला.

बॉशने फोन खाली ठेवला आणि गाडीचा वेग आणखीच वाढवला. थोड्याच वेळात त्याने शहराची उत्तर सीमा पार केली आणि तो सॅन फर्नांडो व्हॅली या भागात आला. शनिवारी एवढी रहदारी नव्हती. त्याने दोनदा महामार्ग बदलले आणि 'काहुएंगा पास' या रस्त्यावरून हॉलिवूडकडे निघाला. एडगरचा फोन झाल्यावर अर्धा तास होऊन गेला होता. तो हायलँडकडे वळताच त्याला दक्षिणेच्या बाजूला काही अंतरावर अशर हॉटेलची उंच इमारत दिसली. हॉटेलच्या खिडक्यांमध्ये सगळीकडेच अंधार दिसत होता– नूतनीकरणासाठी म्हणून सगळ्यांचे पडदे काढून ठेवले होते.

बॉशकडे रेडिओ नव्हता आणि या मोहिमेसाठी त्यांनी नियंत्रणाचा तळ कुठल्या जागी करायचे ठरवले आहे हे विचारायचे तो विसरला. त्याला पोलिसच्या गाडीतून हॉटेलपाशी उतरून आपले आगमन जाहिर करून सगळी मोहीम उघडी पाडायची नव्हती. त्याने फोन काढून टेहळणी कार्यालयाचा नंबर फिरवला. मंकीविझने उत्तर दिले.

“मँक, तू एखादा दिवसही कधी सुटी घेत नाहीस का?”

“जानेवारीत तरी नाही. माझी मुलं ख्रिसमस आणि चानुका साजरे करतात– त्यामुळे मला ओव्हरटाइम करावा लागतो. काय चाललं आहे?”

“अशर हॉटेलच्या मोहिमेचा नियंत्रण तळ कुठे आहे हे नक्की सांगू शकशील?”

“हो, हॉलिवूड प्रेसबायटेरियन चर्च या गाडीतळात कुठे तरी आहे.”

“समजलं, धन्यवाद.”

दोनच मिनिटांनी बॉश चर्चच्या गाडीतळावर आला. तिथे त्यांची नेहमीची रंगीत गाडी, विभागाच्या पाच गाड्या आणि अमलीपदार्थ विरोधी पथकाची एक गाडी उभी होती. सगळ्या गाड्या चर्चला लागून लावल्या होत्या– त्यामुळे चर्चच्या पलीकडे आकाशात उंच गेलेल्या अशर हॉटेलच्या खिडक्यांमधून त्या दिसत नव्हत्या.

टेहळणी पथकाच्या एका गाडीत दोन अधिकारी बसले होते. बॉशने गाडी उभी केली आणि त्या गाडीच्या चालकाच्या बाजूच्या खिडकीपाशी तो गेला. त्या गाडीचे इंजिन चालू होते– ही गुन्हेगाराला घेऊन जायची गाडी होती. अशर हॉटेलमध्ये इतरांनी स्टोक्सला पकडले की या गाडीवरील रेडिओवर लगेच संदेश येणार होता. मग गाडी लगेच चालू करून ते गुन्हेगाराला पकडून नेणार होते.

“ते लोक कुठे आहेत?”

गाडीचा चालक म्हणाला, “बाराव्या मजल्यावर– पण अजून काही समजलं नाही.”

“मला तुझा रेडिओ दे.”

त्या पोलिसाने खिडकीतून रेडिओ बॉशला दिला. बॉशने एडगरला दोन नंबरच्या चॅनलवर फोन लावला.

“हॅरी, तू पोहोचलास इथं?”

“हो, मी वर येत आहे.”

“आम्ही अगदी जवळ आलो आहोत.”

“तरीही, मी वर येतोय्.”

बॉशने रेडिओ चालकाला परत केला आणि गाडीतळातून चालत बाहेर निघाला. बांधकाम चालू होते त्याच्या कुंपणापाशी अशर हॉटेलच्या जवळ पोहोचल्यावर तो उत्तरेकडच्या टोकाकडे गेला. घुसखोरांना आत येण्यासाठी तिथे कुंपणाला खिंडार पडले आहे, हे त्याला माहिती होते. नवीन सुसज्ज घरे तयार होत आहेत, हे दाखवणारा फलक कुंपणावर लावला होता. त्याच्या मागे

हे भगदाड पडले होते. ते खिळखिळे झालेले कुंपण बाजूला करून तो आत शिरला.

इमारतीच्या दोन बाजूंना प्रत्येक ठिकाणी मुख्य जिना होता. या सगळ्या शोधाशोधीतून स्टोक्स निसटला आणि पळून जायचा प्रयत्न करू लागला, तर त्याला थांबवण्यासाठी प्रत्येक जिन्याच्या खालच्या टोकाला गणवेषातील अधिकाऱ्यांचा गट तयार असेल असे बॉशने गृहीत धरले. इमारतीच्या पूर्वेकडील जिन्याकडील दार उघडून आत जाताना त्याने आपला बिल्ला काढून वर धरला.

स्टोक्स जिन्याच्या खाली आला तेव्हा पिस्तूल बाहेर काढून हातात घेऊन सज्ज झालेले दोन अधिकारी त्याला दिसले. बॉशने त्यांच्याकडे बघून मान डोलावली आणि त्यांनी प्रत्युत्तरादाखल तसेच केले. बॉश जिन्यावरून वर जाऊ लागला.

बॉशने वर जायचा वेग नियंत्रणात ठेवला. प्रत्येक मजल्यावर जाण्यासाठी पायऱ्यांचे दोन-दोन स्तर होते आणि मध्ये वळण्यासाठी जागा होती. म्हणजे त्याला चोवीस जिने चढायचे होते. वाहून चाललेल्या शौचालयातील दुर्गंधी असह्य होत होती आणि एडगरने त्याला कधी तरी सगळे वास कणांचे बनलेले असतात असे सांगितल्याचे आठवले. काही काही वेळा, अज्ञानातच सुख असते.

पॅसेजमधले दरवाजे काढले होते आणि त्यामुळे मजल्यांचा आकडापण समजत नव्हता. कुणीतरी जिन्याच्या वळणांवर भिंतीवर मजल्याचा आकडा रंगवण्याचे काम स्वत:वर घेतल्यासारखे दिसत होते– तरीही बॉश जसा वर-वर गेला तसे हे भिंतीवरचे आकडेही गायब झाले आणि लवकरच त्याचा घोटाळा होऊन आपण कुठल्या मजल्यावर आहोत हे त्याला समजेना.

नवव्या का दहाव्या मजल्यावर बॉशने जरा विश्रांती घेतली. त्यातल्या त्यात स्वच्छ असलेल्या एका पायरीवर तो बसला आणि आपला श्वास परत नियमित होईपर्यंत थांबला. इथे उंचावर हवा जरा स्वच्छ होती. इतक्या उंचीवर वरच्या मजल्यावर घुसखोर त्यामानाने कमीच येत असत.

बॉशने कानोसा घेतला, पण त्याला माणसाचा कुठलाच आवाज आला नाही. त्याला ठाऊक होतं की मोहिमेतील काही गट आता एकदम वरच्या मजल्यावर पोहोचले असणार. स्टोक्सबद्दल मिळालेली माहिती चुकीची तर नसेल ना की तो पळून गेला असे विचार त्याच्या डोक्यात येऊ लागले.

शेवटी, बॉश उभा राहिला आणि परत वर चढू लागला. एका मिनिटातच त्याला कळले की तो चुकीचं मोजत होता. पण हरकत नाही– जास्त वरच आला होता– तो जिन्यांच्या शेवटच्या वळणावर पोहोचला आणि तिथल्या पेंटहाऊस म्हणजे तेराव्या मजल्याच्या दारापाशी आला.

बॉशने श्वास सोडला आणि आणखी एखादा मजला चढावा लागणार नाही या कल्पनेने सुखावला. एवढ्यात त्याला पॅसेजमधून आवाज ऐकू आले.

"तिथेच थांब– एकदम तिथेच."

"स्टोक्स, नको नको! पोलिस!...."

बंदुकीचे दोन प्रचंड आवाज झाले आणि पॅसेजमध्ये घुमले त्यामुळे पुढचे शब्द कळेनात. बॉशने पण आपले पिस्तूल काढले आणि दाराच्या दिशेने सरकला. दाराच्या चौकटीआडून तो डोकावून पाहत असताना त्याला आणखी दोन गोळीबाराचे आवाज ऐकू आले आणि तो मागे झाला.

आवाज घुमल्यामुळे तो नक्की कुठून आला हे सांगणे त्याला कठीण होते. बॉशने परत चौकटीआडून पॅसेजमध्ये डोकावून पाहिले. तिथे अंधार होता, पण पश्चिमेकडील खोऱ्यांच्या उघड्या दारातून प्रकाशाची तिरीप येत होती. गणवेशातील दोन अधिकाऱ्यांच्या मागे एडगर हल्ला करण्याच्या तयारीने खाली बसलेला त्याला दिसला. बॉशकडे त्यांची पाठ होती आणि त्यांची पिस्तुले उघड्या दारांपैकी एका दाराकडे रोखलेली होती. ते बॉशपासून साधारण पन्नास फुटांवर होते.

एक आवाज आला, "इथे काही नाही. आम्ही इथे ठीक आहोत."

पॅसेजमधल्या अधिकाऱ्यांनी एकदमच हातातली पिस्तुले वर केली आणि ते उघड्या दरवाजांकडे पुढे गेले.

बॉश ओरडला, "मागे लॉस एंजिलिस पोलिस आहेत." आणि तो पण पॅसेजमध्ये आला. एडगरने वळून त्याच्याकडे पाहिले. तो त्या गणवेशातील अधिकाऱ्यांच्या पाठोपाठ आत चालला होता.

बॉश झरझर पॅसेजमध्ये पुढे गेला आणि खोलीत शिरत असताना गणवेशातील एक अधिकारी बाहेर येत असल्यामुळे किंचित मागे आला. तो अधिकारी रेडिओवर बोलत होता.

"मुख्य कार्यालय, आम्हांला एक्केचाळीस हायलँड तेरावा मजला इथे वैद्यकीय पथक ताबडतोब हवं आहे. संशयित गोळी लागून खाली पडला आहे."

बॉश खोलीत शिरताच त्याने मागे पाहिले तर रेडिओवर बोलणारा अधिकारी एजवूड होता. त्यांची क्षणभर नजरानजर झाली आणि एजवूड पॅसेजमधल्या अंधारात दिसेनासा झाला. बॉशने परत वळून खोलीत बघितले.

स्टोक्स दार नसलेल्या एका भिंतीतल्या कपाटात बसला होता. मागच्या भिंतीला तो टेकून बसला होता. त्याचे हात त्याच्या मांडीवर होते आणि एका हातात २५ कॅलिबरची रॉकेट पिस्तूल होते. काळ्या जीन्स आणि बिनबाह्यांचा रक्ताने माखलेला टी-शर्ट त्याच्या अंगावर दिसत होता. त्याला छातीत आणि

डाव्या डोळ्याच्या खाली पिस्तुलाची गोळी शिरल्याची जखम दिसत होती. त्याचे डोळे उघडे होते, पण तो अगदी नक्कीच मेला होता.

एडगर शवासमोर बसला होता. त्याने त्याला स्पर्श केला नव्हता. नाडी बघण्यात काही अर्थ नव्हता आणि प्रत्येकाला दिसतच होते. जळालेल्या दारूचा वास बॉशच्या नाकात शिरला, पण खोलीच्या बाहेर पसरलेल्या दुर्गंधीपेक्षा तो जास्त सुखद होता.

बॉशने वळून सगळ्या खोलीचे निरीक्षण केले. त्या एवढ्याशा लहान जागेत बरीच माणसे होती– गणवेशातील तिघे, एडगर आणि एक साध्या वेशातील पोलिस. तो अमलीपदार्थविरोधी पथकातील असावा असा बॉशने तर्क केला. गणवेशातले दोघेजण भिंतीपाशी जाऊन पिस्तुलाच्या गोळ्यांनी भिंतीच्या प्लॅस्टरला पडलेली भोके बघत होते. बोट उचलून एकजण त्या छिद्रांपैकी एकात चाचपायचा प्रयत्न करत होता. तेवढ्यात बॉश ओरडला, "त्याला हात लावू नको. कशालाही हात लावू नका. मला प्रत्येकाने इथून निघून जायला हवंय आणि हल्ला चौकशी पथक येईपर्यंत सर्वांनी थांबायचं आहे. शेवटी पिस्तूल कोणी मारलं?"

अमली पदार्थ विभागातील पोलिस म्हणाला, "एजवूडने– तो आमची वाट पहात इथे असा कपाटात लपून बसला होता आणि आम्ही..."

"हो, पण तुझं नाव काय?"

"फिलिप्स."

"ठीक आहे. फिलिप्स, मला तुझी कहाणी ऐकायची नाही. हल्ला चौकशी पथकासाठी ती राखून ठेव. जा, एजवूडला बोलवा, खाली जा आणि तिथेच थांब. आणि वैद्यकीय पथकाचे लोक आले तर त्यांना सांग राहू देत म्हणून. त्यांना उगीच एवढं वर चढायला नको."

ते सर्व पोलिस अनिच्छेनेच खोलीतून बाहेर पडले आणि तिथे एडगर व बॉश दोघेच राहिले. बॉश कपाटापासून सर्वांत दूर असलेल्या भिंतीकडे गेला आणि तिथून त्याने शवाकडे पाहिले. नंतर तो देहाच्या जवळ आला आणि एडगर आधी बसला होता, त्या ठिकाणी खाली बसला.

त्याने स्टोक्सच्या हातातील पिस्तुलाचे निरीक्षण केले. हल्ला चौकशी पथकातील लोक जेव्हा त्याच्या हातातील पिस्तूल काढून घेतील, तेव्हा गोळीबाराच्या वेळी जळालेल्या दारूमुळे त्याच्यावरचा क्रमांकही जळून गेल्याचे त्यांना दिसेल हे बॉशच्या लक्षात आले.

जिन्याच्या वळणावर असताना बॉशने ऐकलेले पिस्तुलाचे आवाज त्याला आठवले. दोन आणि दोन चार. त्या वेळी तो जिथे होता ती परिस्थिती पाहता

पिस्तुलाच्या आवाजांचा नक्की अंदाज करणे कठीण होते. पण त्याला वाटले की पाहिले दोन आवाज नंतरच्या दोन आवाजांपेक्षा जास्त जड आणि मोठे होते. जर असे असले तर त्याचा अर्थ एजवूडने आपले सरकारी पिस्तूल मारल्यानंतर स्टोक्सने आपल्या लहानशा पिस्तुलातून गोळ्या मारल्या, असा होत होता. त्याचा अर्थ असाही होता की त्याला चेहरा आणि छातीवर गोळी लागली असतानाही स्टोक्सने दोनदा गोळ्या मारल्या आणि स्टोक्सच्या मते छाती आणि चेहऱ्यावर अशी गोळी लागली तर माणूस लगेचच खलास व्हायला पाहिजे.

"तुला काय वाटतं?"

एडगर त्याच्या पाठीमागे येऊन उभा राहिला.

बॉश म्हणाला, "मला काय वाटतं याला काही अर्थ नाही आता. तो मेला आहे. आता ही भानगड हल्ला चौकशी पथकाच्या ताब्यात आहे."

"पार्टनर, जे काही आहे, ते आता संपलेलंच प्रकरण आहे. म्हणजे जिल्हा न्यायाधीशांचं कार्यालय याबद्दल खटला दाखल करतील की नाही याची चिंता करायची देखील आपल्याला जरूर नाही."

बॉशने संमती दाखवली. त्याला ठाऊक होते की आता फक्त कागदपत्रे आणि उरलेले शोधकार्य यांची निरवानिरव बाकी होती. पण प्रकरण संपल्यातच जमा होते म्हणजे 'इतर प्रकारे संपलेले प्रकरण' असे त्याचे वर्गीकरण होणार होते आणि त्याचा अर्थ खटला नाही, शिक्षा नाही, तरीही प्रकरण समाप्त या यादीत ते समाविष्ट होणार होते.

बॉश म्हणाला, "विचार करू नकोस."

एडगरने त्याला खांद्यावर थोपटले.

"हॅरी, आपलं एकत्र असं हे शेवटचंच प्रकरण होतं आणि आता त्यात आपण यशस्वी ठरलो."

"हो, मला एक सांग. तू जिल्हा न्यायाधीशाच्या कार्यालयाविषयी बोललास आणि सकाळी हजेरीच्या वेळी जे बोलणं झालं त्या वेळी हे लहान मुलाचं प्रकरण असल्याविषयी काहीतरी म्हणालास?"

बराच वेळ विचार करून एडगर म्हणाला, "हो, मी असं काहीतरी म्हणालो होतो खरं."

"तू 'आपण रिकामं रहाटगाडगं फिरवतो आहोत' असं म्हणाला होतास तसं त्यांना देखील तू सांगितलंस का? म्हणजे कदाचित जिल्हा न्यायाधीशांचं कार्यालय यासाठी कदाचित खटलादेखील भरणार नाहीत वगैरे?"

"हो, मी असं काहीतरी म्हणालो असेन, का बरं?"

बॉशने उत्तर दिले नाही. तो उठून उभा राहिला आणि खोलीच्या खिडकीबाहेर

पाहिले. त्याला तेथून ‘कॅपिटल रेकॉर्डस’ ही इमारत दिसली आणि दूरवर टेकडीवर हॉलिवूड ही अक्षरे कोरलेली दिसली, थोड्या अंतरावरील एका इमारतीच्या बाजूच्या भिंतीवर धूम्रपानविरोधी जाहिरात रंगवलेली होती. त्यामध्ये तोंडात तिरकी पकडलेली सिगरेट घेतलेला एक काऊबॉय दाखवला होता आणि धूम्रपानामुळे वंध्यत्व येऊ शकते अशी धोक्याची सूचना लिहिली होती. तो एडगरकडे वळून म्हणाला,

“हल्ला चौकशी पथक इथे येण्यापूर्वी तू इथलं सगळं संभाळणार आहेस का?”

“हो, नक्कीच. तेरा मजले वर चढून येईपर्यंत ते वैतागलेलेच असणार.”

बॉश दाराकडे निघाला.

“हॅरी, तू कुठं चालला आहेस?”

बॉश उत्तर न देता खोलीच्या बाहेर गेला. खाली जात असताना वाटेत कोणी भेटू नये म्हणून त्याने पॅसेजच्या दुसऱ्या टोकाला असलेल्या जिन्याने उतरणे पसंत केले.

◆

५३.

एकेकाळी एक पूर्ण कुटुंब म्हणून वावरत असलेले तिघेजण टोकदार त्रिकोणाच्या एकदम कोपऱ्यावर त्या कबरीच्या भोवती उभे होते. ‘फॉरेस्ट लॉन’ मधील टेकडीच्या उतारावर शवपेटिकेच्या एका बाजूला सॅम्युएल डेलाक्रुवा तर त्याची पूर्वपत्नी दुसऱ्या बाजूला उभी होती. धर्मगुरू उभ्या असलेल्या जागेच्या बरोबर समोर शवपेटिकेच्या टोकाला शीला डेलाक्रुवा उभी होती. पहाटेपासूनच हलका हलका पाऊस पडत असल्यामुळे आई आणि मुलगी यांनी काळ्या छत्र्या उघडून धरल्या होत्या. वडिलांकडे छत्री नव्हती. ते तसेच तिथे पावसात उभे होते आणि त्या दोघींपैकी कुणीही त्यांचं पावसापासून संरक्षण करण्यासाठी छत्री पुढे केली नाही.

भाडोत्री आणलेल्या त्या फादरला जे काही सांगायचे होते ते बॉशपर्यंत पोहोचायच्या आधीच पाऊस आणि जवळच्या महामार्गावरील वाहनांचा आवाज यात ते विरून जात होते. त्याच्याकडेही छत्री नव्हती आणि एका ओक झाडाच्या सावलीतून तो लांबूनच हे सर्व पाहत होता. या मुलाला अखेर एका टेकडीवर

आणि पावसातच दफन करणे म्हणजे एकूण घडले त्याला अनुरूपच होते असे त्याला वाटले.

त्याने वैद्यकीय तपासणी अधिकाऱ्यांच्या कार्यालयात फोन करून विचारले होते की कुठल्या दफनभूमीत अंत्यसंस्कार होणार आहेत आणि त्याला 'फॉरेस्ट लॉन' असे उत्तर मिळाले होते. मुलाच्या आईने मृतदेह स्वीकारला आणि दफनविधीची व्यवस्था केली हेही त्याला समजले. बॉश खरे म्हणजे त्या मुलासाठी दफनविधीस आला होता आणि त्याला मुलाच्या आईला परत भेटायचे होते.

एखाद्या मोठ्या माणसासाठी तयार केल्यासारखीच आर्थर डेलाक्रुवाची शवपेटिका दिसत होती. तिला करड्या रंगाचे पॉलिश लावले होते आणि क्रोमियम प्लेटिंग केलेल्या कड्या होत्या. इतर शवपेटिकांच्या मानाने ही अगदी पॉलिश केलेल्या गाडीसारखी नवी कोरी दिसत होती. तिच्यावर पावसाचे थेंब पडत होते आणि नंतर खाली खड्ड्यांत निथळत होते. पण बॉशला ती शवपेटिका त्या सांगाड्याच्या मानाने खूपच मोठी वाटत होती आणि त्याला त्याचा खूप त्रास होत होता. म्हणजे लहान मुलाला अजिबात न बसणाऱ्या जुन्या वापरलेल्या कपड्यात बघितल्यासारखे त्याला वाटत होते. अशा जुन्या कपड्यातून नेहमीच एखाद्या मुलासंबंधी काहीतरी सूचित व्हायचे की त्यात कसली तरी उणीव आहे, ते जुने वापरलेले आहेत.

पाऊस जोरात येऊ लागला तसे फादरने एका बाजूला छत्री धरली आणि त्याचे प्रार्थनापुस्तक दुसऱ्या हातात धरले. त्याच्या बोलण्यातली एक-दोन वाक्ये मध्ये न तुटता पूर्णपणे बॉशच्या कानावर आली. फादर आर्थरचे स्वागत करणाऱ्या नवीन महान राज्याबद्दल बोलत होते. इतके अत्याचार आणि छळ पाहून आणि त्यांचा रोज अभ्यास करूनही या नवीन राज्यावर अतूट विश्वास ठेवणाऱ्या गॉलिव्हरची त्याला आठवण झाली. पण बॉशच्या दृष्टीने अजूनही न्याय मिळायचा राहिला होता. तो अजूनही या खालच्या मर्त्यलोकातच राहत होता. एकाच कुटुंबातील या तिघांपैकी एकमेकांकडे कुणीच पाहत नाही, हे बॉशच्या लक्षात आले. शवपेटिका खाली खड्ड्यात उतरवल्यानंतर फादरने शेवटची क्रॉसची खूण केली. शीला वळून टेकडीवरून गाडी उभी केली होती, त्या रस्त्याकडे चालू लागली. तिने एकदाही आपल्या आईवडिलांशी ओळख दाखवली नाही.

तिच्यापाठोपाठ सॅम्युएलही निघाला. शीलाने मागे वळून तो येत असल्याचे पाहिल्यावर चालण्याचा वेग वाढवला. अखेर तिने छत्री टाकून दिली आणि ती पळत सुटली. ती गाडीजवळ पोहोचली आणि तिचे वडील यायच्या आत निघून गेली.

आपल्या मुलीची गाडी त्या प्रचंड दफनभूमीतून मार्ग काढत गेटबाहेर पडून अदृश्य होताना सॅम्युएल डेलाक्रुवा बघतच राहिला. त्याने ती खाली पडलेली छत्री उचलली आणि स्वत:च्या गाडीत ती छत्री नेऊन तोही निघून गेला.

बॉशने कबरीच्या जागेकडे नजर टाकली. फादरही निघून गेले होते. बॉशने इकडेतिकडे पाहिले आणि टेकडीच्या वरच्या टोकावरून एका छत्रीचा वरचा भाग खाली खाली जाताना त्याला दिसला.

ते फादर कुठे निघाले याची बॉशला कल्पना नव्हती. कदाचित टेकडीच्या पलीकडच्या बाजूला त्यांना दुसऱ्या एका दफनविधीला हजर राहायचे असेल.

त्यामुळे कबरीपाशी ख्रिस्तीन वॉटर्स एकटीच उभी होती. तिने शांतपणे एक प्रार्थना म्हटली आणि खालच्या रस्त्यावर उभ्या असलेल्या उरलेल्या दोन गाड्यांच्या दिशेने ती निघाल्याचे बॉशला दिसले. त्याने स्वत: तिरके जाऊन मध्येच तिला भेटायचे ठरवले. तो जवळ आला, तसे तिने शांतपणे त्याच्याकडे पाहिले.

''डिटेक्टिव्ह बॉश, तुम्ही इथे, आश्चर्य आहे!''

''का बरं?''

''म्हणजे डिटेक्टिव्ह लोक असे अलिप्त, भावनात न गुंतणारे असतात ना? दफनविधीला हजर राहणे म्हणजे आपल्या भावना उघड्या करून दाखवणे, विशेषत: अशा पावसाच्या दिवसात– तुम्हांला नाही तसं वाटत?''

बॉश तिच्याबरोबर पावले टाकू लागला आणि तिने त्याला छत्रीत अर्धी जागा दिली.

बॉशने विचारले ''मृतदेहाचे अवशेष तुम्ही का स्वीकारले? असं तुम्ही का केलंत?''

बॉशने टेकडीवरील कबरीकडे मागे बोट दाखवले.

''कारण मला वाटलं की दुसरं कुणीच हे करणार नाही म्हणून.''

ते रस्त्यावर आले. बॉशची गाडी तिच्या गाडीच्या पुढे उभी होती. त्याच्यापासून दूर होत ती म्हणाली, ''गुडबाय डिटेक्टिव्ह.'' आणि दोन्ही गाड्यांमधून जाऊन आपल्या गाडीच्या ड्रायव्हरच्या बाजूला आली.

''माझ्याकडे तुम्हांला देण्यासाठी काहीतरी आहे.''

तिने गाडीचे दार उघडून त्याच्याकडे पाहिले, ''काय?''

बॉशने त्याच्या गाडीचे दार उघडून आतूनच डिकी उघडली. तो परत दोन्ही गाड्यांच्या मध्ये आला. ख्रिस्तीनने छत्री मिटली, गाडीत टाकली आणि त्याच्याजवळ आली.

''मला कुणीतरी कधी सांगितलं होते की आयुष्यात आपण नेहमी एकाच गोष्टीचा शोध घेत असतो– पापमुक्तीचा शोध.''

''कशासाठी?''

''सगळ्यासाठी, कशासाठीही. आपल्याला सगळ्यात शेवटी क्षमा हवी असते.''

बॉशने डिकीचे झाकण उचलले आणि पुठ्ठ्याचे एक खोके बाहेर काढले. त्याने ते तिच्यापुढे धरले.

''या सर्व मुलांची काळजी घ्या.''

ख्रिस्तीनने ते खोके हातात घेतले नाही, पण तिने झाकण उघडून आत पाहिले. त्यात रबर बॅन्डने एकत्र ठेवलेले फोटोचे गठ्ठे होते. काही सुटे फोटो होते. सगळ्यात वर हजारो फूट दूर नजर लावलेल्या कोसोवोतील मुलांचा फोटो होता. तिने खोक्यात हात घातला.

एका कुठल्यातरी संस्थेतून आलेल्या फोटोचा गठ्ठा उचलीत ती म्हणाली, ''ही कुठली मुले आहेत?''

तो म्हणाला, ''ते महत्त्वाचं नाही– त्यांची कुणीतरी देखभाल करायला हवी.''

ख्रिस्तीनने मान डोलावून झाकण परत नीट लावले. तिने बॉशकडून ते खोके घेतले आणि आपल्या गाडीकडे निघाली. तिने ते खोके मागच्या सीटवर ठेवले आणि पुढच्या उघड्या दाराकडे गेली. आत शिरायच्या अगोदर तिने बॉशकडे पाहिले– तिला काहीतरी म्हणायचे होते असे वाटले, पण ती थांबली. ती गाडीत बसून निघून गेली. बॉशने आपल्या गाडीची डिकी बंद केली आणि ती गेली तिकडे तो बघत राहिला.

◆

५४.

पोलिस प्रमुखांच्या आदेशाचा परत भंग झाला होता. विभागातले दिवे रात्री बंद होते. बॉशने दिवे चालू केले आणि आपल्या टेबलावर येऊन तो बसला. त्याने पुठ्ठ्याची दोन रिकामी खोकी टेबलावर ठेवली.

रविवारी रात्री उशिराची वेळ होती– मध्यरात्रीचा सुमार होता. बॉशने जवळपास कुणी काय चाललेय बघायला नसताना एकट्याने रात्री येऊन आपले टेबल आणि फायली आवरण्याचे ठरवले होते. त्याला हॉलिवूड विभागात अजून एक दिवस काढायचा होता, पण तो दिवस सामान भरण्यात आणि एकमेकांना शेवटचे खोटेखोटे भेटण्यात त्याला घालवायचा नव्हता. त्याचा

विचार होता की सकाळी एकदम रिकाम्या टेबलावर येऊन बसायचे आणि मग 'मुसो अॅण्ड फ्रँक' उपाहारगृहात आरामात तीन तास जेवण घेत वेळ काढायचा. काही त्याच्या दृष्टीने महत्त्वाच्या थोड्या लोकांना बायबाय म्हणायचे आणि कुणाला कळायच्या आत मागच्या दाराने पसार व्हायचे. बस, हा एवढा एकच मार्ग होता.

बॉशने त्याच्या कपाटापासून सुरुवात केली. रात्ररात्र जागवणाऱ्या, काही अजून चालू असणाऱ्या खून प्रकरणांच्या फायली त्याने प्रथम बाहेर काढल्या. त्याने या प्रकरणासाठी अजून आशा सोडली नव्हती. त्याचा विचार होता की खून-दरोडे विभागात वेळ असेल त्या वेळी या प्रकरणांवर काम करायचे किंवा घरातूनही त्याला काम करता आले असते.

एक खोके भरल्यावर बॉश पुन्हा आपल्या टेबलाकडे वळला आणि टेबलाचे कप्पे रिकामे करू लागला. पिस्तुलाच्या रिकाम्या गोळ्यांची बरणी त्याला सापडली तेव्हा तो जरा थांबला. ज्यूलिया ब्रॅशरच्या अंत्यसंस्काराच्या वेळी सापडलेली गोळी अजून त्याने त्या बरणीत ठेवली नव्हती. त्याने ती गोळी घरातील एका कप्प्यात ठेवली होती. आपल्या भोवतीचा सुरक्षिततेचा पिंजरा सोडून बाहेर येण्यात आलेला धोका दाखवणाऱ्या शार्क माशाच्या चित्राशेजारी त्याने ती गोळी ठेवली होती. तिच्या वडलांनी त्याला ते चित्र घेऊन जायला परवानगी दिली होती.

त्याने ती बरणी दुसऱ्या खोक्याच्या एका कोपऱ्यात नीट ठेवली आणि खोक्यातील इतर वस्तूंच्या आधाराने ती सुरक्षित राहील हे पाहिले. मग त्याने टेबलाचा मधला कप्पा उघडला आणि त्यातली पेने, पॅड आणि ऑफिसचे इतर सामान बाहेर काढले.

त्या कप्प्यात फोनच्या जुन्या निरोपाच्या चिठ्ठ्या, वेगवेगळ्या प्रकरणांत भेटलेल्या लोकांची व्हिजिटिंग कार्डे असा पसारा होता. ते फेकून द्यायचे की ठेवायचे यासाठी बॉश प्रत्येक गोष्ट तपासून पाहत होता. जपून ठेवायची कार्डे एकत्र करून त्याने त्याला रबर बॅन्ड लावून परत ती कप्प्यात टाकली.

तो कप्पा जवळजवळ रिकामा झाला असताना त्याला घडी केलेला कागदाचा तुकडा सापडला. तो उघडल्यावर त्याला निरोप दिसला.

"कुठे आहेस तू, माझ्या मर्द मित्रा!"

बॉशने त्याच्याकडे बराच वेळ निरखून पाहिले, लगेच वंडरलँड अॅव्हेन्यूमध्ये त्याने १३ दिवसांपूर्वी गाडी थांबवली होती तेव्हापासूनची सर्व हकीगत त्याच्या डोळ्यांपुढे आली. तो काय करत होता आणि कुठे चालला आहे असाही विचार त्याच्या डोक्यात आला. ट्रेंट, स्टोक्स आणि सगळ्यात मुख्य म्हणजे आर्थर

डेलाक्रुवा आणि ज्युलिया ब्रॅशर यांचे विचार त्याच्या डोक्यात घोळू लागले. हजारो वर्षांपूर्वी झालेल्या खुनांबद्दल आणि त्यातील मृत व्यक्तींच्या हाडांबद्दल गॉलिव्हर जे काही बोलत होता ते त्याला आठवले आणि त्या कागदावर विचारलेल्या प्रश्नाचे त्याला उत्तर सापडले.

बॉश मोठ्याने म्हणाला, "कुठेच नाही."

बॉशने घडी करून तो कागद खोक्यात ठेवला. त्याने स्वत:च्या हातांकडे, बोटांवरील व्रणांकडे पाहिले. एका हाताच्या बोटांनी त्याने दुसऱ्या हातांच्या बोटांवर चाचपून पाहिले. भिंतीवर बोटांवर दगड मारून आत ज्या वर न दिसणाऱ्या जखमा झाल्या त्यांचा तो विचार करू लागला.

बॉशला ठाऊक होते की त्याची नोकरी, बिल्ला आणि काम यांच्याशिवाय तो पूर्णपणे हरवला असता. पण त्या क्षणी त्यांच्या लक्षात आले की हे सगळं असूनही तो हरवला होता. खरे म्हणजे हे सगळे असल्यामुळेच तो हरवला होता. त्याला सर्वांत आयुष्यात जे काही जवळचे वाटत होते त्या गोष्टींनीच त्याच्या आयुष्यावर निरर्थकतेचे कफन ओढले होते.

बॉशने एक निर्णय घेतला.

त्याने आपल्या मागच्या खिशात हात घातला आणि त्याचा बिल्ला बाहेर काढला. त्याने त्याच्या पाकिटातील प्लॅस्टिकच्या आवरणातले ओळखपत्राचे कार्ड बाहेर काढले आणि बिल्ल्याची क्लिप काढली. त्याच्यावरच्या 'डिटेक्टिव्ह' या उठावदार अक्षरांवरून त्याने बोटे फिरवली. त्याच्या बोटांवरच्या जखमांसारखाच त्याला भास झाला.

बॉशने बिल्ला आणि ओळखपत्र परत टेबलाच्या खणात ठेवले. मग त्याने आपले पिस्तूल म्यानातून काढले, त्याच्याकडे बराच वेळ पाहिले आणि तेही खणात ठेवून दिले. त्याने खण बंद केला आणि त्याला किल्लीने कुलूप लावले.

बॉश उठला आणि विभागाच्या खोलीतून बिलेट्सच्या खोलीत आला. दार उघडेच होते. त्याने त्याच्या खणाची चावी आणि त्याच्या गाडीची चावी तिच्या टेबलावर ठेवली. दुसऱ्या दिवशी तो सकाळी हजर नसल्याचे पाहून तिला उत्सुकता वाटून ती त्याचे टेबल पाहील आणि मग तिला कळेल की तो परत येणार नव्हता. हॉलिवूड विभागातही नाही आणि खून-दरोडे विभागातही नाही त्याचा बिल्ला त्याने उतरवला होता– तो कोड ७ बाकावर जाऊन बसणार होता. जसे त्याचे सगळे काही अस्तित्व संपले होते.

विभागांच्या खोलीतून बाहेर येता येता बॉशने इकडे-तिकडे पाहिले आणि आपल्या अनिश्चयाची एक लहर शरीरातून गेल्याचा त्याला भास झाला. पण तो थांबला नाही. त्याने आपल्या टेबलावरील खोकी एकावर एक ठेवली आणि

पुढच्या पॅसेजमधून ती खोकी घेऊन तो बाहेर पडला. त्याच्या पाठीमागे दिवे चालूच होते. सर्वांत पुढच्या टेबलाशी पोहोचल्यावर त्याने ठाण्याचे मुख्य दार आपल्या पाठीचा जोर देऊन उघडले. काउंटरवर बसलेल्या कर्मचाऱ्याला त्याने हाक मारली,

"अरे, माझं एक काम कर, एक टॅक्सी बोलाव."

"आता बोलवतो– पण आताच्या बाहेरच्या हवामानामुळे टॅक्सी यायला कदाचित थोडा वेळ लागेल. तुम्हांला कदाचित थोडं थांबावं..."

दार बंद झाले आणि त्या कर्मचाऱ्याचा आवाज ऐकू येईनासा झाला. बॉश रस्त्यावर आला. त्या रात्री एकदम थंड ओलसर आणि चिंब वाटत होते. ढगांच्या पलीकडे चंद्र असल्याचे काही चिन्ह नव्हते. त्याने ती खोकी छातीशी धरली आणि पावसात वाट पाहत उभा राहिला.

◆

डेथ ऑफ अ कॅड

हॅमिश मॅक्बेथच्या चित्तवेधक रहस्यकथा

लेखक

एम. सी. बीटन

अनुवाद

दीपक कुळकर्णी

लंडनमधील नाटककार व आपला नियोजित पती यांच्यासमवेत प्रिसिला जेव्हा आपल्या लॉचढभच्या घरी येऊन पोहोचते. त्याच रात्री निवडक निमंत्रितांना जंगी मेजवानी दिली जाते, पण दुसऱ्याच दिवशी सकाळी एका पाहुण्याचा – कॅप्टन बार्टलेटचा – निर्घृण खून होतो. त्याने आजपर्यंत अनेकांना आपल्या रासवट वागणुकीने आणि वक्तव्याने घायाळ केलेले असते.

पोलिसांच्या संशयाची सुई अर्थातच आलेल्या पाहुण्यांवरून फिरू लागते. प्रत्येकाची वेगवेगळ्या कारणाने बार्टलेटवर फार जुनी शत्रुता असते. त्याच वेळी आणखी एक खून होतो. हॅमिश मॅक्बेथसमोर हे एक कठीण आव्हान असते. आडमुठ्या व्यक्ती, अपुरे पुरावे अशा अनेक अडचणींमधून मार्ग काढत आपल्या कल्पक बुद्धीने तो त्या धूर्त खुन्याचा शांतपणे मागोवा घेत राहतो, पण त्याच वेळेस प्रिसिलाच्या सुसंस्कृत परंतु संशयी प्रियकराला सहज हुलकावणी देत, तो प्रिसिलाशी प्रियाराधनही करत राहतो.